ಓದಿ ಓದಿ ಮರುಳಾಗಿ!

ಬಯಲರಸಿ ಹೊರಟವಳು

ಛಂದ ಪುಸ್ತಕ ಬಹುಮಾನ ಪಡೆದ ಕೃತಿ

ಛಾಯಾ ಭಟ್

Bayalarasi Horatavalu
-Collection of Short Stories in Kannada
by Chaya Bhat
Published by Chanda Pustaka,
I-004, Mantri Paradise,
Bannerughatta Road, Bangalore-560 076
ISBN: 978-93-84908-64-5

ಮೊದಲ ಮುದ್ರಣ: 2020

ಮುಖಪುಟ: ಸೌಮ್ಯ ಕಲ್ಯಾಣಕರ್
ಕರಡು ತಿದ್ದುವಿಕೆ: ಜ್ಯೋತಿ ಮಹಾದೇವ, ಸರಸ್ವತಿ ಪ್ರಭು
ಪುಟಗಳು: 128 ಬೆಲೆ:
ಕಾಗದ: ಎನ್‌ಎಸ್ ಮ್ಯಾಪ್ಲಿತೊ 70 ಜಿಎಸ್‌ಎಂ, 1/8 ಡೆಮಿ

ಪ್ರತಿಗಳಿಗಾಗಿ ಸಂಪರ್ಕಿಸಿ:

ಛಂದ ಪುಸ್ತಕ
ಐ-004, ಮಂತ್ರಿ ಪ್ಯಾರಡೈಸ್
ಬನ್ನೇರುಘಟ್ಟ ರಸ್ತೆ
ಬೆಂಗಳೂರು-560 076
ಸೆಲ್: 98444 22782
me@vasudhendra.com

ಮುದ್ರಣ

ಟ್ರಿನಿಟಿ ಅಕಾಡೆಮಿ, ಕುಡ್ಲು ಗೇಟ್, ಹೊಸೂರು ರಸ್ತೆ, ಬೆಂಗಳೂರು

ಛಾಯಾ ಭಟ್

ಸೆರಗಂಚಿಗೆ ಸಮುದ್ರವನ್ನು ಕಟ್ಟಿಕೊಂಡಿರುವ ಕುಮಟೆಯ ಹೊಲನಗದ್ದೆ ಗ್ರಾಮದಲ್ಲಿ 1984ರಲ್ಲಿ ಹುಟ್ಟಿದ್ದು. ಆಡಿ–ನಲಿದಿದ್ದು, ಓದಿ–ಬೆಳೆದಿದ್ದೆಲ್ಲ ಮಂಚಿಕೇರಿ ಮತ್ತು ದೊಡ್ಮನೆಯಲ್ಲಿ. ಕರ್ನಾಟಕ ವಿಶ್ವವಿದ್ಯಾಲಯದಿಂದ ಅರ್ಥಶಾಸ್ತ್ರದಲ್ಲಿ ಸ್ನಾತಕೋತ್ತರ ಪದವಿಯನ್ನು ಪಡೆದಿದ್ದಾರೆ. ಶಿರಸಿಯ ಸಮೀಪದಲ್ಲಿರುವ ನಡಗೋಡಿನ ಮಧುಸೂದನ್ ಭಟ್ ಅವರೊಂದಿಗೆ ವಿವಾಹವಾಗಿ ಬೆಂಗಳೂರನ್ನು ಸೇರಿ ಹದಿಮೂರು ವರ್ಷಗಳಾದವು. ಅಹನ್, ಆರಾಧ್ಯಾ ಎಂಬಿಬ್ಬರು ಪುಟ್ಟ ಮಕ್ಕಳು. ಪ್ರಸ್ತುತ ಶ್ರೀ ಕುಮರನ್ಸ್ ಶಾಲೆಯಲ್ಲಿ ಇವರು ಶಿಕ್ಷಕಿಯಾಗಿ ಕಾರ್ಯನಿರ್ವಹಿಸುತ್ತಿದ್ದಾರೆ. ಇವರು ಬರೆದ ಹಲವಾರು ಲೇಖನ, ಕತೆಗಳು ನಾಡಿನ ಪ್ರಸಿದ್ಧ ಪತ್ರಿಕೆಗಳಲ್ಲಿ ಪ್ರಕಟಗೊಂಡಿವೆ. ಮಣ್ಣಿನಿಂದ (ಟೆರ್ರಾಕೋಟಾ, ಪಾಲಿಮರ್) ಆಭರಣಗಳನ್ನು ತಯಾರಿಸುವುದು ಇವರ ಮತ್ತೊಂದು ನೆಚ್ಚಿನ ಹವ್ಯಾಸಗಳಲ್ಲೊಂದಾಗಿದೆ.

chaya.madhu@gmail.com

ಉಸಿರಿತ್ತು ಪೊರೆದ ಪ್ರೀತಿಯ ಅಪ್ಪ, ಆಯಿಗೆ

ನನ್ನ ಬಾಲ್ಯವನ್ನು ಸುಂದರವಾಗಿಸಿದ ಅಕ್ಕರೆಯ ತಮ್ಮನಿಗೆ

ನಾನು ಬರೆದ ಕತೆಯನ್ನು ಓದುವ ಮೊದಲೇ ಮೆಚ್ಚಿಕೊಳ್ಳುವ ನಲ್ಮೆಯ ಗಂಡನಿಗೆ

ನಾನು ಬರೆದ ಕತೆಗಳನ್ನು ಓದದೆಯೂ ಮೆಚ್ಚಿಕೊಳ್ಳುವ ನನ್ನ ಮುದ್ದು ಮಕ್ಕಳಿಗೆ

ಈ ಕತೆಗಳಿಗಿನ್ನು ಮುಕ್ತಿಯಿಲ್ಲ...

ನಡೆಯುವಾಗ ಅಲುಗಾಡುವ ಕಂದೀಲಿನ ಬೆಳಕಿನಿಂದಾಗಿ ತೊನೆಯುವ ನಮ್ಮ ನೆರಳಿನಂತೆ ಕಣ್ಣಾಮುಚ್ಚಾಲೆಯಾಡಿಸಿ ಕಡೆಗೆ ಅಕ್ಷರ ರೂಪಕ್ಕಿಳಿದ ಕತೆಗಳಿವು. ಪ್ರತಿಸಲವೂ ಕತೆ ಬರೆದು ಕೆಳಗಿಟ್ಟಾಗ ನನ್ನ ಬಂಡವಾಳ ಮುಗಿಯಿತು, ಇನ್ನು ನನ್ನೊಳಗೆ ಕತೆಯಿಲ್ಲ; ಕತೆಗೆ ಮೂಡಿಸಲು ಕಾಲು ಬಾಲಗಳಿಲ್ಲ ಎಂದು ಭ್ರಮಿಸಿದಾಗೆಲ್ಲ ಮತ್ತೆಲ್ಲೋ ತೂಫಾನು ಏಳುತ್ತದೆ, ಕರಿ ಮೋಡಕ್ಕೆ ಜೋತುಬಿದ್ದ ಹನಿಯೊಂದು ಉದುರಿ ನನ್ನ ತೆಕ್ಕೆಯನ್ನು ಸೇರಿ ಕಂದೀಲಿನ ಬೆಳಕಲ್ಲಿ ತೊನೆಯುವ ನೆರಳಿನಂತೆ ಕಾಡಿ ಯಾವುದೋ ಕತೆಯಾಗಲು ಮತ್ತೆ ಹವಣಿಸುತ್ತದೆ.

ನನ್ನಿಂದ ಮುಕ್ತಿ ಪಡೆದು ಹುಟ್ಟಿದ ನನ್ನ ನಿಲುಕಿಗೆ ಸಿಕ್ಕ ಈ ಕತೆಗಳಿಗಿನ್ನು ಮುಕ್ತಿಯಿಲ್ಲ. ಸಮುದ್ರದೊಳಗೆಲ್ಲೋ ಕಳೆದು ಹೋದ ಅನಾಮಿಕ ಹನಿಯೊಂದನ್ನು ಹುಡುಕಿ ತರುವಂತೆ ಪ್ರತಿಸಲವೂ ಮುಳುಗೆದ್ದು ಬೊಗಸೆ ನೀರನ್ನು ಹಿಡಿದು 'ಇದು ನಿನ್ನದೇ?' ಎಂದು ಕೇಳಿದಾಗ ಹೌದೆನಿಸುವ ಪರಿ ಓದುಗನ ಮನದಲ್ಲಿ ಮಜಲುಗಳನ್ನು ತೆರೆದು ಕತೆಗಳು ಆಗಾಗ ಮರುಜನ್ಮ ಪಡೆದರೆ ಕತೆಗಳ ಸಾರ್ಥಕತೆ ಅದರಲ್ಲೇ ಇದೆ ಎಂದು ನಂಬಿದ್ದೇನೆ.

ಐದಾರು ವರ್ಷಗಳ ಹಿಂದೆ ಎಂದಿಗೂ ಕತೆ ಬರೆಯಲು ಹೊರಟವಳಲ್ಲ ನಾನು. ಬರೆಯಬೇಕೆಂಬ ತುಡಿತವಿದ್ದರೂ ಬರವಣಿಗೆ ಎನ್ನುವುದು ಅಚಾನಕ್ಕಾಗಿ ನನ್ನ ಪಾಲಿಗೆ ಒದಗಿ ಒಲಿದು ಬಂದ ದಾರಿ. ಆರಂಭದಿಂದಲೂ ನನ್ನ ಎಲ್ಲಾ ಕತೆ, ಲಘುಬರಹವನ್ನು ಓದಿ, ಬರವಣಿಗೆಯನ್ನು ಮೆಚ್ಚುತ್ತಲೇ ಸಲಹೆ ಕೊಟ್ಟು ಮಾರ್ಗದರ್ಶನ ನೀಡಿ ನನ್ನ ಉಪಟಳ ಸಹಿಸಿದ ಅನಿತಕ್ಕಾ (ಅನಿತಾ ನರೇಶ್ ಮಂಚಿ), ನನ್ನ ಎಲ್ಲಾ ಕತೆಗಳನ್ನು ಓದಿ ಮಾರ್ಗದರ್ಶನ ನೀಡಿದ ತಮ್ಮನಂತಹ ಪದ್ಮನಾಭ ಭಟ್ ಶೇವ್ಕಾರ ಮತ್ತು 'ನೀವು ಗದ್ಯ ಬರೆಯಲು ಪ್ರಯತ್ನಿಸಿ' ಎಂದು ಆರು ವರ್ಷಗಳ ಹಿಂದೆ ಸಲಹೆ ಕೊಟ್ಟ ರವೀಂದ್ರ ಭಟ್ ಮಾವಖಂಡ – ಇವರು ಮೂವರನ್ನು ನಾನು ಎಂದೆಂದಿಗೂ ನೆನೆಯುತ್ತೇನೆ.

ಸಲಹೆಗಳನ್ನು ಕೊಟ್ಟು ಓದಬೇಕಿರುವ ಪುಸ್ತಕಗಳ ಉದ್ದದ ಪಟ್ಟಿ ಕೊಟ್ಟ ವಿವೇಕ್ ಸರ್ ಅವರಿಗೂ, ಚಿತ್ತಾಲರ ಮಾತನ್ನು ನೆನಪಿಸಿಕೊಂಡು ಶುಭ ಹಾರೈಸಿದ ಜಯಂತ್ ಸರ್ ಅವರಿಗೂ ಧನ್ಯವಾದಗಳು.

ನಾನು ಬರೆದ ಕತೆಗಳನ್ನು ತುಷಾರ, ಮಯೂರದಲ್ಲಿ ಪ್ರಕಟಿಸಿ ಪ್ರೋತ್ಸಾಹಿಸಿದ, 'Disguised blessing hands' ಎಂದೇ ತಿಳಿದಿರುವ ಪೃಥ್ವಿರಾಜ್ ಕವತ್ತಾರು ಸರ್ ಮತ್ತು ಸಂದೀಪ್ ನಾಯಕ್ ಸರ್ ಅವರಿಗೆ ಹಾಗೂ ಉದಯವಾಣಿ, ಪ್ರಜಾವಾಣಿ, ಹೊಸದಿಗಂತ, ವಿಜಯ ಕರ್ನಾಟಕ – ಈ ಎಲ್ಲಾ ಪತ್ರಿಕೆಗಳಿಗೆ ಧನ್ಯವಾದಗಳು. ಪತ್ರಿಕೆಗಳಲ್ಲಿ ಪ್ರಕಟವಾದ ನನ್ನ ಬರಹಗಳನ್ನು ಮೆಚ್ಚಿ ಪ್ರೋತ್ಸಾಹಿಸಿದ ಓದುಗರೆಲ್ಲರಿಗೂ ಧನ್ಯವಾದಗಳು.

ಗಡಿಬಿಡಿಯ ಬದುಕಲ್ಲಿ ಖುಷಿಯಿಂದಲೇ ನನ್ನ ಓದು–ಬರೆಯುವ ಹವ್ಯಾಸಕ್ಕೆ ಸಂಸಾರದಲ್ಲಿ ಸ್ವಲ್ಪ ಜರುಗಿ ಜಾಗ ಮಾಡಿಕೊಟ್ಟ ಗಂಡ, ಮಕ್ಕಳನ್ನು ಹಾಗೂ ನನಗಿಂತಲೂ ನನ್ನ ಮೇಲೆ ಹೆಚ್ಚಿನ ವಿಶ್ವಾಸವಿರಿಸಿಕೊಂಡ ಅಪ್ಪ, ಆಯಿ, ತಮ್ಮ-ಚೇತನ್, ಸ್ಮಿತಾ, ಅತ್ತೆ, ಮಾವ, ಅತ್ತಿಗೆಯನ್ನು, ದೂರದ ಕೈಗಾದಲ್ಲಿದ್ದು ನನ್ನ ಕನವರಿಕೆಗಳಿಗೆಲ್ಲ ಕಿವಿಯಾಗುವ ಗೆಳತಿ ಮಮತಾ – ಇವರೆಲ್ಲರನ್ನೂ ನೆನೆಯುತ್ತೇನೆ.

ಕನ್ನಡ ಸಾಹಿತ್ಯಕ್ಕೆ ವಸುಧೇಂದ್ರ ಸರ್ ಅವರ ಕೊಡುಗೆ ಅಪಾರ ಮತ್ತು ಅನನ್ಯ. ನಾನು ಬರೆದ ಕತೆಗಳಿಗೆ 'ಛಂದ ಬಹುಮಾನ'ವನ್ನು ಕೊಟ್ಟು ಪ್ರಕಟಿಸುತ್ತಿರುವ ವಸುಧೇಂದ್ರ ಸರ್ ಅವರಿಗೆ ನಾನು ಎಷ್ಟು ಕೃತಜ್ಞತೆ ಹೇಳಿದರು ಕಡಿಮೆಯೇ.

ಕನ್ನಡದ ಹೆಸರಾಂತ ವಿಮರ್ಶಕಿಯಾದ ಆರ್. ತಾರಿಣಿ ಶುಭದಾಯಿನಿ ಮೇಡಂ ಅವರು ನಿರ್ಣಾಯಕರಾಗಿದ್ದರು ಹಾಗೂ ನಾನು ಬರೆದ ಕತೆಗಳನ್ನು ಅವರು ಮೆಚ್ಚಿದರು ಎನ್ನುವುದು ನನಗೆ ಬಹಳ ಖುಶಿಯ ವಿಷಯ. ತಾರಿಣಿ ಮೇಡಮ್ ಅವರಿಗೂ ನನ್ನ ಕೃತಜ್ಞತೆಗಳು.

ಪುಸ್ತಕವನ್ನು ಓದಿ, ಇಲ್ಲಿನ ಕತೆಗಳಿಗೆ ಮತ್ತೆ ಜೀವ ತುಂಬಲು ಮುಂದಾಗಿರುವ ನಿಮಗೂ ನನ್ನ ಕೃತಜ್ಞತೆಗಳು.

ಛಾಯಾ ಭಟ್

97319 93303

ಕಿಟಕಿಯಿಂದ ಆಕಾಶ ನೋಡುವ ಕತೆಗಳು

ಛಂದ ಪ್ರಕಾಶನದ ವತಿಯಿಂದ ಈವರೆಗೆ ನಡೆಸಿದ ಹಸ್ತಪ್ರತಿ ಕಥಾಸ್ಪರ್ಧೆಯಿಂದ ಕನ್ನಡಕ್ಕೆ ಅನೇಕ ಒಳ್ಳೆಯ ಕತೆಗಾರರು ದಕ್ಕಿದ್ದಾರೆ. ಕತೆ ಹೇಳುವ ಕತೆಗಾರರನ್ನು ಪ್ರೋತ್ಸಾಹಿಸುವುದನ್ನೆ ಆಶಯವಾಗಿರಿಸಿಕೊಂಡ ಸ್ಪರ್ಧೆ ಇದು. ಆಯ್ಕೆ ಹೆಚ್ಚು ಮುಕ್ತವೂ ಪಾರದರ್ಶಕವೂ ಆಗಿರಬೇಕೆಂಬ ಅಪೇಕ್ಷೆಯಿಂದ ನಡೆಯುವ ಸ್ಪರ್ಧೆ ಇದು. ಈ ಬಾರಿ ಈ ಸ್ಪರ್ಧೆಯ ಹಸ್ತಪ್ರತಿಗಳನ್ನು ಓದಿ ಬಹುಮಾನಕ್ಕಾಗಿ ಒಂದು ಕೃತಿಯನ್ನು ಆರಿಸುವ ಅವಕಾಶ ನನ್ನದಾಗಿತ್ತು. ಈ ಕೆಲಸ ನನಗೆ ಅನೇಕ ಕಾರಣಗಳಿಂದ ಇಷ್ಟವಾಯಿತು. ನಾನು ಸಮಕಾಲೀನ ಸಾಹಿತ್ಯದ ಬಗೆಗೆ ಕುತೂಹಲಿಯಾಗಿದ್ದು ಹೊಸ ಬರಹಗಾರರ ಬರಹಗಳನ್ನು ಓದಲು ಬಯಸುತ್ತೇನೆ. ಹೊಸ ಬರಹಗಾರರ ಲೋಕದೃಷ್ಟಿ ಹಾಗೂ ಅವರು ಸಾಹಿತ್ಯ ಪ್ರಕಾರಗಳನ್ನು ದುಡಿಸಿಕೊಳ್ಳುವ ರೀತಿ ಇವುಗಳನ್ನು ಓದಿ ಆಸ್ವಾದಿಸುವ ಜೊತೆಗೆ ಸಾಹಿತ್ಯದ ವಿದ್ಯಾರ್ಥಿಯಾದ ನನಗೆ ಹೊಸಕಾಲದ ಸಾಹಿತ್ಯದ ಪಲ್ಲಟಗಳನ್ನು ಗಮನಿಸುವುದು ಇಷ್ಟದ ಕೆಲಸ. ಹೀಗಾಗಿ ಈ ಸ್ಪರ್ಧೆಯ ಕತೆಗಳನ್ನು ಕುತೂಹಲಿಯಾಗಿ ಓದಿದೆ.

ಕನ್ನಡದಲ್ಲೀಗ ಬರುತ್ತಿರುವ ಕತೆಗಳು ಒಂದು ಬಗೆಯ ಕ್ರೈಸಿಸ್ ಅನ್ನು ಎದುರಿಸುತ್ತಿರುವಂತೆ ಕಾಣುತ್ತಿವೆ. ಜಾಗತೀಕರಣೋತ್ತರ ಕಾಲದಲ್ಲಿ ಸಾಹಿತ್ಯಕ್ಕೆ ಬೇಕಾದ ದೂರ ಮತ್ತು ಕಲಾತ್ಮಕ ಮಾನದಂಡದ ಗ್ರಹಿಕೆಗಳು ವರ್ಚುಯಲ್ ವಾಸ್ತವದ ಪ್ರಭಾವದಿಂದಾಗಿ ಪಲ್ಲಟಗೊಳ್ಳುತ್ತಿವೆ. ಸಂವೇದನೆಗಳ ಪಲ್ಲಟದಿಂದ ಕತೆ ಹೇಳುವ ಶೈಲಿ ಮತ್ತು ನಿರೂಪಣಾ ವಿಧಾನಗಳಲ್ಲಿ ಬದಲಾವಣೆಗಳು ಕಾಣಿಸುತ್ತಲಿವೆ. ವರ್ತಮಾನವನ್ನು ಗ್ರಹಿಸುವ ಸಣ್ಣಕತೆಯ ಸೌಂದರ್ಯ ಮತ್ತು ವಿಷಾದದ ದನಿ ಮಾತ್ರ ಕನ್ನಡದ ಕತೆಗಳಲ್ಲಿ ಉಳಿದುಕೊಂಡಿರುವುದು ವಿಶೇಷ. ಈ ಹೊತ್ತು ಕತೆ ಹೇಳುವುದಾದರೆ ಹೇಗೆ ಹೇಳಬೇಕು? ಎನ್ನುವ ಸವಾಲನ್ನು ಹೊಸಕಾಲದ ಕತೆಗಾರರು ಎದುರಿಸುತ್ತಲೇ ಇರುತ್ತಾರೆ. ಸುದ್ದಿ ಮಾಧ್ಯಮಗಳು ಬಿತ್ತರಿಸುವ 'ಟಾಪ್ ಸ್ಟೋರಿಗಳ' ಫಿಕ್ಷನ್ ಮಾದರಿ ಸರ್ವೇಸಾಮಾನ್ಯವಾಗಿದ್ದು ಜೀವನದ ಪ್ರತಿಯೊಂದು ಘಟನೆಯನ್ನು ರೋಚಕತೆಯೊಂದಿಗೆ ಕತೆಯಾಗಿಸುವ ರೀತಿಗಿಂತ ತಾವು ಹೇಗೆ ಕತೆ

ಹೇಳಬೇಕೆಂಬುದು ಅವರ ಮುಂದಿರುವ ಸವಾಲು. ಈ ಬಗೆಯ ಕತೆ ಹೇಳುವಿಕೆಯ ಅಪಾಯ ಎಂದರೆ ವರ್ತಮಾನಕ್ಕೆ ತೀರ ಸಮೀಪ ಹಾದು, ಪೊಲಿಟಿಕಲಿ ಕರೆಕ್ಟ್ ಎನ್ನಿಸಿಕೊಳ್ಳುವ ಉಮೇದು ಮುನ್ನೆಲೆಗೆ ಬರುವಂಥದ್ದು. ಸ್ಪರ್ಧೆಗೆಂದು ಬರೆಯುವ ಕತೆಗಳಲ್ಲಿ ಈ ಗುಣ ಇನ್ನಷ್ಟು ಎದ್ದು ಕಾಣುತ್ತಿದ್ದು, ಕತೆಗಾರರು ಜಾಣತನದಿಂದ ಸುತ್ತಮುತ್ತಲ ಸಾಮಾಜಿಕ ಘಟನಾವಳಿಗಳು, ಲಿಂಗ, ಜಾತಿಗಳ ಅನ್ಯಾಯ, ಶೋಷಣೆಯ ಸಂಗತಿಗಳನ್ನು ಆಯ್ದು ಪ್ರಸ್ತುತತೆಯನ್ನು ತೋರಿಸಿಕೊಳ್ಳುತ್ತಾರೆ. ಸಾಮಾಜಿಕವಾಗಿ ತಮಗಿರುವ ಕಾಳಜಿಗಳನ್ನು ವ್ಯಕ್ತಪಡಿಸದಿದ್ದರೆ ತಾವು ಔಟ್‌ಡೇಟ್ ಆಗುವ ಭಯ ಇಂದಿನ ಬರಹಗಾರರಿಗಿದೆ. ಜೊತೆಗೆ ಅವರ ಬೆನ್ನಹಿಂದೆ ಇರುವ ಚಳುವಳಿ, ಪ್ರಾದೇಶಿಕ ಅಸಮಾನತೆ, ಲಿಂಗಭೇದ, ಜಾತಿ ಭೇದಗಳು ಅವರನ್ನು ಈ ಒತ್ತಡಕ್ಕೆ ನೂಕುವ ಸಾಧ್ಯತೆ ಹೆಚ್ಚಾಗಿರುತ್ತದೆ. ಕತೆಗಳನ್ನು ಬರೆಯುವ ಹೊಸ ತಲೆಮಾರಿನ ಅನೇಕರಲ್ಲಿ ಇದು ನಿಚ್ಚಳವಾಗಿ ಕಾಣುತ್ತದೆ. ಈ ಹಿನ್ನೆಲೆಯಲ್ಲಿ ಛಾಯಾ ಭಟ್ ಅವರ ಕತೆಗಳನ್ನು ಓದುವಾಗ ಅವರ ಕತೆಗಳು ಕೃತಕ ಎನ್ನಿಸುವ ಯಾವ ತಂತ್ರವನ್ನೂ ಬಳಸದೆ ಕಥೆ ಹೇಳುವ ಧಾಟಿಯಲ್ಲಿವೆ ಎನ್ನಿಸುತ್ತದೆ.

ಛಾಯಾ ಭಟ್ ಅವರ ಕತೆಗಳು ಸಮಕಾಲೀನ ಸಮಾಜದ ಸಂಸಾರ, ಸಂಬಂಧಗಳನ್ನು ಒಡಲಲ್ಲಿಟ್ಟುಕೊಂಡ ಕತೆಗಳು. ಇವು ಮಡಂಬ ಪತ್ತನ ದ್ರೋಣಾಮುಖಗಳ ಸಂಚಾರವನ್ನು ಉದ್ದೇಶಿಸಿ ಹೊರಟ ಮಹತ್ವಾಕಾಂಕ್ಷಿ ಕತೆಗಳಲ್ಲವಾದರೂ ದೂರದಲ್ಲೆಲ್ಲೋ ಸುನಾಮಿ ಎದ್ದರೆ ಅದರ ಪರಿಣಾಮೀ ಅಲೆಗಳು ಅದರ ಪ್ರತಿನಾಡಿನಲ್ಲೆಲ್ಲೋ ಕಂಪನ ಎಬ್ಬಿಸಿದಂತೆ ಪುಟ್ಟ ಜಗತ್ತಿನಲ್ಲೆ ಎದ್ದ ಅಲೆಗಳನ್ನು ಕಾಣುವಂಥವು. ಈ 'ಕಾಣುವ' ರೀತಿ ತನ್ನ ಕಣ್ಣಿನ ಸತ್ಯವನ್ನೆ ಅಂತಿಮ ಎಂದು ನಂಬುವ ರೀತಿಯಲ್ಲಿಲ್ಲ. ಸ್ತ್ರೀವಾದ, ಪ್ರಾದೇಶಿಕತೆ, ಜಾತಿ, ವರ್ಗ ಮುಂತಾದ ಸಿದ್ಧಾಂತಗಳ ನೆಲೆಗಟ್ಟುಗಳನ್ನು ಬಳಸಿ ಹೇಳಬೇಕೆನ್ನುವ strategy writing ಕೂಡಾ ಅಲ್ಲ. ಈ ಬಗೆಯ ಮಹತ್ವಾಕಾಂಕ್ಷೆಯ ಗುರಿಯಿರದ ಕತೆಗಳು ಏಕಾಂತದಲ್ಲಿ ಕೆಲವು ಮಾನವೀಯ ಪ್ರಶ್ನೆಗಳನ್ನು ಎತ್ತಬಲ್ಲವು.

'ನೆರೆ' ಕತೆಯು ಪ್ರವಾಹ ಸಂತ್ರಸ್ತರೆಲ್ಲ ಒಂದು ದೇವಾಲಯದಲ್ಲಿ ಆಶ್ರಯ ಪಡೆದ ಹೊತ್ತಿನಲ್ಲಿ ಬಿಚ್ಚಿಕೊಳ್ಳುವ ಬದುಕುಗಳ ಕಥನ. ತಿಪ್ಪಯ್ಯ ಮಾಸ್ತರರು ನೆಟ್ಟು ಬೆಳೆಸಿದ್ದ ಹುಣಸೇ ಮರದ ಬೇರುಗಳು ನೆರೆಮನೆಯವರ ಜೊತೆ ಗಡಿ ವಿವಾದಕ್ಕೆ ಕಾರಣವಾಗಿದ್ದು, ಅವರ ಮಂದಮಗ ಮನೆ ಬಿಟ್ಟು ಹೋಗಿದ್ದು, ಆಸ್ತಿಯ ವಾರಸುದಾರಿಕೆ ಹೋಗಿದ್ದು- ಇವನ್ನೆಲ್ಲ ಪ್ರವಾಹದ ಮಧ್ಯೆ ನಿಂತು ನೆನೆಯುವುದು ಬದುಕಿನ ನಶ್ವರತೆಯ ಜೊತೆಗೆ ಬದುಕಿನ ತೀವ್ರ ವ್ಯಾಮೋಹವನ್ನು ಒಟ್ಟಿಗೇ ನೆನೆಯುವಂತೆ ಮಾಡಿದೆ. ಎಲ್ಲಿ ಬದುಕು ಕಳೆದು ಹೋಗಿದೆ ಎನ್ನಿಸುತ್ತದೆಯೋ ಅಲ್ಲಿ ಬೇರೆಡೆಗಿಂತ ಹೆಚ್ಚು ಹುಲುಸಾಗಿ ಬದುಕು ಚಿಗುರುತ್ತದೆ. ಈ ಕತೆ ಆಯಾಸವಿಲ್ಲದೆ ಬದುಕಿನ ಸತ್ಯ ಹೇಳುತ್ತದೆ. ಈ ಕತೆ ತನ್ನ ಸಂಯಮದ ನಿರೂಪಣೆ ಮತ್ತು ಮಾನವೀಯ ಸನ್ನಿವೇಶದ ದೃಷ್ಟಿಯಿಂದ ಸಂಕಲನದ ಉತ್ತಮ ಕತೆಗಳಲ್ಲೊಂದಾಗಿದೆ.

'ತೊಟ್ಟು ಕಳಚಿದ ಹೂವು' ಕತೆಯಲ್ಲಿ ತಾಯಿಯನ್ನು ಸಂಭಾಳಿಸುವ ಕುಟ್ಟ, ಅಪ್ಪ ಅಮ್ಮನಿಂದಲೇ ಬದುಕಿನ ಪಾಠ ಕಲಿಯುತ್ತಾನೆ. ಸೊಂಟದವರೆಗೂ ಇದ್ದ ಬಾವಿನೀರಿನಲ್ಲಿ ಮುಳುಗಿ ತನ್ನದನ್ನು ನಡೆಸುತ್ತಿದ್ದ ಅಬ್ಬೆ, ಕಠಿಣ ಎನ್ನಿಸಿದರೂ ಅವಳ ಮೂಲ ಕಾಳಜಿ ಜೀವದ ಬಗೆಗೆ ಎನ್ನುವುದು ಅವಳು ಹಸುಗಳನ್ನು ಮಾರಾಟ ಮಾಡಲು ಬಿಡದೆ ತಡೆಯುವಾಗ ತಿಳಿಯುತ್ತದೆ. ಹೀಗೆ ಎಷ್ಟೋ ಹಟಗಳ ನಡುವೆ ಕುಟ್ಟನ ಜೀವನ ದರ್ಶನ ಆಗುವುದು. ಜ್ಯೋತಿಷ್ಯ ಕಲಿಕೆಗಿಂತ ಹೆಚ್ಚಾಗಿ ಬದುಕಿನ ಕಲಿಕೆ ನಡೆಯುವುದು ಮನೆಯಲ್ಲಿ; ಅಬ್ಬೆಯಿಂದ ಎನ್ನುವುದನ್ನು ತಿಳಿಯುತ್ತಾನೆ. ಹೀಗೆ ನಿರುದ್ದಿಶ್ಯವಾಗಿ ಸಾಧಿಸುವುದನ್ನು ಕಾಣುವುದು, ಸಣ್ಣ ವಿವರಗಳೊಂದಿಗೆ ಅದನ್ನು ಕತೆಯೊಳಗೆ ತರುವುದು ಚೆನ್ನಾಗಿದೆ.

'ಹೂಸುಗಂಟು' ಕತೆ ಈ ಸಂಕಲನದ ಮುಖ್ಯ ಕತೆ. ಉದ್ಯಮಿ ವಿಕ್ರಂನಿಗೆ ತೊಂದರೆ ಕೊಡುತ್ತಿದ್ದುದು ಅವನ ಪೋಷಾಕಾದ ಪೈಜಾಮ. ಸಕ್ಕರೆ ಖಾಯಿಲೆಯಿಂದಾಗಿ ಪದೇ ಪದೇ ಮೂತ್ರಕ್ಕೆ ಹೋಗಬೇಕಾದ ಕಾರಣ ಪೈಜಾಮದ ಗಟ್ಟಿಗಂಟನ್ನು ಬಿಚ್ಚಲು ಇನ್ನಿಲ್ಲದ ಪ್ರಯತ್ನ ಮಾಡಬೇಕಿತ್ತು ಎನ್ನುವುದರಿಂದ ಅವನ ಬದುಕಿನ ಕಗ್ಗಂಟುಗಳ ಅನಾವರಣವಾಗುತ್ತಾ ಹೋಗುತ್ತದೆ. 'ಹೂಸುಗಂಟನ್ನು ಕೆಣಕಿದಷ್ಟೂ ಅದು ನಿರ್ದಯವಾಗುತ್ತಲೇ ಹೋಯಿತು' ಎನ್ನುವುದರೊಂದಿಗೆ ಗೋಜಲುಗಳ ಎಳೆಗಳು ಸಂಕೀರ್ಣವಾಗಿರುವುದನ್ನು ತೋರುತ್ತದೆ.

ಇಲ್ಲಿರುವ ಕತೆಗಳೆಲ್ಲ ಹೀಗೆ ಸಣ್ಣ ಕೆಣಕು ತಿಣುಕುಗಳಲ್ಲಿ ತಮ್ಮ ಜೀವನ ದರ್ಶನ ಕಂಡುಕೊಂಡವರದು. ಪ್ರಸಾದ ತಿನ್ನದೇ ಹೋದ ಗಂಡ ತನ್ನ ಸಾಂಗತ್ಯದ ಬದುಕನ್ನೇ ಹರಿದುಕೊಂಡು ಹೋದಾಗ ಜೀವನದಲ್ಲೆಂದೂ 'ಪ್ರಸಾದ' ತಿನ್ನದೇ ಉಳಿದ ಪಾತಿಚಿಕ್ಕಿ (ಬಯಲರಸಿ ಹೊರಟವಳು), ಅಪ್ರಮಾಣಿಕತೆಯನ್ನು ಒರೆಹಚ್ಚಿ ನೋಡಿಕೊಳ್ಳುವ ಆತ್ಮನಿರೀಕ್ಷಣೆಯ ಪುರು (ಆ ಕಡುಗಪ್ಪು ಕಣ್ಣುಗಳು), ಗಲಭೆ, ದೊಂಬಿಗಳನ್ನು ಮಾಡಿಸಲೆಂದೆ ಯುವಕರನ್ನು ಸೆಳೆಯುವ ರಾಜಕೀಯಕ್ಕೆ ಸಿಲುಕಿದ ಹುಡುಗ ತಾನು ಮಾಡಿದ ಕೃತ್ಯದಿಂದ ತನ್ನ ಪ್ರೇಮಕ್ಕಾದ ಗಾಯವನ್ನು ನೆನೆಯುವ (ಸುಳಿ...) – ಹೀಗೆ ಹಲವಾರು ಕತೆಗಳು ಸಣ್ಣ ಸಣ್ಣ ಕನ್ನಡಿಗಳ ಮೂಲಕ ಸತ್ಯದರ್ಶನ ಮಾಡಿಸುತ್ತವೆ. ಸಣ್ಣ ಕತೆ ಇರುವುದೇ ಹೀಗೆ, ಸಣ್ಣ ಸಣ್ಣ ಜಾಗಗಳಲ್ಲಿ ನಿಂತು ಜಗತ್ತನ್ನು ನೋಡುವುದಕ್ಕೆ. ಹಾಗೆಂದೇ ಛಾಯಾ ಭಟ್ ಅವರ ಕತೆಗಳು ಒಂದು ಹಂತದ ಯಶಸ್ಸನ್ನು ಸಾಧಿಸುತ್ತವೆ ಎನ್ನಬಹುದು.

ಛಾಯಾ ಭಟ್ ಅವರ ಕತೆಗಳು ಸಮಕಾಲೀನ ಬರವಣಿಗೆಗಳಲ್ಲಿರುವ ಕೆಲವು ಚಹರೆಗಳನ್ನು ಬಿಟ್ಟುಕೊಟ್ಟಿವೆ. ಉದಾಹರಣೆಗೆ ಅವರಿಗೆ ಸ್ತ್ರೀವಾದಿ ನೆಲೆಯಲ್ಲಿ ಕಥೆ ಕಟ್ಟುವ ಅವಕಾಶವಿತ್ತಾದರೂ ಅವರು ಅದನ್ನು ಬಿಟ್ಟುಕೊಟ್ಟು ಕಥೆ ಹೇಳುವ ರೀತಿಯನ್ನು ರೂಢಿಸಿಕೊಂಡಿದ್ದಾರೆ. ಜಾತಿ. ಲಿಂಗ ಮತ್ತು ವರ್ಗಗಳ ನೆಲೆಗಳಲ್ಲಿ ನಿಂತು ಲೋಕ ನೋಡುವುದು ಒಂದು ಬಗೆಯ ಜಾಡನ್ನು ನಿರ್ಮಿಸುತ್ತದೆ. ಅದು ಹಾಗೆ ಆಗಬೇಕೆಂದೇ ಆ ಅಸ್ಮಿತೆಗಳು ಮುನ್ನೆಲೆಗೆ ಬಂದಿದ್ದು. ಆದರೆ ಕ್ರಮೇಣ

ಈ ಅಸ್ಮಿತೆಗಳು ಸ್ಥಿರಗೊಳ್ಳುತ್ತಾ ಜಡವಾಗತೊಡಗಿದವು. ಉದ್ದೇಶಪೂರ್ವಕವಾಗಿ ಐಡೆಂಟಿಟಿಗಳನ್ನು ಹೇರಿಕೊಳ್ಳುವುದು ಕತೆಗೆ ತೊಡಕಾಗುತ್ತದೆ. ಹೊಸ ತಲೆಮಾರಿನ ಕೆಲವು ಲೇಖಕ/ಲೇಖಕಿಯರಾದರೂ ತಂತಮ್ಮ ಅಸ್ಮಿತೆಗಳ ಭಾರಗಳನ್ನು ಒತ್ತರಿಸಿ ಏನಾದರೂ ಹೇಳಬೇಕು ಎನ್ನುವ ತಹತಹ ಹೊಂದಿದ್ದಾರೆ. ಛಾಯಾ ಭಟ್ ಅವರಂತಹ ಹೊಸ ತಲೆಮಾರಿನ ಲೇಖಕಿ ಈ ದಿಸೆಯಲ್ಲಿ ಹೆಜ್ಜೆಯಿಟ್ಟಿದ್ದಾರೆ ಎನ್ನಿಸುತ್ತದೆ. ಇದರಿಂದ ಪೊಲಿಟಿಕಲಿ ಕರೆಕ್ಟ್ ಅನ್ನಿಸುವ ಧಾಟಿಯಿಂದಲೂ ಹೊರಬರಲು ಸಾಧ್ಯವಾಗಿದೆ.

ಈ ಸಂಕಲನದಲ್ಲಿ ಹಲವಾರು ಒಳ್ಳೆಯ ಕತೆಗಳಿವೆ ನಿಜ, ಆದರೆ ಅವುಗಳಿಗೆ ಇನ್ನಷ್ಟು ಸಾಂದ್ರತೆ ಬೇಕಿತ್ತು ಎನ್ನಿಸದಿರದು. ಕಥಾವಸ್ತುವಿನ ದೃಷ್ಟಿಯಿಂದ ಹತ್ತು ಹಲವು ಅನುಭವಗಳನ್ನು ಇಟ್ಟುಕೊಂಡು ಕಥೆ ಹೇಳುವ ಛಾಯಾ ಭಟ್ ಅವರು ತಮ್ಮ ನಿರೂಪಣಾ ವಿಧಾನಗಳನ್ನು ಒಂದೇ ನಮೂನೆಯಲ್ಲಿ ಬಳಸುತ್ತಾರೆ. ಪ್ರಯೋಗಾತ್ಮಕವಾಗಿ ಬೇರೆ ಬೇರೆ ನಿರೂಪಣಾ ಕ್ರಮಗಳಿಂದ ಕತೆಗಳನ್ನು ನಿರೂಪಿಸಿದ್ದರೆ ಹೇಗಿರುತ್ತಿತ್ತು? ಅವುಗಳ ಸ್ವರೂಪವೇ ವಿಭಿನ್ನವಾಗಿರುತ್ತಿತ್ತಲ್ಲವೆ? ಪ್ರಥಮ ಪುರುಷ ನಿರೂಪಣೆಯ ಕತೆಗಳನ್ನು ಉತ್ತಮ ಪುರುಷ ನಿರೂಪಣೆಯಲ್ಲಿ ಹೇಳಿದ್ದಿದ್ದರೆ? – ಇವೆಲ್ಲಾ ಸಾಧ್ಯತೆಗಳಷ್ಟೆ. ಇವನ್ನು ಪ್ರಯತ್ನಿಸುವುದರಿಂದ ಕತೆಗಾರಿಕೆಯ ಆಯಾಮಗಳು ಇನ್ನಷ್ಟು ವಿಸ್ತೃತವಾಗುತ್ತವೆ ಎಂಬ ನಂಬಿಕೆಯಿಂದ ಈ ಸೂಚನೆಗಳನ್ನು ನೀಡುತ್ತಿದ್ದೇನಷ್ಟೆ. ಛಾಯಾ ಭಟ್ ಅವರು ಈಗಾಗಲೇ ಕತೆಗಳನ್ನು ಹೇಳುವುದರಲ್ಲಿ ಒಂದು ಕುಶಲತೆಯನ್ನು ಸಾಧಿಸಿದ್ದಾರೆ. ಅದರಾಚೆ ಒಂದು ಮಾಂತ್ರಿಕ ಜಗಿತದ ಅಪೇಕ್ಷೆ ನನ್ನದು.

ಡಾ. ಆರ್. ತಾರಿಣಿ ಶುಭದಾಯಿನಿ

ಪರಿವಿಡಿ

ನೆರೆ

ನೆಗಸ ಬಂದು ಉಬ್ಬುಬ್ಬಿ ಹರಿಯುತ್ತಿದ್ದ ಗಂಗಾವಳಿಯಲ್ಲಿನ ಸುಳಿಗಳು ಗಿರಕಿ ಹೊಡೆಯುತ್ತ ಗೊತ್ತು ಗುರಿ ಇಲ್ಲದವರಂತೆ ಸಿಕ್ಕಿದ್ದನ್ನೆಲ್ಲಾ ಸೆಳೆದುಕೊಂಡು ಮುಂದೆ ಮುಂದೆ ಸಾಗುತ್ತಿದ್ದವು. ಕನ್ನೆಮಕ್ಕಿ ಗುಡ್ಡೆಯ ಮೇಲಿರುವ ದೇವಳದ ಅಂಗಳದಿಂದ ನಿಂತು ನೋಡಿದರೆ ಮೈಲಿಗೆಯಾದವರ ಮಿಂದ ನೀರು ಹರಿಣಿಯಲ್ಲಿ ಕೆಂಪಗೆ ಹರಿದು ಹೋದಂತೆಯೇ ಗಂಗಾವಳಿ ಕಾಣಿಸುತ್ತಿತ್ತು. ಸೊಣಕು ವಾಸನೆಯೂ ಹಾಗೆಯೇ, ಗಂಗಾವಳಿಯಿಂದ ಎಷ್ಟೋ ದೂರದವರೆಗೆ ನಿಂತರೂ ಮೂಗಿಗಡರಿ ನಿಲ್ಲುತ್ತಿತ್ತು. ನೆಗಸದ ಅಬ್ಬರಕ್ಕೆ ಎಷ್ಟೆಷ್ಟೋ ಜನರ ಕನಸು, ಜೀವಮಾನದ ಶ್ರಮ, ಆಸೆಗಳನ್ನೆಲ್ಲ ಹುದುಗಿಸಿಕೊಂಡಿದ್ದ ಮನೆ ಮಠ, ಹಿತ್ತಲು, ಕೇರಿಗಳ ದೆಸೆಯೂ ಬದಲಾಗಿಬಿಟ್ಟಿತ್ತು.

ಗಂಗಾವಳಿಯ ದಡದಲ್ಲರಳಿದ ನಾಗರಿಕತೆಯಲ್ಲಿ ಒಂದಾದ ಕುಂಬಾರಗದ್ದೆಯೆಂಬ ಹಳ್ಳಿಯ ಮಂದಿಯಲ್ಲರ್ಧ ನೆಗಸದ ಭೀಕರತೆಯನ್ನು ತಾಳಲಾರದೆ ನೆಂಟರಿಷ್ಟರ ಮನೆಗೋ, ಪರಿಚಯದವರ ಮನೆಗೋ ಅಂತೂ ಇಂತೂ ಸೇರಿಕೊಂಡು ಮುಳುಗಿಹೋದ ಮನೆ ಮಠದ ಬಗ್ಗೆಯೇ ಮಾತನಾಡಿಕೊಂಡು ದಿನ ಕಳೆಯುತ್ತಿದ್ದರು. ಮತ್ತರ್ಧ ಜನ ಗಂಟು ಮೂಟೆ ಕಟ್ಟಿಕೊಂಡು ಕನ್ನೆಮಕ್ಕಿ ಗುಡ್ಡೆ ಏರಿ ಅಲ್ಲಿರುವ ದೇವಳದಲ್ಲಿ ತಂಡವಾಗಿ ಝುಂಡಾ ಹೂಡಿ ನಾಲ್ಕಾರು ದಿನಗಳೇ ಕಳೆದಿದ್ದವು.

ಎಡಬಿಡದೆ ಸುರಿಯುತ್ತಿರುವ ಮಳೆ ಅಡ್ಡ ಝುಡಿ ಹೊಡೆದು ದೇವಳದ ತುಣುಕು ನೆಲವೂ ಕುಂಡೆ ಊರಲು ಅಸಾಧ್ಯವೆಂಬಂತೆ ಒದ್ದೆಯಾಗಿ ಗಿಜಗುಡುತ್ತಿದ್ದಿತ್ತು. ಹೊರಗಿನ ಜನರ ಸಂಪರ್ಕ ಕುಂಬಾರಗದ್ದೆಗೆ ಮೊದಲಿನಿಂದಲೂ ಅಷ್ಟಕ್ಕಷ್ಟೇ, ಈಗಿನ ಪರಿಸ್ಥಿತಿಯಲ್ಲಂತೂ ಕೇಳುವುದೇ ಬೇಡ... ಕುಂಬಾರಗದ್ದೆಯ ಜನರೇನಾದರು ಎಂದು ಹೊರಗಿನವರಿಗೆ ಚೂರಾದರೂ ಆತಂಕ ಉಂಟಾಗಿರಬಹುದು ಎನ್ನಿಸಲೇ ಇಲ್ಲ. ಆದರೂ ಎರಡು ದಿನದ ಹಿಂದೆ ಒದ್ದಾಡುತ್ತಾ ಕೊನೆಗೂ ಕನ್ನೆಮಕ್ಕಿ ಗುಡ್ಡೆಯನ್ನೇರಿ ಬಂದ ಜೀಪು ದಿನಸಿ, ತರಕಾರಿ, ದಾನ ಕೊಟ್ಟ ಒಂದಿಷ್ಟು ಬಟ್ಟೆಗಳನ್ನು ದೇವಳದ ಉಗ್ರಾಣದಲ್ಲಿ ಇಳಿಸಿ ಹೋಗಿತ್ತು. ಗರ್ಭಗುಡಿಯನ್ನು ಬಿಟ್ಟರೆ ದೇವಳದಲ್ಲಿ ಒಣಗಿದ,

ಸ್ವಲ್ಪ ಬೆಚ್ಚಗಿನ ಜಾಗವೆಂದರೆ ಅದು ಉಗ್ರಾಣ ಮಾತ್ರ. ದಿನಸಿಯನ್ನಿಡುವುದೂ ಉಗ್ರಾಣದಲ್ಲೇ, ಅಡುಗೆ ಮಾಡಿ ಬಡಿಸುವುದರಿಂದ ಹಿಡಿದು ಒದ್ದೆ ಬಟ್ಟೆಯ ಜೊತೆಗೆ ಹೆಂಗಸರ ಮೈಲಿಗೆ ತುಂಡನ್ನು ಒಣಗಿಸುವುದೂ ಅಲ್ಲಿಯೇ, ಪಾಳಿ ಪ್ರಕಾರ ರಾತ್ರಿ ಮಲಗೇಳುವುದು ಕೂಡ ಉಗ್ರಾಣದಲ್ಲಿಯೇ!

ಮಳೆ ಯಾವಾಗ ನಿಲ್ಲುವುದೋ ಎಂದು ಬಿಸಿಲಿಗೆ ಎದುರು ಕಾಯುತ್ತಾ ಜನರು ಹಾಗೂ ಹೀಗೂ ಅನುಸರಿಸಿಕೊಂಡು ದಿನ ದೂಡುತ್ತಿದ್ದರು.

ಅಂದಿನ ಮಟ್ಟಿಗೆ ಅಡುಗೆ ಮುಗಿಸಿ ಉಗ್ರಾಣದಿಂದ ಹೊರಬಂದ ಹೆಂಗಸರ ಟೋಳಿಯೊಂದು ದೇವಳದ ಬಾಗಿಲಿಗೆ ಕಟ್ಟಿದ ತೋರಣವನ್ನೇ ಹುಸಿದುಕೊಂಡು, ಬಿಗಿದಿದ್ದ ಮಾವಿನೆಲೆಗಳನ್ನು ಹರಿದೆಸೆದ ಮೇಲೆ ಉಳಿಯುವ ಕತ್ತದ ದಾರವನ್ನು ತಮ್ಮ ನಂಜಾದ ಕಾಲ್ಬೆರಳುಗಳ ಸಂದಿಗಳಲ್ಲಿ ನುಗ್ಗಿಸಿ ಗಸಗಸನೆ ಮಸೆಯುತ್ತ ಅಮೃತ ಉದ್ಭವವಾಗುತ್ತದೆಯೆಂಬ ಪರಿ ರಕ್ತ ಹರಿಸುತ್ತ ಕುಳಿತಿದ್ದರು! ರಕ್ತಪಿಪಾಸುವಿನಂತಾದ ಕತ್ತದ ದಾರಗಳಂತೂ ಬೆರಳುಗಳನ್ನು ಕತ್ತರಿಸಿಯೇ ಬಿಡುವ ಹುನ್ನಾರದಲ್ಲಿದ್ದಂತೆ ತೋರುತ್ತಿದ್ದವು. ತನ್ನದೇ ವ್ರಣವನ್ನು ನೆಕ್ಕಿ ಖುಷಿಪಡುವ ಪ್ರಾಣಿಯಂತೆ ಕಾಲ್ಬೆರಳುಗಳ ಸಂದಿಯನ್ನು ಮಸೆಯುತ್ತ ಆರಾಮು ತಗೊಳ್ಳುತ್ತಿದ್ದ ಭಾಮಕ್ಕ, 'ತಿಪ್ಪಯ್ಯ ಮಾಸ್ತರ್ರೇ ನಿಮಗೆ ಗಂಗಾವಳಿಯ ನೆಗಸ ನೋಡಿದರೆ ನಿಮ್ಮ ಮಗನ ನೆನಪಾಗುವುದಿಲ್ಲವೇ?' ಎಂದು ಅಲ್ಲಿಯೇ ಮೂಕೆಯಲ್ಲಿ ಕುಳಿತ ತಿಪ್ಪಯ್ಯ ಮಾಸ್ತರನ್ನು ಕೆಣಕಿ ಕೇಳಿದಳು. ದೇವಳದ ತಗಡುಗಳ ಮೇಲೆ ಬಿದ್ದು ಆರ್ಭಟವೆಬ್ಬಿಸಿದ್ದ ಮಳೆನೀರು ಅಡಿಕೆ ಮರದ ಹರಿಣಿಯಲ್ಲಿ ಹರಿಯುತ್ತ ಆಡಿದ ಮಾತುಗಳನ್ನೆಲ್ಲ ತನ್ನೊಟ್ಟಿಗೆ ತೇಲಿಸಿಕೊಂಡು ಹೋಗುತ್ತಲಿತ್ತು... ಮಾಸ್ತರ್ರು ಬಲಗಿವಿಯನ್ನು ಸ್ವಲ್ಪ ವಾರೆ ಮಾಡಿ, 'ಆ... ಏನು... ಏನಂದೆ ಭಾಮಕ್ಕ' ಎಂದು ಕೇಳಿದರು.

ನಂಜೇರಿಸಿಕೊಂಡ ಬೆರಳುಗಳನ್ನು ಮಸೆಯುತ್ತಿದ್ದ ಭಾಮಕ್ಕ, 'ನಿಮ್ಮ ಮಗ... ನಿಮ್ಮ ಮಗನ ನೆನಪಾಯ್ತಾ ಅಂತ ಕೇಳ್ದೆ' ಎಂದು ದನಿ ಹಿಗ್ಗಿಸಿದಳು. ಮಾಸ್ತರ್ರು ಕೇಳಿಸಿಯೇ ಇಲ್ಲ ಎಂದು ತಮ್ಮ ಪಾಡಿಗೆ ಶಾಲಿನೊಳಗೆ ಬೆಚ್ಚಗಿರಿಸಿಕೊಂಡ ತಮ್ಮ ಕಾಲುಗಳನ್ನು ನೀವುತ್ತ ಕುಳಿತರು.

ಉತ್ತರದ ಅಗತ್ಯವಿಲ್ಲದೆ ಸುಮ್ಮನೆ ಕೆಣಕಲು ಕೇಳಿದ ಪ್ರಶ್ನೆಗೆ ಮಾಸ್ತರ್ರು ಸುಮ್ಮನಿದ್ದುದನ್ನು ಕಂಡೂ ಕಾಣಿಸದವರಂತೆ ಮತ್ತೆ ಗೌಜಿಯೊಳಗೆ ತಾನೂ ತೂರಿಕೊಂಡು ಮನೆ-ಮಠ ಕಳೆದುಕೊಂಡ ನೋವನ್ನು ಹರಟಲು ಶುರು ಮಾಡಿಕೊಂಡಳು ಭಾಮಕ್ಕ.

ಭಾಮಕ್ಕನ ಮಾತು ಮಾಸ್ತರನ್ನು ತಲುಪಲೇ ಇಲ್ಲವೇ ಹಾಗಿದ್ದರೆ! ಮಾತುಗಳನ್ನು ಕೇಳಿಸಿಕೊಂಡರೆ ಮಾತ್ರ ಅರ್ಥ ಆಗುತ್ತದೆ ಎನ್ನುವಂತಿದ್ದರೆ ಮಾಸ್ತರರ ಮಗ ವಾಗೀಶನಿಗೆ ಎಲ್ಲರ ಮಾತು ಹೇಗೆ ಅರ್ಥವಾಗುತ್ತಿತ್ತು!

ಶಾರದೆಗೆ ಹೆರಿಗೆ ಮಾಡಿಸಿ ಹೊರ ಬಂದ ಸುಬ್ಬಮ್ಮ, 'ಹುಟ್ಟು ಹುಟ್ಟುತ್ತಲೇ ಕಿವಿ ಮಬ್ಬು ನಿಮ್ಮ ಹುಡುಗನಿಗೆ' ಎಂದು ಹೇಳಿದಾಗ ಸುಬ್ಬಮ್ಮನದು ಇಳಿವಯಸ್ಸೆಂದು

ಅವಳ ಮಾತಿಗೆ ಮಾಸ್ತರರು ಅಷ್ಟಾಗಿ ತಲೆಕೆಡಿಸಿಕೊಂಡಿರಲಿಲ್ಲ. ಹುಟ್ಟಿ ವರ್ಷ ತುಂಬುತ್ತಾ ಬಂದರೂ ಕರೆದರೆ 'ಓ'ಗುಡುತ್ತಿಲ್ಲವೆಂದು ಶಾರದೆ ಹಿಳ್ಳೆಗೆ ಎರಡೇಟು ಬಿಗಿದಾಗಲೇ ಮಾಸ್ತರ್ರಿಗೆ ಮತ್ತೆ ಸುಬ್ಬಮ್ಮನ ಮಾತು ನೆನಪಾಗಿದ್ದು. ಮಗನಿಗೆ ವಾಗೀಶನೆಂದು ಹೆಸರಿಟ್ಟಿದ್ದೇ ಬಂತು, ಕಿವಿ ಕೇಳದವ ಪಾಪ ಅವನಾದರೂ ಬೇರೆಯವರ ರೋಷಾವೇಶಕ್ಕೆ ಹೆದರಿ ಏನೆಂದು ಮಾತನಾಡುತ್ತಿದ್ದ!

ಕುಂಬಾರಗದ್ದೆಯ ಮಕ್ಕಳಿಗೆಲ್ಲ ಮಾಸ್ತರರ ಪಾಠ ಕೇಳುವುದಕ್ಕಿಂತ ಮಾಸ್ತರರ ಮಗನ ಮೇಲೆಯೇ ಹೆಚ್ಚು ಆಸಕ್ತಿ ಇದ್ದಂತಿತ್ತು. ಊರಿನವರೂ ಈ ವಿಷಯದಲ್ಲಿ ಸ್ವಲ್ಪವೂ ಹಿಂದಾಗಲಿಲ್ಲ, 'ಮಾಸ್ತರ್ರೇ, ನಿಮ್ಮ ಪಾಠ ಕೇಳುವುದು ವಾಗೀಶನ ಹಣೆಬರಹದಲ್ಲಿಲ್ಲ' ಎಂದು ಬಾಯೆಳೆದೆಳೆದು ಕೇಳಿ ಬೇಸರವನ್ನು ವ್ಯಕ್ತಪಡಿಸಿದರೋ ಖುಷಿಯನ್ನೋ ಎಂಬ ನಿರ್ಧಾರವನ್ನು ಮಾತ್ರ ಮಾಸ್ತರರಿಗೇ ಬಿಟ್ಟುಬಿಡುತ್ತಿದ್ದರು.

ವಾಗೀಶ ನಾಪತ್ತೆಯಾಗಿ ಇವತ್ತಿಗೆ ಎಷ್ಟೋ ವರ್ಷಗಳೇ ಉರುಳಿವೆ. ಮಗನ ನೆನಪಲ್ಲಿ ಶಾರದೆ ತೀರಿಕೊಂಡಿದ್ದೂ ಮಾಸ್ತರರನ್ನು ಅಷ್ಟಾಗಿ ಕಾಡಲಿಲ್ಲ, ಆದರೆ ವಾಗೀಶ ಕಾಣೆಯಾದ ಹಳಹಳಿ ಮಾತ್ರ ಮಾಸ್ತರರನ್ನು ಎಷ್ಟು ವರ್ಷ ಕಳೆದರೂ ಬಿಡಲಿಲ್ಲ.

ಮನೆಯಂಗಳದಂಚಿಗೆ ಅವನು ನೆಟ್ಟ ಹುಣಸೆ ಗಿಡ ಆಳೆತ್ತರವಾದಾಗ, 'ಮಾಸ್ತರ್ರೇ, ಹುಣಸೆ ಮರ ದೈತ್ಯಾಕಾರದಲ್ಲಿ ಬೆಳೆದು, ಅದರ ಬೇರು ಮನೆಯ ಅಡಿಪಾಯವನ್ನು ಅಲ್ಲಾಡಿಸಿಬಿಡುತ್ತದೆ. ಮಗ ನೆಟ್ಟಿದ್ದು ಅಂತ ನೀರೆರೆಯುತ್ತ ಕುಳಿತರೆ ಒಂದಿನ ಇದೇ ಮರ ನಿಮ್ಮ ಮನೆಯನ್ನೇ ಉರುಳಿಸಿಬಿಡುತ್ತದೆ. ಅದೂ ಅಲ್ಲದೆ ಹುಣಸೆ ಮರದ ಬುಡದಲ್ಲಿ ಪ್ರೇತವೂ ಇರುತ್ತದೆಯಂತೆ. ಯಾರಿಗೆ ಗೊತ್ತು ಇದರಿಂದಾಗಿಯೇ ನಿಮಗೆ ಕೆಡುಕಾಗುತ್ತಿದ್ದರೂ ಇರಬಹುದು' ಎಂದು ಊರಿನವರೆಲ್ಲ ಮಾಸ್ತರರಿಗೆ ಬುದ್ಧಿ ಹೇಳೀ ಹೇಳಿದರು.

ಬೂದಿಗುಡ್ಡೆಯ ಬದಿಯಲ್ಲಿದ್ದ ಹುಣಸೆ ಗಿಡದ ಚಿಗುರೊಂದನ್ನು ತಂದು ಮನೆಯ ಪುಟ್ಟ ಅಂಗಳದ ತುದಿಗೆ ನೆಟ್ಟು, 'ಈ ಗಿಡ ನಮ್ಮನೆಯ ಗುರುತು' ಎಂದು ಕೈಸನ್ನೆ ಮಾಡಿ ಹೇಳಿದ್ದ ವಾಗೀಶ. ಮಗ ನೆಟ್ಟ ಗಿಡವೀಗ ಮರವಾಗಿದೆಯಾದರೂ, ಅವನಿಲ್ಲದಾಗ ತಾನು ಅದನ್ನು ಮುಟ್ಟುವುದು ಸರಿಯಲ್ಲ ಎನ್ನಿಸಿ, 'ಮನೆ ಉದುರುವುದೋ ಬಿಡುವುದೊ ಗೊತ್ತಿಲ್ಲ. ಏನೇ ಆದರೂ ಹುಣಸೆ ಗಿಡ ನೆಟ್ಟವನು ಬಂದುಬಿಡಲಿ, ಆಮೇಲೇನು ಅಂತ ನೋಡಿಕೊಂಡರಾಯ್ತು' ಎಂದು ಹೇಳಿ ಊರವರ ಬಾಯನ್ನೇನೋ ಮುಚ್ಚಿಸಿದ್ದರು. ಆದರೆ ಮಾಸ್ತರರ ಪಕ್ಕದ ಮನೆಯ ಸುಬ್ಬಣ್ಣ ಮಾತ್ರ ತಮ್ಮ ಮನೆಯ ಗೋಡೆ ಬಿರುಕು ಬರಲಿ, ಗೋಡೆ ಬಣ್ಣ ಉದುರಲಿ ಎಲ್ಲದಕ್ಕೂ ಹುಣಸೆ ಮರವೇ ಕಾರಣವೆಂದು ಮರ ತೆಗೆಯಿಸಲು ತಕರಾರು ಮಾಡುತ್ತಲೇ ಬಂದ. ಮರವನ್ನು ತೆಗೆಯಿಸುವುದು ಅಸಾಧ್ಯವೆನ್ನಿಸಿದಾಗ ದಿನಕಳೆದಂತೆ ಸುಬ್ಬಣ್ಣನ ಬೇಲಿಯ ವ್ಯಾಪ್ತಿ ಹಿಗ್ಗುತ್ತಾ ಬಂದು ಹುಣಸೆ ಮರವೇ ಅವರಿಬ್ಬರ ಮನೆಯ ಗಡಿ ಎಂಬಲ್ಲಿವರೆಗೆ ಬಂದು ತಲುಪಿತ್ತು.

ಮಾಸ್ತರರ ಪರವಾಗಿ ಭಾಮಕ್ಕ ನಿಂತು, ಸುಬ್ಬಣ್ಣನ ಪರಿ ತಾನೂ ಬೇಕಷ್ಟು ಕೆಲೆದು ಜಗಳ ಮಾಡಿ ಅಲ್ಲಿಗೇ ಸುಬ್ಬಣ್ಣನನ್ನು ತಡೆಯದಿದ್ದರೆ ಗಡಿಬೇಲಿ ಮಾಸ್ತರರ ಮನೆಯನ್ನೂ ದಾಟಿಬಿಡುತ್ತಿತ್ತೋ ಏನೋ! ಅದ್ಯಾವ ಪರಿ ಜಗಳವಾಯಿತೆಂದರೆ ಅನವಶ್ಯಕವಾಗಿ ಕುಂಬಾರಗದ್ದೆಯ ಜನರೆಲ್ಲಾ ಗುಂಪಾಗಿ, ಒಂದೋ ಮಾಸ್ತರರ ಪರವಹಿಸಿಕೊಂಡರು ಇಲ್ಲಾ ಸುಬ್ಬಣ್ಣನ ಪರವಾಗಿ ಮಾತನಾಡಲು ಆತುರಾತುರವಾಗಿ ನೆರೆದರು. ಸ್ವಂತ ವಿಷಯಕ್ಕೆ ಹೀಗೆ ರಾದ್ಧಾಂತವಾಗುವುದು ಮಾಸ್ತರರಿಗೆ ಸ್ವಲ್ಪವೂ ಹಿಡಿಸಲಿಲ್ಲ. ಆದರೆ ಅದಾಗಲೇ ಊರವರು ಈ ಒಂದು ವಿಷಯವನ್ನು ವೈಯಕ್ತಿಕವಾಗಿ ತೆಗೆದುಕೊಂಡು ಕೈ-ಕೈ ಮಿಲಾಯಿಸುವವರೆಗೂ ತಲುಪಿದ್ದರು. ಇದೆಲ್ಲ ಗಲಾಟೆಯ ನಡುವೆಯೇ ರಾತ್ರಿ ಬೆಳಗಾಗುವುದರೊಳಗೆ ಮಾಸ್ತರರ ಮುಳ್ಳುಬೇಲಿಯ ಪಕ್ಕದಲ್ಲಿಂದ ಹಾದು ಹುಣಸೆ ಮರದ ನೇರ್ತಾ ಸುಬ್ಬಣ್ಣನ ಆಳೆತ್ತರದ ಬಂದೋಬಸ್ತ್ ಪಾಗಾರು ಕೂಡಾ ಎದ್ದು ನಿಂತಿತ್ತು. ಸುಬ್ಬಣ್ಣನ ಪಾಗಾರು ಹೇಗಿತ್ತೆಂದರೆ ಮಾಸ್ತರರು ತಮ್ಮ ಮನೆಗೆ ಹೋಗಲು ಸಹ ಕಳ್ಳ ಬೆಕ್ಕಿನಂತೆ ಮೈಯನ್ನು ಮುದುಡಿಕೊಂಡು ಪಾಗಾರು ಮತ್ತು ಬೇಲಿ ಸಂದಿಯಲ್ಲಿ ನುಸುಳಿ ಹೋಗಬೇಕಿತ್ತು.

'ಅಪ್ಪನ ಹಡಾ ತಂದು, ದಮ್ಮಿದ್ದವರು ಪಾಗಾರಿಗೆ ಕೈಹಚ್ಚಲಿ ನೋಡುವಾ... ಅವ್ವನ್... ಅವರ ಸೊಂಟ ಮುರೀಲಿಲ್ಲ ಅಂದ್ರೆ ನೋಡು...' ಎಂದು ಸುಬ್ಬಣ್ಣ ಕೊಟ್ಟ ಧಮಕಿಗೆ ಖುದ್ದು ಮಾಸ್ತರರೇ ಹುಣಸೆ ಮರದ ಭೂತಕ್ಕಲ್ಲದಿದ್ದರೂ ಪಾಗಾರಿಗೆ ಹೆದರಿ ಓಡಾಡುವಂತಾಯ್ತು. ಅಪ್ಪ, ಅಮ್ಮ, ಅಕ್ಕ-ತಂಗಿಯರೆಲ್ಲ ಸುಬ್ಬಣ್ಣನ ಬೈಗುಳದ ಸರಕಾದ ಮೇಲೆ ಮಾಸ್ತರರು ರೋಸಿ 'ಏನಾದರೂ ಮಾಡಿಕೊಂಡು ಸಾಯಲಿ, ಹುಣಸೆ ಮರಕ್ಕೆ ಕೊಡಲಿಯನ್ನು ಹಚ್ಚದಿದ್ದರೆ ಸಾಕು' ಎಂದು ನಮ್ ಆಗಿಬಿಟ್ಟರು.

ಹುಣಸೆ ಮರ ಅಂತಲ್ಲ, ಯಾವಯಾವುದೋ ಕಾರಣಕ್ಕೆ ಜಗಳ ತೆಗೆದು ಊರಲ್ಲೆಲ್ಲಾ ಮನಸ್ತಾಪ ಮಾಡಿಕೊಂಡವರೂ ಇಂದು ದೇವಳದ ಒಂದೇ ಸೂರಿನಡಿ ನೆಲೆ ನಿಂತಿದ್ದರು. ಒಬ್ಬರ ಮುಖ ಒಬ್ಬರು ನೋಡಿಕೊಳ್ಳದವರೂ ಈಗ ಬೇರೆ ಗತಿಯಿಲ್ಲದೆ ಒಟ್ಟಾಗಿ ದಿನಕಳೆಯುತ್ತಿರುವುದನ್ನು ನೋಡಿ, 'ಒಟ್ಟಿಗೆ ಹೊಂದಿಕೊಂಡು ಬಾಳುವುದು ಬಹುಶಃ ಮನುಷ್ಯನ ಹುಟ್ಟಾ ಗುಣವಿರಬೇಕು, ಆದರೆ ಪರಿಸ್ಥಿತಿ ಮೂಗಿನವರೆಗೆ ಬರುವವರೆಗೂ ಅಹಂ ಎನ್ನುವುದೇ ಮುಂದಾಗಿರುತ್ತದೆಯಾ?' ಎಂದು ಲೆಕ್ಕಾಚಾರ ಹಾಕುತ್ತಿದ್ದ ಮಾಸ್ತರ್ರಿಗೆ ಮಳೆಯ ಸದ್ದಿನೊಂದಿಗೆ ಮಿಳಿತವಾಗಿ ದೇವಳವನ್ನು ಆಕ್ರಮಿಸಿಕೊಂಡ ಹೆಂಗಸರ ಗೌಜಿ, ಸದ್ಯ ಮುಗಿಯುವ ಹಾಗೆ ಕಾಣಿಸಲಿಲ್ಲ.

ಕಣ್ಣೆದುರೇ ಜೀವನದ ಗಳಿಕೆಯೆಲ್ಲಾ ನೀರಿನಲ್ಲಿ ಮುಳುಗಿ, ದೀನರಂತೆ ದೇವಳದಲ್ಲಿ ಆಶ್ರಯ ಪಡೆಯುವ ಪರಿಸ್ಥಿತಿ! ಕೈಯೆತ್ತಿ ಕೊಟ್ಟು ಅಭ್ಯಾಸವಿತ್ತೇ ಹೊರತು ಕೈಚಾಚಿ ಗೊತ್ತಿಲ್ಲದ ಕುಂಬಾರಗದ್ದೆಯ ಹಿರೀಕರು ತಾವು ಉಟ್ಟ ಬಟ್ಟೆಯನ್ನು ಬಿಟ್ಟು ದೇಹಕ್ಕೆ ಹೊಂದದ ದಾನದ ಬಟ್ಟೆಯನ್ನು ಉಡುವಾಗ ಅನುಭವಿಸಿದ ಯಾತನೆಯಂತೂ ಅಷ್ಟಿಷ್ಟಲ್ಲ. ತುತ್ತು ಅನ್ನಕ್ಕೆ ಕೈ ಒಡ್ಡುವಾಗ ಅವರ ಮೈಯೆಷ್ಟು ಮುದುರುತ್ತಿತ್ತು! ಮಕ್ಕಳ

ಕಾಲಕ್ಕೂ ಬರಬಹುದೆಂದು ಕಟ್ಟಿಸಿದ್ದ ಮನೆ, ಆಳೆತ್ತರದ ನೀರಲ್ಲಿ ಮುಳುಗಿ ಅದೆಷ್ಟು ಶಿಥಿಲಗೊಂಡಿದೆಯೋ ಎಂದು ಯೋಚಿಸಿದಷ್ಟೂ ಮುಂದೊಂದು ದಿನ ಗೋಡೆ ಕುಸಿದು ಮೈಮೇಲೆ ಬಿದ್ದರೆ ಎನ್ನುವ ಭೀತಿ ಒಂದು ಕಡೆ, ನೆರೆ ನೀರಿನೊಂದಿಗೆ ಮನೆಯೊಳಗೆ ಯಾವ ಪರಿ ಹಾವು ಹರಣೆಗಳು ಸೇರಿಕೊಂಡಿವೆಯೋ ಎಂಬ ಭಯ ಇನ್ನೊಂದೆಡೆ. ದೇವಳದ ನುಣ್ಣನೆಯ ನೆಲದಲ್ಲಿ ಕಾಲು ಜಾರದಂತೆ ಮೆಲ್ಲಗೆ ಕುಳಿತಲ್ಲಿಂದ ಎದ್ದು ಗಳಿಗಕ್ಕೊಮ್ಮೆ ದೇವಸ್ಥಾನದ ಹೊಳ್ಳಿಗೆ ಬಂದು ನಿಂತು ಕುಂಬಾರಗದ್ದೆಯ ಕಡೆ ದೃಷ್ಟಿ ಬೀರುತ್ತಾ ನೆಗಸ ಇಳಿಯಿತೇ, ಯಾರ ಯಾರ ಮನೆಯನ್ನು ದಾಟಿ ಗಂಗಾವಳಿ ಮುಂದುವರೆಯುತ್ತಿದೆಯೆಂದು ನೋಡಿ ಬರುತ್ತಿದ್ದರು.

ಈ ಎಲ್ಲಾ ಚಿಂತೆ–ನೋವಿನ ನಡುವೆಯೂ ಮಳೆ ಸ್ವಲ್ಪ ಹೊಳವಾದರೆ ಸಾಕು, ಹೆಂಗಸರು ಕಂಬಳಿ ಕೊಪ್ಪೆ ಹೊದ್ದು ಕನ್ನೆಮಕ್ಕಿಯ ಗುಡ್ಡೆಯನ್ನಿಳಿದು ಗಂಗಾವಳಿಯ ಬಳಿಗೆ ಸುಳಿದಾಡಿ ಬರುತ್ತಿದ್ದರು. ಗಂಗಾವಳಿಯ ನೆರೆಯಲ್ಲಿ ಎಲ್ಲೆಲ್ಲಿಂದಲೋ ಬಳಿದುಕೊಂಡು ಬರುವ ಬಿಂದಿಗೆ, ಬಕೀಟು, ತೆಂಗಿನಕಾಯಿ, ಹೆಡೆಪೆಂಟೆಗಳೆಲ್ಲ ನದಿಯ ಬದಿಗೆಲ್ಲಾದರೂ ಬಂದು ಕೈಗೆ ಸಿಗುವಂತಿದ್ದರೆ ಆಯ್ದುಕೊಂಡು ಬಂದು ಪೇರಿಸಿಟ್ಟುಕೊಳ್ಳುತ್ತಿದ್ದರು. ಕೇವಲ ಬೇರೆ ಊರಿನವರದ್ದೇ ವಸ್ತುಗಳು ಗಂಗಾವಳಿಯಲ್ಲಿ ತೇಲಿಸಿಕೊಂಡು ಬರಬೇಕು ಎಂಬ ನಿಯಮವೆಲ್ಲಿದೆ! ಕೆಲವು ಬಾರಿ ಕುಂಬಾರಗದ್ದೆಯವರದ್ದೇ ಸಾಮಾನು ಅಲ್ಲೇ ಯಾರಿಗಾದರೂ ಸಿಕ್ಕು, ಅದರ ಒಡೆತನಕ್ಕೆ ಸಣ್ಣ ಝಟಾಪಟಿ ಶುರುವಾಗಿ ಮತ್ತೆ ಅಲ್ಲಲ್ಲೇ ತಣ್ಣಗಾಗುತ್ತಿತ್ತು. ಹೆಂಗಸರೊಟ್ಟಿಗೆ ಹೋಗಿ ಗಂಗಾವಳಿಯ ನೆರೆಯಲ್ಲೇನಾದರೂ ಸಿಗುತ್ತದೆಯೇ ಎಂದು ಹೆಕ್ಕಿ ತರಲು ಭಾಮಕ್ಕನೂ ಹಿಂದಾಗುತ್ತಿರಲಿಲ್ಲ. ಕಸ–ಮಸಗಳ ದೊಡ್ಡ ಹೊರೆಯನ್ನು ತಲೆಮೇಲೆ ಹೊತ್ತು ಜಾರಿಕೆಯಲ್ಲಿ ಕನ್ನೆಮಕ್ಕಿ ಗುಡ್ಡ ಹತ್ತಿ ಬರಬೇಕು. ಮಕ್ಕಳು ಮರಿಯಿಲ್ಲದ ಭಾಮಕ್ಕ ಯಾರಿಗಾಗಿ ಇಷ್ಟೆಲ್ಲಾ ಒದ್ದಾಡುತ್ತಿದ್ದಳೋ ಪರಮಾತ್ಮನಿಗೇ ಗೊತ್ತು.

ಭಾಮಕ್ಕನಿಗೆ ಹೇಳುವುದೇನು, ಒಂದು ಕಾಲದಲ್ಲಿ ಮಾಸ್ತರರೂ ಹೀಗೆಯೇ ಆಗಿದ್ದರು! ಹೋಗಿ ಬಂದ ಖರ್ಚಾದರೂ ಹುಟ್ಟುತ್ತಿತ್ತೋ ಇಲ್ಲವೋ, ಆದರೂ ಪೂರ್ವಜರಿಂದ ಬಂದ ಆಸ್ತಿ ಎಂಬ ಭಾವನೆಯಿಂದ ಪ್ರತಿವರ್ಷವೂ ಮಳೆಗಾಲದ ಬುಡದಲ್ಲೊಂದು ದಿನ ಘಟ್ಟದ ಮೇಲೆ ಹೋಗಿ ತಮ್ಮ ಪಾಲಿಗೆ ಬಿಟ್ಟ ಎಂಟು ಬಣ್ಣ ಅಡಿಕೆಯ ದುಡ್ಡನ್ನು ಮನೆತನದ ಹಿರೀಕರಿಂದ ತೆಗೆದುಕೊಂಡು ಬರುತ್ತಿದ್ದರು.

ವಾಗೀಶ ಕಳೆದುಹೋದ ವರ್ಷವೂ ಅದರದೇ ನಿಮಿತ್ತ ಮಾಸ್ತರರು ಘಟ್ಟದ ಮೇಲೆ ಹೋದಾಗ ಇತ್ತ ವಾಗೀಶ ನೆಗಸ ಬಂದ ಗಂಗಾವಳಿಯನ್ನು ದಾಟಿ ಸೊಪ್ಪಿನ ಹೊರೆ ತರಲು ಹೋದವನು ಮನೆಗೆ ವಾಪಸ್ಸಾಗಿರಲೇ ಇಲ್ಲ. ಊರಿನ ಕೆಲವಷ್ಟು ಮಂದಿ ವಾಗೀಶ ಊರಿನಿಂದ ಆಚೆ ಎತ್ತಲಾಗೋ ನಡೆದುಕೊಂಡು ಹೋಗುತ್ತಿದ್ದದ್ದನ್ನು ನೋಡಿದ್ದೇವೆ ಎಂದು ಹೇಳಿದರು. ಮತ್ತೊಂದಿಷ್ಟು ಜನ 'ನೆಗಸ ಬಂದ ಗಂಗಾವಳಿಯಲ್ಲಿ ಇಳಿದಿದ್ದನ್ನು ಕಂಡೆವು, ಆದರೆ ಆಚೆ ದಂಡೆಯನ್ನು ಸೇರಿದ್ದು

ಕಾಣಿಸಲಿಲ್ಲ' ಎಂದರು. ಶಾರದೆ ಯಾರ ಮಾತನ್ನು ನಂಬುವುದೆಂದು ತಿಳಿಯದೆ ಮಾಸ್ತರರ ಬರುವು ಕಾಯುತ್ತಾ ಬಾಯಿ ತುಂಬಾ ಸೆರಗನ್ನು ತುಂಬಿಕೊಂಡು ನೋವು ನುಂಗುತ್ತ ಕಣ್ಣೀರಿಡುತ್ತಿದ್ದಳು.

ತಮ್ಮ ಪಾಲು ತರಲು ಹೋದ ಮಾಸ್ತರ್ರು, 'ತಮ್ಮ ಮನೆತನದ ಹಿರೀಕ ತೀರಿ ತಿಂಗಳುಗಳೇ ಕಳೆದಿದ್ದರೆ ಒಂದು ಪತ್ರ ಮುಖೇನವಾದರೂ ತಮಗೆ ವಿಷಯ ಮುಟ್ಟಿಸಬಹುದಿತ್ತು, ಹನ್ನೊಂದು ದಿನದ ಸೂತಕವನ್ನಾದರೂ ಮಾಡಿಕೊಳ್ಳುತ್ತಿದ್ದೆವು' ಎಂಬ ಹಳಹಳಿಯಲ್ಲೇ ಹದಿನಾರಂಕಣದ ಮನೆಯ ಬಾಂಕಿನ ಮೇಲೆ ಕುಳಿತಿದ್ದರು.

ಮನೆಯೊಳಗಿನಿಂದ ಬಂದ ಹೊಸತಲೆಯನ್ನು ಮಾಸ್ತರರು ಅಂದಿನವರೆಗೆ ಕಂಡಿದ್ದೇ ಇಲ್ಲ. ಬಿಳಿ ಅಂಗಿಯ ಮೇಲೆಲ್ಲಾ ಬಸಿಯುವಂತೆ ಬಾಯ್ತುಂಬಿಸಿಕೊಂಡ ಕವಳದ ರಸ ಮಾತನಾಡುವಾಗ ಚೆಲ್ಲಬಾರದೆಂದು ಕೊರಳೆತ್ತಿ, 'ಮಾಸ್ತರ್ರೇ, ಅಪ್ಪಯ್ಯ ಇರುವಾಗ ನಿಮ್ಮ-ನಿಮ್ಮಗಳ ನಡುವೆ ಒಡಂಬಡಿಕೆ ಹೇಗಿತ್ತೋ ಗೊತ್ತಿಲ್ಲ. ಅಪ್ಪಯ್ಯ ಇದರ ಬಗ್ಗೆ ನನಗೇನೂ ಹೇಳಿ ಸಾಯಲಿಲ್ಲ. ಅಪ್ಪ ಸತ್ತಾಗಿನಿಂದಲ್ಲೂ ಒಬ್ಬರಲ್ಲಾ ಒಬ್ಬರು ಅವರ ಹೆಸರು ಹೇಳಿಕೊಂಡು ಏನೋ ಒಂದು ಕೇಳಿಕೊಂಡು ಬರುತ್ತಲೇ ಇದ್ದಾರೆ. ಯಾರನ್ನ ಅಂತ ನಂಬುವುದು? ನೀವು ಮನೆ ಬಾಗಿಲವರೆಗೆ ಬಂದಿದೀರಿ, ಬರಿಗೈಲಿ ನಿಮ್ಮನ್ನ ಕಳಿಸಿದರೆ ಅಪ್ಪಯ್ಯನ ಆತ್ಮ ಕೊರಗಬಹುದು ಅಂತ ನಾಲ್ಕು ಘಿಜ್ನ ಅಡಿಕೆ ಕೊಟ್ಟುಬಿಡುತ್ತೇನೆ' ಎಂದು ನುಡಿದ ತಾನೊಬ್ಬ ಉದಾರಿ ಎನ್ನುವಂತೆ! ಹೊಸ ತಲೆಯವ ಅದೆಷ್ಟೇ ಕೊರಳೆತ್ತಿ ಮಾತನಾಡಿದರೂ, ಕೆಂಪು ರಸ ಬಾಯಿಯಿಂದ ಸುರಿದು ಬಿಳಿ ಅಂಗಿಯ ಮೇಲೂ ಸುರಿಯುತ್ತಿತ್ತು. ಇನ್ನೂ ಕವಳ ಹಾಕಿದ ಅನುಭವ ಹೊಸತಲೆಗೆ ಸಾಲದು ಎಂಬುದು ತಿಳಿಯುವಂತಿತ್ತು...

ಪಾಲು ಸಿಗುವುದರ ಬದಲು ಅಚಾನಕ್ಕಾಗಿ ಸಿಕ್ಕ ಸಂಭಾವನೆಯನ್ನು ನಿರಾಕರಿಸಲಾಗದೆ, ತನ್ನ ಪಾಲಿನ ಬಗ್ಗೆ ಜಗಳ ಎತ್ತುಗಡಿ ಮಾಡಲು ಮನಸ್ಸೂ ಬರದೆ, ಎಂಟು ಬಣ್ಣ ಅಡಿಕೆ ತೋಟಕ್ಕೂ ಮತ್ತು ತನಗೂ ಇನ್ಯಾವ ಸಂಬಂಧವೂ ಉಳಿಯಲಿಲ್ಲವೆಂದು ಮಾಸ್ತರ್ರು ಘಟ್ಟ ಇಳಿದು ವಾಪಸ್ಸಾಗಿದ್ದರು.

ಅಹಮ್ಮಿಗೆ ಪೆಟ್ಟು ತಿಂದ ಮಾಸ್ತರ್ರು ನೊಂದು ಮನೆಗೆ ಬಂದರೆ ಪ್ರಾಯಕ್ಕೆ ಬರುತ್ತಿದ್ದ ಮಗನಿಲ್ಲ. ಅಳುತ್ತಿದ್ದ ಶಾರದೆಗೆ ಹೇಗೆ ಸಮಾಧಾನ ಮಾಡುವುದೆಂದು ತಿಳಿಯದೆ, ವಾಗೀಶನ ನೆನೆದು ತಾವೂ ಕುಸಿದು ಹೋದರು.

ವಾಗೀಶನನ್ನು ಎಲ್ಲೆಂದರಲ್ಲೆಲ್ಲಾ ಹುಡುಕಿ, ಇನ್ನು ಹುಡುಕುವುದು ಸಾಧ್ಯವಿಲ್ಲ ಎಂಬ ನಿಲುವಿಗೆ ಎಲ್ಲರೂ ಬಂದಾಗ, 'ಮಾಸ್ತರ್ರೇ, ವಾಗೀಶನ ಆತ್ಮಕ್ಕೆ ಶಾಂತಿ ಸಿಗಲಿ ಎಂದು ತಿಥಿಯನ್ನಾದರೂ ಮಾಡಿಬಿಡಿ. ಅಂತಿಮ ಸಂಸ್ಕಾರವಂತೂ ಸಾಧ್ಯವಾಗಲಿಲ್ಲ' ಎಂದು ಕೆಲವರು ಒತ್ತಾಯ ಮಾಡಿದರು. ಮಾಸ್ತರರಾಗಲಿ ಶಾರದೆಯಾಗಲಿ ಇದಕ್ಕೆ ಒಪ್ಪಲಿಲ್ಲ. 'ವಾಗೀಶ ಊರಿನಿಂದಾಚೆ ನಡೆದು ಹೋಗಿದ್ದನ್ನು ನೋಡಿದ್ದೇವೆ' ಎಂದು ಹೇಳಿದ ಜನರ ಮಾತನ್ನು ನಂಬುವುದರಲ್ಲೇ ಸ್ವಲ್ಪ ನೆಮ್ಮದಿ ಎಂದೆಣಿಸಿ ಅವನ ಬರುವಿಗಾಗಿ ಕಾಯುತ್ತೇವೆ ಎಂದು ಹಠ ಹಿಡಿದು ಕುಳಿತರು.

ವಾಗೀಶನಾದರೂ ಎಂತಹ ಮಗನಾಗಿದ್ದ, ಕಿವಿ ಕೆಪ್ಪಾಗಿ ಮಾತು ಬರದಿದ್ದರೂ ಎದುರಿಗಿದ್ದವರ ತುಟಿ, ನಾಲಿಗೆಯ ಹೊರಳು, ಕಣ್ಣುಗುಡ್ಡೆಗಳ ಚಲನೆಯನ್ನು ನೋಡಿಯೇ ಅವರ ಮಾತನ್ನು ಗ್ರಹಿಸಿಬಿಡುತ್ತಿದ್ದ. ಶಾಲೆಯಲ್ಲಿ ಪಾಠ ಮಾಡಿ ದಣಿದ ಮಾಸ್ತರ್ರು ಮನೆಗೆ ಬಂದು ಮಗನಿಗೆ ಮತ್ತೆ ಪಾಠ ಮಾಡುತ್ತಿದ್ದರು. ವಾಗೀಶನೂ ಅಷ್ಟೇ, ಕಲಿಯುವುದರಲ್ಲಿ ಛಬಕ್ಕಿನವ. ಎಲ್ಲದರಲ್ಲೂ ಚುರುಕು. ಅಂತಹ ಮಗನ ಬರುವಿಗಾಗಿ ಎರಡಕ್ಕಿಂತಲೂ ಹೆಚ್ಚು ವರ್ಷ ಕಾಯುವುದು ಶಾರದೆಗೆ ಸಾಧ್ಯವಾಗದೆ ಮಗನ ಚಿಂತೆಯಲ್ಲೇ ಕೊನೆಯುಸಿರೆಳೆದುಬಿಟ್ಟಳು.

ನಾಲ್ಕು ಛಿಜ್ನ ಅಡಿಕೆಯಿಂದ ಶುರುವಾದ ಗ್ರಹಚಾರ ಮಾಸ್ತರರ ಬದುಕಿನ ದಿಶೆಯನ್ನೇ ಬದಲಾಯಿಸಿಬಿಟ್ಟಿತು. ಹೆಂಡತಿ ಬರುವುದಿಲ್ಲ ಎಂದು ಮಾಸ್ತರ್ರಿಗೆ ಗೊತ್ತು, ಆದರೆ ಮಗನದು ಹಾಗಲ್ಲ. ಒಂದಲ್ಲಾ ಒಂದು ದಿನ ವಾಪಸ್ಸಾಗಬಹುದು ಎಂಬ ಒಂದು ಕಾರಣದಿಂದ ಎಲ್ಲೆಲ್ಲೂ ಹೋಗದೆ ಕುಂಬಾರಗದ್ದೆಗೇ ಪೂರ್ತಿಯಾಗಿ ಅಂಟಿಕೊಂಡುಬಿಟ್ಟರು.

'ಅಡುಗೆ – ಆಸರು ಅಂತ ಯಾಕೆ ಕೈ ಸುಟ್ಟುಕೋತೀರಿ ಮಾಸ್ತರ್ರೇ... ನಮ್ಮ ಮನೆಗೇ ಬಂದಿದ್ದುಬಿಡಿ. ಸ್ವಾಭಿಮಾನ ಮುಂದೆ ಬರುತ್ತದೆ ಅಂತಾದರೆ ತಿಂಗಳಿಗೆ ಇಂತಿಷ್ಟು ಅಂತ ದುಡ್ಡುಕೊಡಿ.' ಎಂದು ಹೇಳಿಕೊಂಡು ಮುಂದಾಗಿ ಮಾಸ್ತರರ ಮನೆಗೆ ಬಂದಿದ್ದು ಭಾಮಕ್ಕನೇ. ಭಾಮಕ್ಕ ಎಂದರೆ ಜಗಾಬಾಯ್ತಿ... ಮುಖಕ್ಕೆ ಹೊಡೆದಂತೆ ಮಾತನಾಡಲು ಊರಲ್ಲಿ ಅವಳ ಬಿಟ್ಟರಿಲ್ಲ. ಅವಳೊಟ್ಟಿಗೆ ಜಗಳಕ್ಕೆ ನಿಲ್ಲುವ ಧೈರ್ಯ ಸುಬ್ಬಣ್ಣನನ್ನು ಬಿಟ್ಟರೆ ಊರಿನಲ್ಲಿ ಬೇರೆ ಯಾರಿಗೂ ಇಲ್ಲ. ಹುಣಸೆ ಮರವನ್ನು ಉಳಿಸಿ ಕೊಟ್ಟಿದ್ದಾಳೆ ಎನ್ನುವ ದಾಕ್ಷಿಣ್ಯದಿಂದ ಅವಳನ್ನ ನಂಬಿಕೊಂಡು ತನ್ನ ಮನೆ ಬಿಟ್ಟು ಕಡೆಗೆ ಇಕ್ಕಟ್ಟಾದರೆ ಎಂಬ ಸಣ್ಣ ಶಂಕೆಯೂ ಮಾಸ್ತರರ ತಲೆಯಲ್ಲಿತ್ತು.

ಕುಂಬಾರಗದ್ದೆಯಲ್ಲಿ ಎರಡಕ್ಷರ ಓದಲು ಬಂದವರೆಲ್ಲ ಮಾಸ್ತರರ ಶಳಕೆಯಲ್ಲಿ ಬರೆ ತಿಂದು ಅವರ ಗರಡಿಯಲ್ಲಿ ಬಲಿತವರೇ ಆದರೂ ಒಂದು ದಿನವೂ ಆಗಿ ಬಂದವರಲ್ಲ.

'ಮಾಸ್ತರ್ರೇ, ಛಾ ಬೇಕಾ?' ಎಂದು ಮನೆಗೆ ಬಂದ ಮಾಸ್ತರರನ್ನು ಬರೀ ಬಾಯ್ಮಾತಲ್ಲಿ ಕೇಳಿ ಸಾಗಹಾಕುವಷ್ಟರವರೆಗಿನ ಆತ್ಮೀಯತೆಯನ್ನು ಮೊರೆ ಹೋಗಿ ದಿನತಳ್ಳುವುದು ಕಷ್ಟವಾಗಿದ್ದ ಮಾಸ್ತರರು ಭಾಮಕ್ಕ ಅಷ್ಟು ಹೇಳಿದ್ದೇ ಮತ್ತೆ ತೀರಾ ಯೋಚನೆಗೆ ಬೀಳದೆ ಭಾಮಕ್ಕನ ಮನೆಗೆ ದಾಟಿಕೊಂಡರು. ಭಾಮಕ್ಕನ ಗಂಡ ರಾಂಭಾವ ಭಾಮಕ್ಕನಿಗೆ ತಗ್ಗಿಬಗ್ಗಿ ನಡೆದು ಅನುಸರಿಸಿಕೊಂಡು ಹೋಗುವವನಾಗಿದ್ದರಿಂದ ಭಾಮಕ್ಕನ ಯಾವ ಮಾತಿಗೂ ಎದುರಾಡದೆ ಒಪ್ಪಿಕೊಂಡ. ಭಾಮಕ್ಕನ ನಾಲಿಗೆ ಉದ್ದ, ಕೈ ಗಿಡ್ಡ ಎನ್ನುವುದನ್ನು ಬಿಟ್ಟರೆ ಅವಳೂ ಬಹಳ ಒಳ್ಳೆಯವಳೇ ಎನ್ನುವುದು ಮಾಸ್ತರರಿಗೆ ಬಲುಬೇಗ ಅರ್ಥವಾಗಿ ಹೋಗಿತ್ತು!

ಮಾಸ್ತರರು ಊಟಕ್ಕೆ ಕುಳಿತರೆ ಸಾಕು, 'ಇವತ್ತು ಯಾವ ತಲೆಯಲ್ಲಿ ಅಡುಗೆ ಮಾಡಿ ಮುಗಿಸಿದೆನೋ ಏನೋ, ಎರಡು ದಿನಕ್ಕೆ ಸಾಕಾಗುವಷ್ಟು ಕೊಳತಪ್ಪಲೆ

ಪದಾರ್ಥ ಮಾಡಿಬಿಟ್ಟಿದ್ದೇನೆ.' ಎಂದು ಅರ್ಥ ತಪ್ಪಲೆಯೂ ಇರದ ಇಷ್ಟೇ ಇಷ್ಟು ಹುಳಿಯನ್ನು ತೋರಿಸಿ ನಾಲ್ಕಾರು ಸಲ ಒತ್ತಿ ಹೇಳುತ್ತಿದ್ದಳು. ಎರಡು ದಿನಕ್ಕೆ ಸಾಲುವಷ್ಟು ಪದಾರ್ಥವನ್ನು ನಾನೊಬ್ಬನೇ ಉಂಡು ಖಾಲಿ ಮಾಡಿದೆ ಎಂದಾಗುತ್ತದೆ ಎಂದು ಊಟಕ್ಕೆ ಕುಳಿತವರು ಮತ್ತೊಮ್ಮೆ ಬಡಿಸಿಕೊಳ್ಳಲು ಇರಿಸುಮುರುಸಾಗಿ ನಾಲ್ಕಾರು ಬಾರಿ ಯೋಚಿಸಬೇಕು, ಅಂತಹ ಇಕ್ಕಟ್ಟಿನಲ್ಲಿ ಸಿಲುಕಿಸಿಬಿಡುತ್ತಿದ್ದಳು ಭಾಮಕ್ಕ.

ಅದೂ ಇಲ್ಲವೆಂದರೆ ಊಟಕ್ಕೆ ಬರುವ ಮುಂಚೆ ಒಂದೆರಡು ಚಮಚ ಸಿಹಿಯನ್ನು ಏನಾದರೊಂದು ನೆಪ ತೆಗೆದು ತಿನ್ನಿಸಿ, 'ಅಯ್ಯೋ, ಸಿಹಿ ತಿಂದು ಹಸಿವೆ ಪೂರ್ತಿ ಕಟ್ಟಿ ಹೋಯ್ತು! ಇನ್ನೆಲ್ಲಿ ಊಟ ಸೇರುತ್ತದೆ.' ಎಂದು ಊಟಕ್ಕೆ ಕುಳಿತುಕೊಳ್ಳುವ ಮೊದಲೇ ಮಾಸ್ತರರ ಪರವಾಗಿಯೂ ಇತ್ಯರ್ಥ ಮಾಡಿಬಿಡುತ್ತಿದ್ದಳು. ಮೊಸರಿಗೆ ಚಮಚದಷ್ಟು ಸಣ್ಣ ಹುಟ್ಟನ್ನಿಟ್ಟು ಭಾಮಕ್ಕ ಬಡಿಸುತ್ತಿದ್ದರೆ ಮೂರು-ನಾಲ್ಕು ಹುಟ್ಟು ಹಾಕಿಸಿಕೊಂಡರೂ ಅನ್ನ ಒದ್ದೆಯಾಗುತ್ತಿರಲಿಲ್ಲ, ದಾಕ್ಷಿಣ್ಯದಿಂದ ಮಾಸ್ತರರೇ ಸಾಕು-ಸಾಕು ಎಂದು ಕೈ ಅಡ್ಡವಿಡಬೇಕಿತ್ತು.

ಭಾಮಕ್ಕನ ಮನೆ ಸೇರಿದಾಗಿನಿಂದಲೂ ಊರವರು ತಿಪ್ಪಯ್ಯ ಮಾಸ್ತರರನ್ನು ಅರೆಹೊಟ್ಟೆ ಮಾಸ್ತರ್ರು ಎಂದು ಅಡ್ಡ ಹೆಸರಿಟ್ಟು ನಗುತ್ತಿದ್ದುದು ಮಾಸ್ತರ್ರಿಗೆ ಗೊತ್ತಿಲ್ಲವೆಂದಲ್ಲ, ಸದ್ಯಕ್ಕೆ ಬದುಕಲು ಇಷ್ಟು ಸಾಕು ಎಂದು ಅವರೂ ಸುಮ್ಮನಿದ್ದರಷ್ಟೆ!

ಅಂತಹ ಭಾಮಕ್ಕ ನೆರೆ ಬಂದಾಗಲೂ ಆಯಲು ಹೋಗುತ್ತಾಳೆಂದರೆ ಮಾಸ್ತರರಿಗೆ ಅವಳು ಭಿನ್ನವಾಗಿ ವರ್ತಿಸುತ್ತಿದ್ದಾಳೆ ಎಂದೇನು ಎನ್ನಿಸಲಿಲ್ಲ.

'ನೆಗಸದ ನೀರಿನ ಸೊಣಕಿನಲ್ಲಿ ಇದನ್ನೆಲ್ಲಾ ಆಯ್ದು ತರಲೇಬೇಕಾ?' ಎಂದು ಅಪರೂಪಕ್ಕೆ ರಾಂಭಾವ ಭಾಮಕ್ಕನನ್ನು ಕೇಳಿದ.

'ಮೂಗಿನಲ್ಲಿ ಉಸಿರಾಡಿದರೆ ತಾನೆ ಸೊಣಕು ವಾಸನೆ ಬರುವುದು, ಬಾಯಲ್ಲಿಯೂ ಉಸಿರಾಡುವ ವಿದ್ಯೆ ಗೊತ್ತಿರಬೇಕು. ಇಂತಹ ಸಮಯದಲ್ಲಿ ಬಹಳ ಸಹಾಯಕ್ಕೆ ಬರುತ್ತದೆ' ಎಂದು ರಾಂಭಾವನಿಗೇ ಬದುಕುವ ಕಲೆಯನ್ನು ತಿಳಿಸಿ ಹೇಳಿ ತಲೆಯ ಮೇಲಿನ ಹೊರೆಯನ್ನು ದೇವಳದ ಬದಿಯಲ್ಲಿ ಇಳಿಸಿ ಬರಲು ಹೊರಟಳು.

ಭಾಮಕ್ಕನ ನಸೀಬಿಗೆ ಅಂತಲೇ ಅವಳು ತಂದ ಹೊರೆ ರಾಶಿಯಲ್ಲಿ ಸುಬ್ಬಣ್ಣನ ಮನೆಯ ಪ್ಲಾಸ್ಟೀಕಿನ ಉಪ್ಪಿನ ಮರಿಗೆ ಇದ್ದುಬಿಡಬೇಕೆ! ಸುಬ್ಬಣ್ಣನೂ ಮತ್ತವನ ಹೆಂಡತಿಯೂ ಭಾಮಕ್ಕನ ಜುಟ್ಟು ತಮ್ಮ ಕೈಗೆ ಹತ್ತಿತೆಂಬಂತೆ ಮನಸ್ಸಿಗೆ ಬಂದ ಹಾಗೆ ಕೆಲೆದು, ಹುಣಸೆ ಮರ ಕೈಗೆ ಸಿಕ್ಕದಿದ್ದುದರ ಕೋಪವನ್ನೆಲ್ಲಾ ತೆಗೆದು ಝಾಡಿಸತೊಡಗಿದರು, 'ಕದ್ದ ಮಾಲಲ್ಲಿ ಬದುಕುವವರಿಗೇನು ಗೊತ್ತು ಮನೆ ನಡೆಸಿಕೊಂಡು ಹೋಗುವುದರ ಕಷ್ಟ ಸುಖ. ಹುಣಸೆ ಮರದಿಂದ ಆಗುತ್ತಿರುವ ಪಡಿಪಾಟಲಂತೂ ಹೇಳಿ ತೀರದು! ಪ್ರೇತದ ಚೇಷ್ಟೆಯಿಂದಾಗಿ ಹೆಂಗಸರು ಮಕ್ಕಳು ರಾತ್ರಿಯಾದರೆ ಮನೆಯಿಂದ ಹೊರಬೀಳಲು ಹೆದರುತ್ತಾರೆ... ಹುಣಸೆ ಮರಕ್ಕೆ ಬರುವ ಕೋಡ-ಮಂಗಗಳೆಲ್ಲಾ ನಮ್ಮನೆ ಮೇಲೆ ಓಡಾಡಿ ದಾಂಧಲೆ ಎಬ್ಬಿಸಿ ಒಂದೇ ಒಂದು ಹಂಚನ್ನೂ ಉಳಿಸುವುದಿಲ್ಲ... ಭಾಮಕ್ಕನಿಗೋ ಮಕ್ಕಳಿಲ್ಲ, ಮಾಸ್ತರರ ಮಗನ ಪತ್ತೆಯೇ

ಇಲ್ಲ... ಇಂಥವರಿಗೆಲ್ಲ ನಮ್ಮ ಕಷ್ಟ ಹೇಗೆ ತಿಳಿಯುವುದು' ಎಂಬಷ್ಟು ವಿನಮ್ರತೆಯಿಂದ ಶುರುವಾದ ಸುಬ್ಬಣ್ಣನ ಮಾತು ಮುಂದುವರೆದು ಅದೆಲ್ಲೆಲ್ಲಿಯವರೆಗೆ ಹೋಯಿತೋ ಅಂತೂ ಮಳೆಗಿಂತಲೂ ಘೋರವಾದ ಜಗಳ ದೇವಳದಲ್ಲಿ ಶುರುವಾಯಿತು.

ಗಂಗಾವಳಿಯಲ್ಲಿ ತೇಲಿಕೊಂಡು ಬಂದಿದ್ದೆಂದು ಮರಿಗೆಯನ್ನು ಹೆಕ್ಕಿ ತಂದ ಭಾಮಕ್ಕ, 'ನಿಮ್ಮನೆಯ ಉಪ್ಪಿನ ಮರಿಗೆಯನ್ನು ನಂಬಿಕೊಂಡು ಬದುಕುವ ದುಃಸ್ಥಿತಿ ನನಗಿನ್ನೂ ಬಂದಿಲ್ಲ' ಎಂದು ಉಪ್ಪಿನ ಮರಿಗೆಯನ್ನು ಸುಬ್ಬಣ್ಣನ ಹೆಂಡತಿಯ ಮುಸುಡಿಗೆ ಹಿಡಿದರೂ ಗಲಾಟೆ ಕೊಂಚವೂ ಶಮನವಾಗಲಿಲ್ಲ.

ಈಗಾಗಲೇ ಚುಮುಣಿ ಬುರುಡೆಯ ಹೊಗೆಗೆ ಮಶಿ ಹಿಡಿದು ಕಪ್ಪಗಾದ ಮೂಗಿನ ಹೊಳ್ಳೆಗಳಲ್ಲಿ ಕೈಯಾಡಿಸಿದರೆ ಕರೀ ಕಿಟ್ಟವೇ ಅಂಟುವಂತಾಗಿದ್ದರೂ ದೇವಳದಲ್ಲಿ ಅಂದು ರಾತ್ರಿಯಿಡೀ ಹತ್ತಾರು ಚುಮುಣಿ ಬುರುಡೆಗಳು ಉರಿದವು. ಎರಡೂ ಪಂಗಡದವರನ್ನು ಥಂಡು ಮಾಡಲು ರಾತ್ರೋ ರಾತ್ರಿ ಊರಿನ ಹಿರೀಕರು ಪಂಚಾಯ್ತಿ ಮೇಲೆ ಪಂಚಾಯತಿಗೆಯನ್ನು ಮಾಡಿದರು.

'ಹುಣಸೆ ಮರ ತೆಗೆಸಿದರೆ ಮಾತ್ರ ತನ್ನ ಪಾಗಾರವನ್ನು ಹಿಂದೆ ಹಾಕಿಕೊಳ್ಳುತ್ತೇನೆ' ಎಂಬುದೊಂದೇ ಸುಬ್ಬಣ್ಣನ ಹಠ. ಉಪ್ಪಿನ ಮರಿಗೆಗೆ ಎದ್ದ ಜಗಳ ಹೇಗೆ ಹುಣಸೆ ಮರವನ್ನು ತಲುಪಿತು ಎಂಬುದು ಮಾಸ್ತರರ ಅರಿವಿಗೆ ಬರದಿದ್ದರೂ, ಮಾಸ್ತರರಿಗೆ ತಮ್ಮ ಒಂದು ಮರದಿಂದಾಗಿ ಕುಂಬಾರಗದ್ದೆಯ ಶಾಂತಿ ಕೆಡುವುದು ಬೇಡವಾಗಿತ್ತು. ಆದರೂ ಹುಣಸೆ ಮರವಿದ್ದುದರಿಂದಲೇ ತಾನೆ ತಾನಿನ್ನೂ ಮಗನ ಆಗಮನದ ಭರವಸೆ ಹೊತ್ತು ಬದುಕುತ್ತಿದ್ದೇನೆ, ಅದೂ ಇಲ್ಲದಿದ್ದಿದ್ದರೆ ತನಗೂ ಕುಂಬಾರಗದ್ದೆಗೂ ಯಾವ ಸಂಬಂಧವಿದೆಯೆಂದು ಇನ್ನೂ ಇಲ್ಲೇ ಅಂಟಿಕೊಂಡಿರುತ್ತಿದ್ದೆ – ಎಂಬ ಮಾಸ್ತರರ ಅಂತರಂಗ ಕಿವಿ, ಬಾಯಿ ನೆಟ್ಟಗಿರುವವರಿಗೆ ಯಾಕೆ ಅರ್ಥವಾಗಲೊಲ್ಲದೋ, ದೇವರೇ ಬಲ್ಲ! ಮಾಸ್ತರ್ರು ಭಾಮಕ್ಕನ ಒತ್ತಾಯಕ್ಕೆ ಮಣಿದು, ಪಂಚಾಯತಿಗೆಯಲ್ಲಿ ದೇಹಮಾತ್ರವಾಗಿ ಕುಳಿತು ತಮ್ಮದೇ ಯೋಚನೆಯಲ್ಲಿದ್ದರು.

'ಯಾವುದೋ ಊರಿಂದ ಮಾಸ್ತರಿಕೆ ಎಂದು ಬಂದು ಕಚ್ಚೆ ತುಂಡಿನಷ್ಟುದ್ದ ಜಾಗ ಹಿಡಿದು ಮನೆ ಕಟ್ಟಿ, ಊರನ್ನೇ ಖರೀದಿ ಮಾಡಿದ್ದೇನೆ ಎನ್ನುವ ಧಿಮಾಕು, ಒಂಟು ಹಿಡಿತ ತೋರಿದರೆ ಕುಂಬಾರಗದ್ದೆಯ ಜನರೇನು ಗಪ್ಪಾಗುವವರಲ್ಲ.' ಎಂಬ ವಾದವೂ ಪಂಚಾಯತಿಗೆಯಲ್ಲಿ ಮಂಡನೆಯಾಯಿತು.

ತಮ್ಮ ಜೀವಮಾನ ಪೂರ್ತಿ ಕುಂಬಾರಗದ್ದೆಯ ಜನರಿಗೆ ನಾಲ್ಕಕ್ಷರ ಕಲಿಸಿ, ನೆಲೆನಿಂತ ಈ ಊರನ್ನೇ ತಮ್ಮದು ಎಂದು ನೆಚ್ಚಿಕೊಂಡಿದ್ದ ಮಾಸ್ತರರು ಈಗ ಊರಿನ ಬಹಳಷ್ಟು ಮಂದಿಗೆ ಹೊರಗಿನವರಾಗಿ ಹೋದರು! ಮಾಸ್ತರರ ಪಾಲಿಗೆ ಇದನ್ನೊಂದು ಕೇಳಿಸಿಕೊಳ್ಳುವುದು ಬಾಕಿಯಿತ್ತು ಕಾಣಿಸುತ್ತದೆ.

'ಭಾಮಕ್ಕ, ನೀನುಂಟು... ಈ ಪಂಚಾಯತಿಗೆಯುಂಟು... ಇವರ್ಯಾರ ವಾದಕ್ಕೂ ನನ್ನ ಬಳಿ ಉತ್ತರವಿದೆ ಎನ್ನಿಸುತ್ತಿಲ್ಲ' ಎಂದು ಹೇಳಿ ಮಾಸ್ತರ್ರು ಪಂಚಾಯತಿಗೆ ಬರಖಾಸ್ತುಗೊಳ್ಳುವುದರ ಮೊದಲೇ ಎದ್ದರು.

ಅದೆಷ್ಟೋ ಹೊತ್ತು ಉರಿದು ದಣಿದ ಚುಮುಣಿ ಬುರುಡೆಗಳಿಗೆ ವಿಶ್ರಾಂತಿ ಕೊಡಲೋಸುಗವೆಂಬಂತೆ ಸೂರ್ಯನಿಲ್ಲದ ಮತ್ತೊಂದು ಬೆಳಗು ಕುಂಬಾರಗದ್ದೆಯನ್ನು ಮೆಲ್ಲನೆ ಆವರಿಸಿಕೊಳ್ಳುತ್ತಲಿತ್ತು. ರಾತ್ರಿಯಿಡೀ ಪಂಚಾಯಿತಿಗೆ ಮಾಡಿದ ಜನರು ಉಗ್ರಾಣದಲ್ಲಿನ್ನೂ ಕೂರು ಬಡಿಯುತ್ತಿದ್ದರೆ ಹಿಂದಿನ ರಾತ್ರಿ ಝಡಿದ ಮಳೆಯ ಆಟಾಪಕ್ಕೆ ಬುಡಸಮೇತ ವಾಲಿದ ಹುಣಸೆ ಮರದ ಭಾರ ಸಹಿಸದೆ ಸುಬ್ಬಣ್ಣನ ಪಾಗಾರು ಮಗುಚಿ ಬಿದ್ದಿತ್ತು. ಹುಣಸೆ ಮರದ ಕೊಂಬೆಗೆಲ್ಲೋ ಸಿಕ್ಕಿಕೊಂಡ ಮಾಸ್ತರರ ಪಂಚೆಯಂತಿದ್ದ ಬಿಳಿಯ ಮುಂಡೊಂದು ಗಾಳಿ ಬೀಸಿದ ದಿಕ್ಕಿಗೆ ಪಟಪಟನೆ ಹಾರುತ್ತಿರುವುದು ಮಬ್ಬು ಬೆಳಕಿನಲ್ಲಿಯೂ ಸ್ಪಷ್ಟವಾಗಿ ಗೋಚರಿಸುವಂತಿತ್ತು.

ಉಪ್ಪಿನ ಮರಿಗೆ ಮಾತ್ರ ಗತಿಗೆಟ್ಟವರಂತೆ ಹೇಳಕೇಳುವವರಿಲ್ಲದೆ ದೇವಳದ ಜಗುಲಿಯ ಮೇಲೆ ಬಿದ್ದು ಹೊರಳಾಡುತ್ತಿತ್ತು.

ಕೋಲ್ಮಿಂಚು

ಮರದ ಸಂದಿಯಿಂದ ಜೀಈಈಗುಡುವ ಜೀರುಂಡೆ, ಕಾಡು ಜಿರಲೆಗಳ ಗಲಾಟೆ ಹೆಚ್ಚುತ್ತಿರುವುದನ್ನು ಕೇಳಿ ಕತ್ತಲು ಅವಸರ ಅವಸರವಾಗಿ ಈ ಕಾನಿನ ತುಂಬ ಆವರಿಸುತ್ತಿದೆ ಎನ್ನಿಸಿತು. ರಸ್ತೆಯ ಬದಿಗೆ ಗುಡುಗುಮ್ಮನಾಕೃತಿಯಲ್ಲಿ ಯಾವುದೋ ಪ್ರಾಣಿಯೋ ಮನುಷ್ಯನೋ ಹೊಂಚಿ ನಿಂತ ಹಾಗೆ ಕಾಣಿಸುವಂತೆ ಬೆಳೆದು ನಿಂತಿದ್ದ ಕಾಂಗ್ರೆಸ್ ಮಟ್ಟಿಯನ್ನು ದಿಟ್ಟಿಸಿ ನೋಡಲೂ ಅಂಜಿಕೆಯಾಗುತ್ತಿತ್ತು. ಉಣುಗು ತುಂಬಿರುವ ಕಾಂಗ್ರೆಸ್ ಮಟ್ಟಿ, ಕತ್ತಲೆಯನ್ನು ಅಸರುತ್ತಿದ್ದ ಈ ಕಾಡುದಾರಿ ಯಾವುದೂ ನನಗೆ ಹೊಸದೇನಲ್ಲ. ಆದರೆ ಆಯಿ ಫೋನಿನಲ್ಲಿ ಶರಾವತಿಯ ಸುದ್ದಿ ಹೇಳಿದ್ದೇ ಮೈಯಲ್ಲಿ ನಡುಕ ಹುಟ್ಟಿ ಇನ್ನೆಂದೂ ಈ ದಾರಿಯಲ್ಲಿ ಒಬ್ಬಳೇ ಓಡಾಡುವ ಧೈರ್ಯ ಮಾಡಲಾರೆ ಎಂಬ ಭ್ರಮೆಯನ್ನು ನನಗರಿವಿಲ್ಲದಂತೆಯೇ ನಾನಾಗಿಯೇ ಬೆಳೆಸಿಕೊಂಡಿದ್ದೇನೆನ್ನುವುದು ಖಾತ್ರಿಯಾದಷ್ಟೂ ನಾನು ಕಂಗಾಲಿಗೆ ಬಿದ್ದೆ. ಧೈರ್ಯಕ್ಕಿರಲಿ ಎಂದು ಬಲಕಿನ ಕೈಲಿ ಹಿಡಿದಿರುವ ಬಡಿಗೆಗೆ ನನ್ನ ಸಹಾಯಕ್ಕೆ ನಿಲ್ಲುವ ಯಾವ ಲಕ್ಷಣವೂ ಇರಲಿಲ್ಲ.

ಮರೆಗುಳಿ ಚಿಕ್ಕಯ್ಯ ಇಂದು ಕಿಬ್ಬಳ್ಳಿಗೇ ಬಂದು ನನ್ನನ್ನು ಮನೆಗೆ ಕರೆದೊಯ್ಯುವವನಿದ್ದ. ಕಿಬ್ಬಳ್ಳಿಗೆ ಬಂದಿದ್ದ ಕೂಡ.

'ನಾಳೆಯಿಂದ ನಾಲ್ಕು ದಿನ ಸಾಲ್ನೇರ್ತಾ ರಜೆಯಿದೆ ಸೊಸೈಟಿಗೆ. ಇವತ್ತು ಬಿಟ್ಟುಕೊಂಡರೆ ಆಗುವ ಮಾತಲ್ಲ. ಸೊಸೈಟಿಯ ಕೆಲಸ ಮುಗಿಸಿ ಬಂದುಬಿಡುತ್ತೇನೆ, ಇಲ್ಲೇ ಬಸ್ಟಾಪಿನಲ್ಲಿ ಕುಳಿತಿರು. ನಾನು ಕೆಲಸ ಮುಗಿಸಿ ಬರಲು ಹತ್ತು ನಿಮಿಷ ಆಚೆ ಈಚೆಯಾದರೂ ಚಿಂತೆಯಿಲ್ಲ, ಆದರೆ ಒಬ್ಬಳೆ ಮಾತ್ರ ಮನೆಗೆ ಹೊರಡುವ ಹುಂಬ ಧೈರ್ಯ ಮಾಡ್ಬೇಡ.' ಎಂದು ಹೇಳಿ ಸೊಸೈಟಿ ಕಡೆ ಹೋದ ಚಿಕ್ಕಯ್ಯನನ್ನು ಕಾಯುತ್ತಾ ಕುಳಿತಿದ್ದೇ ಬಂತು, ಮೂರು ತಾಸಾದರೂ ಆಸಾಮಿ ಪತ್ತೆಯಿರಲಿಲ್ಲ... ಈ ಚಿಕ್ಕಯ್ಯನಿಗೆ ದಾರಿಯಲ್ಲಿ ಯಾರಾದರೂ ಸಿಕ್ಕಿ ಮನೆಗೆ ಕರೆದಿರಬೇಕು, ಚಾ

ಕುಡಿಯುತ್ತ ಹಲುಬಲು ಕುಳಿತರೆ ಚಿಕ್ಕಯ್ಯನಿಗೆ ಹೊತ್ತುಗೊತ್ತಿನ ಪರಿವೆಯೂ ಇರುವುದಿಲ್ಲ.

ಇಷ್ಟೆಲ್ಲಾ ತಡಮಾಡಿ ಬರುತ್ತಾನೆ ಎಂಬ ಅಂದಾಜು ಮೊದಲೇ ಇದ್ದಿದ್ದರೆ ಬಾಡಿಗೆ ಬೈಕನ್ನಾದರೂ ಮಾಡಿಕೊಂಡು ಮನೆಗೆ ಹೊರಟುಬಿಡುತ್ತಿದ್ದೆ. ಈಗ ಆರು ಗಂಟೆಯೂ ಆಯ್ತು, ಇಷ್ಟು ಹೊತ್ತಿನ ಮೇಲೆಲ್ಲಾ ಯಾರು ತಾನೆ ಹಳ್ಳಿಯ ಮೂಲೆಗೆ ಬಾಡಿಗೆಗೆ ಬರುತ್ತಾರೆ! ಒಂದಕ್ಕೆರಡರಷ್ಟು ಬಾಡಿಗೆ ಕೊಡುತ್ತೇನೆಂದು ಮನೆಬಾಗಿಲಿಗೆ ಅವರನ್ನು ಕರೆಯಲು ಹೋದರೆ, 'ಪೆಟ್ರೋಲ್ ಖಾಲಿ ಆಗಿದೇರಿ, ನಾಳೆ ಯಲ್ಲಾಪುರದಿಂದ ತರಿಸಬೇಕು' ಎಂದು ಪ್ರತಿದಿನದ ಸುಳ್ಳನ್ನೇ ಇಂದೂ ಬಿತ್ತರಿಸುತ್ತಾರೆಂದು ತಿಳಿದೇ ಯಾರದ್ದೋ ಮನೆಬಾಗಿಲಿಗೆ ಹೋಗಿ ಬೇಡಿ ಸಣ್ಣವರಾಗುವುದಕ್ಕಿಂತ ಎಡೆಯಾದಂತೆ ನಡೆಯುವುದೇ ಲೇಸು ಎಂದು ಬೈದುಕೊಂಡು ಗೊಟಾರಿ ಚೀಲವನ್ನು ಹಿಡಿದು ಮನೆಯತ್ತ ಹೊರಟಿದ್ದೆನೆನ್ನುವುದೇನೋ ಸರಿ... ಆದರೆ ಶರಾವತಿಯ ನೆನಪು ದೂರ ತಳ್ಳಿದಷ್ಟೂ ಬಿಗಿಯಾಗಿ ನನ್ನನ್ನು ಮುತ್ತುತ್ತಿತ್ತು.

ಸಾಮಾನ್ಯವಾಗಿ ಆಯಿ ತಾನಾಗಿ ಫೋನು ಮಾಡುವವಳಲ್ಲ, ಫೋನು ಮಾಡಿದರೆ ಎರಡು ಸಾಲಿನ ನಂತರ ಜಪ್ಪಯ್ಯ ಎಂದರೂ ಮೂರನೆಯ ಮಾತನ್ನಾಡುವುದಿಲ್ಲ. ಅಂಥವಳು ಕಳೆದವಾರ ಅವಳಾಗಿಯೇ ಫೋನು ಮಾಡಿಕೊಂಡು, 'ಅಯ್ಯೋ ಒಂದು ಸುದ್ದಿ ಗೊತ್ತೇನೇ ನಿಂಗೆ, ಗೋಪತ್ತೆ ಮನೆಗೆ ಕೆಲಸಕ್ಕೆ ಬರುವ ಶರಾವತಿ ಇದ್ದಾಳಲ್ಲ, ಚಾಣ ಹಾಕುತ್ತಾನೆ, ಹೆಜ್ಜೇನು ಕೊಯ್ತಾನೆ ನೋಡು ಕೋಟಿ, ಅವನ ಹೆಂಡತಿ ಶರಾವತಿ. ಕಟ್ಟಿಗೆ, ಒಣ ಜಿಗ್ಗು ಮುರಿದುಕೊಂಡು ಬರಲು ಕಾನಿಗೆ ಹೋಗಿದ್ದಳಂತೆ...' ಎಂದು ಆಯಿ ಪೀಠಿಕೆ ಹಾಕುವಾಗ

ಸಣ್ಣಕ್ಕೆ ಮುಣುಮುಣು ದೇವರ ನಾಮ ಹೇಳುತ್ತಿರಬಹುದಾಗಿದ್ದ ಹೆರ್ಪ ಮಧ್ಯಕ್ಕೆ ಬಾಯಿ ಹಾಕಿ, 'ಅದ್ಯಂತಾ ಕಾನೆ ವಿಮಲೆ! ಒಂದು ಕಾಲದಲ್ಲಿ ಗರಡಿ ಮನೆಯವರು ಸೊಪ್ಪು ಸವರಲು ಅಲ್ಲೇ ಹೋಗುತ್ತಿದ್ದರು, ಹಿಸೆ ನಂಬ್ರದಲ್ಲಿ ಗರಡಿಮನೆ ಎರಡು ಪಾಲಾಗಿ ಅದನ್ನ ಈಗ ಯಾರೂ ಮುಟ್ಟುವವರು ಗತಿಯಿಲ್ಲವಾಗಿದೆ. ಅದು ಗರಡಿ ಮನೆಯವರ ಬ್ಯಾಣದ ಅಂಚು, ಕಾನಲ್ಲ' ಎಂದು ತಿದ್ದಿ ಮತ್ತೆ ಹರೇರಾಮ ಜಪವನ್ನು ಹೇಳತೊಡಗಿದ್ದ.

ಹೆರ್ಪನ ಅಡ್ಡಬಾಯಿ ಮುಗಿದ ಮೇಲೆ ಆಯಿ ಮತ್ತೆ ಮುಂದುವರೆಸಿದ್ದಳು, 'ಜಿಗ್ಗು ಮುರಿಯಲು ಹೋಗಿದ್ದಳಂತೆ ಶರಾವತಿ. ಅದೆಲ್ಲಿಂದ ಬಂದು ಮುಟ್ಟಿತ್ತೋ ಏನೋ, ಮನುಷ್ಯರಿಗಿಂತಾ ಎರಡು ಪಟ್ಟು ಉಪದ್ರ ಕರಡಿ ಒಂದೇ ಸಲ ಮೈಮೇಲೆ ಹಾರಿ ಬಂತಂತೆ. ಶರಾವತಿಯ ಮೈಯೇರಿ, ಗಿಕ್ಕಳಿಸಿ-ಗಿಕ್ಕಳಿಸಿ ಅತ್ಯಾಚಾರಾನೇ ಮಾಡಿತಂತೆ ದರಿದ್ರದ ಕರಡಿ ಮಾರಾಯ್ತಿ... ರಾಮ್ರಾಮ... ಗರ್ಭದ ಚೀಲವೇ ಹೊರಗೆ ಬಂದು ರಕ್ತದ ಓಕುಳೀಲಿ ಎಚ್ಚರತಪ್ಪಿ ಬಿದ್ದಿದ್ದಳಂತೆ ಅವಳು. ಹೆಂಡತಿ ಎಷ್ಟೊತ್ತಾದರೂ ಮನೆಗೆ ಬರಲಿಲ್ಲವೆಂದು ಕೋಟಿ ಬ್ಯಾಣ-ಬಯಲು ಹುಡುಕಿದ ಮೇಲೆ ರಕ್ತದಲ್ಲಿ ಒದ್ದೆ ಮುದ್ದೆಯಾಗಿ ಬಿದ್ದ ಶರಾವತಿ ಸಿಕ್ಕಿದಳಂತೆ. ಗಾಡಿ ಗೀಡಿ ಹುಡುಕುತ್ತಾ ಒಂದು

ಮಿನೀಟೂ ತಡಮಾಡದೆ ಅವಳನ್ನು ಹೊತ್ತುಕೊಂಡೇ ಆರು ಮೈಲು ನಡೆದು ಆಸ್ಪತ್ರೆಗೆ ಒಯ್ದು ಅಂತೂ ಅವಳನ್ನು ಬಚಾವು ಮಾಡಿಕೊಂಡನಂತೆ ಕೋಟಿ.' ಎಂದಳು.

'ಕರಡಿ ಅತ್ಯಾಚಾರ ಮಾಡುತ್ತದೆಯಾ ಆಯಿ, ಇದನ್ನು ನಾನೀಗ ನಂಬಬೇಕಾ? ಮೈಮೇಲೆ ಹಾರಿದಾಕ್ಷಣ ಅತ್ಯಾಚಾರ ಆಗುವುದಿಲ್ಲ ಮಾರಾಯ್ತಿ. ಆಯಿ ಇಲ್ಕೇಳು, ಕರಡಿ ಗಿಕ್ಕಳಿಸುವುದಿಲ್ಲ, ಮೈಯೆಲ್ಲಾ ಗೆಬರಿ ಪರಚುತ್ತದೆ. ಪ್ರಜ್ಞೆಯಿಲ್ಲದೆ ಸತ್ತವರಂತೆ ಬಿದ್ದ ಶರಾವತಿಯನ್ನು ನೋಡಿ ಹಾಗೆಯೇ ಬಿಟ್ಟುಹೋಗಿರಬೇಕು. ಇಲ್ಲದಿದ್ದರೆ ಶರಾವತಿ ಬದುಕಿರುತ್ತಿದ್ದಳಾ?' ಅಂತಂದೆ, ಬಿಟ್ಟರೆ ಆಯಿಯ ಮಾತಿಗೆ ನಾನು ಸುತಾರಾಂ ಒಪ್ಪಿಗೆ ಸೂಚಿಸಲಿಲ್ಲ.

ಮುಂಡಗೋಡು, ಜೋಯ್ಡಾದಲ್ಲಿ ತೊಂದರೆಯಾದಂತೆ ನಮ್ಮ ಯಲ್ಲಾಪುರದ ಕಡೆ ಕರಡಿಗಳ ಆಕ್ರಮಣದಿಂದ ಪ್ರಾಣಹೋಗಿದ್ದು ಬಹಳ ಕಡಿಮೆಯೇ. ನಮ್ಮೂರಿನ ಸುತ್ತಲ ಕೆಲವರಿಗೆ ಸಣ್ಣಪುಟ್ಟ ಗಾಯಗಳಾದ ಪ್ರಕರಣಗಳೇನೋ ನಡೆದಿವೆ, ಇಲ್ಲ ಅಂತಲ್ಲ. ಆದರೆ ಅತ್ಯಾಚಾರವಾಗಿದ್ದನ್ನು ನಾನು ಕೇಳಿದ್ದು ಇದೇ ಮೊದಲು.

ನನ್ನ ವರಸೆಯಿಂದ ಒಮ್ಮೆಲೇ ಸೊಟ್ಟಗಾದ ಆಯಿ, 'ನಂಬಿದರೆ ನಂಬು, ಬಿಟ್ಟರೆ ಬಿಡು. ದಡ್ಡರಿಗಾದರೂ ತಿಳಿಸಿ ಹೇಳಬಹುದು, ಮೂರ್ಖರಿಗೆ, ಬುದ್ಧಿವಂತರ ಸೋಗು ಹಾಕಿಕೊಂಡವರಿಗೆ ತಿಳಿಸಿ ಹೇಳುವುದು ಬಹಳ ಕಷ್ಟ. ಊರಿಗೆ ಬಂದಾಗ ನೀನೇ ಖುದ್ದು ಶರಾವತಿ ಮನೆಗೆ ಹೋಗಿ ಮಾತನಾಡಿಸಿಕೊಂಡು ಬಾ, ಅವಳೇ ಹೇಳಿದರೆ ತಿಳಿಯುತ್ತದೆ ನಿನಗೆ' ಎಂದಳು.

ಆಯಿಯ ಸಿಟ್ಟಿಗೆ ಬೇರೆಯದೇ ಕಾರಣವಿದೆ, ಇನ್ನೂ ಹೆಚ್ಚು ಮಾತನಾಡಿದರೆ ಬೇಡದ ಮಾತುಗಳೆಲ್ಲ ಬರುತ್ತವೆಯೆಂದು ಶರಾವತಿಯ ಅತ್ಯಾಚಾರದ ಕುರಿತಾದ ಆಯಿಯ ಮಾತನ್ನು ನಿಜವೆಂಬಂತೆ ಒಪ್ಪಿ ನಾನೂ ಸುಮ್ಮನಾಗಿದ್ದೆ.

ಆದರೆ ಇವತ್ತು ಹೀಗೆ ಮೂರ್ಸಂಜೆಯಲ್ಲಿ ಕಾಡು ದಾರಿಯಲ್ಲಿ ಒಬ್ಬಳೇ ನಡೆಯುವಾಗ ಆಯಿಯ ಮಾತು ನಿಜವೇ ಆಗಿದ್ದಿರಬಹುದು, ಒಬ್ಬಳೇ ಮನೆಗೆ ಹೊರಡುವಷ್ಟು ಭಂಡ ಧೈರ್ಯ ಮಾಡಬಾರದಿತ್ತೆನ್ನುವ ಭಾವನೆ ತೀವ್ರವಾದಷ್ಟೂ ಕತ್ತೆತ್ತಿ ಅತ್ತಿತ್ತ ನೋಡಿದರೂ ಕರಡಿಯೇ ಇದ್ದಂತೆ ಭಾಸವಾಗತೊಡಗಿತು.

ಶರಾವತಿಯ ಗುಂಗಿನಲ್ಲಿಯೇ ಮುಳುಗಿದ್ದ ನಾನು ಕೋರೆಗಣ್ಣಲ್ಲಿ ಒಮ್ಮೆ ಹಿಂತಿರುಗಿ ನೋಡಿದ್ದೇ ತಡ ಗೂನು ಬೆನ್ನಿನ ಕರಡಿಯೊಂದು ನನ್ನನ್ನೇ ಗುರಿಯಾಗಿಸಿಕೊಂಡು ಓಡಿ ಬರುತ್ತಿದ್ದಂತೆ ಕಂಡು ಈಗಾಗಲೇ ನಡೆದು ದಣಿದಿದ್ದ ಕಾಲುಗಳಿಗೆ ಓಡು ಎಂದು ಅಪ್ಪಣೆಯನ್ನೇನೋ ಕೊಟ್ಟೆ... ತೊಡರುವ ಹಾಳುಬಿದ್ದ ಕೈಚೀಲದ ಭಾರದೊಂದಿಗೆ ಕಾಲಿಗೆ ಕೊರಟಿನಂತಹ ಚಪ್ಪಲಿಯನ್ನು ಮೆಟ್ಟಿದ್ದರಿಂದ ದೇಹದ ಸಮತೋಲನವನ್ನು ಕಾಪಾಡಿಕೊಂಡು ನಡೆಯಲು ಕಷ್ಟಪಡುತ್ತಿದ್ದ ಕಾಲುಗಳು ನನ್ನ ಆಜ್ಞೆಯನ್ನು ಶಿರಸಾವಹಿಸಿ ಪಾಲಿಸಲು ಒಪ್ಪಬೇಕಲ್ಲ! ಆದರೂ ಜೀವಕ್ಕಿಂತ ಮಾನದ ಮೇಲಿನ ಆಸೆಯಿಂದ ಕುಂಟುವ ರೀತಿಯಲ್ಲಿ ಕಿತಾಬಿದ್ದು ಗಾಬರಿಯಿಂದ ಓಡತೊಡಗಿದರೆ ಹಿಂಬದಿಯಲ್ಲಿ ತೌರಿಕೊಂಡು ಬರುತ್ತಿದ್ದ ಆಕೃತಿ

ಇನ್ನೂ ಸ್ಪಷ್ಟವಾಗುತ್ತಿದೆ ಎನ್ನುವಾಗಲೇ 'ದಾಕ್ಷಾಯಿಣಿ... ದಕ್ಷಾ... ನಿಲ್ಲೇ' ಎಂಬ ಧ್ವನಿ ಕಂಗಾಲಾದ ಜೀವಕ್ಕೆ ಭರಪೂರ್ ಶಕಿಯನ್ನಂತೂ ತಂದುಕೊಟ್ಟಿತು. ಸೈಕಲ್ಲಿನ ಎಲ್ಲಾ ಭಾಗಗಳೂ ಘಲಘಲ್ ಶಬ್ದ ಮಾಡುತ್ತಿದ್ದಿದ್ದು ಕೇಳಿಸುತ್ತಿದ್ದಂತೆಯೇ ಹಿಂಬಾಲಿಸಿ ಬರುತ್ತಿದ್ದಿದ್ದು ಕರಡಿಯಲ್ಲ, ಚಿಕ್ಕಯ್ಯ ತನ್ನ ಲಟಾರಿ ಸೈಕಲ್ಲನ್ನೇರಿ ಸಮೀಪಿಸುತ್ತಿರುವುದು ಎಂದು ಖಾತ್ರಿಯಾಯಿತು. ಸೈಕಲ್ಲಿನ ಮೇಲೆ ಕುಳಿತ ಚಿಕ್ಕಪ್ಪನ ದೇಹ ಬಿಲ್ಲಿನಂತೆ ಬಾಗಿದ್ದರಿಂದ ಈ ಅರಮರ್ಥ ಕತ್ತಲೆಯಲ್ಲಿ ದೂರದಿಂದ ನನಗೆ ಕರಡಿಯಂತೆಯೇ ಕಂಡಿತ್ತು!

ಬಳಲಿ ಬೆಂಡಾಗಿದ್ದ ನನ್ನ ಜೋಲು ಮುಖವನ್ನೂ ಲೆಕ್ಕಿಸದೆ ಚಿಕ್ಕಯ್ಯ ಜೋರು ಧ್ವನಿಯಲ್ಲಿ, 'ಮಳ್ಳು ಕೂಸೆ, ಯಾರ ಮಾತನ್ನಾದರೂ ಕೇಳಿ ಗೊತ್ತಿದೆಯಾ ನಿನಗೆ. ಪಿತ್ತ ನೆತ್ತಿಗೇರಿದವರದ್ದು ಒಂದುರೀತಿಯಾದರೆ, ಓದು ನೆತ್ತಿಗೇರಿದವರದ್ದು ಇನ್ನೊಂದು ರೀತಿ. ತನ್ನ ಬಿಟ್ಟರಿಲ್ಲ ಲೋಕದಲ್ಲಿ ಅಂತಲೇ ಬದುಕುತ್ತಾರೆ...' ಎಂದು ರಸ್ತೆ ಮಧ್ಯದಲ್ಲೇ ಅರಚಾಡ ತೊಡಗಿದ. ಮಾತಿರಲಿ, ಮನಸ್ತಾಪವಿರಲಿ ಎಲ್ಲರೂ ಕಡೆಗೆ ತಿರುಗಿಬೀಳುವುದು ಒಂದೇ ವಿಷಯಕ್ಕೆ ಎಂದು ಬೇಸರವಾದರೂ ನನ್ನ ಪಾಲಿನ ಪಂಚಾಮೃತವೆಂದು ತಿಳಿದು ಸುಮ್ಮನುಳಿದೆ.

'ಕೈಯಲ್ಲಿ ಬಡಿಗೆ ಹಿಡಿದು ಹೊರಟಿದ್ದು ನೋಡಿದರೆ ಕರಡಿಯ ಬೇಟೆಗೆ ಹೊರಟಂತೆ ಕಾಣಿಸುತ್ತದೆ' ಎಂದು ಹಂಗಿಸುತ್ತಾ ಬಡಿಗೆಯಿದ್ದ ನನ್ನ ಕೈಗೆ ಚಿಣಿಪಿಣಿಗುಡುವ ಗಂಟೆಯೊಂದನ್ನು ಹಿಡಿಸಿದ.

'ಮನೆಯನ್ನು ತಲಪುವವರೆಗೂ ಈ ಗಂಟೆಯನ್ನು ಜೋರಾಗಿ ಬಾರಿಸುತ್ತಿರು. ಸೈಕಲ್ಲಿನ ಬೆಲ್ಲು ಕೆಟ್ಟುಹೋಗಿದೆ. ಒಂದೆರಡು ಬಾರಿ ನಮ್ಮೂರಿನ ಆಸುಪಾಸಲ್ಲೇ ಕರಡಿ ದಾಳಿ ಆದಾಗಿನಿಂದ ನಾವೆಲ್ಲ ಹೀಗೆ ಸಂಜೆ ಮೇಲೆ ಓಡಾಡುವ ಅವಶ್ಯಕತೆ ಬಿದ್ದರೆ ಸೈಕಲ್ಲಿನ ಬೆಲ್ಲನ್ನೋ, ಗಂಟೆಯನ್ನೋ ಬಾರಿಸುವುದನ್ನು ರೂಢಿಸಿಕೊಂಡಿದ್ದೇವೆ. ಕರಡಿ ಹತ್ತಿರದಲ್ಲೆಲ್ಲಾದರೂ ಇದ್ದರೆ ತನ್ನ ಪಥ ಬದಲಿಸಲಿ ಎಂದು' ಎಂದ ಚಿಕ್ಕಯ್ಯ.

ಸೈಕಲ್ಲಿನ ಹಿಂದಿನ ಕ್ಯಾರಿಯರ್ರಿನ ಮೇಲೆ ಕುಳಿತ ನನ್ನ ಮಡಿಲಲ್ಲಿ ಗೊಟಾರಿ ಚೀಲ ನೆಮ್ಮದಿಯ ನಿಟ್ಟುಸಿರಿಟ್ಟರೆ, ಈಗಾಗಲೇ ಹೈರಾಣಾಗಿದ್ದ ನಾನು ಬಹಳ ಶ್ರದ್ಧೆಯಿಂದ ಕರಡಿಯನ್ನು ಓಡಿಸುವ ಹೊಸ ಮತ್ತು ಸುಧಾರಿತ ಆಯುಧವಾದ ಚಿಣಿಪಿಣಿ ಗಂಟೆಯನ್ನು ಬಾರಿಸುತ್ತ ಕುಳಿತೆ.

ಪ್ರಧಾನ ಬಾಗಿಲಿಗೆರಡು ದೀಪವಿಟ್ಟು ಆಯಿ ಅಂಗಳದಂಚಿಗೆ ನಿಂತು ಕಾಯುತ್ತಿದ್ದಳು. ಹೊರಗಿನ ಅಂಕಣದಲ್ಲಿ ಹಾಕಿದ ಹೊಡಸಲಿನ ಮೇಲೆ ಸಿದ್ದಾಪುರದಿಂದ ತಂದಿದ್ದ ಉಪ್ಪಾಗೆ ಸಿಪ್ಪೆ ನಿಗಿನಿಗಿ ಬೆಂಕಿಗೆ ಒಣಗುತ್ತಲಿತ್ತು. ಹೆರ್ಪನಿಗೆ ಮತ್ತು ಚಿಕ್ಕಯ್ಯನಿಗೆ ವರ್ಷಪೂರ್ತಿ ಉಪ್ಪಾಗೆ ತುಪ್ಪವೇ ಆಗಬೇಕು. ಚೌತಿ ಹಬ್ಬದ ಅತ್ರಾಸಕ್ಕಂತೂ ನೆಂಚಿಕೊಳ್ಳಲು ಉಪ್ಪಾಗೆ ತುಪ್ಪ ಇರಲೇಬೇಕು. ಮೊದಲೆಲ್ಲಾ ಅತ್ರಾಸ ಕರಿಯುವುದೂ ಉಪ್ಪಾಗೆ ತುಪ್ಪದಲ್ಲಿಯೇ ಆಗಬೇಕಿತ್ತಂತೆ.

ಈಗೆಲ್ಲ ಅಷ್ಟು ಪ್ರಮಾಣದ ತುಪ್ಪ ಮಾಡುವುದು ಕಷ್ಟವಾಗಿ, ಶ್ರಮಕ್ಕಿಂತ ಸುಲಭವಾಗಿ ಕಡಿಮೆ ದರದಲ್ಲಿ ಸಿಗುವ ಡಾಲ್ಡಾ ಪರ್ಯಾಯವಾಗಿಬಿಟ್ಟಿದೆ.

ಮನೆಬಾಗಿಲಿಗೆ ಬರುತ್ತಿದ್ದಂತೆಯೇ ಮೂರ್ಮೂರು ತಾಸು ಕಿಬ್ಬಳ್ಳಿಯಲ್ಲಿ ನಾನು ಚಿಕ್ಕಯ್ಯನಿಗಾಗಿ ಕಾದಿದ್ದನ್ನು ಹೇಳದೆಯೇ ನನ್ನ ಎಡಬಿಡಂಗಿತನವನ್ನು ದಶಮಾನದ ಅತಿ ದೊಡ್ಡ ಅಪರಾಧವೆಂಬಂತೆ ಬಿಂಬಿಸಿ, ಅದನ್ನು ಕೇಳಿದ ಎಂಥವರಿಗೂ ಎದೆಯಲ್ಲಿ ನಡುಕ ಹುಟ್ಟುವಂತೆ ಮಾಡಿ ವಿವರಿಸಿದ ಚಿಕ್ಕಯ್ಯ.

ಆಯಿ ಅದಾಗಲೇ ಸಾಂಬಾರು ಬಟ್ಟಲಿನಲ್ಲಿದ್ದ ಮೆಣಸು, ಸಾಸಿವೆ, ಉಪ್ಪನ್ನು ತಂದಿಟ್ಟುಕೊಂಡಿದ್ದವಳು ನನ್ನನ್ನು ಕಂಡವಳೇ ದೃಷ್ಟಿ ಬಳಿದು ಹೊಡಸಲಿನ ಬೆಂಕಿಗೆ ಹಾಕಿ ಘಾಟೆಬ್ಬಿಸಿದಳು ಬಿಟ್ಟರೆ ಹೆಚ್ಚೇನೂ ಮಾತನಾಡಲಿಲ್ಲ. ಕೂಡು ಕುಟುಂಬದಲ್ಲಿ ಮನಸ್ಸು ಬಿಚ್ಚಿ ಮಾತನಾಡಬೇಕೆಂದರೆ ಅದಕ್ಕೂ ಹೊತ್ತುಗೊತ್ತಿನ ಮುಹೂರ್ತ ಹುಡಕಬೇಕು. ಬೆಳಗ್ಗಿನ ಆಸರಿ ಹಬ್ಬಣ ಮುಗಿದ ಮೇಲೋ, ಮಧ್ಯಾಹ್ನದ ಊಟದ ಚಾಕರಿ ಪೂರೈಸಿ ಎಲ್ಲರೂ ಮಲಗಿದ್ದಾರೆ ಎಂದು ಗೊರಕೆಯ ಸಪ್ಪಳ ಹೊರಹೊಮ್ಮಿದ ಮೇಲೋ ಅಥವಾ ರಾತ್ರಿಯವರೆಗೂ ಕಾಯುವ ತಾಳ್ಮೆಯಿದೆ ಎಂದಾದರೆ ಮಲಗಲು ಕೋಣೆ ಹೊಕ್ಕಮೇಲೋ ಮಾತನಾಡಬೇಕು. ಇಲ್ಲದಿದ್ದರೆ ಒಂದಕ್ಕೆರಡಾಗಿ ಮನೆಮಂದಿಯೇ ಸಾಕು ಊರು ತುಂಬಾ ಸುದ್ದಿ ಹಬ್ಬಿಸಲು. ಅದಕ್ಕಾಗಿ ನಾನೂ ಮೈಮೇಲೆ ಬಿದ್ದು 'ಅರ್ಜೆಂಟು ಹೊರಟು ಬಾ, ಮಾತನಾಡುವುದಿದೆ' ಅಂತ ಕರೆಸಿದ್ದೇಕೆ ಎಂದು ಆಯಿಯನ್ನು ತಕ್ಷಣಕ್ಕೆ ಕೇಳಲಿಕ್ಕೆ ಹೋಗಲಿಲ್ಲ.

'ವಾರಗಟ್ಟಲೆಯಾಯ್ತು ಮಳೆ ಬರದೆ. ಇಲ್ಲದಿದ್ದರೆ ಕೊಚ್ರಾಟೆ ರಸ್ತೆಯಲ್ಲಿ ನಡೆದು ಬರುವುದೂ ಒಂದು ಫಜೀತಿಯೇ ಸೈ. ಪಂಚಾಂಗ ನೋಡಿದ್ರೆ ಈ ಸಲ ಆರಿದ್ರ ಮಳೆಯೂ ಕಡಿಮೆ, ಮೃಗಶಿರ ಮಳೆಯೂ ಕಡಿಮೆಯೇ...' ಎಂದು ಹೆರ್ಪ ಅನವಶ್ಯಕವಾಗಿ ಹವಾಮಾನ ವರದಿಯನ್ನು ಒಪ್ಪಿಸಿದ. ಮಾತು ನಿಂತ ಅಪ್ಪಯ್ಯ ತನ್ನಣ್ಣನ ಮಾತಿಗೆ ಹೌದೆಂಬುವವರಂತೆ ಮುಖ ಮಾಡಿ ಕುಳಿತ.

ಬಾಳೆ ಹಾಕಿ ಕಾಯುತ್ತಿದ್ದ ಚಿಕ್ಕಮ್ಮ ಊಟಕ್ಕೆ ವರಾತ ಮಾಡಿದಳು. ಮಧ್ಯಾಹ್ನದ ಊಟದ ಚಾಕ್ರಿ ಆಯಿಯದ್ದಾದರೆ ಚಿಕ್ಕಮ್ಮನದು ರಾತ್ರಿಯ ಪಾಳಿ.

ಮನೆಯ ವಾತಾವರಣಕ್ಕೆ ಹೊಂದಿಕೊಳ್ಳಲು ಹರಸಾಹಸ ಪಡುತ್ತಾ ಪಂಕ್ತಿಯಲ್ಲಿ ಊಟಕ್ಕೆ ಕುಳಿತಿದ್ದೆ. ಮೊಡಕ ಮುತ್ತಿದ್ದ ಬೂಂದಿ ಬಡಿಸಲು ಆಯಿ ತಂದಿದ್ದೇ ತಡ ಅನ್ನವನ್ನು ಚೆನ್ನಾಗಿ ಗಿಮಚಿ ಕಳಲೆ ಮಾಡಿ ಉಣ್ಣುತ್ತಿದ್ದ ಹೆರ್ಪ, 'ನಮ್ಮ ಕಂಪ್ಲಿ ವಿನೋದನಿದ್ದಾನಲ್ಲ, ಅವನ ಮಗುವಿನ ನಾಮಕರಣವಿತ್ತು ಇಂದು. ಎಷ್ಟು ಬೇಡವೆಂದರೂ ಕೇಳದೆ ಮಕ್ಕಳ ಕಾಯಿ ಅಂತ ಹತ್ತು ಲಾಡು ಹಾಕಿ ಕಳಿಸಿದ್ದಾನೆ. ಮಗುವಂತೂ ಪಕ್ಕಾ ಅಪ್ಪನ ಹಾಗೆಯೇ ಗುಳಿಕೆನ್ನೆ, ಬಟ್ಟಲು ಕಣ್ಣು, ಬಣ್ಣವಂತೂ ಪಕ್ಕಾ ಬಂಗಾರ' ಅಂತ ಹೊಗಳಿದ್ದು ಬಡಿಸುತ್ತಿದ್ದ ಆಯಿಗೆ ಸುತಾರಾಂ ಹಿಡಿಸಲಿಲ್ಲ ಎಂದು ಅವಳು ಪಾತ್ರೆ ಜರೆದಿದ್ದರ ಸಪ್ಪಳದಲ್ಲಿಯೇ ತಿಳಿಯಿತು.

ಪಾಪದ ಆಯಿ, ಒತ್ತಾಯದಿಂದ ಕಣಕದಲ್ಲಿ ತುಂಬಿದ ಹೋಳಿಗೆಯ ಹೂರಣ ಇಣುಕುವಂತೆ ಆಯಿಯ ಎಲುಬಿನ ಹಂದರ ಚರ್ಮದಿಂದಾಚೆ ಎದ್ದು ಕಾಣಿಸುತ್ತಿತ್ತು. ಮನೆ ಮಠ ಅಂತ ಗಂಧದ ಕೊರಡಿನಂತೆ ಬದುಕನ್ನು ತೇಯುತ್ತಿದ್ದವಳಿಗೆ ನೆಮ್ಮದಿಯನ್ನೂ ಕೊಡಲಾಗದೆ ಸೋತಿದ್ದ ನನಗೂ ವಿನೋದನ ಮಾತು ಬರುತ್ತಿದ್ದಂತೆಯೇ ಇರಿಸುಮುರುಸಾಯಿತು.

ನನ್ನನ್ನೂ ಸೇರಿಸಿಕೊಂಡು ನಮ್ಮ ಮನೆಯವರೆಲ್ಲರ ನೆಮ್ಮದಿ ಕೆಡಿಸುವ ವಿನೋದ ಕೆಳಗಿನ ಕಂಪ್ಲಿಯವ. ಯಾವುದೋ ಕಾಲದಲ್ಲಿ ನಮ್ಮನೆಯ ಮುದಿ ಅಜ್ಜನ ಒಂದು ಬಳ್ಳಿ ಕಂಪ್ಲಿಯ ಮೂಲೆಗೆಲ್ಲೋ ಹೋಗಿ ಅಡವಿಯ ಮಧ್ಯದಲ್ಲೆಲ್ಲೋ ಪಡಾವು ಜಮೀನಿನಲ್ಲಿ ಹಿಡುವಳಿ ಮಾಡಿಕೊಂಡು ಅಲ್ಲೇ ನೆಲೆನಿಂತಿತ್ತು. ನೆಲ ಫಲವತ್ತಿದೆಯೆಂದು ಮತ್ತು ತೋಟ ಗದ್ದೆ ಮಾಡಲು ಅಲ್ಲಲ್ಲಿರುವ ಕೊಡ್ಲಿನ ಉದ್ದ–ಅಗಲದ ಕೋವು ಚೆನ್ನಾಗಿದೆಯೆಂದು ಕಾಡನ್ನು ಅತಿಕ್ರಮಣಮಾಡಿಕೊಂಡು ಒಳ್ಳೆ ತೋಟ ಮನೆ ಮಾಡಿಕೊಂಡಿದ್ದೇ ಮಾಡಿಕೊಂಡಿದ್ದು, ಈಗ ಕಂಪ್ಲಿಯಲ್ಲಿ ಅತಿಕ್ರಮಣ ಮಾಡಿಕೊಂಡ ಜಾಗದಲ್ಲಿ ಏನಿಲ್ಲವೆಂದರೂ ಏಳೆಂಟು ಮನೆಗಳಾಗಿವೆ, ಎಕರೆಗಟ್ಟಲೆ ಅಡಿಕೆ ತೋಟ ಹಚ್ಚಿದ ಜಮೀನಿದೆ. ಅದೇ ಕುಟುಂಬದ ನರ ನಾಡಿಯ ತುದಿಗೆಲ್ಲಿಂದಲೋ ಸಂಬಂಧ ಅಂತ ಹೇಳಿಕೊಳ್ಳುವ ವೆಂಕುಮಾವನ ಮಗನೇ ವಿನೋದ.

ವಿನೋದನಿಗಾಗಿ ನನ್ನನ್ನು ಕೇಳಿದಾಗ ನಾನು ದಣೀ ಓದು ಮುಗಿಸಿ ಹುಬ್ಬಳ್ಳಿಯಲ್ಲಿ ನೌಕರಿ ಹಿಡಿದು ಬದುಕಿನಲ್ಲೇನೋ ಸಾಧಿಸಿದ ಖುಷಿಯಲ್ಲಿದ್ದೆ. ನೌಕರಿ ಎಂದರೆ ನಾನೇ ಕಲ್ಪಿಸಿ ವಿಸ್ತರಿಸಿಕೊಂಡ ನನ್ನ ಸ್ವಾತಂತ್ರ್ಯದ ಪರಿಧಿ, ಈ ಪರಿಧಿ ಇನ್ಯಾರದ್ದೋ ಹಿಡಿತಕ್ಕೊಳಗಾಗಿ ಮೊಟಕಾಗುವಂತಹ ಯಾವ ಸನ್ನಿವೇಶ, ಘಟನೆಯೂ ನನಗಾಗ ಸಹ್ಯವಿರಲಿಲ್ಲ.

ಏಕಮಾತ್ರ ಪುತ್ರ ವಿನೋದನೆಂದರೆ ವೆಂಕುಮಾವ ದಂಪತಿಗಳಿಗೆ ಸರ್ವಸ್ವ... ವೆಂಕುಮಾವ ಮತ್ತೆ ವೀಣತ್ತೆ ಸರ್ಪ ಕಾದಂತೆ ಕಾದು ವಿನೋದನನ್ನು ಮುದ್ದಿನಿಂದ ಬೆಳೆಸಲು ಕಾರಣವೂ ಇದೆ.

ವಿನೋದ ಹುಟ್ಟುವುದಕ್ಕೂ ಮುಂಚೆ ವೆಂಕುಮಾವ ಮತ್ತು ವೀಣತ್ತೆಗೆ ಒಂದು ಹೆಣ್ಣು ಮಗುವಿದ್ದಿತ್ತಂತೆ. ಒಮ್ಮೆ ಎಮ್ಮೇಟಿಯಲ್ಲಿ ವೆಂಕುಮಾವ ತನ್ನ ಮೂರ್ನಾಲ್ಕು ವರ್ಷದ ಪುಟ್ಟ ಮಗಳನ್ನು ಹಿಂದೆ ಕುಳ್ಳಿಸಿಕೊಂಡು ಯಲ್ಲಾಪುರ ಜಾತ್ರೆಗೆ ಹೋಗಿ ಬರುತ್ತಿರುವಾಗ ಜಾತ್ರೆಯಲ್ಲಿ ಓಡಾಡಿ ಬಳಲಿದ ಮಗು ನಿದ್ರೆಗೆ ಜಾರಿರಬೇಕು. ಬೇಡ್ತಿ ನದಿಯ ಬ್ರಿಜ್ಜನ್ನು ದಾಟುವಾಗ ಹಂಪು ಹಾರುವ ಎಮ್ಮೇಟಿಯ ಧಡಕಿಗೆ ಮಗಳು ಕೆಳಗೆ ಬಿದ್ದುಬಿಟ್ಟಿದ್ದಳಂತೆ. ಗಾಡಿ ಓಡಿಸುತ್ತಿದ್ದ ವೆಂಕುಮಾವನಿಗೆ ಮೂರ್ನಾಲ್ಕು ಮೈಲು ಮುಂದೆ ಹೋದಮೇಲೆ ಅದು ಗಮನಕ್ಕೆ ಬಂದು ಗಾಡಿ ತಿರುಗಿಸಿಕೊಂಡು ಹುಡುಕುತ್ತ ಹೋಗುವವರೆಗೆ ಮಗಳು ಪ್ರಾಣ ಕಳೆದುಕೊಂಡಿದ್ದಳಂತೆ. ಈ ಆಘಾತದಿಂದ ವೆಂಕುಮಾವ ಅರೆಮಳ್ಳನಂತಾಗಿ, ವೀಣತ್ತೆಯ ಪಡಿಪಾಟಲು

ಯಾರಿಗೂ ಬೇಡದ ಹಾಗಾಗಿತ್ತು ಅಂತ ಆಯಿ ಆಗಾಗ ಹೇಳುತ್ತಿರುತ್ತಿದ್ದಳು. ಅದಾದ ಸ್ವಲ್ಪ ವರ್ಷದ ಮೇಲೆ ವಿನೋದ ಹುಟ್ಟಿದಾಗಿನಿಂದ ವೆಂಕುಮಾವನ ಮನೆ, ಸಂಸಾರ ಎಲ್ಲವೂ ಹದಕ್ಕೆ ಬಂದಿದ್ದಂತೆ.

ತನ್ನ ಮುದ್ದಿನ ಮಗ ವಿನೋದನಿಗೆ ನಾನು ಬಹಳ ಹಿಡಿಸಿದ್ದೆನೆನ್ನುವ ಕಾರಣಕ್ಕೆ ವೆಂಕುಮಾವ ನನ್ನನ್ನು ಸೊಸೆಯನ್ನಾಗಿ ಮಾಡಿಕೊಳ್ಳಲು ಬಹಳ ದುಂಬಾಲು ಬಿದ್ದಿದ್ದ. ರುಬಾಬು ತೋರಿಸುವ ಗುಣವಿಲ್ಲದ ವಿನೋದನೂ ಕೂಡ ಖುದ್ದು ನನ್ನ ಬಳಿ ನಾಲ್ಕಾರು ಬಾರಿ ನಿವೇದಿಸಿಕೊಂಡಿದ್ದ, ಅಕ್ಷರಶಃ ಗ್ಯಾಗರೆದಿದ್ದ. ಆಯಿಯಿಂದ ಹಿಡಿದು ಮನೆಯವರೆಲ್ಲರೂ ವಿನೋದನ ಪ್ರಸ್ತಾಪವನ್ನು ಒಪ್ಪಲು ನನ್ನ ಮೇಲೆ ಬೇಕಷ್ಟು ಒತ್ತಡವನ್ನೂ ಹಾಕಿದ್ದರು. ನಾನು ಯಾರಿಗೂ ಸೊಪ್ಪೇ ಹಾಕಿರಲಿಲ್ಲ.

ಅದೃಷ್ಟ ಒಮ್ಮೆ ಮಾತ್ರ ಬಾಗಿಲು ತಟ್ಟುತ್ತದೆ ಎನ್ನುತ್ತಾರಲ್ಲ ಅದು ನನ್ನ ಪಾಲಿಗೆ ಸುಳ್ಳು, ಬಾರಿ ಬಾರಿ ಬಾಗಿಲು ತಟ್ಟುತ್ತದೆ. ಕದ ತೆರೆಯಲು ಮನಸ್ಸೇ ಮಾಡದಿದ್ದರೆ ನಮ್ಮ ಹಣೆಯಬರಹದಲ್ಲಿದ್ದ ಅದೃಷ್ಟ ಬೇರೆಯವರ ಪಾಲಾಗುತ್ತದೆ ಎಂದು ಆಳವಾಗಿ ಎನ್ನಿಸಿದ್ದು ವಿನೋದನ ಮದುವೆಯ ದಿನ. ನಾನು ಕಳೆದುಕೊಂಡಿದ್ದೇನು ಅಂತ ಮೊದಲ ಬಾರಿಗೆ ನನ್ನ ಗ್ರಹಿಕೆಗೆ ಬಂದಿದ್ದೇ ಆಗ.

ನನ್ನನ್ನು ಕೆಲೆಯುತ್ತಲೇ ವಿನೋದನ ಮದುವೆಗೆ ಹೋಗಿಬಂದ ಆಯಿಯನ್ನು ಕೇಳಿದ್ದೆ, 'ಮದುವೆ ಚೆನ್ನಾಗಿ ಆಯಿತಾ, ಹುಡುಗಿ ಹೇಗಿದ್ದಾಳೆ' ಅಂತ. ಆಯಿ ನಯಾಪೈಸೆ ಮಾತಾಡಿರಲಿಲ್ಲ. ನಾನು ಬೇಕಂತಲೇ ಅಕಸ್ಮಾತಾಗಿ ಕೇಳುವ ಪ್ರಶ್ನೆಯೆಂಬಂತೆ ಆಗಾಗ 'ಅರ್ರೆ ಆಯಿ, ಮದುವೆ ಹೇಗಾಯ್ತು ಅಂತ ಹೇಳಲೇ ಇಲ್ಲ, ಯಾರ್ಯಾರು ಬಂದಿದ್ದರು...' ಅದೂ ಇದೂ ಅಂತ ಸಾವಿರ ಪ್ರಶ್ನೆಯನ್ನು ಕುಟುಕಿ ಕೇಳಿದ್ದೆ. ಆಯಿಯದ್ದು ಮಾತ್ರ ಎಂಥವರ ಸಹನೆಯನ್ನೂ ಕೆರಳಿಸಿಬಿಡುವ ಮೌನ!

ನಾನು ಆಯಿಯಿಂದ ಬೇರೆಯದೇ ಆದ ಪ್ರತಿಕ್ರಿಯೆಯನ್ನು ನಿರೀಕ್ಷಿಸಿದ್ದೆ...

'ವಿನೋದನ ನಗು ಕೃತಕವಾಗಿತ್ತು. ವಿನೋದ ಸಪ್ಪೆಯಾಗಿದ್ದ. ಮದುವೆ ಹುಡುಗಿ ಲೋಕಾನೀತಿಯಿದ್ದಾಳೆ' ಅಥವಾ 'ಹುಡುಗಿ ನಿನ್ನಷ್ಟು ಚೆಂದವಿಲ್ಲ' ಎಂದೆಲ್ಲಾ ಹೇಳಲಿ ಎಂಬ ಬಯಕೆ ನನಗೆ.

ಆಯಿ ಹಾಗೇನೂ ಹೇಳದೆ ಒಂದೇ ಮಾತಿನಲ್ಲಿ, 'ಹೊಂದಿಕೊಂಡು, ಮನೆ ತೂಗಿಸಿಕೊಂಡು ಹೋಗುವಂತಿದ್ದಾಳೆ ಹುಡುಗಿ' ಎಂದು ಗಪ್ಪಾಗಿಬಿಟ್ಟಿದ್ದಳು.

ವಿನೋದನ ಮದುವೆಯ ನಂತರ ನಾನು ಕುಗ್ಗಿದ್ದಂತೂ ಹೌದು. ನಿಧಾನವಾಗಿ ಹುಬ್ಬಳ್ಳಿಯ ಬದುಕು, ನನ್ನ ಕೆಲಸ, ಖಾನಾವಳಿಯ ಊಟ, ಮಾತು ಮಾತಿಗೆ ತಕರಾರು ತೆಗೆಯುವ ಮನೆಯ ಓನರ್ ಅಂತ ಮುಳುಗಿದರೂ ಆಗಾಗ ಮನೆಗೆ ಬಂದಾಗೆಲ್ಲ ಹೆರ್ಪ ವಿನೋದನ ಸುದ್ದಿ ತೆಗೆದು ಗಾಯದ ಮೇಲೆ ಕೂಡ್ರುವ ನೊಣದಂತೆ ಹಲವರೆಯುತ್ತಿದ್ದ. ಅತ್ತ ವಿನೋದನಿಗೆ ಒಳ್ಳೆಯದಾದಷ್ಟೂ ಇತ್ತ ನಾನು ನಮ್ಮನೆಯವರ ದೃಷ್ಟಿಯಲ್ಲಿ ಇನ್ನೂ-ಇನ್ನೂ ಅಪರಾಧಿಯಾಗುತ್ತಿದ್ದೆ.

ಆಯಿ ಬಡಿಸಿದ ಲಾಡುವನ್ನು ನಾನು ಮುಟ್ಟಲೂ ಇಲ್ಲ. ಲಾಡುವನ್ನು ಬಾಳೆಯ ತುದಿಗೊತ್ತಿ ಉಂಡು ಎದ್ದುಬಿಟ್ಟೆ. ಆಯಿ ತನ್ನ ಪಾಲಿನ ಲಾಡುವನ್ನು ಹೆರ್ಪನಿಗೇ ಬಡಿಸಿ ಕೈತೊಳೆದುಕೊಂಡಳು. ಹೆರ್ಪ, 'ಇನ್ನೆಷ್ಟು ವರ್ಷ ಈ ಮೊನ್ನನ ಕುಟುಂಬದ ಹೊಟ್ಟೆ ಹೊರೆಯಬೇಕೋ' ಎಂದು ಗೊಣಗಿದರೆ ಚಿಕ್ಕಯ್ಯ, ಚಿಕ್ಕಮ್ಮ, ಚಿಕ್ಕಯ್ಯನ ಎರಡು ಮಕ್ಕಳು ಎಷ್ಟು ವರ್ಷ ಎಂದು ಲೆಕ್ಕ ಹಾಕುತ್ತಿರುವವರಂತೆ ಗೋಣಾಡಿಸಿ ಹೆರ್ಪನಿಗೆ ಸಾಥ್ ನೀಡಿದರು.

ನಿಜ ಹೇಳಬೇಕೆಂದರೆ ಮನೆಗೆ ಬರುವ ಹುಮ್ಮಸ್ಸು ಮೊದಲಿರುವಂತೆ ನನ್ನಲ್ಲಿ ಈಗಂತೂ ಇಲ್ಲವೇ ಇಲ್ಲ. ಅಪ್ಪ ಆಯಿಗೋಸ್ಕರ ಬರುತ್ತೇನೆ, ಎರಡು ದಿನ ಉಳಿಯುತ್ತೇನೆ... ಈ ಮನೆಯಲ್ಲಿರುವವರೆಲ್ಲಾ ನನ್ನನ್ನು ಭಾವನೆಯಿಲ್ಲದ ಯಂತ್ರವೆಂದು ಭಾವಿಸಿದ್ದರಿಂದಲೋ ಏನೋ, ನಾನೂ ಈ ಮನೆಯಲ್ಲಿರುವಷ್ಟೂ ಹೊತ್ತು ಯಾಂತ್ರಿಕವಾಗಿಯೇ ಬದುಕಲು ಪ್ರಯತ್ನಿಸುತ್ತೇನೆ.

ಊಟ ಮುಗಿಸಿದ ಆಯಿ ಧುಮುಗುಡುತ್ತಲೇ ನನ್ನ ಕೋಣೆಯೊಳಗೆ ಬಂದು, 'ನಿನ್ನಪ್ಪ ಮಾತಾಡುವ ಹಾಗಿದ್ದಾಗ ಏನೂ ಬೈಯದೆ ನಿಮ್ಮನ್ನೆಲ್ಲ ಸಾಕುತ್ತಿದ್ದನಾ? ತನ್ನ ಮಾತನ್ನು ಒಪ್ಪದಿದ್ದರೆ ನಿನ್ನಪ್ಪ ಅದೆಷ್ಟು ರಂಪ ರಾದ್ಧಾಂತ ಮಾಡುತ್ತಿರಲಿಲ್ಲ! ಅಪ್ಪನಂತಿರುವ ಹೆರ್ಪನ ಮಾತಿಗೆ ಯಾಕೆ ಡೊಂಕಾಗಬೇಕು' ಎಂದು ಆಯಿ ಎಂದಿನ ವರಸೆ ತೆಗೆದಳು. ಆಯಿಯೊಂದಿಗೆ ವಾದಕ್ಕೆ ನಿಲ್ಲಲು ನನ್ನ ಬಳಿ ಸರಕಿಲ್ಲವೆಂದು ಆಯಿಯ ಮಾತಿನ ದಿಕ್ಕನ್ನು ಬದಲಾಯಿಸಲು ನಾನು ಬೇರೆ ಸುದ್ದಿ ತೆಗೆದೆ.

'ಆಯಿ, ಅರ್ಜೆಂಟ್ ಬಾ ಎಂದು ನಿಂತ ಕೈಲಿ ನನ್ನನ್ನು ಹೊರಡಿಸಿ, ಕರೆಯಿಸಿಕೊಂಡೆಯಲ್ಲ ಯಾಕೆ?' ಎಂದು ಕೇಳಿದೆ.

ತಡಿ ಬಿಡಿಸಿ, ಚಾದರ ಕುಡುಗಿ ಹಾಸುತ್ತಿದ್ದ ಆಯಿ, 'ನಿನ್ನಪ್ಪನಿಗೆ ದುಪ್ಪಡಿ ಕೊಟ್ಟು ಬರುತ್ತೇನೆ' ಎಂದು ಹೊರಟಿದ್ದು ನೋಡಿದರೆ ನನ್ನ ಪ್ರಶ್ನೆಯನ್ನು ಧಿಕ್ಕರಿಸಿದವಳಂತೆ ಕಂಡಳು.

ನಾಳೆಯೇನಾದರೂ ಹೆಣ್ಣು ನೋಡುವ ಶಾಸ್ತ್ರ ಇಟ್ಟುಕೊಂಡಿದ್ದಿರಬಹುದೇ ಎಂಬ ಸಂದೇಹ ಆಯಿ ಫೋನು ಮಾಡಿದಾಗಿನಿಂದಲೂ ನನಗೆ ಇತ್ತಾದುದರಿಂದ ಎರಡು ಒಳ್ಳೆಯ ಸೀರೆಯನ್ನು ಹಿಡಿದುಕೊಂಡೇ ಬಂದಿದ್ದೆ.

ನನ್ನ ವಾರ್ಗೆಯವರೆಲ್ಲಾ ಮದುವೆ ಮನೆಕಾಲ ಕಂಡು ಮಕ್ಕಳ ಹೇಲು-ಉಚ್ಚೆ ಬರಗುತ್ತ ಜನ್ಮ ಸಾರ್ಥಕ ಮಾಡಿಕೊಳ್ಳುತ್ತಿರುವಾಗ ನನಗೂ ಮದುವೆಯೆಂಬ ಮರೀಚಿಕೆಯ ಬಯಕೆಯಾಗುತ್ತಿತ್ತು. ರಕ್ತದ ಮಡುವಿನಲ್ಲಿ ಬಿದ್ದಿದ್ದ ಹೆಂಡತಿಯನ್ನು ಆಸ್ಪತ್ರೆವರೆಗೂ ಹೊತ್ತು ಬದುಕಿಸಿಕೊಂಡ ಕೋಟಿಯಂತಹ ಗಂಡನ ಆಸೆ ನನಗೂ ಆಗುತ್ತಿತ್ತು.

ಆದರೆ ನನ್ನ ತಳಮಳವನ್ನು ಅರ್ಥೈಸಿಕೊಳ್ಳದೆ ಅಡ್ಡ ಮಾತೆಸೆಯುವ ಹೆರ್ಪನೇ ಮದುವೆಯನ್ನು ಕಾಣದ ನನಗೊಂದು ದೊಡ್ಡ ಸವಾಲು. ಯಾವ ಸೊಲ್ಲೆತ್ತಿದರೂ ಮತ್ತೆ

ಮತ್ತೆ ವಿನೋದನೆಂಬ ಅದೇ ಪಲ್ಲವಿಯನ್ನು ತಲುಪಿ ಹೇವರಿಕೆ ಉಂಟುಮಾಡುವ ಈ ಕೊಂಕು-ಕಿರಿಕಿರಿಗಳಿಗೆಲ್ಲ ನಾಳೆ ನನ್ನನ್ನು ನೋಡಲು ಬರುವ ಹುಡುಗನಲ್ಲಿ ಏನೇ ಐಬಿದ್ದರೂ ಕೂಡ ಮದುವೆಗೆ ಒಪ್ಪಿ ಮುಕ್ತಾಯ ಹಾಡಿಬಿಡಬೇಕು ಎಂದು ನಿರ್ಧರಿಸಿಕೊಂಡೇ ಬಂದಿದ್ದೆ.

ವಿನೋದನನ್ನು ನಾನು ಒಪ್ಪಲಿಲ್ಲ ಎಂಬ ನೋವು ನನಗೂ ಇದೆ, ಆದರೆ ಅವನ ನಂತರ ಬಂದ ಯಾವ ಸಂಬಂಧವನ್ನೂ ನಾನು ಬೇಡವೆಂದಿರಲಿಲ್ಲ. ಚಿಕ್ಕಯ್ಯ ಇಂಥಲ್ಲಿ ಜಾತಕ ಕೊಟ್ಟು ಬರುತ್ತೇನೆಂದರೆ ಯಾವತ್ತಿಗೂ ನಾನು ದೂಸರಾ ಪ್ರಶ್ನೆ ಇಟ್ಟಿರಲಿಲ್ಲ. ನನ್ನ ಹಣೆಬರಹ ಹೇಗಿತ್ತೆಂದರೆ, ಒಂದೋ ಜಾತಕವೇ ಹೊಂದುತ್ತಿರಲಿಲ್ಲ ಇಲ್ಲದಿದ್ದರೆ ಹುಡುಗನಿಗೆ ನಾನು ಹಿಡಿಸುತ್ತಿರಲಿಲ್ಲ, ಗೇರುಕೊಪ್ಪದ ಹುಡುಗನಿಗೆ ನಾನು ಹಿಡಿಸಿದರೂ ಅವನ ಅಪ್ಪ-ಅಮ್ಮ ಏನೋ ಒಂದು ಕಡ್ಡಿ ಇಟ್ಟು ಸಂಬಂಧ ಬೇಡ ಎಂದುಬಿಟ್ಟಿದ್ದರು. ಕೆಲವು ಸಂಬಂಧಗಳಂತೂ ಗೋತ್ರ ಕೇಳುತ್ತಿದ್ದಂತೆಯೇ ಮುಗಿದು ಹೋಗುತ್ತಿದ್ದವು. ಇದರಲ್ಲಿ ನನ್ನ ತಪ್ಪೇನು ಎಂದೇ ನನಗರ್ಥವಾಗುತ್ತಿರಲಿಲ್ಲ.

ಆಯಿ ದುಪ್ಪಡಿ ಕೊಟ್ಟು ಕೋಣೆಗೆ ಬಂದವಳೇ, 'ನಿನ್ನಣ್ಣ ನಿನ್ನೆ ಫೋನು ಮಾಡಿದ್ದ. ತನ್ನ ಜೊತೆ ಬಂದುಬಿಡಿ ಎಂದು ಗಲಾಟೆ ಅವನದು. ನನಗೋ ಇಲ್ಲಿಂದ ಹೊರಬಿದ್ದರೆ ನೀರಿನಿಂದ ತೆಗೆದ ಮೀನಿನ ಅವಸ್ಥೆ. ಹೇಗೋ ಏನೋ ಕಷ್ಟವೋ ಸುಖವೋ ಹೊಂದಿಕೊಂಡು ಇಲ್ಲಿಯವರೆಗೆ ಬದುಕಿ ಬಂದಿದ್ದಾಗಿದೆ. ಇನ್ನು ಮೇಲೆ ಹೊಸ ರೀತಿಯ ಜೀವನ ನನ್ನ ಕೈಲಂತೂ ಸಾಧ್ಯವಿಲ್ಲ.' ಎಂದು ಒಂದೇ ಸಮನೆ ಅಣ್ಣನ ಆಹ್ವಾನವನ್ನು ತಿರಸ್ಕರಿಸುವ ರೀತಿಯಲ್ಲಿ ತನ್ನ ವಾದವನ್ನು ಮಂಡಿಸಿದಳು.

ಈ ಕಾಡಿನ ನಡುವೆ ಕಾಡು ಮನುಷ್ಯರಂತೆ ಇನ್ನೊಬ್ಬರ ಬದುಕಲ್ಲಿ ರಾಜಕೀಯ ಮಾಡಿಕೊಂಡಿರುವುದಕ್ಕಿಂತ ಶಹರದಲ್ಲಿ ಆಜುಬಾಜುವಿನ ಮನೆಯವರ ಜೊತೆಯೂ ಅಪರಿಚಿತರೆನ್ನುವ ಹಾಗೆ ಬದುಕುವುದೇ ಲೇಸಿರಬಹುದು ಎನ್ನಿಸಿದರೂ ಆಯಿಯ ಮನಸ್ಸಿನಲ್ಲೇನಿದೆ ಎಂದು ಅವಳಾಗೇ ಹೇಳುವವರೆಗೂ ಕಾಯೋಣವೆಂದುಕೊಂಡು ಆಯಿಯ ಮುಂದಿನ ಮಾತಿಗೆ ಎದುರುನೋಡುತ್ತ ಕುಳಿತೆ...

'ಚೆನ್ನೈ ನನಗೆ ತೀರಾ ಅಪರಿಚಿತ, ಭಾಷೆಯೂ ಹೊಸದು. ವಾತಾವರಣವಂತೂ ನನಗೆ ಹೊಂದಿಕೆಯಾಗುವ ಹಾಗೆ ಇಲ್ಲವೇ ಇಲ್ಲ. ಆದರೆ ದಕ್ಷಾ, ಇದೆಲ್ಲದಕ್ಕಿಂತ ಮಿಗಿಲಾಗಿ ನಿನ್ನಪ್ಪನನ್ನು ಬಿಟ್ಟು ಬದುಕುವೆನೆಂಬ ಭರವಸೆಯೇ ಇಲ್ಲ ನನಗೆ. ನಿನ್ನಣ್ಣನಿಗೆ ಇದನ್ನೆಲ್ಲಾ ತಿಳಿಸಿ ಹೇಳಿದರೂ ಅವನದೇ ಲೆಕ್ಕಾಚಾರ ತೆಗೆಯುತ್ತಾನೆ. ದೇಹಬಾಧೆಯನ್ನೂ ಮೀರಿ ಯೌವನದಲ್ಲಿ ಉಕ್ಕದ ಪ್ರೀತಿ ಈಗ ಅಪ್ಪನ ಮೇಲೆ ಉಕ್ಕುತ್ತಿರುವುದು ಹುಚ್ಚಲ್ಲವೇ ಎಂದು ಕೇಳಿದ. ಅಪ್ಪನಿಗೆ ಹೆಂಡತಿಯ ಅವಶ್ಯಕತೆ ಎಷ್ಟಿದೆಯೋ ಅದಕ್ಕೂ ಹೆಚ್ಚಾಗಿ ತನ್ನ ಮಗಳಿಗೆ ಅಜ್ಜಿಯ ಅವಶ್ಯಕತೆಯಿದೆ ಎಂದ. ಅಪ್ಪನಂತೂ ಜೀವನಪರ್ಯಂತ ಸ್ವಾರ್ಥಿಯಾಗಿಯೇ ಬದುಕಿದ, ನೀನೀಗ ಅಪ್ಪನ ಹೆಸರು ಹೇಳಿ ಬೇಳೆ ಬೇಯಿಸಿಕೊಳ್ಳುವುದು ತರವೇ ಎಂದು ನನಗೇ ವಾಪಸ್ಸು

ಸವಾಲಿಟ್ಟ' ಎನ್ನುವ ಆಯಿಯ ಮಾತಿನಿಂದ ಅಣ್ಣನ ಹೊಸ ಮುಖ ನನ್ನೆದುರು ಅನಾವರಣಗೊಳ್ಳುತ್ತಲಿತ್ತು.

ನನ್ನ ಮದುವೆಯ ಹೊರತಾಗಿಯೂ ಆಯಿಗೆ ಬೇರೆಯದೇ ಆದ ಸಮಸ್ಯೆಗಳಿರಬಹುದು ಎಂಬ ಅರಿವು ಇಲ್ಲಿಯವರೆಗೆ ನನಗಿರಲೇ ಇಲ್ಲ.

ಅಣ್ಣನೆಂಬ ಅತೃಪ್ತ ಜೀವಿ ಅಪ್ಪ ಮಾಡಿದ್ದು ಮಟ್ಟಿದ್ದು ಸಾಲದು ಎಂದು ಸಂಸಾರ ಸಮೇತ ಚೆನ್ನೈನಲ್ಲಿ ಕುಳಿತವನು ಕಾಳಜಿ ತೋರಿಸುವವನಂತೆ ಇಲ್ಲಿಗೆ ಆಗೊಮ್ಮೆ ಈಗೊಮ್ಮೆ ಬಂದಿದ್ದು ಹೋಗುತ್ತಾನೆನ್ನುವುದೇನೋ ನಿಜ. ಆದರೆ ತನ್ನ ಮಗಳ ಮೇಲೆ ಅಣ್ಣನಿಗಿರುವ ಕಾಳಜಿ ಮಾತು ನಿಂತ ತನ್ನಪ್ಪನ ಮೇಲೂ ಇದ್ದಿದ್ದರೆ ಆಯಿಯೊಬ್ಬಳನ್ನೇ ಚೆನ್ನೈಗೆ ಕರೆಸಿಕೊಳ್ಳುವ ಮಾತೆತ್ತುತ್ತಿದ್ದನೇ! ಗಂಡ ಹೆಂಡತಿ ದುಡಿಯುವ ಮಷೀನುಗಳಾಗಿ ಮಾರ್ಪಟ್ಟ ಮೇಲೆ ತಮ್ಮ ಮಗಳನ್ನು ನೋಡಿಕೊಳ್ಳಲು ಆಯಿಯ ನೆನಪಾಗಿದ್ದಿರಬಹುದಾದರೂ ಚೆನ್ನೈನ ಎರಡಂತಸ್ತಿನ ಮನೆಯಲ್ಲಿ ಅಪ್ಪನಿಗಾಗಿ ಒಂದು ಮೂಲೆಯೂ ಖಾಲಿ ಇಲ್ಲವೇ ಹಾಗಿದ್ದರೆ ಎಂದು ನನ್ನೊಳಗೇ ಹಳಹಳಿಸಿಕೊಂಡೆ...

ಆಯಿ ಹಾಸಿಗೆ ಹಾಸಿ ಕಾಲು ಒಡಕಿಗೆ ಮುರುಗಲು ತುಪ್ಪ ಸವರಿಕೊಳ್ಳುತ್ತ ಹಾವಿನ ಚರ್ಮದಂತೆ ಬಿರುಕಲಾದ ಕಾಲು ಕೈಗೂ ಅದನ್ನೇ ಸವರಿಕೊಳ್ಳುತ್ತ, 'ದಕ್ಷಾ, ನಮ್ಮ ನಮ್ಮ ಕಷ್ಟಕ್ಕೆ ಮನೆ ಮಂದಿಯಾಗದೇ ಪ್ರತೀ ಹೆಜ್ಜೆಗೂ ನಗುವ ಊರವರು ಆಗುತ್ತಾರೆಂದುಕೊಂಡರೆ ನಾವು ಮೂರ್ಖರಲ್ಲವೇ? ನೀನೂ ಆ ಹುಬ್ಬಳ್ಳಿಯಲ್ಲಿದ್ದು ನಾಲ್ಕು ಕಾಸು ಸಂಪಾದಿಸಿ ಬಾಡಿಗೆ, ಮೆಸ್ಸಿನ ಊಟ ಅಂತ ಖರ್ಚು ಮಾಡುವುದರ ಬದಲು ಮನೆಯಲ್ಲೇ ಇದ್ದುಕೊಂಡು ಕಿಬ್ಬಳ್ಳಿಯ ಸೊಸೈಟಿಯಲ್ಲಿಯೇ ಯಾಕೆ ನೌಕರಿಗೆ ಸೇರಿಕೊಳ್ಳಬಾರದು? ಎರಡೂ ಹೊತ್ತು ಹಾಲು ಕೊಡಲು ಕಿಬ್ಬಳ್ಳಿಗೆ ಹೋಗಿ ಬರುವ ಚಿಕ್ಕಯ್ಯ ನಿನ್ನನ್ನು ಕರೆದು ಕಳಿಸಿ ಮಾಡಲು ತಯಾರಿದ್ದಾನೆ. ನೀನು ಮನೆಯಲ್ಲಿರುತ್ತೀಯಾ ಅಂತಾದರೆ ನಿನ್ನಪ್ಪನನ್ನು ಒಬ್ಬಂಟಿ ಮಾಡಿ ಹೋದ ಭಾವ ನನಗೂ ಸ್ವಲ್ಪ ಕಡಿಮೆಯಾಗುವುದಲ್ಲದೆ, ನೀನು ಇಲ್ಲೇ ಊರಲ್ಲಿ ಓಡಾಡಿಕೊಂಡು, ಸೊಸೈಟಿಗೆ ಬರುವ ನಾಲ್ಕು ಜನರ ಕಣ್ಣಿಗೆ ನೀನು ಬೀಳುತ್ತಿದ್ದರೆ ಬಹಳ ಒಳ್ಳೆಯದು. ಗನಾ ಜಾಗವಿದ್ದರೆ ಮುದ್ದಾಂ ತಿಳಿಸುತ್ತಾರೆ.' ಆಯಿ ತನ್ನ ಕಾಲಿಗೆ ತುಪ್ಪ ಸವರುತ್ತಿದ್ದಳೋ ಅಥವಾ ನನಗೋ ಎಂಬ ಸಂದೇಹ ನನಗೆ!

ನನಗೇನೋ ಮದುವೆಯ ಯೋಗ ಬಂದಿರಬಹುದೆಂದೆಲ್ಲಾ ಲೆಕ್ಕ ಹಾಕುತ್ತ ನಾನಿದ್ದರೆ ಮಾತು ಮಾತಿಗೂ ವಿನೋದನ ಸುದ್ದಿ ತೆಗೆದು ಹಂಗಿಸುವವರ ನಡುವೆ ಪ್ರತಿದಿನ ಹೊಂದಿಕೊಂಡು ಬದುಕಲು ಆಹ್ವಾನಿಸುತ್ತಿದ್ದಾಳಲ್ಲಾ ಆಯಿ! ಅಣ್ಣನಿಗೇನೋ ಸಹಾಯ ಮಾಡಲು ಹೊರಟ ಆಯಿ ನನ್ನ ರೆಕ್ಕೆಯನ್ನು ಕತ್ತರಿಸುತ್ತಿದ್ದಾಳೆಯೆನಿಸಿ ನಾನು ತೊಳಲಾಟಕ್ಕೆ ಬಿದ್ದೆ.

'ನಿನ್ನ ಚಿಕ್ಕಯ್ಯ, ಹೆರ್ಪನವರೇ ನಿನ್ನಣ್ಣನಿಗಾಗಿ ನನ್ನನ್ನು ಚೆನ್ನೈಗೆ ಕಳಿಸಲು ತಯಾರಿರುವಾಗ ಒಡಹುಟ್ಟಿದವಳಾದ ನೀನು ಆಗದು ಎಂದರೆ ನಿನ್ನಣ್ಣನಿಗೆ

ಹೇಗಾಗಬಹುದು ಅಂತಲೂ ಸ್ವಲ್ಪ ಯೋಚಿಸು ದಕ್ಷಾ. ನಿನ್ನಣ್ಣ ನಾಳೆ ಬೆಳಿಗ್ಗೆ ಬಂದವನು ಮಧ್ಯಾಹ್ನ ಊಟ ಮುಗಿಸಿ ಹಾಗೆಯೇ ಹೊರಟುಬಿಡುವ ಎಂದಿದ್ದಾನೆ. ನನಗೂ ನಿನ್ನಣ್ಣನೊಂದಿಗೆ ಹೊರಡುವ ಹೊರತಾಗಿ ಬೇರೆ ದಾರಿ ಯಾವುದೂ ಕಾಣಿಸುತ್ತಿಲ್ಲ' ಎಂದು ತಾನು ನಾಳೆ ಚೆನ್ನೈಗೆ ಹೊರಡುತ್ತಿರುವುದು ಖಾತ್ರಿ ಎಂದು ಸುತ್ತಿಬಳಸಿ ಹೇಳಿ ಮುಗಿಸಿದಳು.

ಅಷ್ಟೊತ್ತಿಗಾಗಲೇ ಕೋಳಿ ನಿದ್ರೆ ಮಾಡೆದ್ದ ಅಪ್ಪ ಖವಖವ ಕೆಮ್ಮತೊಡಗಿದ. ಅಪ್ಪ ಕೆಮ್ಮುತ್ತಿದ್ದಾನೆ ಎಂದರೆ ಅವನಿಗೇನೋ ಬೇಕಿದೆ ಎಂದರ್ಥ. ಅಪ್ಪನ ಮಾತು ನಿಂತಮೇಲೆ ಅವನ ಗೊಗ್ಗರು ಕೆಮ್ಮಿನ ಸಪ್ಪಳವೂ ಕೀರಲಾಗಿ ಬದಲಾಗಿತ್ತು. ನಾನು ಹುಬ್ಬಳ್ಳಿಯಲ್ಲಿ ನೌಕರಿ ಹಿಡಿದ ವರ್ಷದಲ್ಲಿ ನಡೆದ ಸಮಾರಾಧನೆಯ ದಿನ ಅಪ್ಪನ ತುತ್ತಿನಲ್ಲಿ ಭತ್ತದ ತೌಡು ಸಿಕ್ಕ ನೆಪವಷ್ಟೇ. ಗಂಟಲನ್ನು ಅದು ಗೀರಿಕೊಂಡು ಹೋಯಿತೋ ಏನೋ ಗೊತ್ತಿಲ್ಲ. ಅಪ್ಪನ ಮಾತಂತೂ ನಿಂತುಹೋಗಿತ್ತು. ಅಂದಿನಿಂದ ಆಯಿಯನ್ನು ಕರೆಯಬೇಕೆಂದರೆ ಅಪ್ಪ ಕೆಮ್ಮುತ್ತಿದ್ದ.

ಹೇಳುವುದು ಹೇಳಾಗಿದೆ ಎಂಬರ್ಥದ ಮುಖ ಮಾಡಿಕೊಂಡ ಆಯಿ 'ಬರುತ್ತಿದ್ದೇನೆ...' ಎಂದು ಅಪ್ಪನಿಗೆ ಆವಾಜು ಕೊಡುತ್ತ ಹೊರಹೋದಳು.

ಮೊದಲೆಲ್ಲಾ ನನ್ನ ಮದುವೆ ಎಂದು ತಲೆಕೆಡಿಸಿಕೊಂಡಿದ್ದವರೆಲ್ಲಾ ಈಗ 'ಹಣೆಯಲ್ಲಿ ಬರೆದಂತೆ ಆಗುತ್ತದೆ' ಎಂಬ ಅಂತಿಮ ತೀರ್ಮಾನಕ್ಕೆ ಬಂದು ತಮ್ಮ ನಿರ್ಧಾರ ಮತ್ತು ದೈನಂದಿನ ಬದುಕಿನಲ್ಲಿ ನನ್ನ ಮೇಲಿನ ಕಾಳಜಿಯ ನೆರಳೂ ಹಾಯದಂತೆ ಬೇಕಂತಲೇ ಅಂತರ ಕಾಯ್ದುಕೊಂಡಿದ್ದಾರೆಯೇ ಎಂಬ ಅಂಜಿಕೆಯೂ ಆಯ್ತು.

ಬರೀ ಚಿಂತೆಯಲ್ಲಿಯೇ ರಾತ್ರೆಯನ್ನು ಹೇಗೆ ಕಳೆದೆನೋ, ಆಗಾಗ ಅಪ್ಪ ಕೆಮ್ಮುತ್ತಿದ್ದ. ಸೋಂಕಾಗಿ ಕೆಮ್ಮಿದ್ದೋ ಅಥವಾ ಏನಾದರೂ ಬೇಕಾಗಿ ಕೆಮ್ಮಿದ್ದೋ ಎಂದು ಆಯಿ ಹೇಗೆ ಅರ್ಥ ಮಾಡಿಕೊಳ್ಳುತ್ತಾಳೋ, ದೇವರಿಗೇ ಗೊತ್ತು! ಇದನ್ನೆಲ್ಲಾ ನನ್ನ ತಲೆಗೆ ಕಟ್ಟಿ ಆಯಿ ಇವತ್ತು ಚೆನ್ನೈಗೆ ಹೊರಟು ನಿಂತರೆ ಈ ಜನ್ಮದಲ್ಲಿ ನನ್ನ ಮದುವೆಯಾಗದು... ಆಯಿ ಇಲ್ಲೇ ಇದ್ದಿದ್ದರೆ ಅವಳ ಒತ್ತಾಯ, ಕಟಕಟೆಗಾದರೂ ಮಣಿದು ಒಂದೆರಡು ಕಡೆಗಾದರೂ ನನ್ನ ಜಾತಕ ಕೊಟ್ಟುಬರುತ್ತಿದ್ದ ಚಿಕ್ಕಯ್ಯ...

ಬೆಳಕಿನ್ನೂ ಪೂರ್ತಿ ಹರಿದಿರಲಿಲ್ಲ. ಚಿಕ್ಕಮ್ಮ ಮತ್ತು ಆಯಿ ಅದಾಗಲೇ ಕೊಟ್ಟಿಗೆಗೆ ಹೋಗಿದ್ದರೆ ಮಿಕ್ಕುಳಿದವರೆಲ್ಲಾ ಚಿಂತೆ ಚಿಕಾರಿಲ್ಲದೆ ಗಾಢ ನಿದ್ರೆಯಲ್ಲಿದ್ದರು.

ಜಗುಲಿಗೆ ಹಾಕಿದ ಹೊಡಸಲಿನ ಬೆಂಕಿಯಲ್ಲಿನ್ನೂ ಆಯಿ ದೃಷ್ಟಿ ಬಳಿದು ಹಾಕಿದ ಉಪ್ಪು, ಮೆಣಸಿನ ಘಾಟು ಘಮಗುಡುತ್ತಲೇ ಇತ್ತು. ನನ್ನನ್ನು ಹೊತ್ತು ಬಂದ ಚಿಕ್ಕಯ್ಯನ ಲಟಾರಿ ಸೈಕಲ್ಲು ಇನ್ನೂ ದಣಿವಾರಿಸಿಕೊಳ್ಳುತ್ತಲಿತ್ತು.

ನಿನ್ನೆ ರಾತ್ರಿ ಕಾಡಿನ ತುಂಬಾ ಆವರಿಸಿದ್ದ ಕತ್ತಲೆಯಿನ್ನೂ ಗಾಢವಾಗಿರುವಾಗಲೇ ಕಿಬ್ಬಳ್ಳಿಯಿಂದ ಐದೂ ಮುಕ್ಕಾಲರ ಯಲ್ಲಾಪುರದ ಬಸ್ಸು ಹಿಡಿಯಲು ನಾನು ಆಯಿಗೂ ಹೇಳದೆ ಹೊರಟುಬಿಟ್ಟೆ.

ಹುಬ್ಬಳ್ಳಿಗೆ ಹೋಗಿ ನೌಕರಿಗೆ ರಾಜಿನಾಮೆ ಕೊಟ್ಟು ಬರುವುದೋ ಅಥವಾ ಕಿಬ್ಬಳ್ಳಿಯ ಸೊಸೈಟಿಗೆ ಬರುವ ಜನರ ಕಣ್ಣಿಗೆ ಮದುವೆಗಿದ್ದೇನೆಂದು ತೋರಿಸಿಕೊಳ್ಳಲು ಸಿಂಗರಿಸಿಕೊಂಡು ಕೆಲಸಕ್ಕೆ ಹೋಗಿ ಹೆಣ್ಣು ನೋಡುವ ಶಾಸ್ತ್ರವನ್ನು ದಿನನಿತ್ಯ ಎದುರಿಸಲಾರೆನೆಂದು ಮನೆಯವರಿಗೆ ಹೇಳಿಬಿಡುವುದೋ ಎಂಬ ಗೊಂದಲದಲ್ಲಿಯೇ ದಾರಿ ಸವೆಯುತ್ತಿತ್ತು.

ರಸ್ತೆಯುದ್ದಕ್ಕೂ ಹರಡಿದ್ದ ಘನಘೋರ ಕತ್ತಲೆಯನ್ನು ಭೇದಿಸಲು ಆಗಸದಲ್ಲಿ ಮೂಡುತ್ತಿದ್ದ ಬಳ್ಳಿಮಿಂಚು ಫಳಕ್ಕನೆ ಮೂಡಿ ಮಾಯವಾಗುತ್ತಿತ್ತು. ಹೆರ್ಪನ ಭವಿಷ್ಯವಾಣಿಯನ್ನೂ ಕಡೆಗಣಿಸಿ ಮಳೆ ಸುರಿಯುವ ಸಾಧ್ಯತೆ ನಿಚ್ಚಳವಾಗಿತ್ತು.

ಆಶ್ಚರ್ಯವೆಂದರೆ ನಿನ್ನೆ ಹಿಡಿದ ಹೆದರಿಕೆಯ ಗ್ರಹಣ ಇವತ್ತು ನನ್ನ ಬಳಿಯಲ್ಲೆಲ್ಲೂ ಸುಳಿಯಲಿಲ್ಲ. ಕೋಟಿಯಂತೆ ಪ್ರೀತಿಸುವ ಗಂಡಸು ನನ್ನ ಜೀವನದಲ್ಲಿ ಬರುವವರೆಗೂ ಯಾವ ಕರಡಿಯೂ ನನ್ನನ್ನು ಮುಟ್ಟುವ ಧೈರ್ಯ ಕೂಡ ಮಾಡಲಾರದು ಎಂಬ ಹುಂಬ ನಂಬಿಕೆ ನನ್ನನ್ನು ಮತ್ತೆ ಕನಸಿನ ಕೂಪಕ್ಕೆ ತಳ್ಳಿ ಎಂದೂ ಇಲ್ಲದ ಹುರುಪು ನನ್ನ ನಡಿಗೆಯನ್ನಾವರಿಸಿದಂತೆ ಗೊಂದಲವನ್ನೂ ಮೀರಿ ಇಡುತ್ತಿದ್ದ ಪ್ರತೀ ಹೆಜ್ಜೆ ಹಗುರವಾಗತೊಡಗಿತ್ತು...

ತೊಟ್ಟು ಕಳಚಿದ ಹೂವು

ಬರುವ ಹದಿನೈದಕ್ಕೆ ನವಮಿ, ಅಪ್ಪನ ಶ್ರಾದ್ಧ. ಪಿಂಡ ಇಟ್ಟು ತಿಥಿ ಮಾಡುವುದೋ ಅಥವಾ ಗಂಧಾಕ್ಷತೆ ಕೊಡುವುದೋ ಎಂದು ಲೆಕ್ಕ ಹಾಕುತ್ತ ದಣಪೆಯ ಸರಿಗೋಲನ್ನು ಬದಿಗೆ ಮಾಡುತ್ತಿದ್ದಂತೆಯೇ ಬೇರೆಲ್ಲೂ ಬೀಳದೆ ಸೀದಾ ಕುಟ್ಟನ ಎಡ ಭುಜಕ್ಕೆ ಪಚ್ಚನೆ ಬಿತ್ತು ಕಾಗೆ ಪಿಟ್ಟಿ. ಮೆಂತ್ಯದ ಕಾಳಿಗೆ ಪಾಚಿ ಹಿಡಿದಂತಹ ಬಣ್ಣ, ಮೇಲೊಂದು ಬಿಳಿ ಚುಕ್ಕಿ... ಧಾರೆಯಾಗಿ ಎಡಭುಜದಿಂದ ಎದೆಯವರೆಗೂ ಬಸಿಯುತ್ತಿತ್ತು. ಮುಖ ತಿರುಗಿಸಿಕೊಂಡರೂ ಒನ್ನಮನಿ ಹೇವರಿಕೆ ತರಿಸುವ ವಾಸನೆ.

ದರಿದ್ರದ್ದು, ತಿನ್ನುವುದು ಹೇಲುವುದು ಎಲ್ಲಾ ಇಲ್ಲೇ ಆಗಬೇಕಾ ಈ ಸುಡುಗಾಡು ಹಕ್ಕಿಗೆ! ಅಪ್ಪನೇನಾದರೂ ಬದುಕಿದ್ದಿದ್ದರೆ ಎಡ ಭುಜದ ಮೇಲೆ ಕಾಗೆಪಿಟ್ಟಿ ಬಿದ್ದಿದ್ದಕ್ಕೂ ಭವಿಷ್ಯದಲ್ಲಿ ಸಂಭವಿಸಬಹುದಾದ ದುರಂತಕ್ಕೂ ಸಂಬಂಧ ಕಟ್ಟಿ ಮತ್ತೊಮ್ಮೆ ಸ್ನಾನ ಮಾಡಿಸಿ ಪಂಚಗವ್ಯ ಕುಡಿಸುತ್ತಿದ್ದ ಎಂದೆಣಿಸುತ್ತ ಪನ್ನೇರಳೆ ಗಿಡದ ಎಲೆ ಹರಿದು ಅಂಗಿಗೆ ಹಿಡಿದ ಪಿಟ್ಟಿಯನ್ನು ಸಾಧ್ಯವಾದಷ್ಟು ಬರಗಿ ಎಸೆದ. ಕುಟ್ಟನ ಅಪ್ಪಯ್ಯ ದತ್ತಣ್ಣ ಪಿಂಡ ಉಣ್ಣಲು ವರ್ಷಕ್ಕೊಮ್ಮೆ ಬರುವಂತಾದ ಮೇಲೆ ಅವನ ನೇಮಾ-ನಿಷ್ಠೆಗಳನ್ನೆಲ್ಲ ಪಾಲಿಸುವ ಹರಕತ್ತು ತನ್ನ ಮೇಲೆಯೇ ಬೀಳಲಾರಂಭಿಸಿತೆನ್ನಿಸಿ ಗತಿಯಿಲ್ಲದೆ ತನ್ನನ್ನು ತಾನು ಆಧುನಿಕತೆಗೊಡ್ಡಿಕೊಂಡು ದೇವರು ದಿಂಡರಿಂದ ಸ್ವಲ್ಪ ಅಂತರವನ್ನು ಕಾದಿಟ್ಟುಕೊಂಡಿದ್ದ ಕುಟ್ಟ.

ದತ್ತಣ್ಣ ಬದುಕಿದ್ದಾಗ ಕುಟ್ಟನ ದಿನಚರಿಯಲ್ಲಿನ ಊಮಹೇ ವಿಷಯದಲ್ಲೊಂದು ಬಹಳ ಮೂಗು ತೂರಿಸುತ್ತಿರಲಿಲ್ಲ ಬಿಟ್ಟರೆ ಎಲ್ಲವೂ ಹೀಗೆ ಎಂದರೆ ಹೀಗೆಯೇ ಆಗಬೇಕಿತ್ತು ಅವನಿಗೆ. ಒಮ್ಮೆ ಕೊರೆವ ಚಳಿಯ ಮಧ್ಯರಾತ್ರಿಯಂದು ಕುಟ್ಟ ಏಳಲು ಮನಸ್ಸಿಲ್ಲದಿದ್ದರೂ ಒತ್ತಡ ತಡೆಯಲಾಗದೆ ಎದ್ದು ಅಂಗಳದಂಚಿಗೆ ಮೂತ್ರ ಮಾಡಿ ಬಂದು ಪ್ರಧಾನ ಬಾಗಿಲಿಗೆ ಮೀಡ ಜಡಿಯುತ್ತಿರುವಾಗಲೇ ಕಾಲು ಜಾರಿ ಝುಪಕ್ಕನೆ ಬೆನ್ನ ಮೇಲೆ ಬಿದ್ದ ಪಲ್ಲಿ ಬಳಬಳನೆ ಮೈ ಮೇಲಿಂದ ಹರಿದು ಹೋಯ್ತು.

ಮೈ ಕುಡುಗಿ ಹೋದಂತಹ ಅನುಭವವಾಗಿ ಸಣ್ಣಗೆ ಬೆಚ್ಚಿಬಿದ್ದಿದ್ದ ಕುಟ್ಟ. ಅಲ್ಲೆ ಪ್ರಧಾನ ಬಾಗಿಲ ಬುಡದಲ್ಲಿ ಗಾಶಿ ಹಾಕಿ ಮಲಗಿದ್ದ ದತ್ತಣ್ಣ ಹಂಡ್ಯದಲ್ಲಿ ಬಿಸಿ ನೀರಿಲ್ಲವೆಂದರೂ ಬಿಡದೆ ಕಟಗುಡುವ ಛಳಿಯಲ್ಲಿ ತಣ್ಣೀರಲ್ಲಿಯಾದರೂ ಸರಿಯೇ ತಲೆ ಮಿಂದುಬರುವಂತೆ ಮಾಡಿದ್ದ. ಯಾರದೋ ಮನೆಯ ಗಲೀಜು ಪಾಯಿಖಾನೆಗೆ ಮೂತ್ರಕ್ಕೆ ಹೋದರೂ ಸಾಕು ಮನೆಗೆ ಬಂದು ಜನಿವಾರ ಬದಲು ಮಾಡಿಯೇ ಶುದ್ಧವಾಗಬೇಕಿತ್ತು ದತ್ತಣ್ಣನಿಗೆ.

ಕಾಗೆ ಪಿಟ್ಟೆ ವರೆಸಿಕೊಂಡು ಕುಟ್ಟ ದಣಪೆ ದಾಟಿ ಚೌಕಿಗೆ ಬಂದರೂ ಮನೆಯಲ್ಲಿ ರೌರವ ಮೌನ, ಒಂದೋ ಅಬ್ಬೆ ಇಲ್ಲದಿದ್ದರೆ ಸುಮತಿ ವರವರಗುಟ್ಟುತ್ತಲೇ ಇರುತ್ತಿದ್ದವರಿಂದು ಯಾರೂ ಪತ್ತೆಯಿರಲಿಲ್ಲ. ಖಾಯಮ್ ಒಬ್ಬರ ಮೇಲೊಬ್ಬರ ಪುಕಾರು! ಒಬ್ಬರಿಗಾಗಿ ಬಂದಿದ್ದು ಇನ್ನೊಬ್ಬರಿಗೆ ಹಿಡಿಸುತ್ತಿರಲಿಲ್ಲ. ಎಣ್ಣೆ ಶೀಗೇಕಾಯಿ ಸಂಬಂಧದಂತಾದರೂ ಒಂದೇ ಸೂರಿನಡಿಯಿರುವವರ ಮಧ್ಯೆ ಚೂರೇಚೂರು ಹೊಂದಾಣಿಕೆಯ ಲವಲೇಶವೂ ಇಲ್ಲದಿದ್ದರೆ ಮನೆಯಲ್ಲಿ ಒಂದು ಗಳಿಗೆಯಾದರೂ ಇರಲು ಯಾರಿಂದ ಸಾಧ್ಯ! ದತ್ತಣ್ಣ ಇರುವಾಗ ಅತ್ತೆ–ಸೊಸೆ ಸೇರಿ ಅಡುಗೆ ಮನೆಯಲ್ಲಿಯೇ ಪೂರೈಸಿಕೊಳ್ಳುತ್ತಿದ್ದ ಜಗಳ ಜಟಾಪಟಿಗಳೆಲ್ಲ ಈಗ ಅಂಗಳದವರೆಗೂ ಬಂದು ಬಾವಿಯನ್ನೂ ಇಳಿದಿತ್ತೆಂದರೆ ನಂಬಲೇಬೇಕು.

'ಮನೆಯನ್ನೆಲ್ಲಾ ತೊಳಪಟ್ಟ ಮಾಡ್ತಿದ್ದಿದ್ದು ನೋಡಿ ಹೇಗೆ ಸುಮ್ಮನೆ ಕೂರಲಿ ನಾನು. ಹೊಟ್ಟೆಗೆ ಹಿಟ್ಟಿಲ್ಲದೆ, ಉಡಲು ಅರಿವೆಯಿಲ್ಲದೆ ಇದ್ದವಳು ಮದುವೆಯಾಗಿ ಈ ಮನೆಗೆ ಬಂದು ಹೊಯ್ದೊಣ್ಣೆಯ ಪರಿ ಲೆಕ್ಕಕ್ಕಿಲ್ಲದಂತೆ ಖರ್ಚು ಮಾಡ್ತಿದ್ದಿದ್ದು ನೋಡಿದ್ರೆ ಮನೆ ಮಾಡಿಕೊಂಡು ಹೋಗುವ ಜಾತಿಯೇ ಅಲ್ಲ ಇವಳದ್ದು ಎನ್ನಿಸುತ್ತದೆ.' ಎಂದು ಕುಟ್ಟ ಕೀಈಈಗುಡುವ ಬಾಗಿಲನ್ನು ಮೆಲ್ಲನೆ ದೂಡುತ್ತಲೇ ಹಲುಬಲಾರಂಭಿಸಿದಳು ಅಬ್ಬೆ. ಕುಟ್ಟನಿಗೀಗ ಸಮಾಧಾನವಾಯಿತು, ಅಬ್ಬೆಯ ಸವಾರಿ ಬಾವಿ ಇಳಿಯಲಿಲ್ಲವಲ್ಲ ಎಂದು!

1

ದತ್ತಣ್ಣ ಸತ್ತ ವರ್ಷದಿಂದಲೇ ಸೈ, ಅಬ್ಬೆ ಹೊಸದೊಂದು ಹೆದರಿಸುವ ತಂತ್ರ ರೂಢಿಸಿಕೊಂಡಿದ್ದಳು. ಕುಟ್ಟನಿಗೆ ಚೆನ್ನಾಗಿ ನೆನಪಿದೆ, ಅಬ್ಬೆ ಮೊದಲ ಬಾರಿಗೆ ಬಾವಿ ಇಳಿದಿದ್ದು! ಅದೆಂತಹ ಭಂಡ ಧೈರ್ಯ ಮಾಡಿ ಹೇಗೆ ಬಾವಿ ಇಳಿದಿದ್ದಳೋ ಪರಮಾತ್ಮ ಮಾತ್ರ ಬಲ್ಲ. ಅತ್ತೆ–ಸೊಸೆಯ ಜಗಳದ ನೆಪವಷ್ಟೇ, ಹೀಗೆಯೇ ಎಂಥದ್ದೋ ಒಂದು ಕೆಲಸದ ಮೇಲೆ ಹೋದ ಕುಟ್ಟ ವಾಪಸ್ಸು ಬರುವಷ್ಟರೊಳಗೆ ಅಬ್ಬೆ ನಾಪತ್ತೆ. ಊರು ತುಂಬಾ ಅಲೆದು ಹುಡುಕಿ, ಕೇರಿಯಲ್ಲೆಲ್ಲ ಗುಲ್ಲೆದ್ದ ಮೇಲೆ ಕೋಪ ತಡೆಯಲಾರದೆ ಸುಮತಿಗೆ ಎರಡು ಬಾರಿಸಿದ ಶಬ್ದ ಕೇಳಿದ ಮೇಲೆಯೇ ಬಾವಿಯಿಂದ 'ಹೋಯ್, ನಾನಿಲ್ಲಿದ್ದೇನೆ. ಸಾಯುವವಳನ್ನು ಭಗವಂತ ಬದುಕಿಸಿಟ್ಟಿದ್ದಾನೆ. ನನ್ನ ಕರ್ಮಕ್ಕಿನ್ನು ಏನೇನಾಗಬೇಕೋ, ಏನೇನು ಅನುಭವಿಸುವುದಿದೆಯೋ' ಎಂದು ಬಚ್ಚಲ ಮನೆಯ

ಹಂಡ್ಯದಲ್ಲಿ ಮುಖ ಹುದುಗಿಸಿ ಆಡಿದ ದನಿಯಂತೆ ಗವಗವ ಹೊಯ್ದುಕೊಂಡಿದ್ದಳು ಅಬ್ಬೆ. ಕುಟ್ಟನಿಗೆ ಹೋದ ಜೀವ ಬಂದಂತಾಗಿತ್ತು. ಹಡೆದ ಅಬ್ಬೆಯನ್ನು ಇಳಿವಯಸ್ಸಿನಲ್ಲಿ ಸರಿಯಾಗಿ ನೋಡಿಕೊಳ್ಳದೆ ಮನೆಯಿಂದ ಓಡಿಸಿದೆನಲ್ಲಾ ಎಂದು ಜೀವನ ಪರ್ಯಂತಕ್ಕೆ ಕರುಬುವುದು ತಪ್ಪಿತು ಎಂಬ ನಿರುಮ್ಮಳ. ಆದರೆ ಅಬ್ಬೆ ಬಾವಿಗೆ ಹಾರಿ ಬದುಕುಳಿದವಳೋ ಇಲ್ಲಾ ಹೆದರಿಸಲಿಕ್ಕಾಗಿಯೇ ಬಾವಿ ಇಳಿದವಳೋ ಎಂಬ ಗುಮಾನಿ ಕುಟ್ಟನಿಗೆ! ಅಬ್ಬೆಯನ್ನು ಬಾವಿಯಿಂದ ಮೇಲಕ್ಕೆತ್ತುವುದಿದೆಯಲ್ಲ ಅದಿನ್ನೂ ಕಷ್ಟದ ಕೆಲಸ ಎನ್ನುವುದು ಅವನ ಮತ್ತೊಂದು ಚಿಂತೆ.

ಸೊಂಟದವರೆಗಿನ ನೀರಲ್ಲಿ ಮುಳುಗಿದ ಅಬ್ಬೆ ಅದೆಷ್ಟು ಹೊತ್ತಿನಿಂದ ಬಾವಿಯಲ್ಲಿದ್ದಳೊ! ಕೇರಿಯವರನ್ನೆಲ್ಲಾ ಸೇರಿಸಿ ಗಟ್ಟಿಮುಟ್ಟಾದ ಚೂಳಿಗೆ ಹಗ್ಗ ಬಿಗಿದು ಅಬ್ಬೆಯನ್ನು ಮೇಲಕ್ಕೆತ್ತುವ ವ್ಯವಸ್ಥೆ ಮಾಡಲಾಯಿತಾದರೂ ಅಬ್ಬೆಯೂ ಅಬ್ಬೆಯೇ, ಚೂಳಿ ಏರಲು ತಯಾರಿಲ್ಲದೆ, 'ಸೊಸೆಯಲ್ಲ ಅವಳು, ತಾಟಕಿ ಮೋಹಿನಿ. ನೀ ಬ್ಯಾಡಾ ಅಂದರೂ ನಾನೇ ಹಠಕ್ಕೆ ಬಿದ್ದು ಸೊಸೆ ಮಾಡಿಕೊಂಡೆನಲ್ಲೋ ಮಾರಾಯಾ. ಊರಿಗೆಲ್ಲ ಜ್ಯೋತಿಷ್ಯ ಹೇಳುವ ನಿಮ್ಮಪ್ಪನ ನಾಲಿಗೆ ಉದುರಿಬಿದ್ದಿತ್ತಾ ಆಗ, ಇವಳು ಹೊಟ್ಟೆ ಉರಿಸುವ ಹೆಣ್ಣು ಹೇಳಿ ಸೂಗುಟ್ಟಿದ್ದರೂ ಸಾಕಿತ್ತು ನಾನು ಇವಳನ್ನ ನಿನಗೆ ಮಾಡಿಸಿಕೊಳ್ತಿರಲಿಲ್ಲವೋ' ಅಂತ ಒಂದೇ ಸಮನೆ ಗೋಳಾಟ.

ಕುಟ್ಟನ ಕೈಯಿಂದ ಹೊಡೆತ ತಿಂದು ಅವಮಾನ ಮತ್ತು ನೋವಿನಿಂದ ತತ್ತರಿಸಿದ ಸುಮತಿ, ಇವರೇನಾದರೂ ಮಾಡಿಕೊಂಡು ಸಾಯಲಿ ಎಂದು ತಾನಾಯಿತು ತನ್ನ ಕೆಲಸವಾಯಿತು ಎಂದು ಮನೆಯೊಳ ಸೇರಿಕೊಂಡುಬಿಟ್ಟಿದ್ದಳು.

ಕೇರಿಯ ಕೆಲವರು ಅಬ್ಬೆ ಚೂಳಿಯೇರಿದರೆ ಬಾವಿಯಿಂದ ಮೇಲೆಳೆಯಲಿಕ್ಕಾಗಿ ಕಾದು ನಿಂತಿದ್ದವರು ಬೇಸರವಾಗಿ ಮನೆಯ ಹಾದಿ ಹಿಡಿದರು. ಅಬ್ಬೆ ಮಾತ್ರ ಮಧ್ಯಾಹ್ನ ಗಂಟೆ ಎರಡಾದರೂ ಜಪ್ಪಯ್ಯ ಎನ್ನಲಿಲ್ಲ. ಬಾವಿಯಿಂದಲೇ ಬೈಗುಳ ಶಾಪಗರೆಯುತ್ತುಳಿದಳು. ಸಂಜೆಯಾಗುವುದರೊಳಗಾಗಿ ಒದ್ದೆಮುದ್ದೆಯಾಗಿ ಹೆಣಭಾರವಾಗಿದ್ದ ಅಬ್ಬೆಯನ್ನು ಅಂತೂ ಬಾವಿಯಿಂದ ಮೇಲೆತ್ತುವವರೆಗೆ ಕುಟ್ಟನ ಜೀವ ಹೋಗಿ ಬಂದಂತಾಗಿತ್ತು. ಅಬ್ಬೆಗೆ ಇದರಿಂದ ಎಂತಹ ಅವಮಾನವೂ ಆದಂತಿರಲಿಲ್ಲ, ಅವಳು ಆರಾಮಾಗಿಯೇ ಓಡಾಡಿಕೊಂಡುಳಿದಳು.

ತನ್ನ ಮಾತಿಗೆ ತೀರಾ ಸೊಪ್ಪು ಹಾಕಿ ಕುಣಿಯದ ಸೊಸೆ ಕಂಡರೆ ಆಗದ ಅಬ್ಬೆಯದು ಸೊಸೆಯ ಬಾಳಂತನವೂ ತನ್ನ ಮಾತಿನಂತೆಯೇ ನಡೆಯಬೇಕು ಎನ್ನುವ ಒಂಟುಹಿಡಿತದ ಹಠ ಮಾಡಿ ಗೆದ್ದಿದ್ದಳು. ಸುಮತಿ ಹಡೆದು ಮೂರು ತಾಸಾದರೂ ಶಿಶುವಿಗೆ ಹಾಲುಣ್ಣಿಸಲು ಅಬ್ಬೆ ಬಿಟ್ಟಿರಲೇ ಇಲ್ಲ. ಅತ್ತ ಹಾಲು ಕಟ್ಟಿ ಸುಮತಿಗೂ ಎದೆ ನೋವು ತಾಳಲಾಗುತ್ತಿರಲಿಲ್ಲ! ಮಗುವಿನ ಹಸಿವಿಂಗಿಸಲು ಚಮಚ ಆಕಳ ಹಾಲಿಗೆ ಕಾದಾರಿಸಿದ ನೀರು ಬೆರೆಸಿ ಆಗಾಗ ಹೊಯ್ಯುತ್ತಲಿದ್ದಳು ಅಬ್ಬೆ.

'ತಾಯಿಯ ಮೊದಲ ಹಾಲು ಮಗುವಿಗೆ ಒಳ್ಳೆಯದಲ್ಲವೇ ಅಲ್ಲ, ದೇಹದಲ್ಲಿ ಮೊದಲೇ ಇದ್ದ ಕಲ್ಮಶವೆಲ್ಲ ಹಾಲಿನಲ್ಲಿ ಕೂಡಿಕೊಂಡಿರುತ್ತದೆ. ಹಳದಿಗೆಟ್ಟು ದಪ್ಪಕ್ಕಿರುವ

ಮೊದಲ ಹಾಲನ್ನು ಹಿಂಡಿ, ಕೊಟ್ಟಿಗೆಯ ದಾರಿಗುಂಟ ಚೆಲ್ಲಬೇಕು. ಅದಾದಮೇಲೆ ಮಗುವಿಗೆ ಹಾಲುಣ್ಣಿಸಬೇಕು. ನಾವೆಲ್ಲ ಮಾಡಿದ್ದೂ ಅದನ್ನೇ' ಎಂದು ಸುಮತಿಯೂ ಹೀಗೆಯೇ ಮಾಡಬೇಕೆಂದು ಅಬ್ಬೆ ಪಟ್ಟುಹಿಡಿದು ಕುಳಿತಿದ್ದಳು.

'ಹಾಲು ಹಿಂಡಲು ನಾನೇನು ಕೊಟ್ಟಿಗೆಯ ಹಸುವೇ, ಮೊದಲ ಹಾಲೋ ಕೊನೆಯ ಹಾಲೋ ತಾಯಿಯ ಹಾಲಲ್ಲಿ ಕಲ್ಮಶವಿರಲು ಸಾಧ್ಯವೇ ಇಲ್ಲ. ನನ್ನ ಮಗುವಿನ ಜವಾಬ್ದಾರಿ ನನ್ನದು' ಎಂದು ಸುಮತಿಯ ಗೋಳಾಟ. ಹಾಗೆಯೇ ಎರಡು ದಿನವೇ ಕಳೆದುಹೋಗಿತ್ತು. ಅಬ್ಬೆಯೂ ಬಗ್ಗುತ್ತಿಲ್ಲ, ಸುಮತಿಯೂ ಹಠ ಬಿಡುತ್ತಿಲ್ಲ. ಇತ್ತ ಕುಟ್ಟ ಯಾರಿಗಂತ ಹೇಳುವುದು, ಅನುಭವವೇ ಹಿರಿದು ಅಂತ ಕುಳಿತ ಅಮ್ಮನಿಗೋ, ತಪ್ಪು ಸರಿಯ ನಡುವಿನ ಅಂತರ ತನಗೂ ಗೊತ್ತು ಎನ್ನುವ ಸುಮತಿಗೋ!

ಬಾಳಂತನದಲ್ಲಿ ಬರುವ ಸನ್ನಿ ರೋಗ ಹಿಡಿದುಬಿಟ್ಟಿತೇ ಎಂಬಷ್ಟು ಅಳು ಸುಮತಿಗೆ... ಕುಟ್ಟ ತನ್ನ ಹೆಂಡತಿ–ಮಗುವಿನ ಪಡಿಪಾಟಲಿಗೆ ಮರುಗೇ ಮರುಗಿದ್ದ...

ಎರಡು ದಿನವಾಗುತ್ತ ಬಂದರೂ ಕಗ್ಗಂಟಾಗಿಯೇ ಇದ್ದ ಸಮಸ್ಯೆಗೆ ಇದ್ದಿದ್ದರಲ್ಲಿ ಕುಟ್ಟನೇ ಪರಿಹಾರ ಕಂಡುಕೊಂಡು ಕಾಲು ಪಾಯ್ಲಿ ಎಮ್ಮೆಯ ದಪ್ಪ ಹಾಲಿಗೆ ಚಿಟಿಕೆಗಿಂತಲೂ ಕಡಿಮೆ ಅರಿಶಿನ ಬೆರೆಸಿ ಸುಮತಿಯ ಹಾಲು ಎಂದು ಎದುರಿಗಿಟ್ಟಾಗಲೇ ಅಬ್ಬೆ ಎಳೆ ಶಿಶುವನ್ನು ಸುಮತಿಯ ಕೈಲಿಟ್ಟಿದ್ದು. ಆದರೂ ಅಬ್ಬೆಗೆ ಹಾಲಿನ ಮೇಲೆ ಸಂಶಯ, ಹಾಲನ್ನು ಚೆಲ್ಲಿದಾಗ ಅಡಿಯಲ್ಲಿ ಕುಸಿಕುಸಿಯಿತ್ತೆಂದು ರಂಪ ಚಾಲು ಮಾಡಿ ಮತ್ತೆ ಬಾವಿಯಿಳಿದು ಕುಳಿತಿದ್ದಳು.

ಮಗ ಸೊಸೆ ತನಗೆ ಮೋಸ ಮಾಡುತ್ತಾರೆಂದೇ ದೂರುತ್ತಾ ಒಮ್ಮೆ ಬಾವಿಯಿಳಿದವಳು ಖಾಯಮ್ ಅದನ್ನೇ ಅಭ್ಯಾಸ ಮಾಡಿಕೊಂಡುಬಿಟ್ಟಿದ್ದಳು, ಅದ್ಯಾವ ಮಾಯೆಯಲ್ಲಿ ಇಪ್ಪತ್ತೈದು ಅಡಿ ಆಳದ ಬಾವಿ ಇಳಿಯುತ್ತಿದ್ದಳೋ! ಒಮ್ಮೆ ನೀರು ಸೇದುವಾಗ ಕೊಡಪಾನದಲ್ಲಿ ನೀರಿನೊಂದಿಗೆ ಒಂದು ಸೇಬು ಹಣ್ಣೂ ಬಂದಾಗ ಅಬ್ಬೆ ಬಾವಿಯಲ್ಲಿ ಠಿಕಾಣಿ ಹೂಡಲು ಬೇಕಾದ ಸಂಗ್ರಹ ಪರಿಕರಗಳನ್ನೆಲ್ಲಾ ಒಯ್ಯುತ್ತಾಳೆ ಎಂದು ಅಂದಾಜಿಸಿಬಿಟ್ಟಿದ್ದ ಕುಟ್ಟ. ಕೆಲವೊಮ್ಮೆ ಅಬ್ಬೆಯದೇ ತಪ್ಪೆಂದು ಗೊತ್ತಿದ್ದರೂ ವಯಸ್ಸಾದ ಅಬ್ಬೆಯನ್ನು ನೋಯಿಸಲು ಕುಟ್ಟನಿಗೆ ಮನಸ್ಸಾಗದೆ ಅಬ್ಬೆಯನ್ನು ಒಲಿಸಿಕೊಳ್ಳಲಷ್ಟೇ ಪ್ರಯತ್ನಿಸುತ್ತಿದ್ದ.

ಅಬ್ಬೆಯೂ ಗಟ್ಟಿಗಿತ್ತಿಯೇ, ಅವಳ ವಯಸ್ಸಿನ ಮುದುಕರು ಒಂದು ಚಂಬು ನೀರೆತ್ತಿ ಮೀಯಲೂ ಕಷ್ಟಪಡುತ್ತಿದ್ದರೆ ಅಬ್ಬೆ ಮಾತ್ರ ಬೆನ್ನು ಹುರಿ ಕೀಳಲು ಬಂದರೂ ಈಗಲೂ ಬಿಡದೆ ತೊಂಡೆಕಾಯಿ ಕೀಳಲು ಹೋಗುವಾಗ ಮುಕ್ಕಾಲು ಬಕೆಟ್ ನೀರನ್ನು ಹೊತ್ತೊಯ್ದು ತೊಂಡೆ ಚಪ್ಪರದ ಕೆಳಗಿಟ್ಟುಕೊಳ್ಳುವ ಎಂದಿನ ಅಭ್ಯಾಸ ಬಿಟ್ಟಿರಲಿಲ್ಲ.

'ತೊಂಡೆ ಬಳ್ಳಿಗೆ ನೀರಿನ ಆಸೆ ತೋರಿಸಿದರೆ ಮಾತ್ರ ತೊಂಡೆಕಾಯಿ ಕಣ್ಣಿಗೆ ಬೀಳುವುದು. ಇಲ್ಲದಿದ್ದರೆ ಈ ಮಳ್ಳು ತೊಂಡೆಕಾಯಿ ಬಳ್ಳಿಯ ಸಂದಿಯಲ್ಲಿ ಹೊಕ್ಕಿಕೊಂಡುಬಿಡುತ್ತದೆ.' ಎಂದು ಹೇಳಿ ತಿರುಗಿ ಮನೆಗೆ ಬರುವಾಗ ಹೊತ್ತೊಯ್ದ ನೀರನ್ನು ತೊಂಡೆಬಳ್ಳಿಯ ಬುಡಕ್ಕೆ ಸುರುವಿ ಬರುತ್ತಿದ್ದಳು.

'ಮಾಡಲು ಬಿಟ್ಟರೆ ಸಂಜೆವರೆಗೂ ಅಂಗಳ ಸಾರಿಸಿ, ಪಾತ್ರೆ ತೊಳೆಯುತ್ತಿರುತ್ತಾಳೆ ಗಂಗಮ್ಮ. ಆಳುಗಳ ಹತ್ತಿರ ಮನೆ ಕೆಲಸ ಮಾಡಿಸಿದರೆ ತೋಟದ ಕೆಲಸ ಮಾಡುವವರು ಯಾರು?' ಎಂದು ಪೋಜು ಹಾರಿಸುತ್ತಾ ಒಂದಾದಮೇಲೊಂದು ಕೆಲಸ ಹುಡುಕಿಕೊಂಡು ಮಾಡುತ್ತಲೇ ಇರುತ್ತಿದ್ದಳು ಅಬ್ಬೆ. ಕೆಲಸ ಮಾಡುವಾಗ ಗುನುಗಲು ಏನಾದರೂ ಬೇಕಲ್ಲ ಎಂದು ದೇವರ ನಾಮ ಸ್ಮರಣೆ ಮಾಡುವಾಗಲೂ ಆಗಾಗ ಸೊಸೆಯನ್ನು ಜರೆಯುತ್ತಲೇ ಇರಬೇಕಿತ್ತು ಎನುವುದೊಂದೇ ತಲೆ ನೋವು...

ಅಬ್ಬೆಯ ಮಾತಿಗೆ ಗಟ್ಟಿ ಉಸಿರನ್ನೂ ಬಿಟ್ಟು ಹೆದರಿಸಲಾರ, ಹೆಂಡತಿಯನ್ನೂ ದೂರಲಾರದ ಸ್ಥಿತಿ ಕುಟ್ಟನದು. ಅವರಿಬ್ಬರು ಮಾತ್ರ ಯಾವುದಕ್ಕೂ ಬಗ್ಗದೆ ತಮ್ಮತಮ್ಮ ಮನಸ್ಸಿಗೆ ತೋಚಿದ ಹಾಗೆಯೇ ಮಾಡಿಕೊಂಡಿರುತ್ತಿದ್ದರು, ಎತ್ತು ಏರಿಗೆಳೆದರೆ ಕೋಣ ನೀರಿಗೆಳೆಯಿತಂತೆ ಎನ್ನುತ್ತಾರಲ್ಲ ಹಾಗೆ.

ದತ್ತಣ್ಣನಿರುವಾಗ ಅಬ್ಬೆಯ ಹಾರಾಟ ಇಷ್ಟೊಂದಿರಲಿಲ್ಲ. ದತ್ತಣ್ಣನೊಟ್ಟಿಗಂತೂ ಅಬ್ಬೆ ಬಹಳ ಸೌಖ್ಯದಿಂದಲೇ ಇದ್ದಳು. ಕುಟ್ಟನಿಗೆ ಅವಳು ಅಬ್ಬೆಯೇ ಹೌದಾದರೂ ಅವಳ ನಿಜದ ಹೆಸರು ಅಂಬಾಭವಾನಿ. ಆದರೆ ಅವಳ ನಾಮಕರಣವಾದಾರಭ್ಯವೂ ಅವಳು ಎಲ್ಲರಿಗೂ ಅಬ್ಬೆಯೇ. ದತ್ತಣ್ಣ ಮಾತ್ರ ಹೆಂಡತಿಯನ್ನು ಅಬ್ಬೆ ಎಂದು ಕೂಗಲು ಇರುಸುಮುರುಸಾಗಿ ಭೂನಿ ಎನ್ನುತ್ತಿದ್ದನಷ್ಟೇ. ದತ್ತಣ್ಣನಿಗೆ ಭೂನಿ ಯಾನೆ ಅಬ್ಬೆಯ ಹೊರತಾಗಿ ಎಷ್ಟೇ ಗಯ್ಯಾಳಿಯಾದವಳು ಹೆಂಡತಿಯಾಗಿ ಬಂದಿದ್ದರೂ ಅವಳನ್ನು ಪ್ರೀತಿಯಿಂದಲೇ ಅಂಕೆಗೆ ತೆಗೆದುಕೊಳ್ಳುವ ಕಲೆ ದತ್ತಣ್ಣನಲ್ಲಿತ್ತು, ಇನ್ನು ಭೂನಿ ಯಾವ ಲೆಕ್ಕ! ಊರ ಜನರೊಂದಿಗೂ ಸಹ ಅಷ್ಟೇ ಬೇಗ ಅನ್ಯೋನ್ಯನಾಗಿಬಿಡುತ್ತಿದ್ದ ದತ್ತಣ್ಣ.

ಕಾಡುಮೇಡಲೆದು ಸೊಪ್ಪು ಸದೆ, ಗಿಡಮೂಲಿಕೆಗಳನ್ನರಸುತ್ತ ತನ್ನಪ್ಪನಿಂದ ಒಲಿದುಬಂದ ನಾಟಿ ವೈದ್ಯಕೀಯವನ್ನೇ ಶುರು ಮಾಡಿದ್ದಾದರೂ ಕ್ರಮೇಣ ದತ್ತಣ್ಣ ಜೋಯಿಸನಾಗಬಹುದೆಂದು ಯಾರೂ ಊಹಿಸಿಯೂ ಇರಲಿಲ್ಲ. ದತ್ತಣ್ಣ ಜ್ಯೋತಿಷ್ಯ ಕಲಿತವನೂ ಅಲ್ಲ, ಜ್ಯೋತಿಷ್ಯದ ಯಾವ ಪುಸ್ತಕದ ಹೆಸರೂ ಗೊತ್ತಿಲ್ಲ ಅವನಿಗೆ. ಕವಡೆ ಲೆಕ್ಕಾಚಾರವಂತೂ ದತ್ತಣ್ಣನ ಕರತಲಾಮಲಕವಾಗಿದ್ದು ಹೇಗೆಂದು ದತ್ತಣ್ಣನಿಗೇ ಗೊತ್ತಿಲ್ಲ. ಔಷಧಿಗೆಂದು ಬಂದವರು ತಮ್ಮ ಕಷ್ಟ ಸುಖ ಹೇಳಿಕೊಳ್ಳುತ್ತ ದಿನಗಟ್ಟಲೆ ದತ್ತಣ್ಣನೊಡನೆ ಪಟ್ಟಾಂಗ ಹೊಡೆದು, ತಮ್ಮ ದುಃಖಗಳನ್ನೆಲ್ಲ ಹೊರಗೆಡವಿ ಚೂರ್ಣ ತಿಂದು ಹೋಗುತ್ತಿದ್ದರು. ಇದರಿಂದ ಸುತ್ತ ಹತ್ತೂರಿನ ಜನರೆಲ್ಲರ ಗುರ್ತು, ಅವರ ಬದುಕಿನ ಹಿಂದು–ಮುಂದು, ಎಳೆ–ಬಗೆಗಳೆಲ್ಲ ದತ್ತಣ್ಣನಿಗೆ ತಿಳಿದಿತ್ತು. ರೋಗಕ್ಕೆ ತಕ್ಕಂತೆ ಮದ್ದು ಕೊಡುವುದು ಗೊತ್ತಿರುವ ದತ್ತಣ್ಣನಿಗೆ ಅವರವರ ಮನೆಯ ಪರಿಸ್ಥಿತಿಗೆ ತಕ್ಕಂತೆ ಜ್ಯೋತಿಷ್ಯ ಹೇಳಿ ಪರಿಹಾರ ತಿಳಿಸುವುದು ಕಷ್ಟವೆನ್ನಿಸಿರಲಿಕ್ಕಿಲ್ಲ!

'ಜೋಯಿಸ್ರೇ, ನನ್ನ ಮಗಳ ಮದುವೆ ನಿಕ್ಕಿ ಆಗ್ತಾನೇ ಇಲ್ಲ. ಹೆಣ್ಣು ನೋಡಲು ಬಂದವರಿಗೆ ಶಿರಾ–ಉಪ್ಪಿಟ್ಟು ಮಾಡಿ ಬಡಿಸಿದ್ದೇ ಬಂತು. ನಮ್ಹುಡ್ಗಿ ಜಾತ್ಕ ಬಗೀಲಿ ನೋಡ್ಕೊಡಿ ಒಡೆಯಾ' ಎಂದು ಗೋಗರೆಯುತ್ತಾ ಬಂದ ಶಂಕ್ರನಿಗೆ,

ಬಂಗಾರದಂತಹ ಕೂಸಿಗೆ ಮದುವೆಗೇನಡ್ಡಿ ಎನ್ನುತ್ತಾ, ಚಾಳೀಸನ್ನು ಮೂಗಿನ ಮೇಲಿರಿಸಿ, ಜಾತಕ ಹಿಡಿದು ಏನೇನೋ ಗುಣುಗುಣು ಲೆಕ್ಕ ಹಾಕಿ, 'ಅವಳ ಕೈ ಹಿಡೀವವ ಇನ್ನೂ ಈ ದಿಕ್ಕಿಗೆ ತಲೆ ಹಾಕಲಿಲ್ಲ ಅಷ್ಟೇಯಾ. ಚಿಂತೆ ಮಾಡ್ಬೇಡಾ, ಮದ್ವೆ ಹುಲ್ಲುಕಡ್ಡಿ ಎತ್ತಿದಷ್ಟು ಸುಲಭವಾಗಿ ಆಗ್ತದೆ, ಹೆದರುವ ಅವಶ್ಯಕತೆಯಿಲ್ಲ. ಹುಡ್ಗಿಗೆ ವಿದ್ಯಾ ರೇಖೆ ಚೊಲೋ ಉಂಟು. ಡಿಗ್ರಿ ಮುಗಸ್ಲಿ ಅವ್ಳು. ಅಲ್ಲಿವರೆಗೆ ಹುಡ್ಗಿಯ ಕುಜದೋಷವೂ ಕಳೀತದೆ. ಸರ್ವ ಮಂಗಲ ಮಾಂಗಲ್ಯೇ ಸ್ತೋತ್ರ ಬರೆದುಕೊಡ್ತೇನೆ, ಮೂರ್ಸಂಜೆಗೆ ಜಪ ಮಾಡ್ಲಿಕ್ಕೆ ಹೇಳು. ನೀ ಚಿಂತೆ ಮಾಡುದ್ರಿಂದ ಏನೂ ಆಗುವುದಿಲ್ಲ, ನಿಶ್ಚಿಂತೆಯಿಂದಿರು ತಿಳೀತೇನಾ' ಎಂದು ಧೈರ್ಯ ಹೇಳಿ ಕಳಿಸುತ್ತಿದ್ದ. ಹುಡುಗಿಯ ಓದೂ ಮುಂದುವರೆಯಿತು, ಶಂಕ್ರನಿಗೆ ಮಗಳ ಮದುವೆಯ ಚಿಂತೆಯೂ ಅಷ್ಟರಮಟ್ಟಿಗೆ ಕಳೆಯಿತು, ಹಾಗಿತ್ತು ದತ್ತಣ್ಣನ ಜ್ಯೋತಿಷ್ಯ!

ಇನ್ಯಾರಾದರೂ ಬಂದು, 'ಈ ಸಲ ಮಳೆಯೂ ಇಲ್ಲ, ಬೆಳೆಯೂ ಇಲ್ಲ. ಹೊಟ್ಟಿಗೆ ಏನು ಹೇಳೆ ಗೊತ್ತಾಗ್ತಿಲ್ಲ. ಕವ್ಡೆ ಹಾಕಿ ಹೇಳಿ ನಮ್ ಹಣೆಬಾರದಾಗೆ ಏನದೆ ಅಂತ' ಎಂದು ಕೇಳಿದರೆ,

ದಳದಳ ಹೊಳಪಿನ ಕವಡೆಯನ್ನು ಕೆಂಪು ಬಟ್ಟೆಯ ಮೇಲೆ ಉದುರಿಸಿ, ಬೆರಳು ಕುಣಿಸಿದಂತೆ ಏನೇನೋ ಲೆಕ್ಕ ಮಾಡಿ 'ಈ ಸಲದ ಮಳೆಗಾಲ ನಿಂಗಷ್ಟೇ ಅಲ್ಲ ಊರ್ನವರಿಗೆಲ್ಲ ತೊಂದರೆ ಕೊಡುವ ನಮನಿ ಅದೆ. ಸಂಕಷ್ಟಹರ ಗಣಪತಿ ಪೂಜೆ ಮಾಡು, ಸಂಕಷ್ಟಿ ದಿನ ನಿರಾಹಾರ ಉಪವಾಸ, ಏಕಾದಶಿ ದಿನ ಒಪ್ಪತ್ತು ಮಾಡು. ನಾಕು ದಿನಕ್ಕೆ ಬರುವ ಅಕ್ಕಿ ಎಂಟು ದಿನ ಬರ್ತದೆ, ದೇವತೆಗಳೂ ಪ್ರಸನ್ನರಾಗುತ್ತಾರೆ. ಭತ್ತದಲ್ಲಿ ಹುಟ್ಟದ ದುಡ್ಡು ಈ ಸಲ ಬವಡೆ, ತೊಗರಿ, ಉದ್ದಲ್ಲಿ ಹುಟ್ತದೆ. ಭತ್ತದ ಕಟಾವ್ ಆದ್ಮೇಲೆ ಎರಡನೇ ಬೆಳೆ ಹಾಕು, ಕಡೀಗೆ ಹೇಳು ಆಗಾ!' ಎಂದು ದತ್ತಣ್ಣ ಪರಿಹಾರ ಕೊಡುತ್ತಿದ್ದ.

ಕ್ರಮೇಣ ದತ್ತಣ್ಣ ಸುತ್ತೂರಿನಲ್ಲೆಲ್ಲ ಜೋಯಿಸರೆಂದೇ ಒಳ್ಳೆ ಹೆಸರು ಮಾಡಿಕೊಂಡಿದ್ದನಾದರೂ ಕುಟ್ಟನಿಗೆ ಮಾತ್ರ ಅಪ್ಪನ ಜ್ಯೋತಿಷ್ಯದ ಮೇಲೆ ನಂಬಿಕೆಯೇ ಮೂಡಲಿಲ್ಲ. ಆದ್ದರಿಂದಲೇ ಕುಟ್ಟ ಕಡೆಯವರೆಗೂ ನಾಟಿ ವೈದ್ಯಕೀಯವನ್ನೇ ಆಗಲಿ, ಜ್ಯೋತಿಷ್ಯವನ್ನಾಗಲೀ ಕಲಿಯಲಿಲ್ಲ. ಅಬ್ಬೆಯ ತವರಿನಿಂದ ಬಂದ ಜಮೀನು, ದತ್ತಣ್ಣನ ಜಮೀನು ಬೇಕಷ್ಟಿದ್ದರಿಂದ ಕುಟ್ಟ ಕೃಷಿಯನ್ನೇ ಅವಲಂಬಿಸಿಬಿಟ್ಟ. ದತ್ತಣ್ಣನಿಂದ ಜ್ಯೋತಿಷ್ಯ ಕಲಿಯಬೇಕೆಂದು ದುಂಬಾಲು ಬಿದ್ದಿದ್ದು ಆಚೆ ದಿಬ್ಬದ ಸುಬ್ರಾಯ ಮಾತ್ರ. ದತ್ತಣ್ಣನಿಗೆ ಸರಿಯಾಗಿ ಗಂಟುಬಿದ್ದಿದ್ದ. ದತ್ತಣ್ಣನಿಗೆ ಸುಟ್ಟು ತಿನ್ನಲೂ ಜ್ಯೋತಿಷ್ಯ ಬರದು, ಇನ್ನು ಹೇಳಿಕೊಡು ಎಂದರೆ ಹೇಗೆ ಹೇಳಿಕೊಟ್ಟಾನು! ಆದರೂ ಸುಬ್ರಾಯ ಹಠ ಬಿಡದೆ ದತ್ತಣ್ಣ ಸಾಯುವವರೆಗೂ ಜ್ಯೋತಿಷ್ಯ ಕಲಿಯಬೇಕೆಂದು ಗೋಗರೆಯುತ್ತಾ ದತ್ತಣ್ಣನ ಮನೆಯ ಮೂಕೆಯಲ್ಲಾದರೂ ಸರಿ ಬೆಳಿಗ್ಗೆಯಿಂದ ಸಂಜೆಯವರೆಗೆ ಕುಳಿತೆದ್ದು ಹೋಗುತ್ತಿದ್ದ...

ಎಲ್ಲರ ಪ್ರೀತಿ ಗಳಿಸಿದ್ದ, ಊರಿಗುಪಕಾರಿಯಾದ ದತ್ತಣ್ಣ ತೀರಿಕೊಂಡಾಗ ಅತಿಯಾಗಿ ನೊಂದಿದ್ದ ಅಬ್ಬೆಗೆ ಮತ್ತೆ ನೋವು ಕೊಡಬಾರದು ಎಂಬ ಉದ್ದೇಶದಿಂದ ಎರಡೆರಡು ದಿನ ಆಗ ತಾನೆ ಹುಟ್ಟಿದ ತನ್ನ ಮಗುವನ್ನು ತಾಯಿಯಿಂದ ದೂರವಿರಿಸಿದರೂ ಅಬ್ಬೆಯನ್ನು ನೋಯಿಸಿರಲಿಲ್ಲ ಕುಟ್ಟ.

2

ಕಾಗೆಪಿಷ್ಟಿ ಬಡಿದ ಅಂಗಿಯನ್ನು ಕಳಚಿಡುತ್ತ, 'ಇವತ್ತು ಮತ್ತೇನು ಗಲಾಟೆ ಆಯಿತು. ಸುಮತಿ ಏನಾದರೂ ಅಂದಳಾ? ನೀವಿಬ್ಬರೂ ಒಬ್ಬರನ್ನೊಬ್ಬರು ಕಡೆಗಣಿಸಿಕೊಂಡರೂ, ಆಡಿದ ಮಾತುಗಳನ್ನೇಕೆ ಕಡೆಗಣಿಸದೆ ಅಷ್ಟು ಗಂಭೀರವಾಗಿ ತೆಗೆದುಕೊಳ್ಳುತ್ತೀರೆಂದು ಸತ್ತು ಸ್ವರ್ಗಕ್ಕೆ ಹೋದ ಅಪ್ಪಯ್ಯನಿಗೂ ಗೊತ್ತೋ ಇಲ್ಲವೋ! ಈಗ ಆಗಬಾರದ್ದಾದರೂ ಏನಾಯಿತು ಸ್ವಲ್ಪ ಬಿಡಿಸಿ ಹೇಳು ಅಬ್ಬೆ' ಎಂದ ಕುಟ್ಟ.

ಕಾಲು ನೀಡಿಕೊಂಡು ಗೋಡೆಗೆ ಆನಿಸಿ ಕುಳಿತ ಅಬ್ಬೆ, 'ನಾನು ಇಲ್ಲಿಯವರೆಗೆ ಕತ್ತೆ ದುಡಿದಂತೆ ದುಡಿದು ಮನೆಮಾಡಿಕೊಂಡು ಬರದಿದ್ದರೆ ನಿನ್ನೆ ಮೊನ್ನೆ ಈ ಮನೆಗೆ ಸೊಸೆಯಾಗಿ ಬಂದು ಇಷ್ಟೊಂದು ಧಿಮಾಕು ಮಾಡಲಿಕ್ಕಾದರೂ ಏನಿರುತ್ತಿತ್ತು ಅವಳಿಗೆ! ನಾನು ನಿಮಗಿಂತ ಹಳಬಳೇ ಆದರೂ, ತಪ್ಪೋ ಸರಿಯೋ ನಾನೂ ರೂಢಿಸಿಕೊಂಡು ಬಂದ ಕೆಲವು ನಂಬಿಕೆಗಳಿರುತ್ತವೆಯಲ್ಲವೆ, ಅದನ್ನೇ ನಂಬಿಕೊಂಡಿರಲು, ನಂಬಿಕೊಂಡೇ ಸಾಯಲು ನನ್ನನ್ನು ಬಿಟ್ಟುಬಿಡಿ. ನನ್ನ ಕಾಲಾನಂತರ ಈ ಆಸ್ತಿಯೆಲ್ಲ ನಿಮ್ಮದೇ, ನಿಮ್ಮ ಮನಸ್ಸಿಗೆ ಬಂದಂತೆ ಆಗ ನೀವೇನೇ ಮಾಡಿಕೊಳ್ಳಿ ಕೇಳಲಿಕ್ಕೆ ನಾನು ಬರುತ್ತೇನೆಯಾ? ಆಯಸ್ಸು ತೀರಿದಮೇಲೆ ನಿಮಗೆ ಚೂರೂ ತೊಂದರೆ ಕೊಡದೆ ಜಾಗ ಖಾಲಿ ಮಾಡುತ್ತೇನೆ' ಎಂದು ಕಣ್ಣೀರಾಗತೊಡಗಿದಳು ಅಬ್ಬೆ.

ಕುಟ್ಟನಿಗೂ ಅಬ್ಬೆಯ ವಯಸ್ಸಿನರಿವಾಗಿ ಮನಸ್ಸೆಲ್ಲಾ ಹುಳ್ಳಗಾಯಿತು. ಅಬ್ಬೆಯೂ ಸರಿಯೇ, ಕೆಲವೊಂದು ವಿಷಯದಲ್ಲಿ ಮನೆಯವರೊಳಗೆ ಭಿನ್ನಾಭಿಪ್ರಾಯ ಬರುವುದು ಸಹಜ. ಅಭಿಪ್ರಾಯದಲ್ಲಿ ಒಮ್ಮತ ಬಂದರೆ ಒಳ್ಳೆಯದು, ಅದು ಸಾಧ್ಯವಿಲ್ಲದಿದ್ದರೆ ಪರಸ್ಪರರ ನಂಬಿಕೆಯನ್ನು ಗೌರವಿಸುವುದೊಂದೇ ದಾರಿ. ಸುಮತಿಯೂ ಇತ್ತೀಚೆಗೆ ತನ್ನ ಮೂಗಿನ ನೇರಕ್ಕೇ ಯೋಚಿಸುತ್ತಿದ್ದಾಳೆ, ಜಬರದಸ್ತಿನಲ್ಲಾದರೂ ಸರಿ ಅಬ್ಬೆಯನ್ನು ನೋಯಿಸಬೇಡಾ ಎಂದು ಸುಮತಿಗೆ ಹೇಳಿಬಿಡಬೇಕೆನ್ನುವಷ್ಟರಲ್ಲಿ ಸುಮತಿಯೇ ಬಂದು 'ಊಟಕ್ಕಾಗಿದೆ, ಪದಾರ್ಥ ತಣಿದರೆ ಮತ್ತೆ ಬಿಸಿಮಾಡುತ್ತಾ ಕುಳಿತುಕೊಳ್ಳಬೇಕು. ಆಗ ಮಗನನ್ನು ಮಲಗಿಸಲು ತಡವಾಗುತ್ತದೆ. ಈಗಲೇ ಬಂದರೆ ಬಡಿಸಿಬಿಡುತ್ತೇನೆ. ಕೈಕಾಲು ತೊಳೆಯಲು ಮರಿಗೆ ತುಂಬಿಸಿಟ್ಟಿದ್ದೇನೆ' ಎಂದು ಸಣ್ಣ ವರಾತ ಮಾಡಿದವಳು ಮುಖದಲ್ಲಾಗಲಿ, ದನಿಯಲ್ಲೇ ಆಗಲಿ ಯಾವ ಅತೃಪ್ತ ಭಾವನೆಯನ್ನೂ ತೋರಗೊಡದೆ ಒಳ ಹೋದಳು.

ಅಬ್ಬೆಯೇ ಮಾತು ಮುಂದುವರಿಸುತ್ತ, 'ಕೊಟ್ಟಿಗೆಯಲ್ಲಿ ಪದೇ ಪದೇ ಗಂಡಾದರೆ ಎಷ್ಟು ಗಂಡುಕರ ಅಂತ ಸಾಕುವುದು. ಬರೀ ಸಗಣಿಗೊಂದಾಗುತ್ತದೆ ಬಿಟ್ಟರೆ ಮತ್ಯಾವ ಉಪಯೋಗಕ್ಕಿಲ್ಲ. ಈಗೆಲ್ಲ ಮೊದಲಿನಂತೆ ಗದ್ದೆ ಹೂಡುವುದಕ್ಕಾಗಲಿ, ಕಬ್ಬಿನ ಗಾಣ ತಿರುಗಿಸಲಿಕ್ಕಾಗಲಿ ಯಾರೂ ಎತ್ತು, ಕೋಣಗಳನ್ನ ಬಳಸುವವರಿಲ್ಲ. ನಮಗೂ ಗಂಡುಕರಗಳನ್ನೇ ಕೊಟ್ಟಿಗೆಯಲ್ಲಿ ತುಂಬಿಕೊಂಡರೆ ವಜ್ಜೆಯೇ ಅಲ್ಲವೇ.'

ಅಬ್ಬೆಯ ಮಾತು ಬರೋಬ್ಬರಿ ಇದೆಯೆಂದು ತಿಳಿದ ಕುಟ್ಟ ಅಬ್ಬೆಯ ಮಾತಿಗೆ ಹೌದು ಹೌದೆಂದು ತಲೆಯಾಡಿಸಿದ.

'ಕೊಟ್ಟಿಗೆಯಲ್ಲಿ ಬೆಳ್ಳಿ ಗಂಡುಕರ ಹಾಕಿ ತಿಂಗಳಾಗುತ್ತಾ ಬಂತು, ನಾವು ಮೊದಲಿನಿಂದಲೂ ನಡೆಸಿಕೊಂಡು ಬಂದಹಾಗೆ ಕರುವನ್ನು ನಾನಿಂದು ಬೆಳಗ್ಗೆ ಕದ್ರಿ ಗುಡ್ಡದ ತುದಿಗೆ ಹೋಗಿ ಕಟ್ಟಿ ಬಂದಿದ್ದೆ. ಮಧ್ಯಾಹ್ನದೊಳಗೆ ಮತ್ತೆ ಕೊಟ್ಟಿಗೆಗೆ ತಂದು ಕಟ್ಟಿದ್ದಾಳೆ ಈ ಸುಮತಿ. ಇವತ್ತು ಸಂಜೆ ನಾರ್ಣ ಬರುತ್ತಾನಂತೆ, ಅವನೊಟ್ಟಿಗೆ ಬೇಕಿದ್ದರೆ ಕರುವನ್ನು ಹೊಡೆದು ಕಳಿಸುತ್ತಾಳಂತೆ ಆದರೆ ಗುಡ್ಡೆಯಲ್ಲಿ ಮಾತ್ರ ಕಟ್ಟಲು ಬಿಡುವುದಿಲ್ಲ ಅಂತ ಹಠ ಹೊತ್ತಿದ್ದಾಳೆ' ಅಬ್ಬೆ ಮತ್ತೆ ದಳದಳ ಕಣ್ಣೀರು ಸುರಿಸಲಾರಂಭಿಸಿದಳು.

ಇಷ್ಟು ಸಣ್ಣ ವಿಷಯವನ್ನು ರಾದ್ಧಾಂತ ಮಾಡುತ್ತಿರುವ ಸುಮತಿ ಮೇಲೆ ಕೋಪ ಬಂತು. ಈ ಸಲ ಅಬ್ಬೆಯೇನಾದರೂ ಬಾವಿಗಿಳಿದರೆ ಅಬ್ಬೆಯನ್ನು ಮೇಲೆತ್ತಲು ಸುಮತಿಯನ್ನೇ ಕರೆಯುತ್ತೇನೆ ಎಂದು ಮನಸ್ಸಿನಲ್ಲಿಯೇ ಹಿಡಿಶಾಪ ಹಾಕಿಕೊಂಡ.

'ಅಲ್ಲೋ ಕುಟ್ಟಾ, ಎಷ್ಟು ಮಂದಿ ಗಂಡುಕರ ಹುಟ್ಟಿದ ದಿನದಿಂದಲೇ ಅದಕ್ಕೆ ಒಂದು ಹನಿ ಹಾಲನ್ನೂ ಕೊಡದೆ ಕರ ಸತ್ತ ಮೇಲೆ ಹೆಣವನ್ನು ಮಣ್ಣು ಮಾಡಿಬರುತ್ತಾರೆ. ಗಂಡುಕರುವೇ ಆದರೂ ಒಂದು ದಿನವೂ ಬಿಡದೆ ಕರುವನ್ನು ಕೆಚ್ಚಲು ಬುಡದಲ್ಲಿಯೇ ಕಟ್ಟಿದ್ದೇನೆ. ಹುಟ್ಟಿ ತಿಂಗಳಾಗುತ್ತಾ ಬಂದ ಮೇಲೆ ಕರುವನ್ನು ಗುಡ್ಡದ ತುದಿಗೆ ಕಟ್ಟಿ ಬಂದರೆ ಯಾವ ಪಾಪವೂ ಇಲ್ಲ. ಅದರ ಹಣೆಯಲ್ಲಿ ಬರೆದಂತಾಗುತ್ತಿತ್ತು ಅಲ್ಲವಾ.' ಎಂದು ನಿಟ್ಟುಸಿರುಬಿಡುತ್ತಾ ಕೈಕಾಲು ತೊಳೆದ ಶಾಸ್ತ್ರ ಮಾಡಲೆದ್ದಳು ಅಬ್ಬೆ.

ಮೀಯುವ ಮನಸ್ಸಿಲ್ಲದಿದ್ದರೂ ಅಪ್ಪನ ನೆನಪಾಗಿ ಒಂದು ಚಂಬು ಹೊಯ್ದುಕೊಂಡರಾಯ್ತು ಎಂದು ಕಾಗೆಪಿಷ್ಟಿಯ ವಾಸನೆಯನ್ನೂ ಮೀರಿ ತಲೆಯಲ್ಲಿ ಕೊರೆಯುತ್ತಿರುವ ಕೊಟ್ಟಿಗೆಯ ವಿಷಯವನ್ನೇ ಚಿಂತಿಸುತ್ತ ಬಚ್ಚಲಿಗೆ ನಡೆದ ಕುಟ್ಟ.

ಗಂಡುಕರವನ್ನು ಸಾಕುವುದು ಅಷ್ಟು ಸುಲಭವಲ್ಲ, ಹೆಣ್ಣು ಕರಗಳಿಗಿಂತಲೂ ಅವುಗಳು ಬಹಳ ಸೂಕ್ಷ್ಮ. ಪದೇಪದೆ ದವಾಖಾನೆಗೆ ಓಡಬೇಕು. ಹುಲ್ಲು ದಾಣಿಯೂ ಸ್ವಲ್ಪ ಹೆಚ್ಚೇಬೇಕು. ಕೆಲಸಗಾರರೂ ಸಿಗದ ಈ ಕಾಲದಲ್ಲಿ ಗಂಡುಕರಗಳನ್ನೇ ಕೊಟ್ಟಿಗೆಯಲ್ಲಿ ತುಂಬಿಕೊಂಡರೆ ಸಗಣಿ ಬರಗುತ್ತಾ ಯಾರು ಕೂಡ್ರುತ್ತಾರೆ... ಅಬ್ಬೆ ಇತ್ತೀಚಿನಿಂದ ಅಂತಲ್ಲ ಮೊದಲಿನಿಂದಲೂ ಕೊಟ್ಟಿಗೆಯಲ್ಲಿ ಗಂಡಾದರೆ ಗುಡ್ಡದ ತುದಿಗೆ ಕಟ್ಟಿ ಬರುತ್ತಿದ್ದಳು. ಅಬ್ಬೆ ಅಂತಲೇ ಅಲ್ಲ ಊರಿನವರದ್ದೆಲ್ಲಾ ಇದೇ ರೂಢಿ. ಎಳೆಗರುವನ್ನು ಉಪವಾಸವಿಟ್ಟು ಕ್ಷಣಕ್ಷಣ ಸಾಯುವುದನ್ನು ನೋಡುವುದಕ್ಕಿಂತ

ಕಡೇಪಕ್ಷ ಹಸಿದ ತೋಳ, ನರಿಗಳಿಗಾದರೂ ಅವು ಆಹಾರವಾಗಲಿ ಎನ್ನುವುದು ಹಳ್ಳಿಯವರೆಲ್ಲರ ನಂಬಿಕೆ.

ಯಾರಿಗೆ ಏನಂತ ಹೇಳುವುದು, ಅಬ್ಬೆಯ ಜಾಗದಲ್ಲಿ ನಿಂತು ಯೋಚಿಸಿದರೆ ಅಬ್ಬೆಯದೇನೂ ತಪ್ಪಿಲ್ಲ. ಸುಮತಿ ಯಾಕೆ ಅಬ್ಬೆಯನ್ನು ವಿರೋಧಿಸುತ್ತಿರುವುದು, ಹಠ ಸಾಧಿಸಬೇಕೆಂದು ವಿರೋಧಿಸುತ್ತಿದ್ದರೆ ಅದು ಸುಮತಿಯದ್ದೇ ತಪ್ಪು ಎಂದು ಯೋಚಿಸುತ್ತ ಮಿಂದು ಲುಂಗಿ ಉಟ್ಟು ಊಟಕ್ಕೆ ಬಂದ ಕುಟ್ಟ. ಅಬ್ಬೆ ಅದಾಗಲೇ ಅಪ್ಪೆಹುಳಿಯನ್ನ ಕಲೆಸುತ್ತಿದ್ದಳು.

ಆರು ತಿಂಗಳ ಶಿಶುವನ್ನು ಸೊಂಟಕ್ಕೆ ಚಚ್ಚಿಕೊಂಡು ಸುಮತಿ ಅತ್ತೆಗೆ ಬಡಿಸುತ್ತಿದ್ದಳು. ಯಾವ ಕೋಪಾವೇಷವೂ ಅವಳಲ್ಲಿದ್ದಂತೆ ಕಾಣಲಿಲ್ಲ. ಸುಮತಿಯೂ ಒಳ್ಳೆಯವಳೇ. ಯಾರನ್ನೂ ನೋಯಿಸಬೇಕೆಂಬ ಉದ್ದೇಶ ಅವಳಲ್ಲಿಲ್ಲ. ಎಷ್ಟೇ ಕೆಲಸವಾದರೂ ಕಮಕ್ಕಿಮಕ್ಕೆನ್ನದೆ ತಾನಾಯಿತು ತನ್ನ ಕೆಲಸವಾಯಿತು ಎಂದುಕೊಂಡಿರುವ ತನ್ನ ಹೆಂಡತಿಯ ಮೇಲೂ, ಸೊಂಟಕ್ಕೆ ಚಚ್ಚಿಕೊಂಡ ಮಗುವಿನ ಮೇಲೂ ಕುಟ್ಟನಿಗೆ ಸಣ್ಣದಾಗಿ ಪ್ರೀತಿಯುಕ್ಕಿತು.

'ಅಬ್ಬೆ ಮಾಡಿದ್ದರಲ್ಲಿ ತಪ್ಪೇನಿದೆ, ಅವಳನ್ನು ಹೇಳದೆ ಕೇಳದೆ ಯಾಕೆ ಕರುವನ್ನು ಹೊಡೆದು ತಂದೆ? ಪ್ರತಿಯೊಂದಕ್ಕೂ ಮೂಗುತೂರಿಸುವುದನ್ನು ಬಿಟ್ಟು ಅಬ್ಬೆಗೆ ಬೇಕಾದಂತೆ ಕೆಲವೊಮ್ಮೆಯಾದರೂ ಮನೆಯಲ್ಲಿ ನಡೆಯಲು ಬಿಡು.' ಎಂದು ಸುಮತಿಗೆ ಸಮಜಾಯಿಷಿ ಹೇಳತೊಡಗಿದ ಕುಟ್ಟ.

ಒಂದೆರಡು ನಿಮಿಷ ಸುಮ್ಮನಿದ್ದ ಸುಮತಿ, 'ಗುಡ್ಡದ ಮೇಲೆ ಕಟ್ಟಿದ ಕರುವು ತೋಳ ನರಿಗಳ ಕಣ್ಣಿಗೆ ಬಿದ್ದು ಅವುಗಳಿಗೆ ಆಹಾರವಾದರೆ ಸರಿ, ಇಲ್ಲದಿದ್ದರೆ ವಾರಗಟ್ಟಲೆ ಹಸಿದು, ಇರುವೆ ಕಚ್ಚಿಸಿಕೊಳ್ಳುತ್ತ, ಮೈಮೇಲೆ ನೊಣ ಕುಳಿತರೂ ಬಾಲ ಬೀಸಲಾರದಷ್ಟು ಕೃಶವಾಗಿ ಸೊರಗಿ ಸಾಯುವುದಕ್ಕಿಂತ ನಾರ್ಣಿಗೆ ಕೊಟ್ಟರೆ ಒಳ್ಳೆಯದಲ್ಲವೇ? ಅವನದು ಗೋಬರ್ ಗ್ಯಾಸ್ ಮಾಡುವ ಉದ್ಯಮ ಬಿಜಾಪುರದ ಬದಿಗೆಲ್ಲೋ ಇದೆಯಂತೆ. ಜೊತೆಗೆ ಸಗಣಿಯಿಂದ ಸಾವಯವ ಗೊಬ್ಬರವನ್ನೂ ಮಾಡುತ್ತೇನೆ ಎಂದು ಹೇಳಿದ್ದಾನೆ. ಕಣ್ಣೆದುರಲ್ಲದಿದ್ದರೂ ಸರಿ ಎಲ್ಲೋ ಒಂದು ಕಡೆ ನಮ್ಮನೆಯಲ್ಲಿ ಹುಟ್ಟಿದ ಜೀವ ಬದುಕುಳಿಯುತ್ತದಲ್ಲ ಎಂಬ ಆಸೆ. ಅತ್ತೆಮ್ಮನನ್ನು ನೋಯಿಸಬೇಕೆಂದು ಮಾಡಿದ್ದಲ್ಲ. ಮನುಷ್ಯರನ್ನಾಗಲಿ ಪ್ರಾಣಿಯನ್ನಾಗಲಿ ಉಪಯೋಗಕ್ಕಿಲ್ಲವೆಂದ ಮೇಲೆ ಕಾಡಿಗಟ್ಟಲು ಬರುತ್ತದೆಯಾ? ನನಗಷ್ಟು ಕಟುವಾಗಲು ಬರದು' ಎಂದು ಅತ್ತೆಯನ್ನೇ ಗುರಿಯಾಗಿಸಿಕೊಂಡು ಚೂಪಾದ ಮಾತೆಸೆಯುತ್ತಾ ತುಡು ಬಂದು ಬಾಯಿಗೆ ಬೆರಳನ್ನು ಗಿಡಿದುಕೊಂಡು ಹಾಲಿಗೆ ತಡಕಾಡುವ ಶಿಶುವನ್ನು

'ಅಳ್ಳಳ್ಳಳ್ಳ...' ಎಂದು ಸುಮ್ಮನಿರಿಸತೊಡಗಿದಳು.

ಸೊಸೆಯ ಮಾತಿನಿಂದ ಸಿಟ್ಟಿಗೆದ್ದ ಅಬ್ಬೆ ಕೆಮ್ಮಿದ ನೆಪಕ್ಕೆ ಬೋಡಿಗೆ ಅಂಟಿಸಿಕೊಂಡಿದ್ದ ಹಲ್ಲುಸೆಟ್ಟು ಮಳುಕ್ಕ ಉದುರಿ ಬಾಳೆಗೆ ಬಿತ್ತು. 'ಸಾಯ್ಲುಪ್ಪಾ'

ಎನ್ನುತ್ತಾ ಬರೀ ಬೋಡಿನಲ್ಲಿಯೇ ಗಿಜರಿಕೊಂಡಳು ಅಬ್ಬೆ, 'ನನ್ನಲ್ಲಿ ನಿನ್ನಷ್ಟು ಕರುಣೆಯಿಲ್ಲ ಎಂದು ಹೇಳ್ತಿದ್ದೀಯೋ ಅಥವಾ ನನ್ನನ್ನಿನ್ನೂ ಕಾಡಿಗಟ್ಟಿಲ್ಲವೆಂದು ತನ್ನ ದೊಡ್ಡಗುಣ ತೋರಿಸಿಕೊಳ್ಳುತ್ತಿದ್ದೀಯೋ! ಅಯ್ಯೋ ಪುಣ್ಯಾತ್ಗಿತ್ತಿ, ಪ್ರಾಣಿಯನ್ನೇ ಆಗಲಿ, ಮನುಷ್ಯರನ್ನೇ ಆಗಲಿ ಕಾಡಿಗಾದರೂ ಅಟ್ಟು ಆದರೆ ಕಟುಕರ ಕೈಗಲ್ಲ! ಹಸಿದ ಪ್ರಾಣಿಗಳಿಗೆ ಆಹಾರವಾಗುವುದೇ ಮೇಲು, ಮಜಕ್ಕೆ ತಿನ್ನುವವರ ಕೈಗೆ ಸಿಗುವುದಕ್ಕಿಂತ... ಗಂಡುಕರ ಪುಕ್ಸಟ್ಟೆ ಒಯ್ದು ಅವುಗಳ ಸಗಣಿಯಿಂದ ಗ್ಯಾಸು, ಗೊಬ್ಬರ ಸುಡಗಾಡು ಶುಂಠಿಯನ್ನೆಲ್ಲ ಮಾಡುತ್ತೇನೆಂದು ಓಡಾಡುವ ನಾರ್ಣಿ ಎಂಥವನೆಂದು ಇಡೀ ಹೋಬಳಿಗೇ ಗೊತ್ತು. ಖದೀಮ, ಎಳೇ ಕರಗಳನ್ನು ಮಾಂಸದಂಗಡಿಗೆ ಮಾರಿ ದುಡ್ಡು ಮಾಡಿ ಜುಗಾರಾಡ್ತಾನೆ. ಗೋಬರ್ ಗ್ಯಾಸಂತೆ ಬಿಕನಾಸಿದು, ಅವರ ಮನೆಯಲ್ಲಿ ಮೂರ್ಮೂರು ಎಮ್ಮೆ ಇದ್ದರೂ ಒಬ್ಬರಿಗೂ ಗ್ಯಾಸು ಅಂದರೇನು ಅಂತಲೇ ಗೊತ್ತಿಲ್ಲ! ಬಿಜಾಪುರದ ನೆಲದಲ್ಲಿ ನಮ್ಮ ಮಲೆನಾಡಿನಷ್ಟು ಸುಲಭವಾಗಿ ದನಗಳಿಗೆ ಮೇವು ಸಿಗುತ್ತದೆಯೆಂದುಕೊಂಡೆಯಾ! ಇಲ್ಲಿಯವರೆಗೆ ಅವನ ಮನೆಯವರ್ಯಾರಿಗೂ ಬಿಜಾಪುರದಲ್ಲಿರುವ ಅವನ ಠಿಕಾಣಿ ಎಲ್ಲೆಂದು ಗೊತ್ತಿಲ್ಲ, ನೋಡುತ್ತೇನೆಂದು ಹೋದ ಯಾರಿಗೂ ಒಯ್ದ ಕರುವನ್ನು ತೋರಿಸಿಲ್ಲ. ನಾನೇನು ಈ ಬಿನ್ನಾಣಗಿತ್ತಿಯಂತೆ ನಾರ್ಣಿಯನ್ನ ಈಗ ನೋಡುತ್ತಿದ್ದೇನಾ ಅವನು ಹೇಳಿದ್ದನ್ನೆಲ್ಲಾ ನಂಬಲು.' ಎಂದು ಊಟದ ಜೊತೆ ಸೊಸೆಯನ್ನೂ ಜಗೆದು ನುಂಗುವಂತೆ ಹರಿಹಾಯ್ದಳು.

'ಊರಿನವರು ಬಿಜಾಪುರಕ್ಕೆ ಬಂದಾಗ ತಾನು ಕೆಲಸದ ನಿಮಿತ್ತ ಬೆಂಗಳೂರಿಗೆ ಹೋಗಿದ್ದೆನೆಂದು ಮೊನ್ನೆ ಬಂದಾಗ ಹೇಳಿದ್ದ ನಾರ್ಣಿ. ಸುಮ್ಮನೆ ಎಲ್ಲರನ್ನೂ ಅನುಮಾನಪಡುವುದು ಸರಿಯಲ್ಲ' ಎಂದು ವಾದ ಮುಂದುವರೆಸಿದ ಸುಮತಿಯೂ ಪಟ್ಟುಬಿಡುವ ಹಾಗೆ ಕಾಣಿಸಲಿಲ್ಲ.

ಕೊಟ್ಟಿಗೆಯ ಚಾಕರಿ, ಅಕ್ಕೊಚ್ಚು, ಹುಲ್ಲು-ಹಿಂಡಿ ಅಂತ ಗೇಯುವವಳು ಸುಮತಿಯೇ! ಅವಳ ಕೊಟ್ಟಿಗೆಯ ಸಮಾಚಾರ ಅವಳಿಗೇ ಬಿಟ್ಟಿದ್ದು ಎಂದು ತೀರ್ಪು ಕೊಡುವುದೋ ಅಥವಾ ಅಬ್ಬೆಯ ಅಪ್ಪನಮನೆಯಿಂದ ಉಡುಗೊರೆಯಾಗಿ ಬಂದಿದ್ದ ದನದ ಮುಂದುವರೆಯುತ್ತಿರುವ ಸಂತತಿ ಇದು ಎನ್ನುವುದಷ್ಟೇ ಅಲ್ಲ ದನಗಳಿಗೆ ಕಾಯಿಲೆ ಕಸಾಲೆ ಬಂದಾಗ ಮುಂದೆ ನಿಂತು ಗೊಟ್ಟೆಯಲ್ಲಿ ಔಷಧ ಹೊಯ್ದು ನೋಡಿಕೊಳ್ಳುವವಳು ಅಬ್ಬೆಯೇ ಆದ್ದರಿಂದ ಅವಳ ನಿರ್ಧಾರವೇ ಅಂತಿಮ ಎನ್ನುವುದೋ ಎನ್ನುವ ಸಂಕಟ ಕುಟ್ಟನದು.

ಆವೇಶ ಏರೇರಿ ಬರುತ್ತಿದ್ದರೂ ಅಬ್ಬೆ ಈ ಬಾರಿ ಮಾತು ಮುಂದುವರಿಸಲಿಲ್ಲ. ಸೊಸೆಯನ್ನು ಜರಿಯಲಿಲ್ಲ. ಹೊಟ್ಟೆಯೋ ಕೊಳತಪ್ಪಲೆಯೋ ಎಂದು ಸಂದೇಹ ಬರುವಂತೆ ಇನ್ನೊಂದಿಷ್ಟು ಮತ್ತೊಂದಿಷ್ಟು ಅಂತ ಬಟ್ಟಲು ತುಂಬಾ ಅನ್ನ ಹೊಯ್ದುಕೊಂಡು ಅಪ್ಪೆಹುಳಿ ಸುರುವಿಕೊಂಡು ಕಣ್ಣೀರು ಸುರಿಸುತ್ತಾ ಸುರಿಸುರಿದು ಉಣ್ಣಲಾರಂಭಿಸಿದಳು. ಮಾತುಮಾತಿಗೆ ಬಾವಿಗಿಳಿದು ಹೆದರಿಸುವ ಅಬ್ಬೆಯದು ಇದ್ಯಾವ ಹೊಸ ಪರಿ ಎಂದು ಕುಟ್ಟನೊಂದಿಗೆ ಸುಮತಿಯೂ ತಬ್ಬಿಬ್ಬಾದರೂ

ತೋರಿಸಿಕೊಳ್ಳದೆ ಏನಾದರೂ ಮಾಡಿಕೊಂಡು ಹರಿಬಡಿಸಿಕೊಳ್ಳಲಿ ಎಂದು ಕೇಳಿದಷ್ಟು ಬಡಿಸಿದಳು ಸುಮತಿ.

ಕುಟ್ಟ ಏನು ಹೇಳಲೂ ತೋಚದೆ ಉಂಡೆದ್ದ. ಸುಮತಿ ತಾನೂ ಉಂಡು ಮಗುವನ್ನು ಮಲಗಿಸಲು ಕೋಣೆಹೊಕ್ಕಳು.

ಯಾರ ಒತ್ತಡವೂ ಇಲ್ಲದೆ ಹೊತ್ತು ತಾನಾಗಿ ಕಳೆಯುತ್ತಿತ್ತು, ಹಾಲು ಕುಡಿದು ಮಲಗಿದ ಮಗು ಮತ್ತೆ ಹಸಿದು ರಚ್ಚೆ ಹಿಡಿದು ಅತ್ತು ಅಮ್ಮನನ್ನು ಕರೆಯಿತು. ಮಧ್ಯಾಹ್ನ ಉಂಡ ಊಟವೆಲ್ಲ ಕರಗಿ ಗುಟುಕು ಚಹದ ಜೊತೆಗೆ ಹಸಿವಿಗೇನಿದೆ ಎಂದು ಕುಟ್ಟನ ಕಂಗಳು ಕಾಕಳಿಸಿ ನೋಡುತ್ತಿದ್ದವು. ಹಣಿಗೆಗೆರಡು ಹೇನು ಉದುರೀತೇ ಎಂದು ತಲೆ ಬಾಚಿ ಮುಡಿ ಕಟ್ಟುತ್ತಿದ್ದ ಸುಮತಿಗೆ, 'ಆಗಿಂದ ದನ ಕೂಗುತ್ತಿದೆ, ಹಾಲು ಕರೆಯಲು ಹೊರಡೇ' ಎಂದ ಕುಟ್ಟ. ಹಾಲ್ಬೋಗುಣಿಗೆ ಸಣ್ಣ ಉಂಡೆ ಬೆಣ್ಣೆಯನ್ನು ಮೆತ್ತಿಕೊಂಡು ಹಾಲು ಕರೆಯಲು ಹೊರಟಳು ಸುಮತಿ.

ನೊರಜುಗಳು ಬುರುಬುರುನೆ ಹಾರುತ್ತ ಕುರುಡು ನೊಣಗಳು ಓಡಾಡಿಕೊಂಡಿದ್ದ ಕೊಟ್ಟಿಗೆಯನ್ನು ಹೊಕ್ಕರೆ ಕಣ್ಣಿ ಸಮೇತ ಕರುವೇ ಇಲ್ಲ ಕೊಟ್ಟಿಗೆಯಲ್ಲಿ! ದೊಣಕಲಿನಲ್ಲಿ ಕರುವಿಗೆ ಹಾಕಿದ ಎಳೇ ಹುಲ್ಲೂ ಹಾಗೆಯೇ ಇತ್ತು. ತಾಯಿಯ ಕೆಚ್ಚಲಿಗೆ ಬಾಯಿ ಹಾಕಿ ಅಲ್ಲೇ ಎಲ್ಲಾದರೂ ನಿಂತಿದೆಯೇ ಎಂದು ಕೊಟ್ಟಿಗೆಯ ಅತ್ತ ಇತ್ತ, ಕೊಟ್ಟಿಗೆಯ ಹೊರಗೆ ಹುಡುಕಿದರೂ ಕರುವಿನ ಸುಳಿವು ಸಿಗಲಿಲ್ಲ.

ಅತ್ತೆಮ್ಮ ಮತ್ತೆ ಕದ್ರಿ ಗುಡ್ಡೆಯ ತುದಿಗೆ ಕರುವನ್ನು ಕಟ್ಟಲು ಕೊಂಡೊಯ್ದಿರಬೇಕೆಂದು ಅಂದಾಜಿಸಿ ಹಾಲು ಕರೆದು ಮನೆಗೆ ಹೋದವಳು ತನ್ನ ಕೆಲಸದಲ್ಲಿ ಮುಳುಗಿದರೂ, 'ನಾರ್ಣಿಗೆ ಏನು ಹೇಳುವುದು' ಎಂಬ ಯೋಚನೆಯನ್ನೇ ತಲೆ ತುಂಬಿಸಿಕೊಂಡಿದ್ದಳು ಸುಮತಿ.

ಹೊಸಿಲು ಬಾಗಿಲಿಗೆ ದೀಪ ಹಚ್ಚುವ ಹೊತ್ತಾದರೂ ಅಬ್ಬೆಯ ಸುಳಿವಿಲ್ಲ. ಈಗಂತೂ ಅಗ್ಟಾಯೆ ಬೇರೆ, ಆರಾಗುತ್ತಲೇ ಪೂರ್ತಿ ಕತ್ತಲಾವರಿಸಿಬಿಡುತ್ತದೆಯೆಂದು ಕಂಗಾಲಿಗೆ ಬಿದ್ದ ಕುಟ್ಟ. ಕದ್ರಿ ಗುಡ್ಡೆಗೆ ಹೋಗಿ ಕರು ಕಟ್ಟಿ ಬಂದವಳು ಸೀದಾ ಬಾವಿಗೀವಿಯಿಳಿದು ಕುಳಿತಳೇ ಎಂದು ಶಂಕಿಸುತ್ತಾ ಬ್ಯಾಟರಿ ಬಿಟ್ಟು ಬಾವಿಯಲ್ಲಿ ಹಣಕಿ, ಅಬ್ಬೆ ಎಂದು ಕರೆದೇ ಕರೆದ.

ಆಚೀಚೆ ಮನೆಯವರನ್ನೆಲ್ಲಾ 'ಅಬ್ಬೆ ಎಲ್ಲಾದರೂ ಹೊರಟಿದ್ದು ನೋಡಿದಿರಾ' ಎಂದು ಕೇಳಿ ಅವರನ್ನೂ ಒಂದೊಂದು ದಿಕ್ಕಿಗೆ ಅಬ್ಬೆಯನ್ನು ಹುಡುಕಲು ಅಟ್ಟಿದ. ನಾಲ್ಕಾರು ಮಂದಿಯೊಂದಿಗೆ ಏದುಸಿರುಬಿಡುತ್ತ ಕದ್ರಿ ಗುಡ್ಡೆಯ ತುದಿವರೆಗೂ ಹೋಗಿ ಸುತ್ತು ಹೊಡೆದು ಬಂದ, ಪ್ರಯೋಜನವಾಗಲಿಲ್ಲ.

ಅಬ್ಬೆ ಕರುವಿನೊಟ್ಟಿಗೆ ಎಲ್ಲಿ ಹೋಗಿರಬಹುದು? ಕದ್ರಿ ಗುಡ್ಡೆಯನ್ನು ದಾಟಿ ಹೋಗಿರಲು ಶಕ್ಯವೇ, ಈ ಸಮಯದಲ್ಲಿ ಯಾರೇ ಆಗಲಿ ಕದ್ರಿಗುಡ್ಡೆ ದಾಟಿದರೆ ವಾಪಸ್ಸು ಬರುವುದು ಸಂದೇಹವೇ! ಕ್ರೂರಪ್ರಾಣಿಗಳ ಹಾವಳಿ ಅಲ್ಲಿ ಎಂದು ಕಲ್ಪಿಸಿಕೊಂಡಷ್ಟೂ ಕುಟ್ಟನ ಕೈಕಾಲು ಥರಗುಟ್ಟತೊಡಗಿದವು.

'ಅತ್ತೆಮ್ಮ ನಿನ್ನ ಕರು ನಿನ್ನದೇ. ನಾನು ಉಸಾಬರಿಗೂ ಬರುವುದಿಲ್ಲ. ಬಾರೆ ಅಬ್ಬೇ...' ಎಂದು ಬಿಕ್ಕಳಿಸುತ್ತಲೇ ಸುಮತಿಯೂ ಗಡಿಬಿಡಿಗೆ ಬಿದ್ದು ಆಚೀಚೆ ಕೇರಿಯ ಮೂಲೆಮೂಲೆಯನ್ನೆಲ್ಲಾ ಮಗುವನ್ನು ಸೊಂಟಕ್ಕೆ ಚಚ್ಚಿಕೊಂಡೇ ಅಲೆದಳು.

ರಾತ್ರಿ ಹತ್ತಾದರೂ ಅಬ್ಬೆಯ ಸುಳಿವಿಲ್ಲ. ಕರುವಿಗಾಗಿದ್ದೇ ತನಗೂ ಆಗಲಿ ಎಂದು ಕರುವಿನೊಟ್ಟಿಗೆ ಎಲ್ಲಿ ಹೋದಳೋ ಅಬ್ಬೆ ಎಂದು ಗೋಳಿಡುತ್ತಾ ಕುಟ್ಟ ಸಂಪೂರ್ಣ ಕುಸಿದುಹೋದ.

'ಧೈರ್ಯ ತಂದುಕೋ ಕುಟ್ಟಣ್ಣ. ಕುಂಬಾರಗುಂಡಿಯ ಸುಬ್ರಾಯ ಜ್ಯೋತಿಷಿಗಳಿದ್ದಾರಲ್ಲ ಒಳ್ಳೆ ಜ್ಯೋತಿಷಿಗಳು. ನಮ್ಮ ದತ್ತಣ್ಣ ಜೋಯಿಸರ ಬಳಿಯೇ ಕಲಿತವರು, ಅಂಜನಾ ಹಚ್ಚಿ ದನ, ಕರು, ಮನುಷ್ಯರು ಎಲ್ಲಾ ಯಾವ ದಿಕ್ಕಿಗೆ ಹೋಗಿದ್ದಾರೆ ಅಂತ ಪತ್ತೆಹಚ್ಚಿ ನಿಖರವಾಗಿ ಹೇಳ್ತಾರೆ. ತಡಮಾಡಬೇಡಾ, ಒಮ್ಮೆ ಅವರ ಬಳಿ ಹೋಗಿಬಾ. ರಾತ್ರಿ ಅಂದ್ರೆ ರಾತ್ರಿಯೇ ಅಬ್ಬೆಯನ್ನು ಪತ್ತೆ ಹಚ್ಚುವಾ' ಎಂದು ಧೈರ್ಯವಾಗಿ ನುಡಿದ ಮೂಲೆಮನೆಯ ರಾಮಕೃಷ್ಣ.

ನನ್ನಪ್ಪನ ಬಳಿ ಕಲಿತವನೇ? ಅಪ್ಪನ ಕೊನೆಯ ದಿನದವರೆಗೂ ನಮ್ಮನೆಗೆ ಎಡತಾಕಿ ಚಿಟ್ಟೆಹೊಳ್ಳಿ ಬಿಸಿಮಾಡಿ ಹೋಗುತ್ತಿದ್ದ ಸುಬ್ರಾಯನೇ ಇರಬೇಕು. ಹಾಗಿದ್ದರೆ ಮನೆಯ ಪರಿಸ್ಥಿತಿಗೆ ತಕ್ಕಂತೆ ಜ್ಯೋತಿಷ್ಯ ಹೇಳುವವನೇ ಅವನು ಎಂಬುದರಲ್ಲಿ ಸಂಶಯವೇ ಇಲ್ಲ ಎಂದು ಫಕ್ಕನೆ ನೆನಪಾಗಿ ತಕ್ಷಣ ಕುಟ್ಟನ ಮನಸ್ಸು ಮುದುಡಿತು.

ಆದದ್ದಾಗಲಿ ಈಗ ತನಗಿರುವ ದಾರಿ ಸುಬ್ರಾಯ ಜ್ಯೋತಿಷಿಗಳೇ ಬಿಟ್ಟರೆ ಬೇರೆ ಇಲ್ಲ ಎಂದು ಚಪ್ಪಲ್ಲೂ ತೊಡದೆ ಎದ್ದೆನೋ ಬಿದ್ದೆನೋ ಎನ್ನುತ್ತಾ ಅವಸರವಸರವಾಗಿ ರಾಮಕೃಷ್ಣನೊಟ್ಟಿಗೆ ಕುಂಬಾರಗುಂಡಿಗೆ ದೌಡಾಯಿಸಿದ ಕುಟ್ಟ.

ಬಯಲರಸಿ ಹೊರಟವಳು

'ಪ್ರಸಾದ ಅಂತ ಅಲ್ಲ, ಶಿರಾ ಅಂತಲಾದ್ರೂ ತಿನ್ನೆ ಚಿಕ್ಕಿ. ನಾನು ಯಾರಿಗೂ ಹೇಳುವುದಿಲ್ಲ' ಎಂದು ಬೆರಳುಗಳ ಸಂದಿಯಲ್ಲಿ ಜಾರುವಷ್ಟು ತುಪ್ಪವಿದ್ದ ಸತ್ಯನಾರಾಯಣ ಕತೆಯ ಪ್ರಸಾದವನ್ನು ಪಾತಿಚಿಕ್ಕಿಯ ಎದುರಿಗೆ ಹಿಡಿಯುತ್ತ ಕಣ್ಣುಮಿಟುಕಿಸಿದ್ದೆ.

'ನೋಡು ಕಮಲಿ ನಾನು ಪ್ರಸಾದ ತೆಗೆದುಕೊಳ್ಳದಿರಲು ಕಾರಣ ಬೇರೆಯೇ ಇದೆ. ಅದನ್ನು ಯಾರಿಗೂ ಪದೇ ಪದೇ ಹೇಳುತ್ತ ತಿರುಗುವುದಿಲ್ಲ. ಭಗವಂತನ ಮೇಲೆ ಭಯ ಭಕ್ತಿ ಇಲ್ಲವೆಂದಲ್ಲ, ಪ್ರಸಾದ ತೆಗೆದುಕೊಂಡೇ ನನ್ನ ಭಕ್ತಿಯನ್ನು ಸಾಬೀತುಪಡಿಸಬೇಕೆಂದೇನಿಲ್ಲವಲ್ಲ. ನೀನು ಯಾರಿಗೆ ಹೇಳ್ತೀಯೋ ಬಿಡ್ತೀಯೋ ಸಂಬಂಧ ಇಲ್ಲ, ಇಲ್ಲಿ ಅಂತಲ್ಲ ಎಲ್ಲಿಯೇ ಹೋದರೂ ನಾನು ಪ್ರಸಾದಕ್ಕೆ ಕೈ ಹಚ್ಚುವುದಿಲ್ಲ' ಎಂದು ಕಡ್ಡಿ ತುಂಡು ಮಾಡಿದಂತೆ ಹೇಳಿದ್ದಳು ಪಾತಿಚಿಕ್ಕಿ.

ಗೃಹಪ್ರವೇಶಕ್ಕಂತೂ ಬರಲಿಲ್ಲ, ಸತ್ಯನಾರಾಯಣ ಕತೆಗಾದರೂ ಬಾ ಅಂತ ಒತ್ತಾಯ ಮಾಡಿದ್ದಕ್ಕೆ ಪೂಜೆಗಂತಲೇ ಬಂದು ಪ್ರಸಾದ ನಿರಾಕರಿಸಿದ ಪಾತಿಚಿಕ್ಕಿಯ ಮೇಲೆ ಸಣ್ಣ ಅಸಹನೆಯೂ, ಎಲ್ಲರೆದುರು ನನಗೆ ಸಣ್ಣ ಮುಜುಗರವೂ ಆಗಿತ್ತು.

ಮಂಚಿಕೇರಿಯೆಂಬ ಊರವರಿಗೇನೋ ಇವಳು ಆದರ್ಶವೇ ಆದರೆ ಊರಿನಿಂದ ಈಚೆ ಬಂದರೂ ಪಾತಿಚಿಕ್ಕಿ ಅದೇ ಗೋಲದೊಳಗೆ ಮಿಡುಕುತ್ತಿದ್ದಾಳೆ ಎನ್ನಿಸಿತು.

ಪಾತಿಚಿಕ್ಕಿ ತಾನು ಪ್ರಸಾದ ನಿರಾಕರಿಸುವುದಕ್ಕೂ ಆದರ್ಶಕ್ಕೂ ಎತ್ತಣಿಂದೆತ್ತ ಸಂಬಂಧವೂ ಇಲ್ಲವೆಂದು ಮಂಗನ ಹಾವಳಿಯ ಸುದ್ದಿ ಬಂದಾಗಲೊಮ್ಮೆ ಏನೋ ಕತೆ ತೆಗೆದು ಅವಳೇ ಹೇಳಿದ್ದಳು, ಬಿಡಿಸಿ ಅರ್ಥವಾಗುವಂತೆ ಹೇಳಿದ್ದಳೋ ಇಲ್ಲವೋ ನೆನಪಿಲ್ಲ. ಅದನ್ನೆಲ್ಲಾ ನಾನು ತೀರಾ ತಲೆಗೆ ಹಚ್ಚಿಕೊಂಡು ಕೇಳಿರಲಿಲ್ಲ, ಅವಳ ಆದರ್ಶಗಳಿಗೆ ಮೂಲ ಹುಡುಕುವುದೆಂದರೆ ನನಗೆ ಆಗಿಬರದ ಕೆಲಸ.

ಪ್ರಸಾದ ನಿರಾಕರಿಸುವುದಕ್ಕೆ ಕಾರಣ ಏನೇ ಇರಲಿ ಅದನ್ನು ನಜರಂದಾಜು ಮಾಡಿ ಪಾತಿಚಿಕ್ಕಿಯನ್ನು ದೈವತ್ವಕ್ಕೇರಿಸುವ ಪ್ರಯತ್ನ ಊರ ಮಂದಿಯೇ ಮಾಡಿದ್ದು!

ಊರಮಂದಿಯದೂ ತಪ್ಪಿಲ್ಲ ಬಿಡಿ, ಜೀವನದಲ್ಲಿ ಎದುರಾಗುವ ಸಾವಿರಾರು ಕಷ್ಟ ಕಾರ್ಪಣ್ಯಗಳಿಗೆ ಮಾತನಾಡದ ದೇವರುಗಳಿಗಿಂತ ಒರಟೊರಟಾಗಿ ಮಾತನಾಡಿ, ಎಲ್ಲರ ನಂಬಿಕೆಯನ್ನೇ ಅಲ್ಲಾಡಿಸುವಂತೆ ಚೆಂದಾಗಿಯೇ ಬದುಕುತ್ತಿದ್ದ ಪಾತಿಚಿಕ್ಕಿ ಊರವರಿಗೆ ಭಿನ್ನವಾಗಿಯೂ ಆಕರ್ಷಕವಾಗಿಯೂ ಕಾಣಿಸಿದ್ದಿರಬೇಕು! ಊರಿನ ಕೆಲವರು ಅವಳನ್ನು ಅಮ್ಮ ಎಂದು ಕರೆದರೆ ಎಲ್ಲರೂ ಅವಳನ್ನು ಅಮ್ಮ ಎನ್ನಲು ಶುರುಮಾಡಿದರು, ಮಗುವಿನ ನಾಮಕರಣಕ್ಕೆ ಕರೆದು ಹೆಸರೇನಿಡಲಿ ಎಂದು ಕೇಳಿದರು, ಮಗುವಿಗೆ ಸಿಹಿ ನೀನೇ ಮೊದಲು ತಿನ್ನಿಸೆಂದರು. ಕಡೆಕಡೆಗಂತೂ ಸಾಯಲು ಬಿದ್ದವರ ಬಾಯಿಗೆ ಗಂಗೆ ಹನಿಸಲೂ ಪಾತಿಚಿಕ್ಕಿಯೇ ಆಗಬೇಕಿತ್ತು ಊರಿನವರಿಗೆ.

ಬಲವಂತಕ್ಕೆ ಬಿದ್ದು ಊರ ಜನರಿಗೆ ದೇವರಂತಾದರೂ ಅವಳು ಮನುಷ್ಯತ್ವ ಮೀರಲು ಎಂದೂ ಹೆಣಗಿದ್ದಿಲ್ಲ, ದೇವರಾದೆನೆಂದು ಬದಲಾಗಿದ್ದಿಲ್ಲ. ಮೊದಲಿನಿಂದಲೂ ಕೇಳಿಕೊಂಡು ಮನೆಬಾಗಿಲಿಗೆ ಬಂದ ಎಲ್ಲರಿಗೂ ಕೈಮೀರಿ ಸಹಾಯ ಮಾಡಿಕೊಂಡು, ಒಂದಿಷ್ಟು ತಾನೇ ಸಿದ್ಧಪಡಿಸಿ ಅನುಷ್ಠಾನಕ್ಕೆ ತಂದುಕೊಂಡಿದ್ದ ನೀತಿ, ನಿಯಮ, ಶಿಸ್ತು ಎಂದುಕೊಂಡು ಬದುಕುತ್ತ ಬಂದವಳು. ವಯಸ್ಸೇರುತ್ತಾ ಆಯಸ್ಸಿಳಿಯುತ್ತಾ ದರೆಯ ಮೇಲಿನ ಮರದಂತೆ ಯಾವ ದೊಡ್ಡ ಗಾಳಿ ತಗಲಿದರೂ ಧರೆಯ ಪಾಲಾಗುವ ಹಾಗಾದರೂ ಅವಳು ಸ್ವಲ್ಪ ಕೂಡ ಬದಲಾಗದೆ ಅವಳಾಗಿಯೇ ಇದ್ದಂತಹ ಗಟ್ಟಿಗಿತ್ತಿ ಹೆಂಗಸು ಪಾತಿಚಿಕ್ಕಿ.

ಅದೇನಾಯಿತೋ ಏನೋ ಬೆಳಗಾಗುತ್ತಲೇ ನನಗೆ ಫೋನಾಯಿಸಿ, 'ಸಾಯುತ್ತೇನೆ ಎಂದರೆ ಅಳುವವರಿಗೇನೂ ಇಲ್ಲಿ ಕಮ್ಮಿಯಿಲ್ಲ ಕಮಲಿ... ಆದರೆ ಈ ಊರಲ್ಲಿ ಸಾಯಲು ಮುದ್ದಾಂ ಮನಸ್ಸಿಲ್ಲ ನನಗೆ. ನಾನಿಲ್ಲಿ ಸತ್ತರೆ ನನ್ನದೂ ಒಂದು ದೇವಸ್ಥಾನವಾಗಿಬಿಡಬಹುದು. ಹರಕೆ, ಬಲಿ ಅಂತ ಜಾತ್ರೆಗಿಂತ ಜನರೇ ಒಂದು ಶಿದ್ದೆ ಹೆಚ್ಚು ಮರುಳೆನಿಸಬಹುದು. ಇಂದಲ್ಲಾ ನಾಳೆ ಉಸಿರು ನಿಲ್ಲುವುದಿದ್ದಿದ್ದೇ. ಅದು ಮತ್ತೆಲ್ಲೇ ಆದರೂ ಚಿಂತೆಯಿಲ್ಲ ನನಗೆ. ಉದ್ದೇಶವಿಲ್ಲದ ಈ ಬದುಕಿಗೊಂದು ಹೊಸ ಆಯಾಮವನ್ನು ಆ ಭಗವಂತನೇ ತೋರಿಸಿದನೆಂದುಕೋ! ಏನು ಎತ್ತ ಎಂದು ಫೋನಿನಲ್ಲೆಲ್ಲಾ ಹೇಳಲಾಗುವುದಿಲ್ಲ. ಈಗಿಂದೀಗ ಹೊರಟು ಬಾ ಕಮಲಿ, ಮಾತನಾಡುವುದಿದೆ.' ಅಂತ ಹಗ್ಗದ ಮೇಲೆ ನಡೆವಾಗ ಅಲುಗುವ ಶರೀರದಂತೆ ನಡುಗುವ ಸ್ವರದಲ್ಲಿ ಹೇಳಿಕೊಂಡಳು.

ಓದು ಗೀದಿನ ಗೋಜಿಗೆ ಹೋಗದೆ ಅಪರೂಪಕ್ಕೊಮ್ಮೆ ಶಾಲೆಗೆ ಹೋಗಿಬಂದು ಮನೆಯಲ್ಲಿ ಚಾಕರಿ ಮಾಡಿಕೊಂಡಿರುತ್ತಿದ್ದ ನನಗೊಂದು ದಾರಿ ಮಾಡಿ ಈ ಹಂತಕ್ಕೆ ಮುಟ್ಟಿಸಿದ್ದೇ ಚಿಕ್ಕಿ. ಅಂಥವಳ ಋಣ ತೀರಿಸಲಂತೂ ಈ ಜನ್ಮದಲ್ಲಿ ಸಾಧ್ಯವಿಲ್ಲ, ಸೇವೆ ಮಾಡುವ ಯೋಗವಾದರೂ ಇರಲಿ ನನ್ನ ನಸೀಬಿನಲ್ಲಿ ಎಂದು ಬೇಡಿದ್ದೂ ವ್ಯರ್ಥವೇ ಆಗುವಂತಿದೆಯಲ್ಲ ಎಂದು ಪಿಚ್ಚೆನಿಸಿತು. ಗಡುಸಾಗಿದ್ದ ಪಾತಿಚಿಕ್ಕಿ ಇಷ್ಟು ನಮ್ ಆಗಿ ವಿನಂತಿಸುತ್ತಿದ್ದಳೆಂದರೆ ಏನಾದರೂ ತೊಂದರೆಯಾಗಿದ್ದಿರಬಹುದೇ ಎಂಬ ಆತಂಕವೂ ಕಾಡತೊಡಗಿತು...

'ಚಿಕ್ಕಿ ಕಂಗಾಲಾಗಬೇಡ, ನಾನಿದ್ದೇನಲ್ಲ. ಹೀಗೆಯೇ ನಿಂತ ಕೈಲಿ ಹೊರಡುತ್ತೇನೆ ಊರಿಗೆ. ನೀನು ಹೇಳಿದಲ್ಲಿಗೆ ನಾನೇ ಕರೆದುಕೊಂಡು ಹೋಗಿ ಬರುತ್ತೇನೆ. ನಾನಿರುವಾಗ ನೀನ್ಯಾಕೆ ಒಬ್ಬಳೇ ಎಲ್ಲಾದರೂ ಹೋಗಬೇಕು' ಅಂತ ಗದರಿದಂತೆ ಮಾಡಿ, ಒಂದಿಷ್ಟು ಧೈರ್ಯ ಹೇಳಿ ಫೋನಿಟ್ಟೆ.

ಜಗದೀಶನಿಗೂ ಮಕ್ಕಳಿಗೂ ಒಂದಿಷ್ಟು ಸಾಂಬಾರು ಪುಡಿ, ಚಟ್ನಿಪುಡಿಗಳನ್ನೆಲ್ಲ ಮಾಡಿ ಡಬ್ಬಿಯಲ್ಲಿ ತುಂಬಿ, ಯಾವುದಕ್ಕೂ ಇರಲಿ ಎಂದು ವಾರಕ್ಕಾಗುವಷ್ಟು ಬಟ್ಟೆಯೊಂದಿಗೆ ಊರಿಗೆ ಹೊರಟೆ. ಪಾತಿಚಿಕ್ಕಿಯ ಆರೋಗ್ಯ ಹೇಗಿದೆಯೋ, ಯಾವ ಸ್ಥಿತಿಯಲ್ಲಿದ್ದಾಳೋ... ಹೇಳಿ-ಕೇಳಲು ಚಿಕ್ಕಿಗೆ ಬೇರೆ ಸ್ವಂತದವರು ಅಂತ ಯಾರೂ ಇಲ್ಲ ಎಂಬ ಚಿಂತೆ ನನಗೆ. ಜಗದೀಶನಿಗೆ ಗೊತ್ತು, ಚಿಕ್ಕಿ ನನ್ನ ಬದುಕಿನಲ್ಲಿ ಹಡೆದ ತಾಯ್ತಂದೆಯರಿಗಿಂತಲೂ ಹೆಚ್ಚೆಂದು. ನಾನು ಇದ್ದಕ್ಕಿದ್ದಂತೆ ಹೊರಟೆ ಎಂದರೂ ರಾಗ ತೆಗೆಯದೆ ಕಾರು ಮಾಡಿಸಿ ಕಳಿಸಿದ.

ಎಷ್ಟೋ ಬಾರಿ ಅಂದುಕೊಳ್ಳುತ್ತೇನೆ ಇಂತಹ ಅಕ್ಕರೆಯ ಜೀವನ ನನಗೆ ಒದಗುತ್ತಿತ್ತೋ ಇಲ್ಲವೋ, ಅಂದು ನಾನು ಪಾತಿಚಿಕ್ಕಿಯ ಕೈಲಿ ಸಿಗದಿದ್ದರೆ ಅಂತ! ವಿದ್ಯಾಭ್ಯಾಸದಲ್ಲಿ ಎಂತಹ ಆಸ್ಥೆಯೂ ಇಲ್ಲದ ನಾನು ಸುಮ್ಮನೆ ಗೆಳತಿಯರೊಟ್ಟಿಗೆ ಶಾಲೆಗೆ ಹೋಗಿ ಕಾಲಹರಣ ಮಾಡುತ್ತಿದ್ದ ಸಮಯದಲ್ಲಿ ಶಾಲೆಯ ಹೊರಗೆ ಬುಗುರಿ ಹಣ್ಣು ಮಾರುತ್ತಿದ್ದ ರುಕ್ಕುಬಾಯಿಗೂ ನನಗೂ ಒಳ್ಳೆಯ ದೋಸ್ತಿ ಕುದುರಿತ್ತು. ಪುಕ್ಕಟೆ ಹಣ್ಣು ಸಿಗುತ್ತದೆಯೆಂದಾದರೆ ನಾನೂ ಏನು ಬೇಕಿದ್ದರೂ ಮಾಡಲು ತಯಾರಿದ್ದೆ. ರುಕ್ಕುಬಾಯಿಯೂ ನನ್ನಿಂದ ಒಂದಿಷ್ಟು ಲಾಭ ತೆಗೆದುಕೊಳ್ಳುತ್ತಿದ್ದಳು.

ಆಗೆಲ್ಲಾ ಯಲ್ಲಾಪುರಕ್ಕೋ, ಹಳಿಯಾಳ ಮುಂಡಗೋಡಿಗೋ ಯಾರಾದರೂ ದೊಡ್ಡ ಮನುಷ್ಯರು ಬರುತ್ತಾರೆಂದರೆ ಸಾಕು, ಚಪ್ಪಾಳೆ ತಟ್ಟಲು ಮತ್ತು ಜೈಕಾರ ಹಾಕಲು ಜನ ಬೇಕೆಂದು, ಕಾರ್ಯಕ್ರಮಗಳಿಗೆ ಜನರನ್ನು ಒಯ್ಯಲು ಸುಮಾರಿಷ್ಟು ಟೆಂಪೋ ಬರುತ್ತಿತ್ತು. ಜನರನ್ನು ಕರೆದುಕೊಂಡು ಹೋಗಿ ವಾಪಸ್ಸು ಕಳಿಸುವುದಷ್ಟೇ ಅಲ್ಲ, ಊಟ-ಆಸರು, ಜೊತೆಗೆ ಒಂದಿಪ್ಪತ್ತು ರೂಪಾಯಿ ಕೂಡ ಕೊಡುತ್ತಿದ್ದರು. ಮಕ್ಕಳಿದ್ದವರಿಗೆ ಮೂವತ್ತು ರೂಪಾಯಿ. ಮಕ್ಕಳೇನಾದರೂ ರಚ್ಚೆ ಹಿಡಿದು ಅಳುತ್ತಿದ್ದರೆ ಒಂದೈದು ರೂಪಾಯಿ ಹೆಚ್ಚು.

ರುಕ್ಕುಬಾಯಿ ಎಷ್ಟೋ ಬಾರಿ ನನ್ನನ್ನು ಪುಸಲಾಯಿಸಿ ಶಾಲೆಯ ಹೊರಗಿಂದ ಹೊರಗೇ ನನ್ನನ್ನು ಟೆಂಪೋದಲ್ಲಿ ಕರೆದುಕೊಂಡು ಹೋಗುತ್ತಿದ್ದಳು. ನಮ್ಮಂತೆ ಎಲ್ಲೆಲ್ಲಿಂದಲೋ ದುಡ್ಡಿನಾಸೆಗೆ ಚಪ್ಪಾಳೆ ಬಡಿಯಲು ಬಂದ ಸಾಗರದಂತಹ ಜನಜಂಗುಳಿಯ ನಡುವೆ ಎಂಟು-ಹತ್ತು ವರ್ಷದ ನನ್ನನ್ನೇ ತನ್ನ ಮಗಳೆಂಬಂತೆ ಸೊಂಟಕ್ಕೆ ಚಚ್ಚಿಕೊಂಡು ಪೋಸು ಕೊಟ್ಟು ಮೂವತ್ತು ರೂಪಾಯಿಯನ್ನೋ, ಬೇಕಂತಲೇ ಕೆನ್ನೆತ್ತರಾಗುವಂತೆ ಕುಂಡೆ ಚೂಟಿ ನನ್ನನು ಅಳಿಸಿ ಮೂವತ್ತೈದು ರೂಪಾಯಿಯನ್ನೋ ತೆಗೆದುಕೊಳ್ಳುತ್ತಿದ್ದಳು. ಝಳಪಿಸುವ ಬಿಸಿಲಿನ ಧಗೆಯಲ್ಲಿ ದಿನವಿಡೀ ಕುಳಿತಿರಬೇಕಿತ್ತು! ಕಾರ್ಯಕ್ರಮಕ್ಕೆ ಯಾವ ಮಹಾನುಭಾವರು

ಬರುತ್ತಿದ್ದರೋ ಭಾಷಣ ಮಾಡಿ ಹೋಗುತ್ತಿದ್ದರೋ ಎಂಬುದರ ಬಗ್ಗೆ ಟೆಂಪೋಗಳಲ್ಲಿ ಬಂದವರ್ಯಾರೂ ತಲೆಕೆಡಿಸಿಕೊಳ್ಳುತ್ತಿರಲಿಲ್ಲ. ಉರಿಬಿಸಿಲ ಝಳಕ್ಕೆ ತಮ್ಮ ಸೆರಗನ್ನೇ ತಲೆಮೇಲೆ ಹೊದ್ದು ಪರಸ್ಪರ ಪರಿಚಯವಿಲ್ಲದಿದ್ದರೂ ತಮ್ಮ ಕಷ್ಟ ಸುಖಗಳನ್ನು ಸರಾಗವಾಗಿ ಮಾತನಾಡಿಕೊಳ್ಳುತ್ತಿದ್ದರು. ಒಂದಿಷ್ಟು ಪಡ್ಡೆಯಂತಹ ಹುಡುಗರು ಸಿಳ್ಳೆ ಹಾಕುತ್ತ ಕೇಕೆ ಹಾಕಿ ಭರ್ಜರಿ ಕುಣಿಯುತ್ತಿರುತ್ತಿದ್ದರು. ಇದನ್ನೆಲ್ಲಾ ನೋಡುವುದೇ ನನಗೊಂದು ರೀತಿಯಲ್ಲಿ ಮಜವಾಗಿರುತ್ತಿತ್ತು.

ಒಮ್ಮೊಮ್ಮೆ ಅದೃಷ್ಟ ಕೈಕೊಟ್ಟಾಗ ಎಷ್ಟೇ ಹೊತ್ತು ಕಾದರೂ ಕಾರ್ಯಕ್ರಮಕ್ಕೆ ಅತಿಥಿಯೇ ಬರದೆ ಬರಿಗೈಲಿ ವಾಪಸ್ಸು ಬಂದಿದ್ದೂ ಇದೆ.

ರುಕ್ಕುಬಾಯಿ ನನ್ನನ್ನು ಎಷ್ಟೇ ದೂರದ ಊರಿಗೆ ಕರೆದುಕೊಂಡು ಹೋದರೂ ಶಾಲೆ ಬಿಡುವುದರೊಳಗೆ ನನ್ನನ್ನು ವಾಪಸ್ಸು ಕರೆತರುವುದನ್ನು ಮಾತ್ರ ತಪ್ಪುತ್ತಿರಲಿಲ್ಲ. ವಾಪಸ್ಸು ಬರುತ್ತಲೇ ಎಂಟಾಣೆಯ ಎರಡು ಮಹಾಲೆಕ್ಟೋ, ಒಂದೆರಡು ಹಿಡಿ ಬುಗುರಿ ಹಣ್ಣನ್ನು ಕೊಟ್ಟು ಮನೆಗೆ ಕಳಿಸುತ್ತಿದ್ದಳು. ಶಾಲೆ ತಪ್ಪಿದ್ದೂ ಅಲ್ಲದೆ, ಕೈತುಂಬಾ ಬುಗುರಿ ಹಣ್ಣು, ಎರಡು ಪೆಪ್ಪರುಮೆಂಟು ಬೇರೆ!

ಒಂದು ದಿನ ಹೀಗೆಯೇ ಶಾಲೆಗೆ ಗೈರಾಗಿ ನಾನು ಮತ್ತು ರುಕ್ಕುಬಾಯಿ ಮುಂಡಗೋಡಿಗೆ ಹೋಗಿದ್ದೆವು. ಮುಂಡಗೋಡಿನ ಸರ್ಕಾರಿ ಶಾಲೆಯ ಹತ್ತಿರವಿರುವ ಗ್ರೌಂಡಿನ ಜನಜಂಗುಳಿಯ ನಡುವೆ ಕುಳಿತು ಚಪ್ಪಾಳೆ ಹೊಡೆಯುತ್ತಿರುವಾಗ ಹಿಂಬದಿಯಿಂದ ಬಂದ ಪಾತಿಚಿಕ್ಕಿ ನನ್ನ ಬೆನ್ನಿಗೆರಡು ಗುದ್ದಿ, ಮನೆಗೆ ಕರೆದೊಯ್ದು ಅಪ್ಪನಿಗೆ ವಿಷಯವನ್ನೆಲ್ಲಾ ಹೇಳಿ ರಂಪ ಎಬ್ಬಿಸಿದ್ದಳು. ಅನ್ಯಾಯವಾಗಿ ತನಗೆ ಬರಬೇಕಿದ್ದ ದುಡ್ಡೆಲ್ಲಾ ಮತ್ಯಾವುದೋ ಹೆಂಗಸಿನ ಪಾಲಾಯ್ತಲ್ಲ ಎಂದು ಅಪ್ಪನಿಗೆ ಚಿಂತೆಯಾದರೆ ಶಾಲೆ ಕಲಿಯಲು ಮನಸ್ಸಿಲ್ಲದಿದ್ದರೆ ಮನೆಯಲ್ಲೇ ಇದ್ದು ಕೆಲಸಕ್ಕಾದರೂ ಸಹಾಯ ಮಾಡಲೇನು ಧಾಡಿ ಎಂದು ಅಮ್ಮನ ಯೋಚನೆಯಾಗಿತ್ತು.

'ಹೀಗೆ ಊರು ತಿರಕಲಿಯಾದರೆ ಈಗಲ್ಲ ನಿನಗೆ ಪಾಡು ತಿಳಿಯುವುದು, ತಿಳಿದಾಗ ತಿದ್ದಿಕೊಳ್ಳಲು ಅವಕಾಶವಿಲ್ಲದ ಹಾಗೆ ಬದುಕು ಮುನ್ನಡೆದಿರುತ್ತದೆ' ಎಂದು ತಿಳಿಹೇಳಿದ ಪಾತಿಚಿಕ್ಕಿ ಅಪ್ಪ ಅಮ್ಮನನ್ನು ಹೇಗೋ ಮಾಡಿ ಒಪ್ಪಿಸಿ ನನ್ನನ್ನು ಮಂಚಿಕೇರಿಯ ತನ್ನ ಮನೆಗೆ ಕರೆದೊಯ್ದು, ಅಲ್ಲಿಯೇ ಶಾಲೆಗೆ ಹೆಸರು ಹಚ್ಚಿಸಿ ತಮ್ಮ ಮನೆಯಲ್ಲಿಯೇ ಇರುವಂತೆ ನೋಡಿಕೊಂಡಿದ್ದಳು.

ನಾನು ಪಾತಿಚಿಕ್ಕಿಯ ಮನೆ ಸೇರಿದಾಗ ಅವಳಿಗೆ ಆಗತಾನೇ ಮದುವೆಯಾಗಿ ಎರಡು ತಿಂಗಳಷ್ಟೇ ಕಳೆದಿತ್ತು. ತೋರಣಕ್ಕೆಂದು ಬಿಗಿದಿದ್ದ ಮಾವಿನ ತುಮಕೆ ತೆಂಗಿನ ಮರದ ಬುಡದಲ್ಲಿನ್ನೂ ಕೊಳೆತಿರಲಿಲ್ಲ. ಡಬ್ಬದಲ್ಲಿರುವ ಮದುವೆಯ ಬೂಂದಿಲಾಡಿಗೆ ಬಿಳಿಯ ಗಡ್ಡ ಮೀಸೆ ಆಗತಾನೇ ಮೂಡುತ್ತಿತ್ತು.

ಅಪರೂಪಕ್ಕೆಲ್ಲೋ ಒಂದೆರಡು ಬಾರಿ ಪಾತಿಚಿಕ್ಕಿಯ ಮನೆಗೆ ಅಮ್ಮನೊಂದಿಗೆ ಬಂದಿದ್ದೆ, ಬಿಟ್ಟರೆ ಉಳಿದುಕೊಂಡಿದ್ದು ಇದೇ ಮೊದಲು. ಚಿಕ್ಕಿಯ ಮನೆ ಬಹಳ

ದೊಡ್ಡದಿತ್ತು, ಭೂತಬಂಗಲೆಯಂತೆ ಹೋದಲ್ಲೆಲ್ಲಾ ಮೌನವೇ ತುಂಬಿರುತ್ತಿತ್ತು. ಆದರೆ ಮನೆ ಅಳಿಯನಾಗಿ ಸೇರಿದ ಕಾಕಾ ಮಾತ್ರ ಪಕ್ಕಾ...ಪಕ್ಕಾ ಕಾಗೆಯಂತೆಯೇ ಇದ್ದ! ಬಣ್ಣದ ಬಗ್ಗಲ್ಲ ಹೇಳಿದ್ದು, ಒಂದಲ್ಲಾ ಒಂದು ಸಣ್ಣಪುಟ್ಟ ಕಾರಣಕ್ಕೂ ಕರ್ರಾ ಕಾ ಎಂದು ಕೊರಗುಡುತ್ತಲೇ ಇರುತ್ತಿದ್ದ. ಎಂತಹದ್ದೂ ವಿಷಯ ಸಿಗದಿದ್ದರೆ, 'ಮನೆ ಅಳಿಯನಾಗಲು ಒಪ್ಪಲೇಬಾರದಿತ್ತು, ಅಪರೂಪಕ್ಕೆ ಬಂದು ಹೋಗುವ ಅಳಿಯನಿಗೆ ಮಾತ್ರ ಕಿಮ್ಮತ್ತು. ಇಲ್ಲದಿದ್ದರೆ ಹೀಗೆ ಸದ್ರ ಮಾಡಿಬಿಡುತ್ತಾರೆ' ಎಂದು ಹಳಿದುಕೊಳ್ಳುತ್ತ ಒಂದು ನಿಮಿಷವೂ ಕೂರದೆ ಒಂದಲ್ಲಾ ಒಂದು ಕೆಲಸವನ್ನು ಹುಡುಕಿ ಮಾಡುತ್ತಾ, ಹೊಗೆಸೊಪ್ಪಿನ ಚೂರನ್ನು ಬಾಯಿಗಿಡುವ ಮೊದಲು ಹೊಗೆಸೊಪ್ಪಿನ ದಂಟೊಂದನ್ನೆಳೆದು ಮೂಗಿನ ಹೊರಳೆಗಳಿಗೊಮ್ಮೆ ಇಳಿಬಿಟ್ಟು, ಹಾಕ್ಯೋ... ಎಂದು ಸೀನಿ ಮುಂಡಿನ ತುದಿಯಲ್ಲೇ ಮೂಗುಜ್ಜುತ್ತಿರುತ್ತಿದ್ದ. ಅಲ್ಲಿಯೇ ಕುಳಿತು ಗೆರಶಿ ತುಂಬಾ ಅಕ್ಕಿ ತುಂಬಿಕೊಂಡ ಪಾತಿಚಿಕ್ಕಿ ಬಿಂಜಲು ಕಟ್ಟಿದ ಅಕ್ಕಿ ಬಿಡಿಸಿ ಹುಳ ಹುಡುಕಿ ಪಕ್ಕದಲ್ಲಿದ್ದ ನೀರಿನ ತಟ್ಟೆಯಲ್ಲಿ ಮುಳುಗಿಸುತ್ತಿದ್ದರೂ ಈ ವಿಷಯಕ್ಕೆ ಸಂಬಂಧಿಸಿ ತನ್ನ ಬಾಯಿಯಿಂದ ಒಂದೇ ಒಂದು ಮಾತನ್ನೂ ಸಹ ಜಾರಲು ಬಿಟ್ಟಿರಲಿಲ್ಲ. ತಾನಾಯಿತು, ತನ್ನ ಕೆಲಸವಾಯಿತು, ತೋಟ–ಮನೆ, ಹಾಸಿಗೆ ಹಿಡಿದ ತನ್ನಪ್ಪನ ಹೇಲು ಉಚ್ಚೆ ಬರಗುತ್ತಾ ಪಾತಿಚಿಕ್ಕಿ ಆರಾಮಾಗೇ ಇದ್ದಳು.

ಸಾಧ್ಯವಿದ್ದಷ್ಟೂ ರಂಧ್ರಗಳಿಗೆ ನಳಿಗೆ ಚುಚ್ಚಿಸಿಗೊಂಡು ಹಾಸಿಗೆ ಹಿಡಿದ ಗೋಪಾಲಜ್ಜ ಅಂದರೆ ಪಾತಿಚಿಕ್ಕಿಯ ಅಪ್ಪ ಸಾಯಲು ತಿಂಗಳೊಪ್ಪತ್ತಿರುತ್ತಾ ಕಾಕಾ ಮನೆಬಿಟ್ಟಿದ್ದು. ಪಾತಿಚಿಕ್ಕಿ ಚಿಟಬಿಲ್ಲನ್ನು ಹೆದೆಗೇರಿಸಿ ಮಂಗಗಳ ಬೇಟೆಯಾಡಲು ತೋಟಕ್ಕೆ ಹೋಗಿದ್ದರೆ ಇತ್ತ ಕಾಕಾ ತನ್ನಪ್ಪನ ಮನೆಯಿಂದ ತಂದ ಹಡಪ ತುಂಬಿದ ಟ್ರಂಕನ್ನೂ ತೆಗೆದುಕೊಳ್ಳದೆ ಬರಿಗೈಲಿ ಹೊರಟುಬಿಟ್ಟಿದ್ದ. ಕಾಕಾ ಹೊರಟಿದ್ದನ್ನು ನಾನು ಕಣ್ಣಾರೆ ಕಂಡಿರಲಿಲ್ಲ, ನಾನಾಗ ಶಾಲೆಯಲ್ಲಿದ್ದೆ... ಅಡುಗೆಗೆ ಬರುತ್ತಿದ್ದ ಮಾದೇವಿ ಊರುತುಂಬಾ ವಿಷಯ ಹಬ್ಬಿಸುವಾಗ ಕೇಳಿಸಿಕೊಂಡಿದ್ದೆನಷ್ಟೇ!

ಅಚಾನಕ್ಕಾಗಿ ಎದುರಾದ ಈ ಸನ್ನಿವೇಶವನ್ನು ಊಹಿಸಿರದ ಪಾತಿಚಿಕ್ಕಿ, 'ನಾ ಯಾರಿಗೇನು ಮೋಸ ಮಾಡಿದ್ನರೋ! ಯಾರ ಕೆಟ್ಟ ದೃಷ್ಟಿ ಬಿತ್ತೋ ನನ್ನ ಮೇಲೆ. ನನ್ನ ಜೀವನ ಚಕಣಾ ಚೂರಾಗೋಯ್ತಲ್ರೋ' ಎಂದು ಎದೆ ಬಡಿದುಕೊಂಡು ಅತ್ತಿದ್ದಳು. ಹಾಸಿಗೆ ಹಿಡಿದಿದ್ದ ಗೋಪಾಲಜ್ಜನೂ ಮುಸಿಮುಸಿ ಮನಸೋ ಇಚ್ಛೆ ಅತ್ತಿದ್ದ. ಮನೆಬಿಟ್ಟು ಹೋಗುವುದೆಂದರೇನು ಎನ್ನುವ ಕಲ್ಪನೆ ನನಗಿನ್ನೂ ಆಗ ಸರಿಯಾಗಿ ಮೂಡಿರಲಿಲ್ಲ. ಆದರೂ ನನ್ನ ತಿಳುವಳಿಕೆಯ ಮಟ್ಟದಲ್ಲಿ ಪಾತಿಚಿಕ್ಕಿಯ ತೇಗಿನ ಅಬ್ಬರಕ್ಕೇ ಕಾಕಾ ಮನೆಬಿಟ್ಟಿರಬೇಕು ಎಂದು ನಿರ್ಧಾರಕ್ಕೆ ಬಂದಿದ್ದೆ.

ಪಾತಿಚಿಕ್ಕಿ ಪದೇಪದೇ ಡರ್ರನೆ ತೇಗಿದಳೆಂದರೆ ಅವಳು ಉಂಡ ಅಡುಗೆಯ ವಾಸನೆಯೆಲ್ಲ ಕಲಸುಮೇಲೋಗರದಂತೆ ಒನ್ನಮನಿ ಹೇಸಿಗೆಯ ರೂಪದಲ್ಲಿ ಹೊರಬರುತ್ತಿತ್ತು. ತೇಗಿದರೆ ಹೀಗೆಲ್ಲಾ ವಾಸನೆ ಬರುತ್ತದೆಯೆಂಬ ವಿಚಾರ ನನಗೆ ಹೊಸದು. ಪಾತಿಚಿಕ್ಕಿಯ ಹಿಂದಾದರೂ ಕುಳಿತುಕೊಂಡೇನು ನಾನು ಆದರೆ ಅವಳ

ಮುಂದೆ ಕುಳಿತುಕೊಳ್ಳುವ ಧೈರ್ಯ ನನಗಷ್ಟೇ ಅಲ್ಲಾ, ಯಾರಿಗೂ ಇದ್ದಿರಲಿಕ್ಕಿಲ್ಲ. ಅವಳೊಂದಿಗೆ ಅವಳ ತೇಗನ್ನು ಸಹಿಸುತ್ತ ಬದುಕುವ ಧೈರ್ಯವಿಲ್ಲದೆ ಕಾಕ ಮನೆಬಿಟ್ಟು ಹೊರಟೇಹೋಗಿದ್ದ ಎಂದು ಮನಸ್ಸಿನಲ್ಲಿಯೇ ಷರಾ ಬರೆದುಕೊಂಡಿದ್ದೆ! ಆದರೆ ನಾನು ಕಂಡುಹಿಡಿದ ಕಾರಣವನ್ನು ಪಾತಿಚಿಕ್ಕಿಗೆ ಹೇಳುವ ಧೈರ್ಯವಾಗಿರಲಿಲ್ಲ ಅಷ್ಟೇ!

ಆದರೆ ಈಗೀಗ ಅನ್ನಿಸುತ್ತದೆ, ಕಾಕ ಬಹಳ ಚಡಪಡಿಸುತ್ತಿದ್ದಿರಬೇಕು. ನೀರಿನಿಂದ ಹೊರ ತೆಗೆದ ಮೀನಿನಂತೆ! ತನ್ನವರನ್ನೆಲ್ಲಾ ಬಿಟ್ಟು ಬದುಕುತ್ತಿದ್ದ ಎನ್ನುವುದಕ್ಕಿಂತಲೂ ಮಿಗಿಲಾಗಿ ತನ್ನನ್ನೇ ಅಡವಿಟ್ಟವರಂತೆ ತಲ್ಲಣಗೊಳ್ಳುತ್ತಿದ್ದನವನು. ಹೆಣ್ಣು ತಾನು ಸೇರಿದ ಮನೆಯನ್ನು, ಹೊಸ ಸಂಬಂಧವನ್ನು ಅಪ್ಪಿಕೊಂಡಷ್ಟು ಸುಲಭವಾಗಿ ಗಂಡಸಿಗೆ ಅದು ಸಾಧ್ಯವಾಗುವುದು ಬಹಳ ಅಪರೂಪ. ಗಂಡಸಿನ ಪ್ರಕೃತಿಗೆ 'ಅಳಿಯ ಸಂತಾನ, ಮನೆ ಅಳಿಯ' ಎಂಬ ಯಾವ ಪದವೂ ಹೊಂದಿಕೆಯಾಗುವುದು ಬಹಳ ಕಷ್ಟವೇ! ನಾನೇ ನೋಡಿಲ್ಲವೇ ಜಗದೀಶನನ್ನು, ಅವನೂ ಹಾಗೆಯೇ, ನನ್ನ ತವರಿಗೆ ಹೋಗಿ ನಾಲ್ಕು ದಿನ ಇದ್ದು ಬರೋಣವೆಂದರೆ ಮಾವನ ಮನೆಯವರೆಲ್ಲಾ ಇವರನ್ನು ಹುರಿದು ಮುಕ್ಕಿಬಿಡುವರೇನೋ ಎಂಬ ಲೆಕ್ಕದಲ್ಲಿ ಬಿಸಿ ಕಾವಲಿಯ ಮೇಲಿನ ನೀರಿನಂತೆ ತಕತಕ ಚಡಪಡಿಸುತ್ತಾನೆ. ಆಗೆಲ್ಲಾ ಕಾಕಾ ನೆನಪಿಗೆ ಬರುತ್ತಾನೆ, ಪಾತಿಚಿಕ್ಕಿ ಸ್ವಲ್ಪ ಮೆತ್ತಗಿದ್ದರೆ ಅವನು ಮನೆಬಿಟ್ಟು ಹೋಗುತ್ತಿರಲಿಲ್ಲವೇನೋ ಎಂದು.

ಚಿಕ್ಕಿ–ಕಾಕಾರದ್ದು ಮದುವೆ ಎನ್ನುವುದಕ್ಕಿಂತಲೂ ಅದೊಂದು ವ್ಯಾಪಾರದಂತಿತ್ತು! ಕಾಕಾನ ತಂದೆಯ ಮನೆಯ ಆರ್ಥಿಕ ಸಮಸ್ಯೆಗಳನ್ನು ಪರಿಹರಿಸಿದ್ದಕ್ಕಾಗಿ ಒತ್ತೆಯಾಳಾಗಿ ಬಂದ ನಂಬರ್ರಿಲ್ಲದ ಖೈದಿಯಾಗಿದ್ದ ಅವನು... ಅಥವಾ ಕಾಕಾನನ್ನು ಇನ್ನೂ ನಿಖರವಾಗಿ ವ್ಯಾಖ್ಯಾನಿಸಬೇಕೆಂದರೆ ಅಳಿಯ ಎಂಬುದು ಸಂಬಂಧಕ್ಕೆ ಅಂಟಿಕೊಂಡು ಬಂದ ಅನವಶ್ಯಕ ಹೆಸರಷ್ಟೇ, ವಾಸ್ತವದಲ್ಲಿ ಅವನು ಕೊಂಡು ತಂದ ದುಬಾರಿ ಆಟಿಗೆಯಂತಿದ್ದ. ಕೀಲಿಕೊಟ್ಟರೆ ತಾಳ, ತಿಪ್ಪರಲಾಗ ಹಾಕುವ ಆಟಿಗೆ...

ನನಗೆ ಕಾರು ಮಾಡಿಸಿಕೊಟ್ಟು ಆಫೀಸಿಗೆ ಹೊರಟಿದ್ದ ಜಗದೀಶ ಫೋನಾಯಿಸಿ, 'ಚಿಕ್ಕಿಯನ್ನು ರಾಣೆಬೆನ್ನೂರಿಗೆ ಕರೆದುಕೊಂಡು ಬಂದುಬಿಡು. ನಮ್ಮೊಂದಿಗೇ ಇರಲಿ' ಎಂದು ಹೇಳಿದ್ದು ಚಿಕ್ಕಿಯನ್ನು ನಾನು ನಮ್ಮ ಜೊತೆಯಿರಲು ಒಪ್ಪಿಸಿ ಕರೆತಂದರೆ ತನ್ನ ಅಭ್ಯಂತರವಿರದಿದ್ದರ ಬಗ್ಗೆ ಒತ್ತಿ ಒತ್ತಿ ಹೇಳುವಂತೆ ತೋರಿತು.

ನಮ್ಮ ಕಾರು ಹಾವೇರಿಯನ್ನು ತಲುಪಿ, ಅಲ್ಲಿಂದ ಎಡಕ್ಕೆ ಹೊರಳಿ ಶಿರಸಿಯ ಹಾದಿ ಹಿಡಿಯಿತು. ಅಲ್ಲಿಯೇ ರಸ್ತೆ ಬದಿಯಲ್ಲಿ ಕಬ್ಬಿನ ರಾಶಿ ಹಾಕಿಕೊಂಡು ಕಬ್ಬಿನ ಹಾಲನ್ನು ಹಿಂಡುತ್ತಿರುವ ಸಾಬಣ್ಣನ ಅಂಗಡಿಯಿಂದ ಎರಡು ಲೀಟರ್ ಕ್ಯಾನಿನಲ್ಲಿ ಕಬ್ಬಿನ ಹಾಲನ್ನು ತುಂಬಿಸಿಕೊಂಡೆ. ನನಗೂ ಚಿಕ್ಕಿಗೂ ಕಬ್ಬಿನಹಾಲೆಂದರೆ ಬಹಳ ಪ್ರೀತಿ. ಕಬ್ಬಿನ ಹಾಲನ್ನು ಕುದಿಸಿಟ್ಟುಕೊಂಡು ಬೆಳಿಗ್ಗೆ ಎದ್ದಕೂಡಲೇ ಎರಡು ಲೋಟ ಕುಡಿಯಬೇಕು, ಅದೆಂತಹ ಸುಖ. ಚಿಕ್ಕಿ ಎಷ್ಟೇ ಚಿಂತೆಯಲ್ಲಿದ್ದರೂ ಕಬ್ಬಿನಹಾಲನ್ನು ನೋಡಿ ಖುಷಿಪಡದೆ ಇರುವವಳಲ್ಲ ಅಂತ ಲೆಕ್ಕಾಚಾರ ನನ್ನದು.

ನಮ್ಮ ಕಾರು ಇನ್ನೆರಡು ತಾಸಿನಲ್ಲಿ ಭೈರುಂಬೆ, ಉಮ್ಮಚಗಿಯನ್ನೆಲ್ಲಾ ದಾಟಿ ಮಂಚಿಕೇರಿಗೆ ಬಂದೇಬಿಟ್ಟಿತು. ಸಾರ್ವಜನಿಕ ಗಣಪತಿ ಕುಳ್ಳಿರಿಸುತ್ತಾರಲ್ಲ ಅಲ್ಲೇ ಮುಂದೆ ಹೋದರೆ ಪಾತಿಚಿಕ್ಕಿಯ ಮನೆ. ಭರ್ಜರಿ ಮನೆ.

ಪಾತಿಚಿಕ್ಕಿ ಗೇಟಿನ ಬಳಿಯೇ ಕಾದು ನಿಂತಿದ್ದಳು, ಹೆಸರಿಗೆ ಗುಲಾಬಿಗಿಡಗಳಿಗೆ ನೀರುಣ್ಣಿಸುತ್ತಿದ್ದಳು...

'ಚಿಕ್ಕಿ, ಈ ಉರಿಬಿಸಿಲಲ್ಲಿ ಗಿಡಕ್ಕೆ ನೀರು ಹನಿಸುತ್ತಿದ್ದೀಯಾ' ಎಂದು ಕೇಳಿದ್ದು ಬಿಸಿಲಲ್ಲಿ ಗಿಡಗಳಿಗೆ ನೀರುಣ್ಣಿಸಬಾರದು ಎಂಬ ಆಕ್ಷೇಪಣೆಗಿಂತಲೂ ಚಿಕ್ಕಿ ಬಿಸಿಲಲ್ಲಿ ನಿಂತು ತಲೆತಿರುಗಿಬಿದ್ದರೆ ಎನ್ನುವ ಆತಂಕವೇ ಇತ್ತು ನನ್ನಲ್ಲಿ.

'ಸುಮ್ಮನೆ ನಿಂತು ಕಾಯುವ ಕೆಲಸವಂತೂ ನನ್ನಿಂದಾಗದು ಕಮಲಿ. ಏನಾದರೂ ಉದ್ಯೋಗ ಬೇಕಲ್ಲ ಕಾಯುತ್ತಾ ನಿಂತವಳಿಗೆ' ಎನ್ನುತ್ತಾ ಅಲ್ಲೇ ಜಗುಲಿಯ ಮೇಲೆ ಚಂಬಲ್ಲಿ ತಂದಿಟ್ಟುಕೊಂಡಿದ್ದ ನೀರು ಬೆಲ್ಲವನ್ನು ಕೊಟ್ಟು ಉಪಚರಿಸಿದಳು.

'ಕಮಲಿ, ಯಾಕೋ ನಾಲ್ಕು ದಿನದಿಂದ ನಿನ್ನ ಕಾಕನ ನೆನಪು ಬಹಳ ಕಾಡುತ್ತಿದೆ. ಕುಂತಲ್ಲಿ, ನಿಂತಲ್ಲಿ, ಹೋದಲ್ಲೆಲ್ಲಾ. ಅವನ ಬಡೀಮುಖದಲ್ಲಿ ಪ್ರೀತಿಗಿಂತಲೂ ಹೆಚ್ಚಾಗಿ ಇಣುಕುತ್ತಿದ್ದ ದೈನ್ಯತೆ ಈಗಲೂ ನನ್ನನ್ನು ಅಣಕಿಸುತ್ತಿದೆ. ಯಾರದೋ ಮನೆಯ ತೋಟ, ಹಿತ್ತಲು-ಬಾಗಿಲು ತನ್ನದೆಂದು ಸ್ವೀಕರಿಸುವ ಮಮಕಾರ ಮದುವೆ ಅಂತಾದ ತಕ್ಷಣವೇ ಬರಬೇಕೆಂದರೆ, ಮದುವೆ ಎನ್ನುವುದು ಮೋಡಿ ಮಾಟವಾಗಿದ್ದರೆ ಖಂಡಿತವಾಗಿಯೂ ಸಾಧ್ಯವಾಗುತ್ತಿತ್ತೇನೋ! ನನಗಾಗ ಹೊಳೆದಿರಲೇ ಇಲ್ಲ. ಅವನ ಮೇಲೆ ಅಧಿಕಾರ ಚಲಾಯಿಸುವ ಹಕ್ಕು ನನಗಿದೆ ಅನ್ನುವ ಹುಂಬತನ ಬೇರೆ... ಅವನನ್ನು ಇನ್ನೊಂದು ಚೂರು ಪ್ರೀತ್ಯಾದರದಿಂದ ಕಂಡಿದ್ದರೆ ಹೀಗೆಲ್ಲ ಊರ ಜನರ ಪೂಜೆಗಳಿಗೆ ಮುಖವೊಡ್ಡುತ್ತಾ, ಊರವರಿಗೆಲ್ಲ ಅಮ್ಮನಾಗುವ ಬದಲು ನನ್ನದೇ ಸಂಸಾರದಲ್ಲಿ ನಾನಿರುತ್ತಿದ್ದೆನೇನೋ!' ಎಂದು ಉಮ್ಮಳಿಸಿದಳು.

ಪಾತಿಚಿಕ್ಕಿಗೆ ಒಂಟಿತನ ಕಾಡುತ್ತಿದೆಯೇ? ಇದ್ದಿರಲೂಬಹುದು! ಒಂಟಿ ಎಂಬ ಭಾವನೆಯೇ ಹೀಗೆ, ಯಾರಿದ್ದಾರೋ ಇಲ್ಲವೋ ಎನ್ನುವುದು ಮಾನ್ಯವಾಗುವುದಿಲ್ಲ. ಒಂಟಿತನ ಎನ್ನುವುದು ಪೂರಾ ಮಾನಸಿಕ ಅವಸ್ಥೆ. ಯಾವಾಗ ಬೇಕಾದರೂ ಬರಬಹುದು, ತುಂಬು ಸಂಸಾರದಲ್ಲಿಯೂ ಮನುಷ್ಯ ತನಗ್ಯಾರಿಲ್ಲವೆಂದು ನೋಯಬಹುದು! ಆದರೆ ಇಷ್ಟು ವರ್ಷ ಒಂಟಿಯಾಗಿ ಬದುಕಿ ಇನ್ನೇನು ಎಲ್ಲವೂ ಮುಗಿಯುತ್ತದೆ ಎನ್ನುವಾಗ ಅದರ ಅರಿವಾಗುವುದು ಎಂದರೆ ದೂರದೂರಿಗೆ ದಾರಿ ಕ್ರಮಿಸಿ ಗಮ್ಯ ತಲುಪುತ್ತಲೇ ಈ ದಾರಿ ನನ್ನದಾಗಿರಲಿಲ್ಲವೆನ್ನಿಸಿದಂತೆ! ಬದುಕೂ ವ್ಯರ್ಥ, ಬದುಕಿದ್ದೂ ವ್ಯರ್ಥ ಎನ್ನಿಸಿದರೆ ಈ ಮುದಿ ಜೀವ ಈಗೆಷ್ಟು ಹಳಹಳಿಸುತ್ತಿದ್ದಿರಬೇಕು!

ಕಾಕಾ ಮನೆಬಿಟ್ಟು ಹೋದಾಗ ತೋರ್ಪಡಿಕೆಗೆಂಬಂತೆ ಕಣ್ಣೀರಿಟ್ಟರೂ ಅವನನ್ನು ಶಪಿಸಿ ಜರೆದದ್ದೇ ಹೆಚ್ಚು ಪಾತಿಚಿಕ್ಕಿ. ಆದರೆ ಹೀಗೆ ಮುಂದೊಂದು ದಿನ ಕಾಕನಿಗಾಗಿ ಅವಳು ಈ ರೀತಿ ಕೊರಗಬಹುದು ಎಂದುಕೊಂಡಿರಲಿಲ್ಲ.

ಪಾತಿಚಿಕ್ಕಿಗೆಂದು ಕ್ಯಾನಿನನಲ್ಲಿ ತುಂಬಿಸಿಕೊಂಡು ಬಂದಿದ್ದ ಕಬ್ಬಿನಹಾಲನ್ನು ಲೋಟಕ್ಕೆರೆಸಿ ಕೊಟ್ಟು ಉಳಿದಿದ್ದನ್ನು ಬೋಗುಣಿಗೆ ಬರಮಾಡಿ ಕುದಿಸಲಿಟ್ಟು ಬಂದೆ. ಅಡುಗೆಮನೆ ನೋಡಿದರೆ ಅಡುಗೆ ಮಾಡಿಟ್ಟಂತಿರಲಿಲ್ಲ, 'ಮಾದೇವಿ ಬಂದಿಲ್ಲವಾ ಅಡುಗೆಗೆ' ಎಂದು ಕೇಳಿದೆ. ಪಾತಿಚಿಕ್ಕಿ ಕಿವಿಗೆ ಹಾಕಿಕೊಳ್ಳಲಿಲ್ಲ.

ಅಲ್ಲೇ ಮೂಲೆಯಲಿದ್ದ ಪುಟ್ಟ ಗಿಡವೆರಡು ಮನೆಯೊಳಗೆ ತಂಪಗೆ ಹಬ್ಬಿದ್ದರೂ ಕಿಡಕಿಯತ್ತಲೇ ಮುಖ ಮಾಡಿ ಸೂರ್ಯನಿಗಾಗಿ ತಪಿಸುತ್ತಿದ್ದವು, ಬಹುಶಃ ಚಿಕ್ಕಿಯ ಅವಸ್ಥೆಯೂ ಈಗ ಹೀಗೆಯೇ ಇದ್ದಿರಬಹುದು...

'ಚಿಕ್ಕಿ, ಯಾಕಿಲ್ಲಿ ಒಬ್ಬಳೇ ಇರುತ್ತೀಯಾ? ಮಗಳಂತೆ ನನ್ನನ್ನು ನೀನು ಸಾಕಿರುವಾಗ ಮಗಳಾಗಿ ನಾನು ನಿನ್ನನ್ನು ನಮ್ಮನೆಗೆ ಬಾ ಎಂದು ಕರೆದರು ಮತ್ಯಾಕೆ ನಿರಾಕರಿಸುವುದು. ಒಬ್ಬಳೇ ಎಲ್ಲವನ್ನೂ ನಿಭಾಯಿಸಿದ ಧಾಡಶಿ ನೀನು' ಎಂದು ಕಾಕಾನನ್ನು ನೆನಪಿಸಿಕೊಂಡು ಕೊರಗುವುದರಲ್ಲಿ ಅರ್ಥವಿಲ್ಲ ಎಂದೆ ಸಾಂಕೇತಿಕವಾಗಿ.

'ಆವತ್ತು ನಿನ್ನ ಕಾಕಾ ಮನೆಬಿಟ್ಟು ಹೋಗುವ ದಿನ ಏನಾಗಿತ್ತು ಗೊತ್ತಾ? ತೋಟದಲ್ಲಿ ಮಂಗಗಳ ಹಾವಳಿ ಹೆಚ್ಚಾಗಿ ಚಿಟಬಿಲ್ಲನ್ನು, ಆರಿಸಿಟ್ಟ ಚೂಪಾದ ಕಲ್ಲಿನ ಚೀಲವನ್ನು ತೆಗೆದುಕೊಂಡು ಹೋಗಿದ್ದೆ. ಮನೆಯಲ್ಲಿ ಗಂಡಸಿದ್ದೂ ನಾನೇ ಇಂತಹ ಕೆಲಸವನ್ನೆಲ್ಲಾ ಮಾಡಬೇಕಾಗಿದೆಯಲ್ಲ ಎಂಬ ಕೋಪವೂ ಇತ್ತು. ನನ್ನ ಹಣೆಬರಹವೋ ಏನೋ ಗೊತ್ತಿಲ್ಲಾ ಕಮಲಿ, ಅಂಗುಷ್ಟಕ್ಕಿಂತ ಸ್ವಲ್ಪ ದೊಡ್ಡದಿರಬಹುದು ಅಷ್ಟೇ... ಅಷ್ಟೇ ದೊಡ್ಡ ಕಲ್ಲನ್ನು ಚಿಟಬಿಲ್ಲಿಗೆ ಸಿಕ್ಕಿಸಿ ಹೊಡೆದಿದ್ದೆ. ಕಲ್ಲು ತಲೆಗೆ ತಗುಲಿ ಮಂಗ ಕೆಳಬಿದ್ದುಬಿಟ್ಟಿತ್ತು. ಕಲ್ಲಿನಿಂದ ಸಾಯದಿದ್ದರೂ ಕೆಳಗೆ ಬಿದ್ದ ಹೊಡೆತಕ್ಕೆ ಮಂಗ ಸತ್ತಿರಬೇಕು. ಮಂಗಗಳನ್ನು ಹೆದರಿಸಿ ಓಡಿಸಬೇಕೆಂದು ಹೋಗಿ ಈ ಎಡವಟ್ಟಾಗಿತ್ತು. ಆದರೂ ನಿನ್ನ ಕಾಕನ ಮೇಲಿನ ಕೋಪವಿತ್ತಲ್ಲ, ಸ್ವಲ್ಪವೂ ಕನಿಕರಿಸದೆ ಮಂಗವನ್ನು ಎಳೆದು ತೋಟದ ಮೂಲೆಗೊತ್ತಿ ಮನೆಗೆ ಬಂದು ಇದ್ದಬಿದ್ದ ಕೋಪವನ್ನೆಲ್ಲಾ ನಿನ್ನ ಕಾಕನ ಮೇಲೆ ಮತ್ತೆ ತೆಗೆದೆ. ಮದುವೆ ಮಾಡಿಸಿಬಿಟ್ಟಿದ್ದಾರೋ ಅಥವಾ ಶನಿಯನ್ನು ತಂದು ಕೊರಳಿಗೆ ಬಿಗಿದು ಕೂರಿಸಿದ್ದಾರೋ ಏನೋ ಮಾಡಬಾರದ ಪಾಪವನ್ನೆಲ್ಲಾ ನನ್ನ ಕೈಲಿ ಮಾಡಿಸುತ್ತಿದೆ ಎಂದು ನಿನ್ನ ಕಾಕನನ್ನು ತಿವಿದೆ. ನಿನ್ನ ಕಾಕಾ ಒಂದು ತುತ್ತು ಊಟವನ್ನೂ ಮಾಡದೆ ಸತ್ತ ಮಂಗವನ್ನು ತೋಟದಾಚೆ ಹುಗಿದು ಸಣ್ಣ ಕಟ್ಟೆ ಕಟ್ಟಿ ದೀಪವಿಟ್ಟು ಹೋದವನು ಮರಳಿ ಬರಲೇ ಇಲ್ಲ ನೋಡು ಕಮಲಿ. ನಿನ್ನ ಕಾಕಾ ತುಂಬಾ ಕಟುಕ' ಎಂದು ಮತ್ತೂ ನೊಂದುಕೊಂಡಳು.

'ಆದದ್ದೆಲ್ಲಾ ಆಯಿತು ಚಿಕ್ಕಿ, ನಿನ್ನದೇನೂ ತಪ್ಪಿಲ್ಲ, ನೀನೂ ಯಾವುದೋ ಆತಂಕದಲ್ಲಿದ್ದೆ ಬಿಡು. ಗಂಡನ ಮೇಲೆ ಎಗರಾಡದವರು ಯಾರಾದರೂ ಇದ್ದಿರಬಹುದಾ ಹೇಳು' ಎಂದು ಜಗದೀಶನನ್ನು ಬಯ್ಯದ ದಿನಗಳಿದ್ದೀತೆ ಎಂದು ಲೆಕ್ಕಾಚಾರದಲ್ಲಿ ತೊಡಗಿದೆ.

'ಇಲ್ಲ ಕಮಲಿ, ನನ್ನ ಸಂಸಾರ ಎಲ್ಲರಂತಿರಲಿಲ್ಲ. ಮನೆ ಅಳಿಯನಾಗಿ ಬಂದ ನಿನ್ನ ಕಾಕನ ಸ್ವಾಭಿಮಾನಕ್ಕೆ ಪೆಟ್ಟಾಗುವಂತೆ ನಾನು ನಡೆದುಕೊಂಡೆನೇ ಎಂಬ

ಸಂದೇಹ! ನಿನ್ನ ಕಾಕಾನಿಗೆ ಈ ಮನೆ ಅವನದ್ದೇ ಮನೆ ಎನ್ನಿಸುವಂತೆ ನಾನು ನಡೆದುಕೊಂಡಿದ್ದರೆ ಹೀಗಾಗುತ್ತಿರಲಿಲ್ಲವೇನೋ. ಅವನ ತಂದೆ ಮಾಡಿದ ಸಾಲ ತೀರಿಸಿ ನಾವು ದೊಡ್ಡವರಾಗಿದ್ದು ಹೌದು ಆದರೆ ದೊಡ್ಡಸ್ತಿಕೆಯನ್ನು ನಿನ್ನ ಕಾಕನ ಮೇಲೆ ನಾನು ಚಲಾಯಿಸಿಬಿಟ್ಟೆನೆಂದು ಈಗೆನ್ನಿಸುತ್ತಿದೆ.

'ಹಾಂ... ನಿನ್ನ ಕಾಕಾ ಮಂಗನನ್ನು ಹೂತು ಕಟ್ಟೆ ಕಟ್ಟಿದ್ದನಲ್ಲ ಆ ಕಟ್ಟೆಯನ್ನು ಅದ್ಯಾರು ಕಂಡಿದ್ದರೋ ಕಾಣೆ. ಪ್ರತಿದಿನ ಹೂವುಗೀವನ್ನಿಟ್ಟು ಪೂಜಿಸುತ್ತಿದ್ದವರು ನಂತರದ ದಿನಗಳಲ್ಲಿ ಅಲ್ಲಿ ಒಂದು ಪುಟ್ಟ ಮಾರುತಿ ಗುಡಿಯನ್ನೇ ಕಟ್ಟಿಬಿಟ್ಟರು. ಜನರ ಕಷ್ಟ ಎಷ್ಟಿದೆಯೆಂದರೆ ಎಷ್ಟೇ ಗುಡಿ ಕಟ್ಟಿ ಕೈಮುಗಿದರೂ ಬೇಡಿ ಮುಗಿಯಲಾರದಷ್ಟು ಕೋರಿಕೆಗಳಿರುತ್ತವೆ ಅವರಿಗೆ! ಪ್ರತೀ ದಿನವೂ ಅಡುಗೆಯ ಮಾದೇವಿ ಬೇಡವೆಂದರೂ ಮಾರುತಿ ಗುಡಿಯ ಪ್ರಸಾದ ತಂದುಕೊಡುತ್ತಿದ್ದಳು. ಪ್ರಸಾದ ಕಂಡರೆ ಮನುಷ್ಯತ್ವವನ್ನು ಮೆರೆದೆನೆಂದು ತೋರ್ಪಡಿಸುವವನ ಹಾಗೆ ಮಂಗನನ್ನು ಹುಗಿದು ನನ್ನನ್ನು ಜೀವಂತ ಸಮಾಧಿ ಮಾಡಿಹೋದ ನಿನ್ನ ಕಾಕನ ನೆನಪಾಗಿ, ಅಲವರಿಕೆಯೆನ್ನಿಸಿ ಮಾರುತಿ ಮಂದಿರದ ಪ್ರಸಾದವನ್ನು ಮುಟ್ಟಲೂ ಇಲ್ಲ. ಆದರೆ ತಿಂಗಳು ಕಳೆದು ವರ್ಷಗಳಾದ ಮೇಲೂ ನಿನ್ನ ಕಾಕಾ ಮರಳದಿದ್ದಾಗ ಯಾವ ಪ್ರಸಾದ ತಿಂದು ಯಾರನ್ನು ತೃಪ್ತಿಪಡಿಸಬೇಕಿದೆ ಎಂಬ ಹೇವರಿಕೆಯಿಂದ ಪ್ರಸಾದವೆಂದರೆ ದೂರವೇ ಉಳಿದುಬಿಟ್ಟೆ'

ಪ್ರಸಾದ ತಿನ್ನದಿರಲು ಇಂತಹ ಏನೇನೋ ಕಾರಣಗಳಿವೆ ಎಂದು ಹೀಗೆಲ್ಲಾ ಬಿಡಿಸಿ ಹೇಳಿರಲಿಲ್ಲ ಚಿಕ್ಕಿ. ಪಾತಿಚಿಕ್ಕಿ ಮನಸ್ಸು ಬಿಚ್ಚಿ ಇಷ್ಟೆಲ್ಲಾ ಮಾತನಾಡಿದರೆ ತಾನೆ! ಯಾವಾಗಲೂ ಗೋಡೆಯ ಮೇಲೆ ದೀಪವಿಟ್ಟಂತೆ ಮಾತನಾಡುತ್ತಿರುತ್ತಾಳೆ.

ಹರಟೆಹೊಡೆಯುವ ಜಾಯಮಾನವೇ ಇಲ್ಲ ಚಿಕ್ಕಿಗೆ, ಮನಸ್ಪೂರ್ತಿ ನಗದೆ-ಅಳದೆ ಇಡೀ ಜೀವನವನ್ನೇ ಸವೆಸಬಹುದೆಂಬ ಸತ್ಯವನ್ನು ಚಿಕ್ಕಿಯನ್ನು ನೋಡಿದ ಮೇಲೆಯೇ ನಾನು ನಂಬಿದ್ದು...

ಕಬ್ಬಿನ ಹಾಲನ್ನು ಕುಡಿದ ಪಾತಿಚಿಕ್ಕಿ ಡರ್ರನೆ ತೇಗಿದಳು, ಬೆಳಿಗ್ಗೆ ತಿಂದಿರಬಹುದಾದ ಬೆಳ್ಳುಳ್ಳಿಯ ಕಂಪಿನೊಂದಿಗೆ ಕಬ್ಬಿನಹಾಲಿನ ಘಮಲೂ ಸೇರಿಕೊಂಡು ವಿಚಿತ್ರ ವಾಸನೆಯಾಗಿ ಎದುರಿಗೇ ಕೂತಿದ್ದ ನನ್ನ ಮೂಗಿಗೆ ಅಡರಿತು. ಒಮ್ಮೆಲೇ ಹೊಟ್ಟೆ ತೊಳಸಿದಂತಾದರೂ ಏನೇನೂ ಹೇಳುವಂತಿರಲಿಲ್ಲ ಇವತ್ತು, ಚಿಕ್ಕಿ ಮನಸ್ಸುಬಿಚ್ಚಿ ಎಂದೂ ತೋಡಿಕೊಳ್ಳದ ನೋವನ್ನು ಹೇಳಿಕೊಳ್ಳುತ್ತಿರುವಾಗ ಅವಳ ವಾಸನೆಯ ತೇಗನ್ನು ಸಹಿಸಿಕೊಂಡರೇ ಉತ್ತಮ ಎನ್ನಿಸಿ ಸುಮ್ಮನೆ ಕುಳಿತೆ.

ಪಾತಿಚಿಕ್ಕಿಯ ನೆಮ್ಮದಿಯ ಜೀವನದಡಿಗೆ ನೋವಿನ ಸಮಾಧಿಯಿದೆ ಎಂಬುದು ಅರಿವಾದರೂ ಯಾವತ್ತೂ ಬರದ ವೈರಾಗ್ಯ ಚಿಕ್ಕಿಗೆ ಇಂದು ಅಂಟಿದ್ದೇಕೆ, ಊರವರೊಂದಿಗೇನಾದರೂ ಮಾತು-ಕತೆಯಾಯಿತಾ, ಊರೇ ಬೇಡಾ ಎನ್ನುವಷ್ಟರಮಟ್ಟಿಗೆ ಹೋಗಿರಬಹುದಾದ ಗಲಾಟೆಯೇನಿರಬಹುದು ಎಂದು ಮಾದೇವಿಯನ್ನು ಕೇಳೋಣವೆಂದು ಚಿಕ್ಕಿಯ ಮಾತಿಗೆ ಮಾತು ಬೆರೆಸುತ್ತಾ,

ಹೂಂಗುಟ್ಟುತ್ತಾ ಪಡಿಮಾಡು, ಹಿತ್ತಲಕಡೆಗೆಲ್ಲಾ ಹೋಗಿ ಕಣ್ಣಾಡಿಸಿದೆ... ಮಾದೇವಿ ಕೆಲಸಕ್ಕೆ ಬರಲಿಲ್ಲವೆನ್ನುವುದು ಖಾತ್ರಿಯಾಯಿತು...

ಪಾತಿಚಿಕ್ಕಿ ಏನು ಮಾಡಬೇಕೆಂದುಕೊಂಡಿದ್ದಾಳೆ, ಅವಳ ತಲೆಯಲ್ಲೇನಿದೆ ಎಂಬುದರ ಸಣ್ಣ ಸುಳಿವೂ ಇಲ್ಲದೆ ಮತ್ತೆ ಚಿಕ್ಕಿಯೆದುರು ಬಂದು ಕುಳಿತೆ.

'ನೋಡು ಕಮಲಿ, ಹಳೆಯದನ್ನೆಲ್ಲಾ ಕೆದಕಿ ನನ್ನನ್ನು ನೋಯಿಸಬೇಕೆಂದೇ ಇಷ್ಟು ವರ್ಷಗಳ ಮೇಲೆ ನಿನ್ನ ಕಾಕಾ ನನ್ನ ದುಡ್ಡನ್ನು ಬಡ್ಡಿ ಸಮೇತ ಹಿಂತಿರುಗಿಸಿದ್ದಾನೆ. ಲೆಕ್ಕದ ಹೊರತಾಗಿ ಒಂದೇ ಒಂದು ಯೋಗಕ್ಷೇಮದ ಮಾತಿಲ್ಲ, ಎಲ್ಲಿದ್ದೇನೆಂಬ ವಿಳಾಸವಿಲ್ಲ. ಲಕೋಟೆಯ ಮೇಲೆ ವಾರಾಣಸಿ ಎಂದು ಬರೆದಿರುವ ಚಪ್ಪೆಯೊಂದಿದೆ ಬಿಟ್ಟರೆ ಮತ್ತೇನೂ ಇಲ್ಲ. ಒಮ್ಮೆ ನಿನ್ನ ಕಾಕಾನನ್ನು ಕಾಣಬೇಕು ಕಮಲಿ. ಕಾಣಲೇಬೇಕು.' ಎಂದು ಕಾಕಾ ಕಳಿಸಿದ ಲಕೋಟೆಯನ್ನೂ, ಮನಿ ಆರ್ಡರ್ ಸ್ಲಿಪ್ ನನ್ನ ಕೈಗಿಟ್ಟು, ಕಾಕಾ ಬಿಟ್ಟುಹೋಗಿದ್ದ ಟ್ರಂಕನ್ನು ತನ್ನ ಚೀಲದ ಜೊತೆಯಿರಿಸಿಕೊಂಡು ತನ್ನ ಪ್ರಯಾಣದ ತಯಾರಿಯನ್ನು ತೋರಿಸಿದಳು ಚಿಕ್ಕಿ.

ಜನಸಾಗರ ತುಂಬಿರುವ ವಾರಾಣಸಿಯಲ್ಲಿ ಯಾವತ್ತೋ ನೋಡಿದ್ದ ಕಾಕಾನ ಮರೆತ ಚಹರೆಯನ್ನು ಹೇಗೆ ಹುಡುಕುವುದು! ವಾರಾಣಸಿಯ ಮಣಿಕರ್ಣಿಕಾ ಘಾಟಿನಲ್ಲಿ ಹೆಣಗಳನ್ನು ಸುಡುತ್ತಲೋ ಅಥವಾ ಪಿಂಡವಿಟ್ಟು ಯಾರದ್ದೋ ಶ್ರಾದ್ಧ ಮಾಡಿಸುತ್ತಲೋ ಇದ್ದಿರಬಹುದೇ ಕಾಕ? ಅಥವಾ ಅಘೋರಿಗಳ ನಡುವೆ ಗಡ್ಡ ಬಿಟ್ಟು, ಮೈಗೆಲ್ಲಾ ಭಸ್ಮ ಬಳಿದುಕೊಂಡು ಮರಿಜುವಾನಾ ಸೇವಿಸುತ್ತಿದ್ದಿರಬಹುದೇ? ಸಾಧ್ಯವೇ ಇಲ್ಲ. ಸತ್ತ ಮಂಗನನ್ನೂ ಹುಗಿದು ದೀಪವಿಟ್ಟವ ಅಘೋರಿಗಳ ನಡುವೆ ಬದುಕುವುದಂತೂ ಅಸಾಧ್ಯ. ಮುದಿವಯಸ್ಸಿನ ಸುಕ್ಕುಗಟ್ಟಿದ ಜೋಲುವ ಚರ್ಮದ ಕಾಕಾನನ್ನು ಹುಡುಕಿಕೊಂಡು ಹೊರಡುತ್ತೇನೆನ್ನುವ ಚಿಕ್ಕಿಗೆ ಏನೆನ್ನಲಿ. ದೈವತ್ವಕ್ಕೇರಿಸಿದ ಪರಿಣಾಮವೇ ಇರಬೇಕು ಇದು ಎಂಬ ಶಂಕೆಯೂ ಬಂತು.

ನಾನೇನನ್ನೂ ಮಾತನಾಡಲಿಲ್ಲ. ಮಾತೇ ಹೊರಡಲಿಲ್ಲ ಎನ್ನಿ.

ಅಲ್ಲಿ ಪವಿತ್ರ ಗಂಗೆಯಿದ್ದಾಳೆ ನಿಜ, ಆದರೆ ಅಲ್ಲಿ ತೇಲುವ ಹೆಣಗಳು, ತೇಲುವ ಹೆಣದ ಮೇಲಿನ ಬಟ್ಟೆ ಬರೆಯನ್ನು ತೆಗೆದು ತೊಟ್ಟುಕೊಂಡು ಓಡಾಡಿಕೊಂಡಿರುವ ಸ್ಥಾಯಿಚಿತ್ತದ ಮಕ್ಕಳಾದಿಯಾಗಿನ ಒಂದಿಷ್ಟು ಜನರು, ಪಾಪ ಪರಿಹಾರದ ಆಮಿಷವೊಡ್ಡಿ ಹೊಟ್ಟೆ ಪಾಡಿಗೋಸುಗವೇ ದುಡ್ಡು ದೋಚುವ ಮಂದಿ, ತಮ್ಮವರನ್ನು ಕಳೆದುಕೊಂಡು ಭಾರವಾಗಿರುವ ಜನ... ಇವರ ಮಧ್ಯೆ ಒಂಟಿಯಾಗಿ ಕಾಕನನ್ನು ಹುಡುಕಿ ಹೊರಡುತ್ತೇನೆನ್ನುವ ಪಾತಿಚಿಕ್ಕಿಗೆ ಕಾಕನ ಅವಶ್ಯಕತೆ ಈಗಿದ್ದಿದ್ದು ನಿಜವೇ?

'ಚಿಕ್ಕಿ, ಯಾಕೆ ಹೀಗೆ ಹಠ ಹಿಡಿದು ಕುಂತಿದ್ದೀ. ಕಾಕನಿಗೆ ಬರುವ ಮನಸ್ಸಿದ್ದಿದ್ದರೆ ದುಡ್ಡುಕೊಡುವ ನೆಪವೊಡ್ಡಿ ಅವನೂ ಬರುತ್ತಿದ್ದ... ಪತ್ರದಲ್ಲಿ ಒಮ್ಮೆಯಾದರೂ ಹೇಗಿದ್ದಿ ಎಂದು ವಿಚಾರಿಸುತ್ತಿದ್ದ. ಅವನಿಗಿಲ್ಲದ ಆಸ್ಥೆ ಈಗೇಕೆ ನಿನಗೆ! ಹಠ ಮಾಡಬೇಡ ಚಿಕ್ಕಿ' ಎಂದು ಪರಿಪರಿಯಲ್ಲಿ ಅಂಗಲಾಚಿದೆ. 'ನಿನ್ನ ಸ್ವಾಭಿಮಾನ ನಿನ್ನದು ಮಾತ್ರವಲ್ಲ, ನನ್ನ ಜೀವನವನ್ನೂ ಬಲಿಪಡೆಯಿತು ಎಂದು ಹೇಳಲಿಕ್ಕಾದರೂ ಒಮ್ಮೆ ನಾನು

ಸಾಯುವುದರೊಳಗೆ ನಿನ್ನ ಕಾಕಾನನ್ನು ಭೇಟಿಯಾಗಲೇಬೇಕು ಕಮಲಿ. ನಂತರ ಜೀವವಿರುವವರೆಗೂ ಹರಿಯ ಸೇವೆಮಾಡಿಕೊಂಡಿರುತ್ತೇನೆ. ನನ್ನ ನಿರ್ಧಾರದಲ್ಲಿ ಬದಲಾವಣೆಯಿಲ್ಲ, ನನ್ನನ್ನು ತಡೆದು ಪ್ರಯೋಜನವೂ ಇಲ್ಲ. ನಿಜವಾಗಲೂ ನನಗೆ ಸಹಾಯಮಾಡಲೇಬೇಕೆಂದಿದ್ದರೆ ನನ್ನ ತೋಟದಿಂದ ಬರುವ ಉತ್ಪನ್ನದ ಲಾಭಾಂಶವನ್ನು ಯಾವುದಾದರೂ ಅನಾಥಾಲಯಕ್ಕೆ ಕೊಡುತ್ತಿರು ಅಷ್ಟೇ' ಎಂದು ಕಾಕನ ಟ್ರಂಕನ್ನು ಹಿಡಿದು ಮನೆಯಿಂದ ಹೊರನಡೆದೇಬಿಟ್ಟಳು. ನನಗೆ ಏನು ಮಾಡಬೇಕೆಂದೇ ತೋಚಲಿಲ್ಲ. ಇಂತಹ ಘಳಿಗೆಯನ್ನೆದುರಿಸಲು ನಾನು ಸಿದ್ಧವಾಗಿ ಬಂದಿರಲಿಲ್ಲ.

ಹೊರಡಲೇಬೇಕೆಂದಿದ್ದರೆ ನಾನೂ ನಿನ್ನೊಟ್ಟಿಗೆ ಬರುತ್ತೇನೆ, ಇಬ್ಬರೂ ಕಾಕಾನನ್ನು ಹುಡುಕೋಣ, ಮಾತನಾಡಿಸಿಕೊಂಡು ಬರೋಣವೆಂದು ಪಟ್ಟು ಹಿಡಿದೆ. ಪಾತಿಚಿಕ್ಕಿ ಸುತಾರಾಂ ಒಪ್ಪಲಿಲ್ಲ. 'ನನ್ನ ಖಾಸಗಿ ವಿಷಯ, ನನ್ನದೇ ನಿರ್ಧಾರ' ಎಂದು ಎಂದಿನಂತೆ ಖಡಕ್ಕಾಗಿಯೇ ಹೇಳಿದಳು.

ಅಡುಗೆ ಮನೆಯಲ್ಲಿ ಕುದಿಯುತ್ತಿದ್ದ ಕಬ್ಬಿನಹಾಲನ್ನು ಕಳೆ ಸವರಲು ಬಂದ ಚೆನ್ನಪ್ಪನಿಗೆ ಕೊಟ್ಟು, ಚಿಕ್ಕಿಯ ಚೀಲವನ್ನು ಹೆಗಲಿಗೇರಿಸಿಕೊಂಡು ಮನೆಯ ಹೆಬ್ಬಾಗಿಲನ್ನು ಗೇಟನ್ನು ಭದ್ರಪಡಿಸಿ ಮನೆಯ ಚಾವಿಯನ್ನು ನನ್ನ ಚೀಲಕ್ಕೆ ತುರುಕಿ ಕಾರ್ ಡ್ರೈವರ್ ಬಾಬುವಿಗೆ ಹುಬ್ಬಳ್ಳಿಗೆ ಹೊರಡೆಂದೆ. ವಾರಾಣಸಿಗೆ ರೈಲು ಹತ್ತುವುದು ಅಲ್ಲಿಂದಲೇ...

ಆಚೆ ಬರಲು ಅವಸರಪಡುತ್ತಿದ್ದ ಕಣ್ಣೀರನ್ನು ತಡೆಯುವುದು ಸಾಧ್ಯವಿಲ್ಲವೆನ್ನಿಸಿ ಅದರಪಾಡಿಗದನ್ನು ಬಿಟ್ಟುಬಿಟ್ಟೆ, ಏನಾದರೂ ಮಾಡಿಕೋ ಎಂದು.

ಕಾರಿನ ಕಿಡಕಿಯಿಂದ ಮನೆಯತ್ತ ಒಮ್ಮೆ ತಿರುಗಿ ನಿಟ್ಟುಸಿರು ತೆಗೆದಳು ಪಾತಿಚಿಕ್ಕಿ, ಋಣವೆಂಬ ಭಾರ ಕಳೆಯಿತೆಂಬಂತೆ! ಮಂಚಿಕೇರಿಯ ಜನರ ಕಷ್ಟಕ್ಕಾಗುವ ದೇವತೆ ಯಾರಿಗೂ ಸೂಟು ಕೊಡದೆ ವಾರಾಣಸಿಗೆ ಹೊರಟಿದ್ದಳು, ತಿರುಗಿ ಬರುವ ಯಾವ ಸೂಚನೆಯೂ ಅವಳ ಮುಖದಲ್ಲಿ ಕಾಣಿಸುತ್ತಿರಲಿಲ್ಲ!

ಆ ಕಡುಗಪ್ಪು ಕಣ್ಣುಗಳು...

ಕೊಂಕಣ ರೈಲು ಮುಂಬೈನಿಂದ ಯಾವತ್ತೂ ಖಾಲಿ ಹೊರಟಿದ್ದೇ ಇಲ್ಲ, ಜನರೋ ಜಿರಳೆಗಳೋ ಎಂದು ತಿಳಿಯದಷ್ಟು ಗಿಜಿಗಿಜಿಗುಡುವ ಬೋಗಿ, ಬೋಗಿಯೊಳಗೆ ಮೂಗನ್ನು ಉದ್ರೇಕಿಸಿ ರೋಮಗಳನ್ನೆಲ್ಲ ಒಗ್ಗಟ್ಟಿನಿಂದ ಕೆರಳಿಸಿ ನಿಲ್ಲಿಸಿಬಿಡುವಂತಹ ಒನ್ನಮನಿ ಹೇವರಿಕೆ ತರಿಸುವ ವಾಸನೆ. ದುರ್ಗಂಧ ಅಂತ ದುರ್ಗಂಧವೂ ಅಲ್ಲ, ಸುಗಂಧ ಎಂದು ಮೂಸುತ್ತ ಕೂಡಲೂ ಸಾಧ್ಯವಿಲ್ಲ. ಕುಟ್ಟಿ ಅಂಗಡಿಯ ಮಿಸಳಭಾಜಿ ಮಸಾಲೆಯ ಪರಿಮಳ, ಜೊರ್ ಎಂದು ಎತ್ತರದಿಂದ ಲೋಟಕ್ಕೆ ಹೊಯ್ಯುವಾಗ ನಿರ್ಮಾ ಸೋಪಿನ ನೊರೆಯಂತೆ ಬುರುಗಾಗುವ ಬಿಸಿಬಿಸಿ ಚಾಯ್ ವಾಸನೆ, ಬೆವರಿನ ನಾತ ಬರಬಾರದೆಂದು ಮೈತುಂಬ ಪೂಸಿಕೊಂಡು ಕಿವಿಯ ಹಿಂದೆ ಸಿಕ್ಕಿಸಿಕೊಂಡ ಮಲ್ಲಿಗೆ ಪರಿಮಳದ ಹತ್ತಿಯ ಅತ್ತರಿನ ವಾಸನೆ, ಮಿಂದು ಎಷ್ಟು ಹೊತ್ತು ಕಳೆದರೂ ಇನ್ನೂ ಬುಸುಗುಡುವ ಚಂದ್ರಿಕಾ ಸೋಪಿನ ಪರಿಮಳ, ತೊಳೆದ ಬಟ್ಟೆ ಸರಿಯಾಗಿ ಒಣಗದೆ ಹಬ್ಬಿಸುತ್ತಿರುವ ಮುಗ್ಗಿದ ವಾಸನೆ, ಮುಟ್ಟಾದವರು ಯಾರೋ ಇನ್ನೂ ಒಂದು ದಿನ ತಳ್ಳಬಹುದೆಂದು ಹಾಗೆಯೇ ಇರಿಸಿಕೊಂಡು ಕೆಂಪಿನಿಂದ ಕಪ್ಪಿಗೆ ತಿರಗಿರಬಹುದಾದ ಹಳೆ ಸೀರೆಯ ಕಚ್ಚೆ ತುಂಡಿನ ಗೌಲು ವಾಸನೆ... ಕೊಂಕಣ ಎಕ್ಸ್‌ಪ್ರೆಸ್ಸಿನ ವಾಸನೆಯ ಅಬ್ಬರಕ್ಕೆ ಅಂತೂ ಇಂತೂ ಕಷ್ಟಪಟ್ಟು ಹೊಟ್ಟೆಗಿಳಿದ ನಾಲ್ಕು ಕೂಳು ಕೂಡ ಗಿರ್ಮಿಟ್ಟಿನಂತೆ ತಿರುಗಿ ತಿರುಗಿ ಆಚೆ ಬರುವಂತಾಗುತ್ತಿತ್ತು.

ಪುರುವಿನ ಎದುರಲ್ಲೇ ಕುಳಿತಿದ್ದ ನೀಲಿ ಪ್ಯಾಂಟಿನವ, ಗಾಳಿಯಿಂದಾಗಿ ಕಾರ್ಯಭ್ರಷ್ಟವಾಗಿದ್ದ ಸೆರಗು ಬುರ್ರನೆ ಉಬ್ಬಿ ಹಾರುತ್ತಿರುವಾಗ ಇಣುಕುವ ಬದಿಗೆ ಕುಂತವಳ ಹೊಟ್ಟೆಯನ್ನು, ರೈಲಿನ ಕುಲುಕಾಟಕ್ಕೆ ಗಲಗಲ ಅಲುಗುತ್ತ ತೊನೆಯುತ್ತಿರುವ ಸೀರೆಯ ಬಣ್ಣಕ್ಕೆ ಹೊಂದಿಕೆಯೇ ಆಗದ ಪಲಕದೊಳಗಿನ ಕುಚಗಳನ್ನು ವಾರೆಗಣ್ಣಲ್ಲಿ ನೋಡಿ, ಮತ್ತೆ ಮತ್ತೆ ನೋಡಿ ತುರೀಯಾವಸ್ಥೆಗೆ ಜಾರುತ್ತಿದ್ದಿದ್ದು ಅವನ ಉಬ್ಬಿದ ಪ್ಯಾಂಟಿನಿಂದಲೇ ತಿಳಿಯುವಂತಿತ್ತು.

ಏನನ್ನೋ ನೋಡುತ್ತಾ ಯಾವುದೋ ಲೋಕದಲ್ಲಿ ಲೀನನಾಗಿದ್ದ ನೀಲಿ ಪ್ಯಾಂಟಿನವ, ಇದ್ದಕ್ಕಿದ್ದಂತೆ ಉಕ್ಕುಕ್ಕಿ ಬಂದ ಒತ್ತಡವನ್ನು ತಡೆಯಲಾರದೆ ಬಾಯಿಯನ್ನು ಅಬಗತ್ತಿಕೊಂಡು ಬಚ್ಚಲಿಗೆ ಓಡಲು ಅನುವಾಗುತ್ತಿದ್ದಂತೆಯೇ ಗಂಟಲವರೆಗೂ ಒತ್ತಿಕೊಂಡು ಬಂದ ಅನ್ನ ಹುಳಿಗಳೆಲ್ಲ ಅವನ ಕೈಯ ತಡೆಗೋಡೆಗೂ ಜಗ್ಗದೆ ರಭಸದಿಂದ ವಾಂತಿಯಾಗಿ ಹೊರಬಂದೇ ಹೋಯ್ತು. ಬೋಗಿಯಲ್ಲಿ ಅದಾಗಲೇ ಅಧಿಪತ್ಯ ಸಾಧಿಸಿ ಮೆರೆಯುತ್ತಿದ್ದ ವಾಸನೆಗಳೆಲ್ಲ ಗೌಣವಾಗಿ ಕರಿಬೇವಿನ ಹುಳಿಯ ವಾಸನೆ ಎಲ್ಲರ ಮೂಗಿಗೂ ಪಸರಿಸಿತು. ತಮ್ಮದೇ ಜೋಜಾರದಲ್ಲಿ ಮುಳುಗಿದ್ದ ಪ್ರಯಾಣಿಕ ವೃಂದವೆಲ್ಲ ಒಮ್ಮೆಲೇ 'ಹಾಯ್, ಹೋಯ್, ಇಶ್ಶೀ' ಅಂತ ಉದ್ಗಾರ ತೆಗೆದು ಮೈಕೊಡವಿಕೊಂಡು ತಮಗೆ ಬಡಿದ ವಾಂತಿಯನ್ನು ತೊಳೆದುಕೊಳ್ಳಲು ತಮ್ಮ ತಮ್ಮ ಹಣೆಯಬರಹವನ್ನು ಹಳಿದುಕೊಳ್ಳುತ್ತ ಬಚ್ಚಲಿಗೆ ಸಾಲುಗಟ್ಟಿದರು.

ಹೆಂಡತಿ ಬಡಿಸಿದ್ದ ಹುಳಿಯನ್ನ ತಿಂದು ಬಂದಿದ್ದಿರಬಹುದಾಗಿದ್ದ ನೀಲಿ ಪ್ಯಾಂಟಿನವ ತನ್ನ ಬಟ್ಟೆಗೆ ಬಡಿದ ವಾಂತಿಯನ್ನೆಲ್ಲ ಚೊಕ್ಕದಾಗಿ ತೊಳೆದುಕೊಂಡು ಬಂದು ಅಪರಾಧಿಯಂತೆ ಕುಳಿತ... ಉಬ್ಬಿದ ಜೀನ್ಸಿಗ ಉದ್ವೇಗ ಕಳೆದುಕೊಂಡು ಸಪಾಟಾದಂತೆ ಕಾಣಿಸುತ್ತಿತ್ತು.

ಪುರು ರೈಲಿನೊಳಗಿನ ವಿದ್ಯಮಾನಕ್ಕೂ ತನಗೂ ಸಂಬಂಧವಿಲ್ಲವೆಂದು ಮಗುಮ್ಮಾಗಿ ಕುಳಿತಿದ್ದರೂ ಅವನಿಗೇ ಅರಿಯದಂತೆ ರೈಲೆಂಬ ವರ್ತಮಾನದಲ್ಲಿ ಅವನು ಲೀನವಾಗಿ ಹೋಗಿದ್ದ.

ಕುಲುಕಿದ ಸರೋವರದಂತಾಗಿದ್ದ ಬೋಗಿ ಸಮಯ ಕಳೆಯುತ್ತ ಮತ್ತದೇ ಕುಲುಕಾಟಕ್ಕೆ, ಪ್ರಯಾಣಿಕರ ಹರಟೆಗೆ, ಬೇಡವೆಂದರೂ ಅಡರುವ ವಾಸನೆಗೆ ಒಗ್ಗಿಕೊಂಡಿತು.

ದಾದಾ ಕಳಿಸಿದ ತಾರು ತಲುಪಿದ ತಕ್ಷಣವೇ ಪುರು ಹೊರಟಿದ್ದು ಹೌದಾದರೂ ಅಮ್ಮ ನೋಡಿಟ್ಟ ಹುಡುಗಿಯನ್ನು ಕಾಣುವ ಬಯಕೆಗಿಂತಲೂ, ದಾದಾ ಮತ್ತು ಅಮ್ಮನನ್ನು ನೋಡುವ ತವಕಕ್ಕಿಂತಲೂ ತಾನು ಮತ್ತು ಶೇಖರ ಓಡಾಡಿದ ಕುದ್ತಗಿ ಬೈಲು, ಗೇರುಬೀಜ ಕದ್ದು ಅವಿಸಿಕೊಳ್ಳಲು ಜಾಗ ತಿಳಿಯದೆ ವಯಸ್ಕರ ಸಿನಿಮಾ ನಡೆಯುತ್ತಿದ್ದಾಗ ಒಳಹೊಕ್ಕಿ ಅಡಗಿ ಕುಳಿತಿದ್ದ ಚಿತ್ತರಂಜನ ಟಾಕೀಸು, ಮತ್ತು... ಮತ್ತದೇ ವನ್ನಳ್ಳಿ ಬೀಚು ಇವುಗಳನ್ನೆಲ್ಲಾ ಒಮ್ಮೆ ನೋಡಿಬರಬೇಕು ಎನ್ನಿಸಿತ್ತು. ವನ್ನಳ್ಳಿ ಬೀಚಿನ ನೆನಪು ಹತ್ತಿ ನೆತ್ತಿಗೇರಿದ್ದೇ ಮೈನಡುಗಿ ಘುಳ್ ಎಂದು ಶೇಖರನ ಕಡುಗಪ್ಪು ಬಣ್ಣದ, ತನ್ನನ್ನೇ ನಂಬಿದ್ದ ಆ ಕಣ್ಣುಗಳು ಪುರುವನ್ನು ಕೆಣಕಿದವು... ಈ ನೆನಪುಗಳನ್ನು ಮರೆಯಲೆಂದೇ ಅಲ್ಲವೇ ಅಂದು ಇದೇ ಕೊಂಕಣ ಎಕ್ಸ್ಪ್ರೆಸ್ಸಿನಲ್ಲಿ ಕುಳಿತು ಮುಂಬೈ ತಲುಪಿದ್ದು! ಪುರು ಮುಂಬೈ ಸೇರಿ, ಕುಮಟೆಯತ್ತ ಸುಳಿಯದೆ ಹತ್ತು ವರ್ಷಗಳೇ ಕಳೆಯಿತಿರಬೇಕು!

ಮದುವೆಯಾಗಲೇಬಾರದ ವಯಸ್ಸಲ್ಲದಿದ್ದರೂ ಮದುವೆ ಅಂತ ಆಗಲೇಬೇಕೆಂದೆನಿಸಿದ್ದು ಅಮ್ಮನ ತೃಪ್ತಿಗಾಗಿ ಮಾತ್ರ. ಹೆಂಡತಿಯ ಅವಶ್ಯಕತೆ

ಕೆಲವೊಂದು ರಾತ್ರಿಗಳಲ್ಲಿ ಪುರುವಿನ ಅರಿವಿಗೆ ಬಂದಿದ್ದು ಬಿಟ್ಟರೆ ಮತ್ಯಾವತ್ತೂ ಹೆಂಡತಿಯ ಜರೂರತ್ತು ಅಷ್ಟಾಗಿ ಅನುಭವಕ್ಕೆ ಬಂದಿರಲಿಲ್ಲ...

ಆದರೂ ಪುರುವಿಗೆ ಯಾಕೋ ಅಮ್ಮನ ಮೇಲೇ ಸಂಶಯ, ವಯಸ್ಸು ಮತ್ತು ಕಸುಬನ್ನು ಮುಚ್ಚಿಟ್ಟು ಹುಡುಗಿಯನ್ನು ಮದುವೆಗೆ ಒಪ್ಪಿಸಿರಬಹುದೇ? ಇಲ್ಲದ ಆಸ್ತಿಗೆ 'ನಿನಗೆ ಹುಟ್ಟಬಹುದಾದ ಮಗನೇ ಉತ್ತರಾಧಿಕಾರಿ' ಎಂದು ಆಸೆ ತೋರಿಸಿರಬಹುದೇ? ಅಥವಾ ತನ್ನಂತೆ ವಯಸ್ಸು ಮೀರಿದ್ದರೂ ಬಾಸಿಂಗದ ಯೋಗ ಕಾಣದೆ ಒಂದಿಷ್ಟು ಚಡಪಡಿಸುವ ರಾತ್ರಿಗಳಲ್ಲಿ ಗಂಡನಿಗಾಗಿ ಹಂಬಲಿಸಿದ್ದವಳು ಮದುವೆಗೆ ಸುಲಭವಾಗಿ ಒಪ್ಪಿದಳೇ? ಮದುವೆಯಾಗಲು ಮನಸ್ಸಿಲ್ಲದಿದ್ದರೂ ಹುಡುಗಿಯ ಬಗ್ಗೆ ಕುತೂಹಲವಿದ್ದೇ ಇತ್ತು, ತನ್ನ ಬದುಕಿನ ಬಾಗಿಲಲ್ಲಿ ಬಂದುನಿಂತವಳು ಯಾರಿದ್ದಿರಬಹುದೆಂದು!

ಇನ್ನೇನು ಸ್ವಲ್ಪ ಹೊತ್ತಿನಲ್ಲಿಯೇ ಪುರು ಕುಮಟೆಯನ್ನು ತಲುಪುವವನಿದ್ದ. ಕುಮಟೆಯ ಹವೆ, ಮೀನು ವಾಸನೆಯೆಲ್ಲ ಮುಂಬೈನ ವಾಸನೆಗಿಂತಲೂ ಬೇರೆಯೇ! ಕುಮಟೆಯ ಘಮಲಿನಲ್ಲಿ ಜೀವನಪರ್ಯಂತ ಮಾಸದ ಸಮುದ್ರದಂಚಿನಲ್ಲಿ ತಾನಾಡಿದ ಆಟಗಳಿವೆ, ಅಪ್ಪನ ಹೋಟೆಲ್ ಡ್ರಾವರ್ರಿನಲ್ಲಿರುವ ರೊಕ್ಕದ ಕಟ್ಟು, ಅಡುಗೆ ಮನೆಯಲ್ಲಿ ಹೆಣಗಾಡುವ ದೊರಗು ಕೈಯ ಅಮ್ಮ, ಮತ್ತೆ ಗಣಪತಿಯ ವಿಸರ್ಜನೆಯ ದಿನ ಆವರಿಸಿದ ಕತ್ತಲಾದ ಪುರುವಿನ ಬದುಕಿದೆ...

ತಿಂಗಳಾನುಗಟ್ಟಲೆ ಒಗೆಯದೇ ಬರೀ ಅತ್ತರು ಮಾತ್ರ ಕಂಡ ಪುರುವಿನ ಪ್ಯಾಂಟು ಶರ್ಟು ಕಾಚಾ ಹಾಗೂ ಅತ್ತರಿನ ಬಾಟಲಿಗಳೇ ತುಂಬಿದ್ದ ಬ್ಯಾಗನ್ನು ಹೆಗಲಿಗೇರಿಸಿ ಕುಮಟೆಯ ಸ್ಟೇಷನ್ನಿನಲ್ಲಿಳಿದ.

ಮುಂಬೈ ಬದುಕನ್ನು ಒಪ್ಪಿಕೊಂಡು ಅಪ್ಪಿಕೊಂಡ ತಮ್ಮಂಥವರ ಕೈಚೀಲದಲ್ಲಿ ಒಗೆಯದಿರುವ ಬಟ್ಟೆಗಳಿದ್ದರೆ ತಪ್ಪಲ್ಲವೇ ಅಲ್ಲ ಎಂಬುದು ಪುರುವಿನ ನಂಬಿಕೆ. ನಿನ್ನೆ ಧರಿಸಿದ ಕಾಚಾವನ್ನು ಇಂದು ತಿರುವುಮುರುವಾಗಿ ಹಾಕಿಕೊಂಡು, ಮರುದಿನ ಮತ್ತೆ ಅದೇ ಕಾಚಾವನ್ನು ಮತ್ತೆ ತಿರುಗಾ ಮುರುಗಾ ಹಾಕಿ ಅಂತೂ ಒಂದು ವಾರ ಕಳೆಯುವುದು, ಅಪರೂಪಕ್ಕೊಮ್ಮೆ ತೊಳೆದ ಕಾಚಾ ಒಣಗದೆ ಒದ್ದೆಯದನ್ನೇ ಧರಿಸಿದಾಗ ಆಗುವ ಕಡಲ ಕೊರೆತದಂತಹ ತೊಡೆ ಕೊರೆತವನ್ನು ಅಂಡಿಗೆ ಹೇಲಂಟಿದವರಂತೆ ನಡೆದು ಸಹಿಸುವುದು... ಪುರುವನ್ನು ತನ್ನೊಳಗೆಳೆದುಕೊಂಡ ಮುಂಬಯಿಯ ಇಂತಹ ದಿನಗಳು ಅವಿಭಾಜ್ಯ ಅಂಗವೆಂಬಂತೆ ಪುರುವಿನ ಬದುಕಿನಲ್ಲಿ ಹಾಸುಹೊಕ್ಕಾಗಿ ಒಂದಿಷ್ಟು ನೆಮ್ಮದಿಯನ್ನಂತೂ ತಂದುಕೊಟ್ಟಿದ್ದವು.

ಕುಮಟೆಯ ಬಂದರು ರಸ್ತೆಯಲ್ಲಿರುವ ತನ್ನ ಮನೆಯ ಗೇಟನ್ನು ತಲುಪುತ್ತಲೇ ಪಕ್ಕದಮನೆಯ ಶೇಖರನ ತಂಗಿ ಸುಮನಾ, 'ಆಯಿ ಹಂಗಾ ಪಳೆ ಕೋಣ್ ಆಯ್ಲೊ ಮ್ಹೋಳ್ಳು! ಬರೋಬ್ಬರಿ ಹತ್ತು ವರ್ಷದ ನಂತರ ಪುರು ಬರ್ತಿದ್ದಾನೆ' ಎನ್ನುತ್ತಾ ಖುಷಿಯಿಂದ ಆಯಿಯನ್ನು ಕರೆದಳು.

ಒಂದು ಕಾಲದಲ್ಲಿ ತನ್ನ ಮನೆಯೇ ಎಂಬಂತಿದ್ದ ಶೇಖರನ ಮನೆ, ಮಾಮಾ–ಮಾಮಿ ಆಗಿಬಿಟ್ಟಿದ್ದ ಶೇಖರನ ಅಪ್ಪ ಅಮ್ಮ, ತನ್ನ ಪುಟ್ಟ ಗೆಳತಿ ಎಂದು ಭಾವಿಸಿದ್ದ

ಶೇಖರನ ತಂಗಿ ಸುಮನಾ... ಒಡಹುಟ್ಟಿದವರು ಅಂತ ಸ್ವಂತದವರ್ಯಾರೂ ಇರದುದರಿಂದಲೋ ಏನೋ ಯಾವತ್ತಿಗೂ ಪುರುವಿಗೆ ಪಕ್ಕದ ಮನೆಯ ತನ್ನದೆ ವಾರ್ಗೆಯ ಶೇಖರ ಬೇರೆಯವನು ಎಂದೆನ್ನಿಸಿರಲೇ ಇಲ್ಲ. ಶೇಖರನ ಮನೆಯ ಹುಳಿಯಲ್ಲಿ ತೇಲುವ ಬಂಗಡೆ ಪುರುವಿನ ಬಾಯಲ್ಲಿ ಮುಳುಗಿ ಹೊಟ್ಟೆಯಲ್ಲಿ ಜೀರ್ಣವಾಗುತ್ತಿತ್ತು.

ದತ್ತ ನಾಯ್ಕ ದಂಪತಿಗೆ ಮಕ್ಕಳಾಗದೆ ಕಡೆಗೆ ದತ್ತಾತ್ರೇಯನ ಪೂಜೆ, ವ್ರತ ಮಾಡಿದ ಮೇಲೆ ಪುರು ಹುಟ್ಟಿದ್ದನಂತೆ. ಮಕ್ಕಳಾದರೆ ಶುದ್ಧ ಸಸ್ಯಹಾರಿಯಾಗುವೆನೆಂದು ಮಾಡಿಕೊಂಡ ಹೇಳಾಣೇಳಿಕೆಯಂತೆ ದತ್ತ ನಾಯ್ಕನ ಮನೆಯಲ್ಲಿ ಪುರು ಹುಟ್ಟಿದಾಗಿನಿಂದ ಮೀನು ಮಾಂಸ ಬೇಯುತ್ತಿರಲಿಲ್ಲ. ತನ್ನ ಮನೆಯ ಹೆಸರನ್ನೂ ಕೂಡ 'ಮಾತೃ ವಾತ್ಸಲ್ಯ'ದಿಂದ 'ಶ್ರೀ ದತ್ತಾತ್ರೇಯ ನಿಲಯ' ಎಂದು ಬದಲಾಯಿಸಿಬಿಟ್ಟಿದ್ದ. ದತ್ತ ನಾಯ್ಕ ತನ್ನ ಹೋಟೆಲಿನ ಚಾಕರಿಗೆ ಆಳುಕಾಳುಗಳನ್ನು ಹುಡುಕಿ ಘಟ್ಟದ ಮೇಲೋ, ಕುಂದಾಪುರಕ್ಕೋ ಹೋದಾಗ ಮಾತ್ರ ಕದ್ದು ಮುಚ್ಚಿ ಪುರುವಿನ ಮನೆಯಲ್ಲಿ ಬಾಡೂಟ ತಯಾರಾಗುತ್ತಿತ್ತು. ಇಲ್ಲದಿದ್ದರೆ ಪುರುವಿಗೆ ಶೇಖರನ ಮನೆಯ ಚಿಕನ್ನು ಮಟನ್ನೇ ಗತಿ.

ಪುರು ಹುಟ್ಟಿದ್ದಕ್ಕೂ, ಮನೆಯ ಹೆಸರು ಬದಲಿಸಿದ್ದಕ್ಕೂ ದತ್ತನಾಯ್ಕನಿಗೆ ಒಳ್ಳೆಯ ಸಾರಾವಳಿ ಬಂತು. ದತ್ತ ನಾಯ್ಕನ ಅಂಗಡಿಯಲ್ಲಿ ಬರೀ ಬೋಂಡಾ-ಭಾಜಿ ಮಾರಾಟವಷ್ಟೇ ಅಲ್ಲ, ಬಟಾಟೆ ಬಜೆ, ಬದನೆಕಾಯಿ ಬಜೆ, ಬೇರುಹಲಸಿಕಾಯಿಯ ಫ್ರೈ, ಜಿಲೇಬಿ, ಅಂಬೋಡೆ ಹೀಗೆ ಹೋಟೆಲಿನಲ್ಲಿ ಸಿಗುವ ಆಹಾರದ ಪಟ್ಟಿ ಬೆಳೆಯುತ್ತಲೇ ಹೋಯಿತು.

ದತ್ತ ನಾಯ್ಕನೋ ಪಕ್ಕಾ ವ್ಯಾಪಾರಿ. ಅರ್ಧಕ್ಕೆ ಅರ್ಧ ಕುಮಟೆ ಪೇಟೆಗೆ ಪ್ಯಾಕೆಟ್ಟು ಹಾಲು ಪುರವಟೆ ಮಾಡುವ ಕುಟ್ಟಪ್ಪನಿಗೆ ಒಳ್ಳೆ ಮಾಲೀಶು ಮಾಡಿ, ಹರಿದ ಹಾಲಿನಪ್ಯಾಕೆಟ್ಟಿನಿಂದ ಟ್ರೇಯೊಳಗೆ ಅಂದಾದುಂದಿ ಚೆಲ್ಲಿದ ಹಾಲನ್ನು ನೋಡಿ ಪರಿತಪಿಸಿ, 'ಬೆಕ್ಕಿಗೆ ಹೊಟ್ಟೆ ತುಂಬಾ ಹಾಲು ಹೊಯ್ದರೆ ಮನೆಯಲಿ ದಾಂಧಲೆ ಕೊಡುವ ಇಲಿಯನ್ನು ಹಿಡಿಯುತ್ತದೆಯೇನೋ ಕುಟ್ಟಪ್ಪಾ?' ಅಂತ ಕೇಳಿ, ಕುಟ್ಟಪ್ಪನ ಮನೆಯ ಬೆಕ್ಕಿನ ಹೊಟ್ಟೆಗೆ ಹೊಡೆದು, ಕಡಿಮೆ ಅಂದ್ರೆ ಕಡಿಮೆ ರೇಟಿಗೆ ಟ್ರೇ ತುಂಬ ಚೆಲ್ಲಿದ ಹಾಲನ್ನು ತಾನು ಹಾಕಿಸಿಕೊಂಡು, ಕುಟ್ಟಪ್ಪನ ಮನೆಯ ಇಲಿಯನ್ನು ಸದೆಬಡಿಯಲು ದತ್ತ ನಾಯ್ಕ ಪರೋಕ್ಷವಾಗಿ ಕಾರಣನಾಗಿದ್ದ. ಕಡಿಮೆ ರೇಟಿಗೆ ಕೊಂಡ ಹಾಲನ್ನು ಕಸ, ಮಸ ಇರದಂತೆ ಸರಿಯಾಗಿ ಅರಿಸಬೇಕೆಂಬ ಉದ್ದೇಶದಿಂದ ತನ್ನ ಹಳೆಯ ಪಂಜಿಯನ್ನು ಎರಡು ಮಡಿಕೆಯಲ್ಲಿ ಮಡಿಚಿ ಅರಿಸಿದ ಡಬಲ್ ಫಿಲ್ಟರ್ಡ್ ಹಾಲಿನಿಂದ ಚಹ, ಕಾಫಿ, ಮಕ್ಕಳ ಪ್ರೀತಿಯ ಬೋರ್ಮಿಟಾ ಮಾಡಿ ಮಾರುತ್ತಿದ್ದ.

ಅಪ್ಪ ಹೋಟೆಲ್ಲು, ಅವ್ವ ಅಡ್ಗೆಮನೆ ಸೇರಿ ಕೆಲಸದಲ್ಲಿ ಮುಳುಗಿದರೆ ಪುರುವಿಗೆ ತನ್ನದು ಎನ್ನುವ ಪ್ರಪಂಚವೇ ಇರಲಿಲ್ಲ. ಆಗಲೇ ಪುರುವಿಗೆ ಪಕ್ಕದ ಮನೆಗೆ ಹೊಸದಾಗಿ ಬಂದ ತನಗಿಂತ ವರ್ಷೊಪ್ಪತ್ತು ಹಿರಿಯವನಾದ ಶೇಖರನ ಪರಿಚಯವಾದದ್ದು.

ತಣ್ಣೀರನ್ನೂ ತಣಿಸಿ ಕುಡಿಯುವ ಜಾತಿಯ ವ್ಯಕ್ತಿ ಶೇಖರ. ಖರೇ ಹೇಳಬೇಕೆಂದರೆ ಸುಳ್ಳು–ಪೊಳ್ಳಿಲ್ಲದ ನಂಬಿಗಸ್ಥ.

ಮೊದಮೊದಲು ಶೇಖರ, ಪುರುವನ್ನು ಒಳಗೆ ಬಿಟ್ಟುಕೊಳ್ಳುತ್ತಲೇ ಇರಲಿಲ್ಲ. ಏನಾದರೊಂದು ನೆಪ ತೆಗೆದು ಮನೆಯಿಂದ ಸಾಗ ಹಾಕುತ್ತಿದ್ದ, ಇಲ್ಲಾ ಶೇಖರನೇ ಜಾಗ ಖಾಲಿ ಮಾಡಿಬಿಡುತ್ತಿದ್ದ. ಒಮ್ಮೊಮ್ಮೆ ಪುರುವಿನಿಂದ ತಪ್ಪಿಸಿಕೊಳ್ಳಲಾಗದೆ ಸಿಕ್ಕಿಬಿದ್ದರೆ 'ತುಗೆಲೆ ಮೂತ್ ಪೀತಾ ಗೂಖ್ ಖಾತಾ' ಅಂತ ಇಪತ್ತೈದು ಬಾರಿ ತಪ್ಪಿಲ್ಲದೆ ಹೇಳುತ್ತಲೇ ಇರು ಎಂದು ಹೇಳಿಸಿ ಅದಕ್ಕೆ ಉತ್ತರವಾಗಿ 'ಪಲ್ಲೆ ಸಕ್ಕಾಳಿ ಯೋ, ತುಕ್ಕ ಹಾವ್ ದಿತ್ತಾ' ಎಂದು ಹೇಳಿ ಪುರುವನ್ನು ಮಂಗನಾಗಿ ಮಾಡಿ ನಗುತ್ತಿದ್ದ. ಹೀಗೆ ಕಾಲೆಳೆಯುತ್ತ, ಬೀಳುತ್ತ ಪುರು ಮತ್ತು ಶೇಖರರಿಬ್ಬರೂ ಯಾವಾಗ ಒಳ್ಳೆಯ ಸ್ನೇಹಿತರಾದರೆಂದು ಅವರಿಗೇ ಗೊತ್ತಾಗಲಿಲ್ಲ .

ದತ್ತ ನಾಯ್ಕನಿಗೆ ಪುರುವಿನಷ್ಟೇ ಶೇಖರನೂ ಪ್ರೀತಿಯವನಾಗಿ ಒಂದೊಂದು ದಿನದ ಹೋಟೆಲು ವಹಿವಾಟನ್ನು ಶೇಖರನೇ ನೋಡಿಕೊಂಬಷ್ಟಾದ.

'ಇವತ್ತಿನ ಮಟ್ಟಿಗೆ ಹೋಟೆಲನ್ನು ನೀನೇ ನೋಡಿಕೋ, ಕುಟ್ಟಪ್ಪನೇನಾದರೂ ಹಾಲಿನ ದುಡ್ಡಿಗೆ ಬಂದರೆ ಇವತ್ತಿನವರೆಗಿನ ಹಾಲಿನ ದುಡ್ಡನ್ನು ಚುಕ್ತಾ ಮಾಡಿಬಿಡು' ಅಂತ ದುಡ್ಡಿಡುವ ಡ್ರಾವರ್‌ನ ಚಾವಿಯನ್ನೂ ಶೇಖರನಿಗೊಪ್ಪಿಸಿ ಹೊಸ ಅಡುಗೆ ಭಟ್ಟನನ್ನು ಹುಡುಕಲು ದತ್ತ ನಾಯ್ಕ ಘಟ್ಟದ ಮೇಲೆ ಹೊರಟುಬಿಡುತ್ತಿದ್ದ. ಪುರು ಹೋಟೆಲಿನುಲ್ಲಿ ಇದ್ದರೂ ಸರಿಯೇ, ಇರದಿದ್ದರೂ ಸರಿಯೇ, ಬರೀ ಕುಟ್ಟಪ್ಪನ ವ್ಯವಹಾರವಷ್ಟೇ ಅಲ್ಲ, ರಾತ್ರಿಗೂಡಾಗಿ ಬರುತ್ತಿದ್ದ ತರಕಾರಿ, ಹಣ್ಣಿನ ವ್ಯಾಪಾರಿಗಳು ತಂದುಕೊಡುತ್ತಿದ್ದ ಸ್ವಲ್ಪ ಕೆಟ್ಟೆಯಾದ, ಒಂದು ಬದಿ ಕೊಳೆತ, ಗುಪ್ಪೆಗಳಡಿಯಲ್ಲಿದ್ದು ಅಜಬಜಕಲಾಗಿ ಮಾರಾಟವಾಗದೆ ಉಳಿದ ಹಣ್ಣು ಹಾಗೂ ತರಕಾರಿಗಳನ್ನು ಅದರದರ ಅವಸ್ಥೆ ನೋಡಿ, ಅದಕ್ಕೆ ತಕ್ಕಂತೆ ಸರಿಯಾದ ರೇಟು ಹಾಕಿ, ಅಡುಗೆ ಕೋಣೆಯಲ್ಲಿ ಗೋದನೆ ಹಾಕಿ ವ್ಯವಹಾರ ಚುಕ್ತಾ ಮಾಡಿ ಕಳಿಸುತ್ತಿದ್ದವನೂ ಶೇಖರನೇ.

'ಮುಕಳಿ ಕೊಳೆತ ಅನಾನಾಸಿಗೆ ಹತ್ತು ರೂಪಾಯಿ ಕೇಜಿ ಸಿಕ್ಕಾಪಟ್ಟೆ ತುಟ್ಟಿ ಆಯ್ತು. ಕೇಜಿಗೆ ಐದರಕಿಂತ ಒಂದು ನಯಾಪೈಸೆ ಹೆಚ್ಚಿಲ್ಲ. ಅಡ್ಡಿಲ್ಲ ಹೇಳಾದ್ರೆ ಬರ್ಮಾಡು, ಇಲ್ದೆಗಿದ್ರೆ ಬ್ಯಾಡಾ. ಹೊತಾಕುವ ಹಣ್ಣು ನಿಂದು, ಅದ್ಕೆ ಇಷ್ಟಾದ್ರೂ ರೇಟು ಯಾರು ಕೊಡೂರು?' ಅಂತ ಸಟಕ್ಕನೆ ಕಡ್ಡಿ ತುಂಡು ಮಾಡಿದಂತೆ ಹೇಳಿ ಬೇರೆ ಬದಿಗೆ ಮುಖ ತಿರುಗಿಸಿಬಿಡುತ್ತಿದ್ದ. ಹಣ್ಣಿನವನೇ ಬೇರೆ ಗತಿಯಿಲ್ಲ ಎಂದು ತಂದ ಹಣ್ಣುಗಳನ್ನು ಸುರವಿ ಹೋಗಬೇಕು.

ದತ್ತ ನಾಯ್ಕ ಕೇಜಿಗೆ ಎಂಟು ಹಾಕಿ ಕೊಟ್ಟರೆ, ಶೇಖರ ಹೋಟೆಲಿನಲ್ಲಿ ಕೂತರೆ ಕೊಳೆತ ಅನಾನಾಸಿಗೆ ಐದು ದಾಟುತ್ತಲಿರಲಿಲ್ಲ. ಬರೀ ಅನಾನಾಸು ಅಂತಷ್ಟೇ ಅಲ್ಲ ಯಾವುದಾದ್ರೂ ಸರಿಯೇ, ವ್ಯಾಪಾರ ಅಂದ್ರೆ ಬಹಳ ಹಿಡಿತದ ವ್ಯಾಪಾರ ಶೇಖರನದು.

ಪುರುವಿನ ಅವ್ವ ಶೀತು ಮಾತ್ರ ಶೇಖರ ಹೋಟೆಲು ವಿಷಯದಲ್ಲಿ ಇಷ್ಟೆಲ್ಲಾ ತಲೆಹಾಕಿ, ಮೂಗುತೂರಿಸುವುದನ್ನು ಇಷ್ಟಪಡುತ್ತಿರಲಿಲ್ಲ. ದಂಧೆಯ ಎಲ್ಲಾ

ಗುಟ್ಟನ್ನು ಬಹಿರಂಗ ಮಾಡಬಾರದು ಎಂಬುದು ಒಂದು ಲೆಕ್ಕವಾದರೂ ಶೇಖರನ ಅಪ್ಪ ಗಂಗಾಧರನ ಹಪ್ಪಳದ ವ್ಯಾಪಾರ ಡಲ್ಲು ಹೊಡೆಯುತ್ತಿದೆ ಎಂಬ ಗಾಳಿಮಾತಿಗೆ ಸಿಲುಕಿ ಬಗೆಬಗೆಯ ಸಲ್ಲದ ಕಲ್ಪನೆಯ ಗೂಡಿನಲ್ಲಿ ಯಾವತ್ತೂ ಸಂಶಯದಿಂದಲೇ ದಿನ ಕಳೆಯುತ್ತಿದ್ದಳು ಶೀತು. ಎಲ್ಲಿಯಾದರೂ ಅಪ್ಪ ಮಗ ಸೇರಿ ದುಡ್ಡನ್ನೇನಾದರೂ ಲಪಟಾಯಿಸಿದರೆ! ಅಥವಾ ವ್ಯಾಪಾರದ ಗುಟ್ಟನ್ನೆಲ್ಲ ಅರಿತು ತಮಗೇ ಒಂದು ದಿನ ಎದುರಾಳಿಯಾಗಿ ನಿಂತರೆ! ದತ್ತಾತ್ರೇಯನ ಕೃಪೆಯಿಂದ ಮದುವೆಯಾಗಿ ಹದಿಮೂರು ವರ್ಷದ ಮೇಲೆ ಹುಟ್ಟಿದವನಾದರೂ ಈ ಪುರು ವ್ಯವಹಾರದಲ್ಲಿ ಹಿಂದೆ ಬೀಳುವುದು ಶೀತುವಿಗಂತೂ ಗಂಟಲಲ್ಲಿ ಕಫ ಕಟ್ಟಿದಂತಾಗುತ್ತಿತ್ತು. ಅತ್ತಲಾಗಿ ಗರ್ ಅಂತ ಒಳಗೆಳೆದುಕೊಂಡು ನುಂಗುವಂತಿಲ್ಲ, ಇತ್ತಲಾಗಿ ಎಲ್ಲರೆದುರು ತೂಪುವಂತಿಲ್ಲ. ಆದರೂ ಸಮಯ ಸಿಕ್ಕಾಗ ಸ್ವಲ್ಪ ಸ್ವಲ್ಪವೇ ಹೊಗೆ ಕಾರುತ್ತಿದ್ದಳು ಶೀತು, 'ಬೆರಳು ಕೊಟ್ಟರೆ ಹಸ್ತ ನುಂಗುವವರು ಯಾರು ಅಂತ ಗುಂಡಿಗೆ ಬಿದ್ದಾಗಲೇ ತಿಳೀಬೇಕು, ನಮ್ ನಮ್ ವ್ಯವಹಾರ ನಮ್ದು. ಬೇರೆಯವ್ರ ನಂಬ್ಕ ಕೂತ್ಗಳ್ಳುದು ಸಮ ಅಲ್ಲಾ. ನನ್ ಮಾತೆಲ್ಲಿ ನಡೀತದೆ ಇಲ್ಲಿ, ಮನೇಲಿ ಇದ್ದದ್ದು ಮೂರೇ ಜನ ಆದ್ರೂ ಕೆಟ್ಟವಳು ಮಾತ್ರ ನಾನೇಯಾ' ಅಂತ ಸಮಯ ಸಿಕ್ಕಾಗಲೆಲ್ಲ ಭರಣಿಯಲ್ಲಿ ಹತ್ತತ್ತಿಟ್ಟ ಉಪ್ಪಿನಕಾಯಿ ಮಿಡಿಯ ಮುಖ ಮಾಡಿಕೊಂಡು ಹೇಳಿಕೊಳ್ಳುತ್ತಿರುತ್ತಿದ್ದಳು.

ಇತ್ತ ಪುರುವಿನ ಮನೆಗೆ ದಾಟಿಸಿದ ಬಂಗಡೆ ಫ್ರೈ ಬೋಗುಣಿ ಖಾಲಿ ವಾಪಸ್ಸು ಬಂದರೆ ಶೇಖರನ ತಾಯಿಗೂ ರೊಯ್ಯನೆ ಪಿತ್ತ ನೆತ್ತಿಗೇರುತ್ತಿತ್ತು, 'ನೀ ಎಷ್ಟೇ ಕೆಲಸ ಮಾಡು, ತಿಪ್ಪರಲಾಗಾನೇ ಹಾಕು, ಯಾರಿಗೂ ನೆನೆಗುಣವಿರುವುದಿಲ್ಲ. ಖಾಲಿಪಾತ್ರೆಯನ್ನು ಯಾರಾದರೂ ಹಿಂದಿರುಗಿಸುತ್ತಾರಾ? ನಾಲ್ಕು ಹಣ್ಣೋ, ತರಕಾರಿಯನ್ನೋ ಹಾಕಿ ಕೊಟ್ಟರೆ ಅವರ ಗಂಟೇನು ಹೋಗ್ತಿತ್ತು! ಬಂಗ್ಡೆ ಏನು ನಮ್ಮನೆಯ ತೊಂಡೆಬಳ್ಳಿಗೆ ಬಿಡುತ್ತದೆ ಅಂದುಕೊಂಡುಬಿಟ್ಟಿದ್ದಾರೆ ಕಾಣ್ತದೆ. ನಿಮ್ಮಪ್ಪನಿಗೆ ವ್ಯಾಪಾರದಲ್ಲಿ ಸಹಾಯ ಮಾಡುವುದು ಬಿಟ್ಟು ಕಾಸಿನಕಡ್ಡಿ ಪ್ರಯೋಜನವಿಲ್ಲದವರ ಮನೆಯ ಹೋಟೆಲಿನಲ್ಲಿ ನಾಯಿಯ ಹಾಗೆ ಬಿದ್ದು ಸಾಯ್ತೀಯಲ್ಲೋ' ಎಂದು ಪುರುವಿನೆದುರೇ ಶೇಖರನನ್ನು ಜರೆಯುತ್ತ ಕೈವರೆಸಿಯಾದ ತನ್ನ ಸೆರಗಂಚಿಗೆ ಮೂಗನ್ನು ಹಿಂಡಿಕೊಂಡು ಕಣ್ಣೀರಿಡುತ್ತಿದ್ದಳು.

ಅಲ್ಲಿಯೇ ಇದ್ದ ಪುರು ಮಾಮಿಯನ್ನು ಸಂತೈಸುತ್ತ, 'ಮಾಮಿ ವಿಚಾರ್ ಕರ್ ನಕಾ. ಶೇಖರ ಚೊಲೋ ವ್ಯಾಪಾರ ಕಲಿತು, ಬೆಂಗಳೂರಿಗೆ ಹೋಗಿ ಅಲ್ಲಿ ದೊಡ್ಡ ಹೋಟೆಲು ಇಡ್ತಾನೆ ನೋಡ್ತಿರು. ಅಲ್ಲಿ ನಾನು ಕ್ಯಾಷಿಯರ್ರಾಗಿ ಸೇರಿಕೊಳ್ತೇನೆ, ಆಯ್ತಾ?' ಎಂದು ಹೇಳುತ್ತ ಮಾಮಿ ಮಾಡಿದ ತಿಂಡಿಯೇನಿದೆ ಎಂದು ಡಬ್ಬ ಹುಡುಕುತ್ತಿದ್ದ.

ತಾಯಂದಿರ ಗಲಾಟೆಗಾಗಲಿ, ಕಣ್ಣೀರಿಗಾಗಲಿ ತೀರಾ ತಲೆಕೆಡಿಸಿಕೊಳ್ಳದೆ ಕುಡ್ತಗಿ ಬೈಲಿನಲ್ಲಿ ರಸ್ತೆಯ ಎರಡೂ ಬದಿಗೆ ನಿಂತೇ ಇರುತ್ತಿದ್ದ ಉಪ್ಪು ನೀರಿನ ವಾಸನೆ

ಹೀರಿಕೊಳ್ಳುತ್ತ ಓಡಾಡಿ ಬರುತ್ತಿದ್ದರು. ಆದರೂ ಶೇಖರನ ತಾಯಿಯ ಬಳಿ ತಾನಾಡಿದ ಮಾತು ನಾಲಿಗೆ ತುದಿಯಿಂದ ಬಂದಿದ್ದೋ, ಮನಸ್ಸಿನಾಳದಿಂದಲೋ ಎಂಬುದು ಖುದ್ದು ಪುರುವಿಗೂ ಗೊತ್ತಿರಲಿಲ್ಲ.

ಶೇಖರನನ್ನು ಅಷ್ಟಾಗಿ ಹಚ್ಚಿಕೊಂಡಿದ್ದ ಪುರು ಮಾತ್ರ ಶೀತು ಸವರಿಟ್ಟ ಎಣ್ಣೆ ಮೇಲೆ ಕಾಲಿಟ್ಟಾಗಿತ್ತು ಎನ್ನುವುದು ಪುರು ಜಾರಿಬಿದ್ದಾಗಲೇ ಅರಿವಿಗೆ ಬಂದಿದ್ದು. ದತ್ತ ನಾಯ್ಕ ಪುರುವಿನೆದುರು ಶೇಖರನನ್ನು ಬಾಯ್ತುಂಬಾ, 'ಒಳ್ಳೆ ದುಡಿತವಾನ್ ನೀನು, ಬಹಳ ಎತ್ತರಕ್ಕೆ ಏರ್ತೀಯಪ್ಪ! ಪುರುವಿನ ಜೊತೆ ನೀನೂ ನನ್ನ ಮಗನಾಗಿ ಹುಟ್ಟಿದ್ದರೆ ನನ್ ವಹಿವಾಟನ್ನೆಲ್ಲಾ ನಿನಗೇ ವಹಿಸಿಕೊಡುತ್ತಿದ್ದೆ. ನಿನ್ನ ಕಡುಗಪ್ಪು ಕಣ್ಣು ಇದೆಯಲ್ಲಾ ಅದೇ ನಿನ್ನ ಪ್ರಾಮಾಣಿಕತೆಯನ್ನು ವತ್ತಿ ವತ್ತಿ ತಿಳಿಸ್ತದೆ' ಅಂತ ಹೊಗಳಿದಾಗ ಪುರುವಿನಲ್ಲೇನೋ ತಳಮಳ. ಶೀತುವಿಗಿತ್ತಲ್ಲ ಗಂಟಲಲ್ಲಿ ಸಿಕ್ಕಿಕೊಂಡ ಕಫ, ಅದೇ! ಅತ್ತಲಾಗಿ ಅವರೆದುರು ನುಂಗಲಾರ, ಕ್ಯಾಕರಿಸಿ ಉಗಿಯಲಾರದ ಪರಿಸ್ಥಿತಿ. ಹೋಟೆಲು ಬಾಗಿಲಿನಲ್ಲಿ ತನ್ನಪ್ಪ ಶೇಖರನನ್ನು ನಾಲ್ಕು ಜನರೆದುರು ತನ್ನ ಉಪಸ್ಥಿತಿಯಲ್ಲಿ ಹೊಗಳುವುದು ಪುರುವಿಗೆ ಮುಖ ಕಟ್ಟುತ್ತಿತ್ತು. ಶೇಖರ ಪುರುವಿನ ಜೀವದ ಗೆಳೆಯನಾದರೂ ಮಾತ್ಸರ್ಯವೆನ್ನುವುದು ಸದ್ದಿಲ್ಲದೆ, ಒಳಗೊಳಗೇ ಬೇಡವೆಂದರೂ ಹುಟ್ಟುವಂಥದ್ದು!

ಆವತ್ತು ಚೌತಿ ಹಬ್ಬ. ಶೇಖರನ ಮನೆಯಲ್ಲಿ ಚೌತಿ ಹಬ್ಬದ ಸಂಭ್ರಮ ಕೇಳಬೇಕಾ, ಗಣಪನನ್ನು ಕರೆಸಿ, ಇಪ್ಪತ್ತೊಂದು ನಮುನಿ ಕಜ್ಜಾಯ ಮಾಡಿ ನೈವೇದ್ಯಕ್ಕಿಟ್ಟು, ವಾಯ್ನ ಕೊಟ್ಟು ಒಂದು ವಾರದ ನಂತರ ವಿಸರ್ಜನೆ ಮಾಡುತ್ತಿದ್ದರು. ಒಂದು ದಿನವೂ ಬಿಡದೆ ಕಜ್ಜಾಯ, ಬೆಳಿಗ್ಗೆ ಮತ್ತು ಮೂರ್ಸಂಜೆಗೊಂದು ಮಂಗಳಾರತಿ, ಬಂದವರಿಗೆಲ್ಲಾ ಭರಪೂರ್ ಪ್ರಸಾದ ಸೇವೆ ನಡೆಯುತ್ತಿತ್ತು. ಶೇಖರನ ಮನೆಯ ಚೌತಿ ಹಬ್ಬದಲ್ಲಿ ಸಡಗರಪಡುವುದನ್ನು ನೋಡಿದರೆ ಪುರುವಿನ ಮನೆಯದೇ ಹಬ್ಬ ಎನ್ನಿಸುತ್ತಿತ್ತು. 'ಮಾಮಿ, ನೀವು ಕೂತ್ಕೊಳ್ಳಿ. ತೀರ್ಥ ಪ್ರಸಾದ ನಾನು ಕೊಡ್ತೇನೆ' ಎಂದು ಪುರುವೇ ಮುಂದಿರುತ್ತಿದ್ದ.

ಪ್ರತಿಸಲದಂತೆ ಆ ಸಲವೂ ಏಳನೇ ದಿನದ ಪೂಜೆ ಮುಗಿಸಿ, ವಿಸರ್ಜನೆ ಮಾಡಿ ಗಣಪತಿಯನ್ನು ಮುಳುಗಿಸಲು ಕಾಯುತ್ತಿದ್ದರು. ಆರ್ಭಟದ ಮಳೆ ಹೊಳವನ್ನು ಕೊಡುತ್ತಲೇ ಇರಲಿಲ್ಲ. ಕಾದು ಕಾದು ಇನ್ನು ಸಂಜೆಯಾಗುತ್ತ ಬಂದಿತ್ತು, ಆರ್ಭಟದ ಮಳೆ ನಿಂತು ಸಣ್ಣಕ್ಕೆ ಜಿಮುರ ತೊಡಗಿತು. ಇಷ್ಟಾದರೂ ಹೊಳವು ಸಿಕ್ಕಿತಲ್ಲ ಎಂದು ಭಾವಿಸಿ ಗಣಪನನ್ನು ಹೊತ್ತು, ಜಮಟೆ ಬಡಿಯುತ್ತ ಹೊನ್ನಳ್ಳಿ ಬೀಚಿಗೆ ಗಣಪತಿ ಮುಳುಗಿಸಲು ಹೊರಟರು.

ಮಾಮಿಯ ಹಾಲೇ ಕಾಣದ ಚಹದಂತೆ, ಹೆಚ್ಚು ಕಮ್ಮಿ ಭಾ ಕಣ್ಣಿನ ಬಣ್ಣದ ಅರಲು ನೀರಿನಲ್ಲೇ ನಡೆಯುತ್ತ ಗಣಪತಿ ವಿಸರ್ಜನೆಯ ಗುಂಪು ಹೊರಟಿತ್ತು. ಶೇಖರನೇ ಗಣಪತಿಯನ್ನು ಹೊತ್ತಿದ್ದ, ಪ್ರತಿಸಲ ಗಣಪತಿ ಹೊರುವವನೂ ಶೇಖರನೇ.

'ಆ ನಮನಿ ದುಣ್ಣ ದುಣ್ಣ ಕರಿಮೋಡ ಕಟ್ಟಿದ್ದು ನೋಡಿದರೆ ಆಕಾಶಕ್ಕೆ ತೋಟೆ ಬಿದ್ದಂಗೆ ಮತ್ತೆ ಮಳೆ ಹೌಯ್ಯುದು ಗ್ಯಾರಂಟೀ' ಎನ್ನುತ್ತಾ ದಾಪುಗಾಲು ಹಾಕಿ ಗಣಪತಿ ವಿಸರ್ಜನೆಯ ದಂಡು ಹೊರಟಿತ್ತು.

ಬಾಳೆ ಹಣ್ಣಿಗೆ ಸಿಕ್ಕಿಸಿ ಇಟ್ಟಿದ್ದ ಪೊತ್ತೆ ಊದಿನಕಡ್ಡಿಯೂ ನಂದಿಹೋಯ್ತು. ಗರ್ನಾಲು, ಮಡ್ಡ ಪಟಾಕಿಗಳೆಲ್ಲ ಹೊತ್ತದೆ ಟುಸುಗುಟ್ಟಿ ಸುಮ್ಮನಾದವು. ಈ ಸಲದ ಗಣಪತಿ ಮುಳುಗಿಸುವುದು ಮಾತ್ರ ಕಾಟಾಚಾರಕ್ಕೇಯಾ, ಪಟಾಕಿಯಿಲ್ಲದೆ ಗಣಪತಿ ಮುಳುಗಿಸುವುದು ಇದೇ ಮೊದಲಬಾರಿಗೆ ಇರಬೇಕು.

ಎರಡು ವರ್ಷದ ಹಿಂದಿನ ಚೌತಿ ಹಬ್ಬದ ದಿನದಲ್ಲಿ ಇಷ್ಟಲ್ಲದಿದ್ದರೂ ಸಣ್ಣ ಮಳೆಯಿತ್ತು. ಕಿಡಿ ತಾಗಿಸಿದ ಕೂಡಲೆ ಒದ್ದೆ ನೆಲಕ್ಕೆ ಪಟಾಕಿ ಎಸೆದರೆ ಹೊಟ್ಟುವುದಿಲ್ಲ ಎಂದು ಪುರು, ಕೈಯಲ್ಲೆ ಹಿಡಿದು ಇನ್ನೇನು ಪಟಾಕಿ ಹೊಟ್ಟುತ್ತದೆ ಎನ್ನುವಾಗ ಎಸೆಯುತ್ತಿದ್ದ.

'ಮಸ್ಕರಿ ಮಾಡ್ಬೇಡಾ. ಪಟಾಕಿ ಜೊತೆ ಏನು ಆಟ ನಿನ್ನದು, ಕೈ ಸುಟ್ಟುಕೊಳ್ತಿ ನೋಡು' ಎಂದು ಮಾಮಿ ಎಚ್ಚರಿಕೆ ಕೊಟ್ಟರೂ ಕಿವಿಗೆ ಹಾಕಿಕೊಳ್ಳಲಿಲ್ಲ. ಪರಾಮಶಿಯಾಗಿ ಒಂದು ಗರ್ನಾಲು ಎಸೆಯುವ ಮೊದಲೇ ಪುರುವಿನ ಕೈಯಲ್ಲೇ ಹೊಟ್ಟಿ, ಕೈ ಸುಟ್ಟೆ ಹೋಯ್ತು... ಗಣಪತಿ ಹೊತ್ತ ಶೇಖರ ಗಡಿಬಿಡಿಗೊಂಡು ತನ್ನ ಅಪ್ಪನಿಗೆ ಗಣಪತಿ ಹೊರಲು ಕೊಟ್ಟು ಗದ್ದೆ ಬಯಲಿಗೆ ದೌಡಾಯಿಸಿ ಒಂದು ಬೆಕ್ಕಿನ ಗಾತ್ರದ ಗೊಟರು ಕಪ್ಪೆಯನ್ನು ತಂದು ಪುರುವಿನ ಕೈಗೆ ಪಟ್ಟಿಯಂತೆ ಇಟ್ಟು ಸಮಾಧಾನಪಡಿಸಿದ್ದ. ಕೈ ಶಾಖ ಹೀರಿಕೊಂಡ ಗೊಟರು ಕಪ್ಪೆ ಸ್ವಲ್ಪ ಹೊತ್ತಿಗೆ ಕೊನೆಯುಸಿರೆಳೆಯಿತು. ಅಲ್ಲಿಯವರೆಗೆ ಪುರು ಸ್ವಲ್ಪ ಚೇತರಿಸಿಕೊಂಡಿದ್ದ. ಅದಕ್ಕಾಗಿಯೇ ಈ ಸಲ ಪಟಾಕಿ ಹೊಟ್ಟದಿದ್ದರೂ ಇಲ್ಲ, ಆದರೆ ಇಲ್ಲದ ಭಾನಗಡಿ ಬೇಡ ಎಂದು ಬರೀ ಜಮಟೆ, ತಾಳದಲ್ಲೇ ಗಣಪತಿ ಹೊರಟಿತ್ತು.

ಪ್ರತಿ ಸಲ ಹೊನ್ನಳ್ಳಿ ಬ್ಯಾಲೆಗೆ ತಂದು ಗಣಪತಿ ಮುಳುಗಿಸುವುದರ ಬದಲು, ಹಿತ್ತಲ ಬಾವಿ ಇನ್ನೊಂಚೂರು ಅಗಲವಿದ್ದಿದ್ದರೆ ಬಾವಿಯಲ್ಲೇ ವಿಸರ್ಜನೆ ಮಾಡಬಹುದಿತ್ತು ಎಂದು ಶೇಖರ, ಮುಂದಿನ ವರ್ಷದೊಳಗೆ ಬಾವಿ ದೊಡ್ಡ ಮಾಡಿಸುವುದರ ಬಗ್ಗೆ ಯೋಚಿಸುತ್ತಿದ್ದರೆ, ಪುರು ಅಮ್ಮನ ಒತ್ತಾಯ, ಆರ್ಭಟದ ಅಲೆಯಲ್ಲಿ ಕವಲೊಡೆದು, ಅದೆಲ್ಲಿಯೋ ಅವಿತು ದಾಂಧಲೆ ಎಬ್ಬಿಸುತ್ತಿರುವ ಒಂದು ರೀತಿಯ ಅಭದ್ರತೆಯ ಭಾವನೆಯನ್ನು ಕಿತ್ತೆಸೆಯಲು ತಿಣುಕುತ್ತಿದ್ದ.

ಹೊನ್ನಳ್ಳಿ ಬ್ಯಾಲೆಯಲ್ಲಿ ಮಳೆಗೆ ನೆನೆದ ಹೊಯ್ಗೆ ಪೆಟ್ಮಣೆಯಲ್ಲಿ ಹೊಡೆದಿಟ್ಟಂತೆ ಗಟ್ಟಿಯಾಗಿ ಕುಳಿತು ಹೆಜ್ಜೆ ಎತ್ತಿಡುವಾಗ ಕುಯುಪುಯು ಶಬ್ದ ಮಾಡುವುದನ್ನು ನಿಲ್ಲಿಸಿತ್ತು. ಸಮುದ್ರದ ನೀರೂ ಸಹ ರಸ್ತೆಯ ನೀರಿನಂತೆ ಗಬ್ಬು ಹೋಗಿತ್ತು, ಸಮುದ್ರವೆಂದರೆ ಕೆಸರು ಹೊಂಡದಂತೆ ಕಾಣಿಸುವಷ್ಟು! ಗಣಪತಿ ವಿಸರ್ಜನೆಗೆಂದು ಶೇಖರ, ಪುರು ಮತ್ತು ಶೇಖರನ ಚಿಕ್ಕಪ್ಪನ ಮೂರ್ನಾಲ್ಕು ಮಕ್ಕಳು ಸಮುದ್ರಕ್ಕಿಳಿದರೆ, ಎಲ್ಲರನ್ನೂ ಹಾರಿಸಿಕೊಂಡು ಹೋಗುವಷ್ಟು ಬುರುಬುರು ತೂಫಾನು, ಗಾಳಿಗೆದುರಾಗಿ ನಿಂತರೆ

ಉಸಿರೆಳೆದುಕೊಳ್ಳುವುದು ಕಷ್ಟ ಎನ್ನಿಸುವ ಭರದಲ್ಲಿ ಬಾಕಿ ಉಳಿದವರೆಲ್ಲ ಗಾಳಿಗೆ ಮುಚ್ಚುತ್ತಿದ್ದ ಕಣ್ಣನ್ನು ಅರೆತೆರೆದು ಮಳೆಯ ಬಗ್ಗೆಯೇ ಮಾತನಾಡುತ್ತ ನಿಂತಿದ್ದರು...

ಎದೆ ಮುಳುಗುವಷ್ಟು ನೀರು ಬರುವವರೆಗೆ ಸಮುದ್ರದಲ್ಲಿ ಸಾಗಿ ಗಣಪತಿಯನ್ನು ಹೊತ್ತ ಶೇಖರ ಎರಡು ಬಾರಿ ಗಣಪತಿಯಗೂಡಾಗಿ ಮುಳಕಿ ಹೊಡೆದ. ಮೂರನೇ ಬಾರಿ ಮುಳುಗಿದವ ಅರೆಕ್ಷಣ ಬಿಟ್ಟು ಎರಡು ಮಾರು ಮುಂದೆ ಉಸಿರಾಡಲು ಹೆಣಗುತ್ತ ಮೇಲೆದ್ದ.

ಪುರುವಿಗೆ ಅಂದಿನ ಶೇಖರನ ಕಣ್ಣಿನ ದೈನ್ಯ ಭಾವ ಇನ್ನೂ ಚೆನ್ನಾಗಿ ನೆನಪಿದೆ, 'ತನ್ನನ್ನು ರಕ್ಷಿಸಿಯಾನು' ಎಂಬ ಪುರುವಿನ ಮೇಲಿನ ನಂಬಿಕೆ ಅವನ ಕಡುಗಪ್ಪು ಕಣ್ಣುಗಳಲ್ಲಿ ಗುರುತಿಸುವಂತಿತ್ತು. ಮತ್ತೊಂದೆರಡು ಬಾರಿ ಹಾಗೆಯೆ ಮುಳುಗೆದ್ದ, ಕೈ ಕಾಲು ಬಡಿದುಕೊಳ್ಳುತ್ತ, ಪುರುವನ್ನು ನೋಡುತ್ತ! ಬಹುಶಃ ಪುರು ಧೈರ್ಯ ಮಾಡಿ ಎರಡು ಹೆಜ್ಜೆ ಮೀಸಾಡಿ ಮುಂದೆ ಹೋಗಿ ಶೇಖರನನ್ನು ಹಿಡಿದಿದ್ದರೆ ಬಚಾವು ಮಾಡಬಹುದಿತ್ತೇನೋ! ಎಂತಹ ಅಲೆಗಳ ನಡುವಲ್ಲೂ ಈಸಿ ಎದ್ದುಬರುವ ಪುರು ಕುಮಟೆ ಕಲ್ಲಿನಂತೆ ಅಂದು ನೋಡುತ್ತ ನಿಂತೇ ಇದ್ದ.

ಪುರುವಿಗೆ ಆ ಕ್ಷಣದಲ್ಲಿ ಏನಾಯಿತೋ, ತನ್ನ ಅಭದ್ರತೆಯ ಭಾವನೆಗೆ ಶಾಶ್ವತ ಪರಿಹಾರ ದೊರಕಿತೆಂಬ ನಿರಾಳತೆಯಿತ್ತೋ ಅಥವಾ ಎರಡು ಹೆಜ್ಜೆ ಮುಂದಾದರೆ ತಾನೂ ಶೇಖರನೊಂದಿಗೆ ಮುಳುಗಿಬಿಡಬಹುದೆಂಬ ಭಯವಿತ್ತೋ... ಒಟ್ಟಿನಲ್ಲಿ ಪುರು ಮಾತ್ರ ತನ್ನನ್ನೇ ನೋಡುತ್ತಿದ್ದ ಶೇಖರನ ಕಡುಗಪ್ಪು ಕಣ್ಣುಗಳ ಆರ್ತ ಸ್ವರೂಪವನ್ನು ನೋಡುತ್ತ ನಿಂತಿದ್ದ, ನಿಂತೇ ಇದ್ದ! ಕ್ಷಣಾರ್ಧದಲ್ಲಿ ಶೇಖರನೆಂಬುವವ ಇದ್ದ ಎನ್ನುವಂತೆ ಸಮುದ್ರದಲೆಯಲ್ಲಿ ಶೇಖರ ಕಳೆದುಹೋಗಿಯೇ ಬಿಟ್ಟ.

ಇದೇ ಘಟನೆ ತನ್ನನ್ನು ನೆಮ್ಮದಿಯಿಂದ ಬದುಕಲು ಬಿಡದು ಎಂಬ ನಿರೀಕ್ಷೆಯೂ ಇರದ ಪುರು ಕೆಲವು ತಿಂಗಳು ಕಾದ, ತನ್ನಲ್ಲಿ ಹೂತ ಅಪರಾಧಿ ಭಾವ ತೊಳೆದುಕೊಳ್ಳಲು ಸಾಹಸಪಟ್ಟ. ಗೆಳೆಯನಿಗಾಗಿ ಅತ್ತು ಕರೆದ.

ಬಂಗಡೆ ತಂದಾಗಲೂ ಅಂಜುತ್ತಿದ್ದ. ಶೇಖರನ ಹೆಣ ಎಷ್ಟು ಹುಡುಕಿದರೂ ಸಿಕ್ಕಿರಲಿಲ್ಲ. ಕೈ ಕಾಲು ಸೆಟೆದುಕೊಂಡ ಅರೆತೆರೆದ ಕಣ್ಣಿನ ಶೇಖರನ ಹೆಣವನ್ನು ಯಾವ ಯಾವ ಮೀನು ತಿಂದು ಕೊಬ್ಬಿರಬಹುದು! ಅದೇ ಮೀನನ್ನು ತಾನು ತಿನ್ನುವುದೇ ಎಂಬ ಎಂತಹದ್ದೋ ಹುಚ್ಚುಚ್ಚು ಕಲ್ಪನೆಗಳು ಪುರುವನ್ನು ಇನ್ನೂ ಟೊಳ್ಳಾಗಿಸುತ್ತಿದ್ದವು... ಶೇಖರನನ್ನು ಪುರುವಾಗಿ ಕೊಂದಿದ್ದಲ್ಲದಿದ್ದರೂ ಅಗತ್ಯದ ಸಮಯದಲ್ಲಿ ಪುರು ಶೇಖರನತ್ತ ಕೈಚಾಚದೇ ಹೋದದ್ದು ಒಂದು ರೀತಿಯಲ್ಲಿ ಕೊಲೆಯಂತೆಯೇ ಎಂದು ಪುರುವನ್ನು ಕ್ಷಣಕ್ಷಣಕ್ಕೂ ಕುಗ್ಗಿಸುತ್ತಿತ್ತು. ಹೋಟೆಲು, ಹೋಟೆಲಿಗೆ ಬರುವ ಅರೆಕೊಳೆತ ತರಕಾರಿಗಳೆಲ್ಲ ಪುರುವನ್ನು ಅಣಕಿಸಿದಂತೆನ್ನಿಸುತ್ತಿತ್ತು. ಕುಮಟೆಯಲ್ಲಿ ಶೇಖರನ ನೆನಪು ಹೊತ್ತು ಬದುಕುವುದು ಸಾಧ್ಯವೇ ಇಲ್ಲ ಎನ್ನಿಸಿ ಶೇಖರ ಸತ್ತ ನಾಲ್ಕಾರು ತಿಂಗಳಿಗೆ ಇದೇ ಕೊಂಕಣ ಎಕ್ಸ್‌ಪ್ರೆಸ್ ಹತ್ತಿ ಮುಂಬೈ ಸೇರಿದವ ಇವತ್ತೇ ಕುಮಟೆಗೆ ವಾಪಸ್ಸಾಗಿದ್ದು.

ಸತ್ಯವರಿಯದ ಇವರೆಲ್ಲರಿಗೂ ತಾನಿನ್ನೂ ಸಂಭಾವಿತನೇ ಎಂದು ತನ್ನನ್ನೇ ತಾನು ಮನಸ್ಸಿನಲ್ಲಿ ಹಳಿದುಕೊಳ್ಳುತ್ತ, ಎಷ್ಟೋ ವರ್ಷಗಳ ಬಳಿಕ ತನ್ನನ್ನು ಕಂಡು ಸಂಭ್ರಮಿಸುತ್ತಿರುವ ಸುಮನಳೊಂದಿಗೆ ಮಾತಿಗೆ ಸಹ ಬೆಸೆಯದೆ ಪುರು ತನ್ನ ಮನೆಯೊಳಗೆ ಹೊಕ್ಕ.

ದಾದಾ, ಅಮ್ಮ ಇಬ್ಬರೂ ಏನೇನೋ ಹೇಳಬೇಕೆಂಬ ತವಕವನ್ನೆಲ್ಲ ಅದುಮಿಟ್ಟುಕೊಂಡು ಊಟಕ್ಕೆ ಬಟ್ಟಲು ಜೋಡಿಸಿ ಸಂಭ್ರಮದಿಂದ ಕಾಯುತ್ತಿದ್ದಂತಿತ್ತು.

ನೀರೇ ಕಾಣದ ಬಟ್ಟೆಗಳನ್ನು ತುಂಬಿಸಿದ್ದ ಬ್ಯಾಗು, ಸೂಟ್ಕೆಸನ್ನು ಬದಿಗಿಟ್ಟು, ಕೈ ಕಾಲಿಗೆ ನೀರು ತಾಗಿಸಿ ಊಟಕ್ಕೆ ಬಂದ ಪುರು.

ಉಭಯ ಕುಶಲೋಪರಿ ಮುಗಿದು ಮುಂದೇನು ಮಾತನಾಡುವುದೆಂದು ತಿಳಿಯದೆ ಮೂವರೂ ಊಟವನ್ನಷ್ಟೇ ಮಾಡತೊಡಗಿದರು.

ಆದರೂ ತಡೆಯಲಾಗದೆ, ಶೇಖರನ ಸುದ್ದಿ ತೆಗೆಯಲೇ ಬಾರದು ಎಂದುಕೊಂಡಿದ್ದರೂ ಅವನಿಂದಲೇ ಸುದ್ದಿ ಸಂಗ್ರಹವನ್ನು ಹೊರತೆಗೆಯಬೇಕಾದ ಅನಿವಾರ್ಯತೆ...

'ಅದಾಗಲೇ ಸಾಲ ಸೋಲ ಮಾಡಿ ಕಂಗೆಟ್ಟಿದ್ದ ಗಂಗಾಧರ, ಮಗನ ಸಾವಿನಿಂದ ಕುಗ್ಗಿಯೇ ಹೋದ. ಊಟ ಉಂಡರೆ ಉಂಟು, ಇಲ್ಲದಿದ್ದರೆ ಇಲ್ಲ. ಎಷ್ಟೋ ಬಾರಿ ಅವರ ಮನೆಯಲ್ಲಿ ಅಡುಗೆಯನ್ನೇ ಮಾಡುತ್ತಿರಲಿಲ್ಲ. ಅವನಮ್ಮನಂತೂ ಉಪ್ಪಿನಕಾಯಿ, ಹಪ್ಪಳ–ಸಂಡಿಗೆ ಮಾಡುವುದನ್ನು ಬಿಟ್ಟು ಚಿಂತಿಸುತ್ತಲೇ ಕುಳಿತಳು. ಕಷ್ಟದ ದಿನಗಳನ್ನು ಸವೆಸಲು ಮನೆಯನ್ನು ಅಡವಿಟ್ಟು ಸಾಲ ಮಾಡಿಕೊಂಡಿದ್ದರಂತೆ. ಈಗ ಲಿಲಾವಿಗೆ ಬಂದಿದೆ ಅಂತಾಯ್ತು. ಮನೆಗಿನೆ ಹರಾಜಾಗಿ ಯಾರ್ಯಾರಿಗೋ ಹೋಗುವುದಕ್ಕಿಂತ ಗಂಗಾಧರನ ಸಾಲ ತೀರಿಸಿ ನಾನೇ ನಿನ್ನ ಹೆಸರಿನಲ್ಲಿ ಗಂಗಾಧರನ ಮನೆಯನ್ನು ಕೊಂಡುಕೊಳ್ಳಬೇಕೆಂದು ಕೊಂಡಿದ್ದೇನೆ. ನಿನಗೂ ಶೇಖರನ ಮನೆ ಅನ್ಯರಿಗೆ ಸೇರಿತು ಎಂಬ ಕೊರಗಿರದು ನೋಡು.' ಎಂದು ದಾದಾ ಆಡಿದ ಮಾತಿನ ಕೊನೆಯ ಸಾಲು ತನ್ನನ್ನು ಒಪ್ಪಿಸಲಿಕ್ಕೇ ಎಂದು ಗೊತ್ತೇ ಇತ್ತು ಪುರುಗೆ.

ದಾದಾ ಇನ್ನೂ ಮಾತು ಮುಗಿಸಿದಂತೆ ಕಾಣಿಸಲಿಲ್ಲ. ಗಂಟಲಲ್ಲೇನೋ ಸಿಕ್ಕಿಕೊಂಡಂತೆ ಗಟ ಗಟ ನೀರು ಕುಡಿಯುತ್ತ, 'ಶೇಖರನ ನೋವಲ್ಲಿ ದಿನ ಕಳೆಯುತ್ತಿರುವವರಿಗೆ ಸುಮನನಿಗೆ ಮದುವೆ ವಯಸ್ಸು ಮೀರಿದ್ದು ಗಮನಕ್ಕೆ ಬರಲಿಲ್ಲವೋ ಅಥವಾ ಮದುವೆ ಮಾಡುವಷ್ಟು ಉಮೇದಿಯಿರಲಿಲ್ಲವೋ ಗೊತ್ತಿಲ್ಲ. ಈಗ ಯಾವ ಜಾಗವೂ ಸುಮನನಿಗೆ ಆಗಿ ಬರುತ್ತಿಲ್ಲ. ಜಾತಿ ಗೀತಿ ನೋಡದೆ ಪುರುವಿಗೆ ಮಾಡಿಸಿಕೊಳ್ಳಿ ಅಂತ ಶೇಖರನ ತಂದೆ ತಾಯಿಯರದ್ದು ಕೆಲವು ತಿಂಗಳಿನಿಂದ ಒಂದೇ ಗೋಳು. ಮಗಳ ಮನೆಯಲ್ಲೇ ಅವರೂ ಒಂದು ಕೋಲಿಯಲ್ಲಿರುತ್ತಾರೆ. ಬದುಕೀ ಬದುಕಿ ಇನ್ನೆಷ್ಟು ದಿನ ಬದುಕಬಹುದು, ಮಗನ ಚಿಂತೆಯಲ್ಲಿ ಇಬ್ಬರೂ ಈಗಾಗಲೇ ಎಲುಬಿನ ಹಂದರವಾಗಿದ್ದಾರೆ.'

ಈ ಮನೆಯನ್ನು ಮಗಳ ಮನೆ ಅಂತ ಸಲೀಸಾಗಿ ಹೇಳುವುದನ್ನು ನೋಡಿದರೆ ದಾದಾ ಈಗಾಗಲೇ ತಮ್ಮ ಮನಸ್ಸಿನಲ್ಲಿ ನನ್ನ ಮತ್ತು ಸುಮನನ ಮದುವೆ ಮಾಡಿ ಕೈತೊಳೆದುಕೊಂಡಂತಿದೆ ಎಂದು ಬಟಾಟೆ ಹೋಳಿಗೆ ಅಂಟಿರುವ ಸಿಪ್ಪೆ ತೆಗೆದು ತಿನ್ನುತ್ತ ಪುರು ತಲೆ ಕೆಡಿಸಿಕೊಳ್ಳುತ್ತಿದ್ದ. ಏನೋ ಒಂದು ನಿರ್ಧಾರ ಮಾಡಬೇಕೆಂದೆಣಿಸಿದಷ್ಟೂ ಪುರುವಿನ ಬಟ್ಟಲಲ್ಲಿ ಬಟಾಟೆಯ ಸಿಪ್ಪೆ ಗೋಪುರವಾಗುತ್ತಲೇ ಇತ್ತು.

ತಾನು ಮಾಡಿದ ತಪ್ಪಿಗೆ ಪ್ರಾಯಶ್ಚಿತ್ತವೆಂಬಂತೆ ಸುಮನಳನ್ನು ಮದುವೆ ಮಾಡಿಕೊಂಡು, ಶೇಖರನ ತಂದೆ ತಾಯಿ ಬದುಕಿರುವವರೆಗೆ ಆಸರೆಯಾಗಿ ದೊಡ್ಡತನವನ್ನು ಮೆರೆಯುವ ಬಯಕೆಯಲ್ಲಿ ಯಾವ ತಪ್ಪು ಕಾಣಿಸದಿದ್ದರೂ ಶೇಖರನ ಮನೆಯಲ್ಲಿ ತಪ್ಪಿತಸ್ಥನಂತೆ ನಗಲೂ ಹೆದರಿಕೊಂಡು, ಸುಮನಳ ಕಡುಗಪ್ಪು ಕಂಗಳಲ್ಲಿ ಶೇಖರನನ್ನು ಕಾಣುತ್ತ ಅವಳನ್ನು ಮುಟ್ಟಲೂ ಭಯಪಡುವ ಪ್ರಸಂಗ ಬಂದರೆ ಎಂಬ ದಿಗಿಲು ಅಂತರಾಳದಲ್ಲಿಲ್ಲದೇ ಇರಲಿಲ್ಲ.

ಹತ್ತುವರ್ಷದಿಂದ ಅನುಭವಿಸುತ್ತಿರುವ ಈ ತಲ್ಲಣಗಳು, ಒಳಗೆ ಬ್ಯಾಗಿನ ತುಂಬ ತುಂಬಿರುವ ಒಗೆಯದೆ ತಿರುವುಮುರುವಾಗಿ ಬಿದ್ದುಕೊಂಡ ಕಾಚಾ ಬನಿಯಾನುಗಳೆಲ್ಲ ಬಿಡುಗಡೆಗಾಗಿ ಹಾತೊರೆಯುತ್ತಿರುವಂತೆ ಪುರುವಿನ ತಲೆಯೊಳಗೆ ಅದಾಗಲೇ ಆಳವಾಗಿ ಬೇರೂರಿದ ನೂರಾರು ಸಂದಿಗ್ಧತೆಗಳು ಮುಕ್ತಿಯಿಲ್ಲದ ಪಿಶಾಚಿಯಂತೆ ಶರೀರವನ್ನೆಲ್ಲಾ ನಡುಗಿಸುತ್ತ ತನ್ನನ್ನು ಹತೋಟಿಯಲ್ಲಿಟ್ಟುಕೊಂಡಂತೆ ಭಾಸವಾಗತೊಡಗಿತು... ಶೇಖರನ ಆ ಕಡುಗಪ್ಪು ಕಣ್ಣುಗಳು ಮತ್ತೆ ತಿವಿಯತೊಡಗಿದವು, ಉಳಿಸುವಂತೆ ಮೊರೆಯಿಡತೊಡಗಿದವು.

ಸುಳಿ...

1

ಕಡ್ಲೆಗುಡ್ಡೆಯ ಒಂದು ಪಾರ್ಶ್ವದಿಂದ ಮೆಲ್ಲಗೆ ಜಾರುತ್ತ ತೆರೆಗಳಲ್ಲಿ ಕರಗಿಹೋಗುವ ಸೂರ್ಯನಿಗೂ ಗೊತ್ತಿರಲಿಲ್ಲ, ಬುಗುರಿ ಮರದ ಮೂಕೆಯಲ್ಲಿ ಕುಳಿತ ಯುವಕ ಮಂಡಳಿ ಇವತ್ತು ಬರೀ ನಾಮ್ ಕೆ ವಾಸ್ತೆ ಇಸ್ಪೀಟೆಲೆಗಳನ್ನು ಹರಡಿಕೊಂಡು ಕುಳಿತಿದೆ ಅಂತ. ಯಾರಿಗೂ ಎಕ್ಕ, ಗುಲಾಮ, ರಾಜನಲ್ಲಾಗಲಿ, ಮುಂದೆ ಎಲೆ ಸುಗಿದಾಗ ಬರಬಹುದಾದ ಜೋಕರನ ಮೇಲಾಗಲಿ ಆಸಕ್ತಿಯಿರಲಿಲ್ಲ. ಇಸ್ಪೀಟೆಲೆಯ ರಾಜ ರಾಣಿಯರ ಮುಖದಲ್ಲಿ ಎಂದಿನ ಕಳೆಯೂ ಬಹುಶಃ ಇರಲಿಲ್ಲ ಎಂದೇ ಇಟ್ಟುಕೊಳ್ಳಿ. ಮಾತು ಹುಟ್ಟಲು, ಹುಟ್ಟಿದ ಮಾತಿಗೆ ರೆಕ್ಕೆ ಬಾಲ ಮೂಡಿ ಅದು ಬೆಳೆದು ಮುಂದುವರೆಸಿಕೊಂಡು ಹೋಗಲು ಒಂದೇನಾದರೂ ಕಂತ್ರಾಟಿಕೆಯ ದಾರಿ ಬೇಕಿತ್ತು ಅಷ್ಟೇ!

ಒಂದರ ಮೇಲೊಂದು ಕಮಚಿ ಸಾರಿಕೆಯಾಗಿ ಬಿದ್ದುಕೊಂಡ ಇಸ್ಪೀಟೆಲೆಯನ್ನೆಳೆದುಕೊಳ್ಳುತ್ತ, 'ಹಾ... ಹೂಂ...ಪ್ಚ್‌ಚ್ಚ್' ಎಂದು ಬಾಯ್ತುದಿಯಲ್ಲಿ ನಾದಗೈದು ವಿಷಾದ ವ್ಯಕ್ತಪಡಿಸಿ ಮತ್ತೆ ಸುಮ್ಮನಾಗುತ್ತ; ಸಂಪುನ ಅಂಗಡಿಯ ಗುತಕಾ ಜಗಿದು, ಎದ್ದರೆ ಕುಂಡೆ ಸವೆಯುತ್ತದೆಂಬ ಪರಿಯಲ್ಲಿ ಕುಳಿತಲ್ಲಿಯೇ ಬಗೇಲಿ ಮುಖ ವಾರೆ ಮಾಡಿ ಪ್ಚ್... ಎಂದು ಗುತಕಾ-ಪಾನು ತೂಪಿ ಮತ್ತೆ ಗುಂಗಿನಲ್ಲೊಂದಾಗುತ್ತಿದ್ದರು.

ಪಾಚುಗೆ, ಅವನ ಪಕ್ಕದಲ್ಲೇ ಕುಳಿತ ಮೆಸ್ತನಿಗೆ ಸಹ ಮಹೇಶನ ಮೇಲೆ ಸ್ನೇಹ ಪ್ರೀತಿಯಿಲ್ಲವೆಂದಲ್ಲ, ಆದರೆ ಇವೆಲ್ಲ ಬೇಕಿತ್ತಾ, ಆಯ್ತು ಹೋಯ್ತು ಅಂತ ಇರಬಾರದಾ ಎಂದು ತಮ್ಮ ಮನಸ್ಸೊಳಗಿದ್ದರೂ ಅತ್ತಲಾಗಿ ಹೇಳಲರಿಯ, ಇತ್ತಲಾಗಿ ಬಿಡಲರಿಯ ಎಂಬ ಸಂದಿಗ್ಧ ಪರಿಸ್ಥಿತಿ.

ಎಕ್ಕ ಬಂದರೆ ಒಂದು ಕೈ ನೋಡೇಬಿಡುವಾ ಎಂದುಕೊಂಡ ರಾಚನಿಗೆ ಆಟೀಣು ಕೈಗೆ ಹತ್ತಿದ್ದೇ 'ಹೋ' ಎಂದು ಒದರಿಕೊಂಡ.

'ಕಷ್ಟಾನೋ ಸುಖಾನೋ ನಾವು ಒಗ್ಗಟ್ಟಿನಲ್ಲಿದ್ದವರು ಈ ಪರಿಸ್ಥಿತಿಯಲ್ಲಿ ಗುಮ್ಮನ ಗುಸಕನ ಹಾಂಗೆ ಗಳಿಗಕ್ಕೊಂದು ಯೋಚನೆ ಮಾಡುದು ಸಲ್ಲ, ದೊಂಬಿಯಲ್ಲಿ ಭಾಗವಹಿಸಲೇಬೇಕು ಅಂತಾಗಿದೆ ಹೇಳಾದರೆ ಅದನ್ನೂ ಮಾಡುವಾ. ಆದರೆ ಸಿಕ್ಕಿಬೀಳುವುದಿಲ್ಲ ಅನ್ನೂ ಗ್ಯಾರಂಟಿ ಏನಿದೆ?' ಮೆಸ್ತ ಕಳಾವರ ಎಂದು ಗೊತ್ತಿಲ್ಲದೆ ಸಾವಕಾಶವಾಗಿ ಎಲೆ ಎಳೆಯುತ್ತ ಬಾಯ್ತೆಗೆದ.

'ಎಲ್ರಿಗೂ ಆಗಿದ್ದೇ ನಮಗೂ ಆಗ್ತದೆ ಹೇಳಿ. ಎಲ್ರನ್ನೂ ಜೈಲಿಗೆ ಹಾಕ್ತಾರೆ ಹೇಳಾದ್ರೆ ನಮ್ಮನ್ನೂ ಜೈಲಿಗೆ ಹಾಕ್ತಾರೆ. ಆದ್ರೆ ಬಿಡಸ್ಕ ಬರಲಿಕ್ಕೆ ಒಂದಲ್ಲ ಒಂದು ಪಕ್ಷದವರು ಬರದೇ ಇರುವ ಹಾಂಗಿಲ್ಲ. ವಿರೋಧವಾಗಿ ಒಂದು ಪಕ್ಷ ಇದೆ ಹೇಳಾದ್ರೆ, ಪರವಾಗಿದ್ದವರ ಪಕ್ಷವೂ ಇದ್ದೇ ಇರ್ತದೆ. ಗಲಾಟೆ ಏನು ಸುಮ್ಮನೆ ಆಗ್ತಿದ್ದಿದ್ದಲ್ಲ. ಗಲಾಟೆ ಮಾಡ್ಲಿಕ್ಕೂ ಒಂದಲ್ಲಾ ಒಂದು ಪಕ್ಷದವ್ರು ಸಹಾಯ ಮಾಡೇ ಮಾಡಿರ್ತ್ರು. ಆದ್ರೆ ನಾವು ರಾಗೂಗೆ ಹೊಡೆಯಲಿಕ್ಕೆಂದು ಬಂದವರು ಹೇಳಿ ಯಾರಿಗೂ ಸೂಟು ಸಿಗಬಾರದು. ಅವರೊಟ್ಟಿಗೆ ಸೇರಿ ಗಲಾಟೆ ಮಾಡುವವರು ಹೇಳೇ ಎಲ್ರಿಗೂ ಕಡೆವರೆಗೂ ಅನ್ನಿಸಬೇಕು. ಅದಿಷ್ಟು ಮಾಡಿದ್ರೆ ನಾವು ಗೆದ್ದ ಹಾಂಗೇಯಾ.' ಎಂದು ಮಹೇಶ ತಾನು ಹೊಸೆದು ಹಗ್ಗ ಮಾಡಿದ ವಾದವನ್ನೇ ಮತ್ತೆ ಮತ್ತೆ ಹೊಸೆದ. ರಾಚನಿಗೆ ಈ ಉಪಾಯ ಸರಿಯಾಗಿಯೇ ಕಂಡಿತ್ತು, 'ಆ ರಾಗು ಚೌದಿಮಗನ ಧಿಮಾಕು ಇಳಿಸಿದ್ರೆ ಮಾತ್ರ ಪದೇಪದೇ ಕಾಲು ಕೆರೆದು ಜಗಳಕ್ಕೆ ಬರುವುದಾದರೂ ಕಮ್ಮಿ ಆಗ್ತದೆ. ಇಲ್ದಿದ್ರೆ ದಿನ ಬೆಳಗಾದ್ರೆ ಅವನ ಆಟಾಪ ಕೇಳಬೇಕು. ಅಷ್ಟಕ್ಕೂ ರಾಗೂನ ಇಂತಾ ಗಲಾಟೆ ಸಮಯದಲ್ಲಿ ಹೊಡೆದುಕೊಂಡರೆ, ನಮ್ಮ ಮೇಲೆ ಅನುಮಾನ ಬರುವುದಕ್ಕಿಂತ ವಿರೋಧ ಪಂಗಡದ ಮೇಲೆ ಸಂದೇಹ ಬರುವುದೇ ಜಾಸ್ತಿ. ನಾಳಿನ ಗಲಾಟೆಯಲ್ಲಿ ಹೇಗಾದ್ರೂ ಮಾಡಿ ಅವನನನ್ನ ಮಧ್ಯಾಹ್ನದ ಹೊತ್ತಿಗೆ ಹಳಕಾರಿನ ದೊಡ್ಡಾಲದ ಮರದ ಬುಡಕ್ಕೆ ಬರುವ ಹಾಂಗೆ ಮಾಡ್ಬೇಕು. ಕಡಿಗೆ ಸಮಾ ಜಪ್ಪಿ ಬುದ್ಧಿ ಕಲಿಸಬೇಕು.' ಎಂದು ರಾಚನೂ ಮಹೇಶನ ದನಿಗೆ ದನಿ ಸೇರಿಸಿ ಹೀಗೆ ಆಗಲೇಬೇಕು ಎಂದಾಗ ಪಾಚು ಮತ್ತು ಮೆಸ್ತಾ ದೂಸರಾ ಆಡಿದರೆ ನಡೆಯುವುದಿಲ್ಲ ಎಂದು ಅವರೂ ಒಪ್ಪಿ ತಲೆ ಕುಣಿಸಿದರು. ಆದರೂ ಅವರಿಬ್ಬರಿಗೆ ಒಳಗೊಳಗೆ ಪುಕಪುಕ ಇಲ್ಲವೆಂದಲ್ಲ, ಸದ್ಯಕ್ಕೆ ಬೇರೆ ಗತಿಯಿರಲಿಲ್ಲ.

ಕಡ್ಲೆಗುಡ್ಡೆಯ ಮೇಲೆ ಕುಳಿತ ಮಂಡಳಿ ಪಿಚಕ್ಕನೆ ಉಗುಳುತ್ತಿದ್ದ ಪಾನು ಮಸಾಲಾ, ಗುಠಕಾಗಳೆಲ್ಲ ಸೂರ್ಯನಿಗೂ ಸೀರಿತೇ ಎಂಬಂತೆ ಮೈಯೆಲ್ಲ ಕೆಂಪು ಕೆಂಪಾದ ಸೂರ್ಯ ಅಂದಿನ ಕರ್ತವ್ಯ ಮುಗಿಸಿ ಸಮುದ್ರದಲ್ಲಿಳಿದು ಹೋದ.

ಮರುದಿನ ಕುಮಟೆಯ ಹಣೆಬರಹದಲ್ಲೇ ಮೊದಲ ಬಾರಿಗೆ ಎಂದೂ ಕಂಡರಿಯದ ದಿನ ತೆರೆದುಕೊಳ್ಳುವುದರಲ್ಲಿತ್ತು. ಯಾವುದೋ ಕಾಲ ಎಂಬಂತಾಗಿದ್ದ ತಾತ ಮುತ್ತಾತನ ಕಾಲದಲ್ಲಿ ಆದ ಸ್ವಾತಂತ್ರ್ಯ ಹೋರಾಟದ ಸಣ್ಣಪುಟ್ಟ ಘಟನೆಯ ಹೊರತಾಗಿ ಇದುವರೆಗೂ ಇಷ್ಟು ದೊಡ್ಡ ಪ್ರಮಾಣದಲ್ಲಿ ಜನ ಸೇರಿ ದೊಂಬಿ ಗಲಾಟೆ ಅಂತ ಮಾಡಿದ್ದೇ ಇಲ್ಲ.

ಎಲ್ಲೆಲ್ಲಿ ಯಾರ್ಯಾರು ಹೊಂಚಿದ್ದಾರೆ ಎಂಬುದು ಖುದ್ದು ಕುಮಟೆ ಪೇಟೆಗೂ ತಿಳಿದಿರಲಿಲ್ಲ. ಆದರೂ ಗಾಜಿನ ಲೋಟದಲ್ಲಿ ತಣ್ಣಗೆ ಕರಗುವ ಗಡ್‌ಬಡ್, ಬುಟ್ಟಿಯೊಳಗಿನ ಬಂಗಡೆ–ಶೆಟ್ಲಿಯ ಹೊರತಾಗಿಯೂ ಇನ್ಯಾವುದೋ ಒಂದು ವಿಷಯವನ್ನು ತನ್ನಲ್ಲವಿಸಿಕೊಂಡು ಬೂದಿ ಮುಚ್ಚಿದ ಕೆಂಡವಾದ ಕುಮಟೆ ಪೇಟೆ ನಾಳೆ ನಿರ್ವಿಕಾರವಾಗಿ ಎದುರಿಗೆ ಬಂದವರನ್ನೆಲ್ಲ ಬಡಿದು, ಸಿಕ್ಕಿದ್ದನ್ನೆಲ್ಲ ಆಪೋಶನಕ್ಕೆ ತೆಗೆದುಕೊಳ್ಳುವುದರಲ್ಲಿತ್ತು.

ಬಿರುಗಾಳಿ ಬೀಸುವ ಮೊದಲೇಳುವ ಶಾಂತತೆ ಹೇಗಿರುತ್ತದೆ ಗೊತ್ತಲ್ಲ, ಅಷ್ಟು ಶಾಂತವಾಗಿದ್ದವು ಬಸ್ತಿಪೇಟೆ, ಮೂರ್ಕಟ್ಟೆಯ ಗಲ್ಲಿ, ಮೂರೂರು ರಸ್ತೆ, ಹೆರವಟ್ಟೆಗಳೆಲ್ಲ. ಊಹೂಂ... ಶಾಂತವಲ್ಲ, ಸ್ತಬ್ಧವಾಗಿದ್ದವು. ಯಾಕೆಂದರೆ ಅಲ್ಲಿ ಎಂದಿನ ಆಪ್ತತೆಯಾಗಲಿ, ಭರಪೂರ ಸಿಗುವ ಪ್ರೀತಿಯಾಗಲೀ ಇರಲಿಲ್ಲ, ಒಂದು ರೀತಿಯ ಕ್ರೌರ್ಯವೇ ರಾವುಬಡಿಯುತ್ತಿತ್ತು.

ಕುಮಟೆಯ ನಿರ್ಜನ ರಸ್ತೆಯ ಅಕ್ಕ ಪಕ್ಕದ ಮನೆಗಳಲ್ಲಿ, ಸುತ್ತಣ ಊರುಗಳ ಸಂದಿಗೊಂದಿಯಲ್ಲಿ ಬಹುಶಃ ನಾಳೆಗೆ ಬೇಕಾಗುವ ಸಾಮಗ್ರಿಗಳ ತಯಾರಿ ನಡೆಯುತ್ತಿದ್ದಿರಬಹುದು. ಅಂಗಡಿ, ವಾಹನಗಳ ಮೇಲೆ ತೂರಲು ಬೇಕಾಗುವ ಕಲ್ಲು, ಟೈರು ಸುಡಲು ಬೆಂಕಿಪಟ್ಣ, ಚುಮಣೀ ಎಣ್ಣೆ, ಪೋಲೀಸರ ಲಾಠಿ ಎದುರಿಸಲು ಕುಠಾರೆ, ಗುದ್ದಲಿ, ಪಿಕಾಸುಗಳ ಹಿಡಿಕೆ, ಗುರುತು ಸಿಗದಿರಲೆಂದು ಮುಖಕ್ಕೆ ಬೇಕಿದ್ದರೆ ಸುತ್ತಿಕೊಳ್ಳಬಹುದಾದ ಟುವಾಲುಗಳು ನಾಳಿನ ಹೋರಾಟಕ್ಕೆ ಸಿದ್ಧಗೊಳ್ಳುತ್ತಿದ್ದಿರಬಹುದು.

ನಾಳೆಯ ಗಲಾಟೆಗೆ ಕಾರಣವೇನಿದ್ದಿರಬಹುದು, ಯಾರದ್ದು ತಪ್ಪು ಒಪ್ಪು ಎಂಬುದು ಮಹೇಶನ ಗುಂಪಿನವರಿಗೆ ಬೇಕೇ ಆಗಿರಲಿಲ್ಲ, ಅದರ ಮೇಲೆ ಚರ್ಚೆ ವಾದಕ್ಕಿಳಿದು ಮತ್ತೆ ತಮ್ಮ ಗುರಿತಪ್ಪಿ ಮಾಡಲೇಬೇಕೆಂದಿದ್ದನ್ನು ಮರೆತು ತಮ್ಮ ಕೆಲಸ ಕೆಡಿಸಿಕೊಳ್ಳಬೇಕಿರಲಿಲ್ಲ... ಇವರು ನ್ಯಾಯಕ್ಕಾಗಿ ಹೋರಾಟಕ್ಕಿಳಿಯುತ್ತಿದ್ದಿಲ್ಲವಾದ್ದರಿಂದ ಸತ್ಯ ಎಂಬ ಯಾರದ್ದೋ ಗಂಟಿಗೆ ಕೈಯಿಟ್ಟು ಕಚ್ಚಿಸಿಕೊಳ್ಳುವುದು ಇವರಿಗೆ ಅಗತ್ಯವೇ ಕಾಣಲಿಲ್ಲ. ಗೋಣವೆಗೆ ಬೆಂಕಿಬಿದ್ದಾಗ ಮೈಕಾಸಿಕೊಳ್ಳುವುದೇ ಧ್ಯೇಯವಾಗಿಸಿಕೊಂಡವರ ತಳಿಗೆ ಮುಕುಟಪ್ರಾಯರಾದಂಥವರೆಲ್ಲ ಕಡ್ಲೆಗುಡ್ಡೆಯಲ್ಲಿಂದು ಎಂದೂ ಸಿಗದ ಅವಕಾಶವನ್ನು ಬಳಸಿಕೊಳ್ಳುವುದರ ಬಗ್ಗೆ ಹೊಂಚಿಯಾಗಿತ್ತು ಅಷ್ಟೇ!

ಮಹೇಶನಿಗೇನು ನಾಳೆಯ ನಡೆಯ ಬಗ್ಗೆ, ಪರಿಣಾಮದ ಬಗ್ಗೆ ಪೂರ್ತಿ ಯೋಜನೆಯಿತ್ತು ಎಂದೇನೂ ನಾವು ತಪ್ಪು ತಿಳಿಯಬೇಕಿಲ್ಲ. ಮೊನ್ನೆ ಆದಿತ್ಯವಾರ ಬಾಬುವಿನ ಶರಾಬು ಅಂಗಡಿಯಲ್ಲಿ ಕುಳಿತು ಸರ್ಕಾರಿ ಪ್ಯಾಕೆಟ್ಟನ್ನು ಗಂಟಲಿಗೆ ಹೊಯ್ದುಕೊಳ್ಳುವಾಗ ಫಳಕ್ಕನೆ ಬಂದ ಉಪಾಯ ಇದು.

ಕಾಗಾಲು ತೇರಿನಲ್ಲಿ ತೋರಣ ಕಟ್ಟುವ ವೇಳೆ ಚಿಲ್ಲರೆ ವಿಷಯದಲ್ಲೆದ್ದ ಜಗಳ, ಖರೇ ಹೇಳಬೇಕೆಂದರೆ ಆವತ್ತು ರಾಗುವಾಗಲಿ, ಮಹೇಶನಾಗಲಿ ಕುಡಿಯದಿದ್ದರೆ ಜರೂರು ಹೊಂದಿಕೆ ಮಾಡಿಕೊಂಡು ಹೋಗಬಹುದಾಗಿದ್ದ ವಿಚಾರವಾಗಿತ್ತು. ತೋರಣವನ್ನು

ದೇವಸ್ಥಾನದ ಕೆರೆಯ ಪಕ್ಕ ಕಟ್ಟಬೇಕೋ ಅಥವಾ ಕಾಮಾಕ್ಷಿ ಮನೆಗೆ ತಾಗಿಕೊಂಡಿದ್ದ ದೇವಸ್ಥಾನದ ದಣಪೆಯ ಸರ್ತ ಕಟ್ಟಬೇಕೋ ಎಂಬ ವಿಚಾರವಾಗಿ ಗಲಾಟೆ. ಎಲ್ಲೇ ತೋರಣ ಬಿಗಿದರೂ ರಾಗುವಿಗೆ ಹೋಗುವಂಥದ್ದೇನೂ ಇರಲಿಲ್ಲ. ಆದರೆ ಕಾಮಾಕ್ಷಿಯ ಮಗಳು ಸುಜಾತಾ ಮಹೇಶನನ್ನು ಕಂಡಲ್ಲೆಲ್ಲ ನಾಚಿದಂತೆ ಸಣ್ಣ ನಗು ನಗುವುದು ಮಹೇಶನಲ್ಲಿ ಏನೋ ಒಂದು ನಮನಿ ಭಾವನೆಯನ್ನು ಹುಟ್ಟುಹಾಕಿತ್ತು. ಒಳಗೊಳಗೇ ಸುಜಾತನ ಮೇಲೆ ಪ್ರೀತಿ ಹುಟ್ಟಿಸಿಕೊಂಡಿದ್ದ ಮಹೇಶನಿಗೆ ಕಾಮಾಕ್ಷಿ ಮನೆ ಬದಿಯಲ್ಲೇ ತೋರಣ ಕಟ್ಟಿ ಅಲ್ಲೇ ಮಜ್ಜಿಗೆ ಸೇವೆಯಿಟ್ಟರೆ ಜಾತ್ರೆಗಂತ ಬಂದ ಸಂಭಾವಿತರೂ, ಅಪಾಪೋಲಿಗಳೂ ಮಜ್ಜಿಗೆ ಕುಡಿಯುವ ನೆಪದಲ್ಲಿ ಸುಜಾತನನ್ನು ನೋಡಿ ಸೀಟಿ ಬಾರಿಸುವುದು, ಕೂ ಹೊಡೆಯುವುದು ಮಾಡಿ ಕಾಟಕೊಡುತ್ತಾರೆ ಎಂಬುದು ಮಹೇಶನ ವಾದ.

ಆದರೇನು ಮಾಡುವುದು? ತೋರಣಕಟ್ಟುವ ದಿನ ಇಬ್ಬರೂ ಕಂಠಪೂರ್ತಿ ಕುಡಿದಿದ್ದರು. ಕುಡಿದಾಗ ಏರುವಷ್ಟು ಸ್ವಾಭಿಮಾನ, ಹುಟ್ಟುವಷ್ಟು ಮರ್ಯಾದಿಯ ಪ್ರಶ್ನೆ ಮತ್ತೆ ಯಾವತ್ತೂ ಕಾಣಲು ಸಿಗದು. ಒಬ್ಬ ಏರಿ ಬಂದ ಎಂದು ಇನ್ನೊಬ್ಬನೂ ಏರಿದ, ಒಬ್ಬ ಅಂಗಿ ಹಿಡಿದೆಳೆದ ಅಂತ ಇನ್ನೊಬ್ಬನೂ ಎಳೆದ, ಒಬ್ಬ ಭೋಸುಡಿಕೆ ಎಂದ ಅಂತ ಇನ್ನೊಬ್ಬನೂ ಬೋಳಿಮಗ ಎಂದ. ತೋರಣ ಕಟ್ಟುವ ಗಲಾಟೆಯಲ್ಲಿ ಅದೇನೇನು ನಡೆಯಲಿಲ್ಲ! ಯಾರ್ಯಾರು ಎಂದು ಇಬ್ಬರಿಗೂ ನೆನಪಿಲ್ಲ, ಅವರೆಲ್ಲ ಬಂದು ಹೊಡೆದಾಟ ತಪ್ಪಿಸದಿದ್ದರೆ ಇಬ್ಬರಲ್ಲೊಬ್ಬರು ಖತಂ ಆಗುತ್ತಿದ್ದಿದ್ದು ಸುಳ್ಳಾಗಿರಲಿಲ್ಲ.

ಇಷ್ಟೆಲ್ಲ ಆದರೂ ಕಾಗಾಲು ಜಾತ್ರೆಯಲ್ಲಿ ತೋರಣ ಮಾತ್ರ ಕಾಮಾಕ್ಷಿ ಮನೆಯ ಸರ್ತಕ್ಕೇ ಕಟ್ಟಿ ಮಜ್ಜಿಗೆ ಬೊಡ್ಡೆಯನ್ನೂ ಇಡಲಾಗಿತ್ತು. ಮಜ್ಜಿಗೆ ಕುಡಿಯುವ ನೆಪದಲ್ಲಿ ಹುಡುಗರ ದಂಡು ಕಾಮಾಕ್ಷಿಯ ಮನೆಯೆದುರು, ಚಿಟ್ಟೆ ಮೇಲೆ, ಹಿತ್ತಲ ಕಡೆಗಿದ್ದ ಬಚ್ಚಲು ಮನೆಯ ಆಸುಪಾಸು ಬೀಡುಬಿಡುತ್ತಿತ್ತು. ತೊಳೆದು ದಾರಕ್ಕೆ ಹರಗಿದ ಸೀರೆ, ಪಲಕಗಳ ಬಗ್ಗೆ ಏಳುವ ದೊಡ್ಡ ದೊಡ್ಡ ಮಾತುಗಳು ಕಾಮಾಕ್ಷಿ ಮನೆಯ ಗೋಡೆ ದಾಟಿ ಸುಜಾತನ ಕಿವಿಗಳನ್ನೂ ತುಂಬಿದ್ದವು. ಜಾತ್ರೆ ಎಂದರೆ ಕೇಳಬೇಕೆ, ತಮ್ಮ ತಮ್ಮ ಪಾಡಿಗೆ ನಡೆದುಹೋಗುತ್ತಿದ್ದ ಹೆಣ್ಣುಮಕ್ಕಳಾದರೂ ಸರಿಯೇ ರಶ್ಶಿನ ನೆಪದಲ್ಲಿ ಗಂಡಸರ ಕೈ ಹೆಣ್ಣು ಮಕ್ಕಳ ಕಾಲನ್ನೋ, ಸೊಂಟವನ್ನೋ ಒಮ್ಮೊಮ್ಮೆ ಎದೆಯನ್ನೇ ಪಟಕ್ಕನೆ ಸ್ಪರ್ಶಿಸುತ್ತ ಹಾಯುವುದಿರುವಾಗ, ಪ್ರಾಯದ ಮಗಳಿರುವ ಮನೆಯ ಸರ್ತಕ್ಕೇ ಮಜ್ಜಿಗೆ ಸೇವೆಯಿಟ್ಟರೆ ಆಸುಪಾಸು ಹೊಲಸು ನೊಣಗಳು ಹಾರಾಡುವುದು ತಪ್ಪುತ್ತದೆಯೇ!

ಪುಂಡ ಪೋಕರಿಗಳ ಕಲ್ಲಿಗೆ ಕಾಮಾಕ್ಷಿ ಮನೆಯ ಹೆಂಚುಗಳಿಷ್ಟು ಒಡೆದವಂತೆ, ಮನೆಯ ಆಚೀಚೆಗಿನ ಗೋಡೆಗಳ ಮೇಲೆ ಹೃದಯದ ಚಿತ್ರ ಬಿಡಿಸಿ, ಒಂದು ಬಾಣ ಹೊಡೆದು ಸುಜಾತನ ಹೆಸರಿನ ಜೊತೆ ಊರಮೇಲಿನ ಒಂದಿಷ್ಟು ಹುಡುಗರ ಹೆಸರನ್ನು ಮಶೀಕೆಂಡದಲ್ಲಿ ಬರೆಯಲಾಗಿತ್ತೆಂದು ಕಾಮಾಕ್ಷಿಯೇ ಮಹೇಶನಲ್ಲಿ

ಖುದ್ದು ದುಃಖ ತೋಡಿಕೊಂಡಿದ್ದಳು... ಇದಕ್ಕೂ ಮಿಗಿಲಾಗಿ ಬಿಸಿಲಿಗೆ ಹರಗಿದ ಸುಜಾತನ ಕೆಲವು ಒಳವಸ್ತ್ರಗಳೆಲ್ಲ ಕಳೆದುಹೋದವಂತೆ. ಇದಕ್ಕೆಲ್ಲ ಕಾರಣ ರಾಗುವಿನ ಹಠವೇ ಅಲ್ಲವೇ... ಅಲ್ಲದೆ, ಅಂದಿನ ರಾಗು ಮಹೇಶರ ಗಲಾಟೆಯಲ್ಲಿ ಇಬ್ಬರೂ ಸಮಕ್ಕೆ ಸಮ ಬಡಿದಾಡಿಕೊಂಡರೂ ಕೊನೆಗೂ ತೋರಣ ಕಾಮಾಕ್ಷಿ ಮನೆಯ ಬದಿಗೇ ಕಟ್ಟಿ ರಾಗುವೇ ಗೆದ್ದಂತೆ ಆಯ್ತಲ್ಲ ಎಂಬುದೂ ಮಹೇಶನ ದ್ವೇಷಕ್ಕೆ ಹೆಳೆಯಾಯಿತು. ರಾಗುವೂ ಪಟ್ಟುಬಿಡದೆ ಬೆಂಕಿಗೆ ತುಪ್ಪ ಸುರಿದಂತೆ ಹೋದಲ್ಲೆಲ್ಲ ಮಹೇಶನ ಸೋಲಿಗೆ ಹೊಂಚುತ್ತಲೇ ಇರುತ್ತಿದ್ದ.

ಕಾಗಾಲು ಜಾತ್ರೆಯ ದಿನದಿಂದ ಶುರುವಾದ ಮಹೇಶ ರಾಗುವಿನ ನಡುವಿನ ದ್ವೇಷ ದಿನಗಳುರುಳಿದಂತೆ ಇನ್ನೂ ಬೆಳೆಯುತ್ತಲೇ ಇತ್ತು. ದ್ವೇಷ ಯಾವ ರೀತಿಯಲ್ಲಿ ಮುಕ್ತಾಯವಾಗುತ್ತದೆಯೆಂಬುದು ಸ್ವತಃ ಅವರಿಬ್ಬರಿಗೇ ತಿಳಿದಿರಲಿಲ್ಲ. ಅವರವರದೇ ಗುಂಪುಕಟ್ಟಿಕೊಂಡು ರಂಪ ಮಾಡಿಕೊಳ್ಳುತ್ತ ತಿರುಗುತ್ತಿದ್ದರೂ ತಮ್ಮನ್ನು ತಾವು ಪ್ರಭಾವಿ ವ್ಯಕ್ತಿಗಳೆಂಬಂತೆ ಬಿಂಬಿಸಿಕೊಳ್ಳುವುದನ್ನು ತಪ್ಪಿಸಿಕೊಳ್ಳುತ್ತಿರಲಿಲ್ಲ.

ಹೀಗೆಲ್ಲ ನಡೆದಿರುವಾಗ ಕುಮಟೆಯಲ್ಲೊಂದು ಅಚಾನಕ್ಕಾಗಿ ನಡೆಯುವ ಗಲಾಟೆಯ ಫಾಯ್ದೆ ತಗೊಳ್ಳುವ ಉಪಾಯ ಮಹೇಶನ ತಲೆಗೆ ಹೊಳೆದದ್ದರಲ್ಲಿ ಯಾವ ಸೋಜಿಗವೂ ಇರಲಿಲ್ಲ. ತನ್ನ ಪೈದಾಳದಲ್ಲಿರುವ ಅತೀ ಹತ್ತಿರದವರನ್ನು ಹುರಿದುಂಬಿಸಿ, ತಾನು ಅವರಿಗೆ ಮಾಡಿದ ಸಹಾಯವನ್ನೆಲ್ಲ ನೆನಪಿಸಿ ರಾಗುವಿನ ಮೇಲೆ ಸೇಡುತೀರಿಸಿಕೊಳ್ಳಲು ಅವರನ್ನು ತಯಾರು ಮಾಡಿಯೇಬಿಟ್ಟ. ಗುಂಪು ಕಟ್ಟಿಕೊಂಡು ಒಬ್ಬನನ್ನು ದ್ವೇಷಿಸಬೇಕಾದರೆ ಗುಂಪಿನಲ್ಲಿದ್ದವರೆಲ್ಲರೂ ಆ ಒಬ್ಬನನ್ನು ಅಷ್ಟೇ ದ್ವೇಷಿಸುವ ಅನಿವಾರ್ಯತೆ ಇದ್ದೇ ಇರುತ್ತದೆ. ಆ ಉರಿಯನ್ನು ಆರದಂತೆ ಕಾಪಿಟ್ಟುಕೊಂಡುಹೋಗುವ ಜವಾಬ್ದಾರಿ ಈಗ ಮಹೇಶನ ಮೇಲಿತ್ತಷ್ಟೇ...

2

ಎರಡು ದಿನದಿಂದ ಸರಿಯಾಗಿ ಮಾರಾಟವಾಗದೇ ಉಳಿದ ಬಂಗಡೆ, ಮಳ್ಳಿಗಳನ್ನೆಲ್ಲ ಹರವಿಕೊಂಡು, ಎಳೆ ಬಿಸಿಲ ಝಳಕ್ಕೆ ಒಣಗುತ್ತಿದ್ದ ಮೀನುಗಳ ಮೈಯಾವಿಯ ವಾಸನೆ ಹೀರುತ್ತ ಕುಳಿತಿದ್ದಳು ಸುಕ್ಕರಿ. ಅವಳ ಎಣ್ಣೆ ಪೆತ್ತಿದ ತಲೆಯನ್ನು ಹೇನು ಹಣಿಗೆಯಿಂದ ಬಾಚುತ್ತ ಸಿಕ್ಕ ಹೇನು, ಸೀರುಗಳನ್ನೆಲ್ಲ ಹೆಕ್ಕಿ ಚಟ್ ಎಂದು ಲಕ್ಷ್ಮಿ ವರೆದಾಗ ಸುಕ್ಕರಿಯ ಮುಖದಲ್ಲಿ ಏಳುತ್ತಿದ್ದ ನೆಮ್ಮದಿ ಯಾವ ಐಸಿರಿಗೂ ಕಮ್ಮಿಯಿರಲಿಲ್ಲ.

ಆಭಾಸವೆನಿಸಿದರೂ ಮೀನು ಮಾರಲು ಕುಳಿತಾಗ, ಮಲಗಿದಾಗ, ಅಡ್ಡಾದಿಡ್ಡಿ ಬೆಳೆದ ಹಲ್ಲುಗಳ ನಡುವೆ ಸಿಕ್ಕಿಕೊಂಡ ಬಂಗಡೆಯ ತುಣುಕನ್ನು ತೆಗೆಯುವಾಗ, ಸೀರೆಯ ಸೆರಗಂಚನ್ನು ಸಣ್ಣಕ್ಕೆ ಮುದ್ದೆ ಕಟ್ಟಿ ಕಿವಿಯೊಳಗೆ ಗಿಡಿದುಕೊಂಡು ಗಲಗಲ ಅಲುಗಿಸುತ್ತ ನೆಮ್ಮದಿಯ ಉತ್ತುಂಗದಲ್ಲಿರುವಾಗ ಗಿಬಿಗಿಬಿ ಗಿಬಿದುಕೊಳ್ಳುವಷ್ಟು

ತಲೆಯ ಹೇನುಗಳು ದಾಂಧಲೆ ಎಬ್ಬಿಸಿ ಕೋಟಲೆ ಕೊಟ್ಟಿದ್ದಕ್ಕೆ ಚಟ್ ಎಂದು ಹೇನು ವರೆಯುವ ಶಬ್ದ ಸುಕ್ಕರಿಗೆ ಅಗಾಧ ಶಾಂತಿಯನ್ನು ಕೊಡುತ್ತಿತ್ತು.

ಜಂತುವೂ ಹುಟ್ಟದ ಹೊಟ್ಟೆಯಲ್ಲಿ ಹಬ್ಬ ಬಂತೆಂದರೆ ಊರಿಗೆ ತೋರಣ ಕಟ್ಟುತ್ತ, ಓಸಿ ಜುಗಾರು ಎಂದು ಗೆಳೆಯರೊಂದಿಗೆ ಶರಾಬು ಕಟ್ಟೆಯಲ್ಲಿ ದಿನದೂಡುವ ಮಹೇಶನೆಂಬ ಮಗನೊಬ್ಬ ಹುಟ್ಟಿ ಸುಕ್ಕರಿಯ ಹೆಣಕ್ಕೆ ಕೊಳ್ಳಿ ಇಡುವವರು ಯಾರಾಗಿರಬಹುದೆಂಬ ದಿಕ್ಕರಿಯದ ಪ್ರಶ್ನೆಗೆ ಸುಕ್ಕರಿಗೆ ಇನ್ನೇನು ಮುಟ್ಟು ನಿಂತೇ ಹೋಯ್ತು ಎಂಬ ದಿನದಲ್ಲಿ ಅಚ್ಚರಿ ಮೂಡಿಸಿದ್ದ. ಅಂಥಾ ಅಪರೂಪದ ಮಗನನ್ನು ಸುಕ್ಕರಿ ತನ್ನ ತಲೆಯ ಮೇಲಿಟ್ಟು ಓಡಾಡದಿದ್ದರೇನು ಕಿಮ್ಮತ್ತು! ಸುಕ್ಕರಿ ಮಗನನ್ನು ಹೊತ್ತು ಕುಣಿದೇ ಕುಣಿದಳು. ಮಗನ ಧ್ವನಿ ಒಡೆಯುವ ಮುಂಚೆಯೇ ಮುದುಕಿಯಾದ ಸುಕ್ಕರಿ ಅವರಿವರ ಮನೆಯಲ್ಲಿ ಬಾಳಂತನ ಮಾಡುತ್ತ, ಬ್ಯಾಲೆಯಲ್ಲಿ ಕಡಿಮೆ ಕಿಮ್ಮತ್ತಿಗೆ ಕೊಂಡ ಮೀನುಗಳನ್ನು ಕುಮಟೆಗೆ ಒಯ್ದು ಹೆಚ್ಚಿನ ದರಕ್ಕೆ ಮಾರುತ್ತ ಮಹೇಶನಿಗೆ ನಾಕಕ್ಷರ ಕಲಿಸಿದಳು. ಮಹೇಶನೂ ಹೇಳಿ ಕೇಳಿ ಮಹೇಶನೇ, ಕಣ್ಣಲ್ಲಿ ರಕ್ತವಿಲ್ಲದವನಂತೆ ಅವ್ವಿಯ ದುಡಿತಕ್ಕೆ ಬೆಲೆಕೊಡದೆ ಒಂದೇ ಪಟ್ಟಿ ಹಿಡಿದು ಕಾಲೇಜನ್ನೇ ಮುಗಿಸಿದ್ದ. ಡಿಗ್ರಿ ಮುಗಿಸಿದ ಮೇಲೆ ಬೋಟಿಗೆ ಹೋಗಲು ಸರಿ ಎನ್ನಿಸದೆ, ತನ್ನ ಯೋಗ್ಯತೆಗೆ ತಕ್ಕ ನೌಕರಿಗಾಗಿ ಕಾಯುತ್ತ ತೋರಣ ಕಟ್ಟುತ್ತ ದಿನ ಕಳೆಯುತ್ತಿದ್ದ. ನೌಕರಿ ದಕ್ಕುವ ಯಾವ ಘನಂದಾರಿಕೆಯೂ ಅವನಲ್ಲಿಲ್ಲದ ಕಾರಣ ದಿನಕಳೆದಂತೆ ಅಮ್ಮನವರ ಪಲ್ಲಕ್ಕಿಯಿರಲಿ, ಹಣ್ಣೆಮಠದ ಗಣಪತಿ ದೇವರದ್ದೋ ತೆಪ್ಪದ ನರಸಿಂಹ ಸ್ವಾಮಿಯದ್ದೋ ಪಲ್ಲಕ್ಕಿ ಏಳಲಿ ಓಣಿಗೊಂದಿಷ್ಟು ತೋರಣ ಕಟ್ಟಿ, ಪಲ್ಲಕ್ಕಿ ಮುಂದೆ ಕಾಣಿಕೆ ಡಬ್ಬಿ ಹಿಡಿದು ಯಾವತ್ತೂ ಮುಂದಿರುವುದನ್ನು ರೂಢಿಸಿಕೊಂಡಿದ್ದ.

ಅದೇ ಮಹೇಶ ಅಂದು ಬೆಳಿಗ್ಗೆ ಕುಮಟೆಗೆ ಹೊರಟು ನಿಂತಾಗ ಸುಕ್ಕರಿಯ ಬೈತಲೆಯ ನಡುವೆ ಪುರುಪುರು ಓಡಾಡುತ್ತಿದ್ದ ಹೇನುಗಳನ್ನು ಹಿಡಿದು ಆಜನ್ಮ ಶತ್ರುಗಳನ್ನು ಹಿಸುಕುವಂತೆ ಎಂಜಲು ತುಂಬಿದ ಬಾಯಲ್ಲಿ 'ಸೀಸೀ' ಎಂದು ಸಪ್ಪಳ ಮಾಡುತ್ತ ಲಕ್ಷ್ಮಿ ವರೆಯುತ್ತಿದ್ದರೆ,

'ಅಗ್ರೆ, ಇವತ್ತು ಕುಮಟೆ ಬಂದ್ ಅದೆ, ಗಲಾಟೆ ಬೇರೆ ಅದೆಯಂತೆ. ನೀ ಎಲ್ಲಿಗೆ ಬೆಳಬೆಳಗ್ಗೆ ರಮಾಣಿ ಆಗಿ ಹೊರಟೆ ಮಾರಾಯಾ? ಇವತ್ತು ಒಂದು ಗಾಡಿಯೂ ಓಡಾಡುದಿಲ್ಲ ಕಾಣ್ತದೆ, ಹೋದ್ರೆ ಬರೂದು ಕಷ್ಟ, ಬಂದ್ರೆ ಹೋಗೂದು ಕಷ್ಟ' ಎಂದು ಅರೆತೆರೆದ ಕಣ್ಣಿನಲ್ಲಿಯೇ ಮಹೇಶನನ್ನು ಕಂಡು ಸುಕ್ಕರಿ ಕೇಳಿದಳು.

'ಎಲ್ಲಿ ಹೋಗುದಾದ್ರೂ ನಿಂಗೆ ಹೇಳೇ ಹೋಗ್ಬೇಕು ಹೇಳಿ ಅದ್ಯನೆ ಮಾರಾಯ್ತಿ, ನೀ ಬಾಯ್ತೆಗದ್ರೆ ಕೆಲ್ಸ ಕೆಟ್ಟಾಂಗೇಯಾ' ಎಂದು ಐದು ನಿಮಿಷ ಬಿಟ್ಟು ಹೊರಡಲು ಹೊಳ್ಳಿಯ ಮೇಲೆ ಕುಳಿತ ಮಹೇಶ.

'ಹೆದರ್ಬೇಡ್ವೆ, ನಾ ಕುಮಟೆಗೆ ಹೋಗ್ತವಲ್ಲ. ನಂಗೆ ಪಾಚನದಲ್ಲಿ ಹೋಗ್ಬರು ಕೆಲ್ಸ ಅದೆ. ಬರೂಕೆ ತಡ ಆದ್ರೂ ಆಯ್ತು...' ಎಂದು ಸಮಜಾಯಿಷಿ ಕೊಡುತ್ತಿದ್ದ

ಮಹೇಶನಿಗೆ ಭೂಷಣನ ಗೂಡ್ಸ್ ಗಾಡಿ ಹೇಳಿದ ಸಮಯಕ್ಕೆ ಬರಲಿಲ್ಲವೆಂದು ಗಡಿಬಿಡಿಯೂ ಆಗುತ್ತಿತ್ತು.

ಹೇನು ಹಿಡಿಸಿಕೊಳ್ಳುತ್ತ ಧ್ಯಾನಸ್ಥಳಾಗಿದ್ದ ಸುಕ್ಕರಿ, 'ಸಾವುಕೆ, ಏಡ್ ದಿನದಿಂದ ಮೀನು ಮಾರುಕೆ ಕುಮಟೆಗೆ ಹೋಗ್ಬಂದದ್ದೇಯಾ, ಪ್ಯಾಟೇಲಿ ಯಾರೂ ಮದ್ಲಿನ ಹಾಂಗೇ ಓಡಾಡ್ತಾನೆ ಇರ್ಲಿಲ್ಲ. ಎಲ್ರೂ ಗುರ್ತಿಲ್ಲದವರಾಂಗೆ ಇದ್ರಪ. ಮೀನು ಕೊಂಬುದು ಸಾಯ್ಲಿ, ಗಟ್ಟಿ ಹೆಜ್ಜೆ ಇಟ್ಟು ಓಡಾಡುದಿಲ್ಲ ಅಂತ್ರು ಮಂದಿ.'

ಲಕ್ಷ್ಮಿ ಹೌದೌದು ಎಂದು ಕುತ್ತಿಗೆ ಆಡಿಸಿ, 'ಎಂತಕ್ಕೆ ಗಲಾಟೆ ಹೇಳೇ ಕಡಿವರಿಗೂ ತಿಳೀಲಿಲ್ಲ. ಟೀವಿಯವ್ರು ಹೇಳದ್ರ ಪ್ರಕಾರ, ಯಾರ್ದೋ ಕೊಲೆ ಆಗದೆ ಅದ್ಕಾಗಿಂದೇ ಗಲಾಟಿ ಹೇಳಿ. ಲಕ್ಷ್ಮಣ ಹೇಳ್ದಾಂಗೆ, ಕೊಲೆ ಆಗದ್ದು ಹೌದು, ಆದ್ರೆ ಕೊಲೆ ಮಾಡ್ದವ್ರು ಆರಾಮಾಗಿ ಓಡಾಡ್ಕಂಡವ್ರೆ, ಪೋಲಿಸ್ನೋರು ಅವ್ರನ್ನ ಹಿಡೀಲಿಲ್ಲ ಹೇಳಿ ಗಲಾಟಿಯಂತೆ. ಎಂತದೇ ಆಗ್ಲಿ ಸುಕ್ರಕ್ಕ ಗಲಾಟೆ ಮಾಡಿ ಜೈಲಿಗೆ ಹೋದ್ರೆ ಅವ್ರ ನಂಬ್ಕಂಡವ್ರ ಗತಿ ಎಂತದು ಹೇಳು. ಸಾಮ್ಮನೆ ಪೋಲಿಸ್ರು ಬರ್ಲಿಲ್ಲಂತೆ ಇವತ್ತಿಗೆ ಹೇಳಿ. ಬೇರ್ಬೇರೆ ಊರಿಂದ ಪೋಲಿಸ್ನೋರ ಕರ್ಸಾರಂತೆ. ಅವ್ರು ಗಲಾಟಿ ಮಾಡ್ಲಿಕ್ಕೆ ಬಂದವ್ರ ಮುಖ ಮುಸುಡು ನೋಡದ್ದೆಯಾ ಜಪ್ಪುದಂತೆ' ಎಂದು ನೆಮ್ಮದಿಯಿಂದ ಹೇನು ಹೆಕ್ಕುವ, ವರೆಯುವ ಕೆಲಸದಲ್ಲಿದ್ದ ಲಕ್ಷ್ಮಿ, ಸುಕ್ಕರಿಯ ತಲೆಯೊಳಗೆ ಹುಳಬಿಟ್ಟಳು.

ಮಹೇಶ ರಮಾಣಿ ಆಗಿ ಹೊರಟಿದ್ದು ನೋಡಿದರೆ ಹೊಡೆದಾಡಲು ಹೊರಟ ಹಾಗೆ ಕಾಣಿಸುತ್ತಿರಲಿಲ್ಲವಾದರೂ ಸುಕ್ಕರಿಗೆ ಒಳಗೊಳಗೇ ಡುಕಡುಕಿ. ಮೊದಲೇ ಊರಮೇಲಿನ ಪಾರುಪತ್ಯ ಮಾಡುತ್ತಾ ತಿರುಗುವವ ಇವತ್ತು ಎಲ್ಲಾದರೂ ಗಲಾಟೆ ಹೇಳಿ ಸಿಕ್ಕಿಕೊಂಡರೆ, ತನ್ನ ಹೆಣಕ್ಕೆ ಕೊಳ್ಳಿ ಇಡಲೇ ಹುಟ್ಟಿದವ, ಇವನೇ ಏನಾದರೂ ಮಾಡಿಕೊಂಡರೆ ಎಂಬೆಲ್ಲ ಭಯ ಕಾಡತೊಡಗಿತು.

ಓದಿದವಳಲ್ಲದಿದ್ದರೂ ಗಲಾಟೆಯೆಲ್ಲ ದೊಡ್ಡವರ ಕುಮ್ಮಕ್ಕಿಲ್ಲದೆ ನಡೆಯುವುದಲ್ಲ ಎಂದು ತಿಳಿಯದವಳಲ್ಲ ಸುಕ್ಕರಿ, ಮುದಿ ರಕ್ತಕ್ಕೆ ಇವೆಲ್ಲ ತಿಳಿದರೂ ಕುದಿ ರಕ್ತಕ್ಕೆ ಇದೆಲ್ಲ ತಿಳಿಯಬೇಕಲ್ಲ!

ಹತಾರ ತುಂಬಿದ ಭೂಷಣನ ಗೂಡ್ಸ್ ಗಾಡಿ ರಸ್ತೆ ಮೇಲೆ ನಿಂತು ಪೀಂ ಪೋಂ ಮಾಡಿದ್ದೇ ಗಡಬಡಿಸಿ ಹೊರಟ ಮಹೇಶ. ರಾಚ, ಪಾಚು, ಮೆಸ್ತ ಅದಾಗಲೇ ಗಾಡಿಯೊಳಗಿದ್ದಿದ್ದು ಕಂಡು ಮಹೇಶನಿಗೆ ಆರಾಮೆನಿಸಿತು. ಭೂಷಣನಿಗೆ ತಮ್ಮ ಮೇಲೆ ಯಾವುದೇ ಸಂಶಯ ಬರಬಾರದೆಂದು ಗಾಡಿಯಲ್ಲಿ ಕುಳಿತಲ್ಲಿಂದಲೂ ಕುಮಟೆಯಲ್ಲಿ ಮಾಡಬೇಕಾದ ದಾಂಧಲೆಗಳ ಬಗ್ಗೆಯೇ ಮಾತನಾಡಲಾಯಿತು.

'ಕೈಯೆತ್ತಿ ಲಾಠಿ ಬೀಸೊಂದು ಬೀಸಲಿ ಕುಠಾರೆ ಕಾವಲ್ಲಿ ಪೋಲಿಸ್ನೋರಾದ್ರೂ ಸರಿಯೇ, ಮುಖ ಮುಸುಡು ನೋಡದೆ ಹೊಡೆದುಬಿಡುವದೇ.' ಅಂತ ಮೆಸ್ತ ಹೇಳಿದರೆ

'ನಮ್ಮೂರಿಗೆ ಬಂದು ನಮ್ನೇ ಎದುರು ಹಾಕ್ಕಳುವ ಧೈರ್ಯ ಯಾವ ಪೋಲೀಸಂಗದೆ, ಹಾಂಗೇನಾದ್ರೂ ಮಾಡೀರೆ ಅವ್ರನ್ನ ಹುಡಕ್ಕಂಡು ಹೋಗಿ

ಹೊಡೆದು ಬರ್ಬೇಕು. ನಮ್ಮೊಳಗೊಳಗೆ ಎಷ್ಟೇ ಮನಸ್ತಾಪ, ಗಲಾಟೆ ಇದ್ರೂ ಈ ಟೈಮಲ್ಲಿ ಅದ್ನೆಲ್ಲ ಮರ್ತು ಒಂದಾಗ್ಲೇಬೇಕು' ಎಂದು ತನ್ನ ಪಕ್ಕದಲ್ಲಿ ಕುಳಿತ ಮೆಸ್ತ, ಮೆಸ್ತನ ಎಡಕ್ಕೆ ಕುಳಿತ ಪಚ್ಚನಿಗೇ ಸಂಶಯ ಬರುವಷ್ಟು ರಾಗುವನ್ನೇ ಯೋಚಿಸುತ್ತ ಖಡಾಖಂಡಿತವಾಗಿ ಹೇಳಿದ ಮಹೇಶ.

ಮತ್ತೇನಿಲ್ಲ, ರಾಗುವಿನ ಮೇಲೆ ತಾನು ಯಾವುದೇ ಹಗೆತನ ಸಾಧಿಸುತ್ತಿಲ್ಲ ಎಂಬುದನ್ನು ಭೂಷಣನಿಗೆ ಸಾಬೀತುಪಡಿಸಬೇಕಿತ್ತು ಮಹೇಶನಿಗೆ ಅಷ್ಟೇ. ಕೆಲವೊಮ್ಮೆ ತಮ್ಮ ಸಾಚಾತನವನ್ನು ತೋರಿಸಿಕೊಳ್ಳಲು ಕೈಯಲ್ಲಷ್ಟೇ ಅಲ್ಲ ಬಾಯಲ್ಲಿಯೂ ಪ್ರಯತ್ನಿಸುತ್ತಿರಬೇಕು. ಎಲ್ಲರೂ ನಂಬುವುದು ಬಾಯಿಂದ ಉದುರಿದ ಮಾತನ್ನೇ ಹೊರತು ಮನಸ್ಸಿನಲ್ಲಿದ್ದಿದ್ದನ್ನಲ್ಲ! ನಾವು ಒಳ್ಳೆಯವರಾಗಿದ್ದೂ ಬಾಯಲ್ಲಿ ಕೆಟ್ಟವರಾದರೆ ಸ್ವಂತಕ್ಕೇನೂ ಉಪಯೋಗವಿಲ್ಲವೆನ್ನುವುದು ಮಹೇಶನಿಗೆ ಚೆನ್ನಾಗಿಯೇ ಅರಿವಿತ್ತು.

ಹಳ್ಳಾರು ಮುರ್ಕೆಯಲ್ಲಿ ಎಡಕ್ಕೆ ತಿರುಗಿ ಹೆಗಡೆ ಬದಿಯಿಂದ ಇಬ್ಬರು, ಮತ್ತೆ ಗಾಡಿ ತಿರುಗಿಸಿಕೊಂಡು ಬಂದು ಮೂರ್ಕಟ್ಟೆ ಬದಿಯಿಂದ ಇಬ್ಬರು ಇಳಿದು ಹೋರಾಟದ ಗುಂಪು ಸೇರುವುದು ಎಂದು ಮಾತಾಯಿತು. ಭೂಷಣ ಆ ನಾಲ್ವರನ್ನೂ ಅವರಿಗೆ ಬೇಕಾದಲ್ಲಿ ಇಳಿಸಿ ಮತ್ತೆ ಕಾಗಾಲಿಗೆ ಹೊರಟ.

ಅದಾಗಲೇ ಸಾವಿರಗಟ್ಟಲೆ ಜನ ಸೇರಿ ಘೋಷಣೆ ಕೂಗುತ್ತ, ಕುಮಟೆ ಪೇಟೆಯಲ್ಲೆಲ್ಲ ಚದುರಿ ಗಲಾಟೆ ಮಾಡುವ ತರಾತುರಿಯಲ್ಲಿದ್ದರು. ತುರ್ತಿಗೆ ನಾಯಕತ್ವ ವಹಿಸಿಕೊಂಡ ಕೆಲವರು ಒಂದಿಷ್ಟು ಜನರನ್ನು ಸೇರಿಸಿಕೊಂಡು ಭಾಷಣದಲ್ಲಿಯೂ ತೊಡಗಿದ್ದರು.

'ಮಗು ಅತ್ತರೆ ಮಾತ್ರ ತಾಯಿ ಹಾಲುಣ್ಣಿಸುವುದು, ಅನ್ಯಾಯದ ವಿರುದ್ಧ ಧ್ವನಿ ಎತ್ತಿದರೆ ಮಾತ್ರ ನಮಗಾದ ಅನ್ಯಾಯ ಏನು ಎಂದು ಎಲ್ಲರಿಗೂ ಅರ್ಥವಾಗುವುದು. ನ್ಯಾಯ ನಮ್ಮ ಜನ್ಮ ಸಿದ್ಧ ಹಕ್ಕು, ನ್ಯಾಯಕ್ಕಾಗಿ ನಾವು ಏನು ಬೇಕಾದರೂ ಮಾಡಲು ಸಿದ್ಧರಾಗಿರಬೇಕು' ಎಂದು ಕೆಲವರು ನೆರೆದಿರುವವರಲ್ಲಿ ಅಭಿಮಾನ ಕೆರಳಿಸುತ್ತ ಹುರಿದುಂಬಿಸುತ್ತಿದ್ದರು.

ಮತ್ತೊಬ್ಬವನ್ಯಾರೊ ನಾಲ್ಕಾರು ಜನರನ್ನು ಸೇರಿಸಿಕೊಂಡು, 'ಅನ್ಯಾಯ ನಿಮಗಷ್ಟೇ ಅಲ್ಲ, ನಮಗೂ ಆಗಿದೆ. ನೋವು ನಿಮಗಷ್ಟೇ ಅಲ್ಲ ನಮಗೂ ಇದೆ. ಆದರೆ ಹಿಂಸೆಯಿಂದ ನ್ಯಾಯ ಸಿಗುತ್ತದೆಯೆಂಬುದು ಸುಳ್ಳೇ. ಹಿಂಸೆಯಿಂದ ಹಾನಿ ನಮಗೇ, ನಷ್ಟವೂ ನಮಗೇ, ಶಿಕ್ಷೆಯೂ ನಮಗೇ' ಎಂದು ಕೆಲವರು ಶಾಂತಿಯಿಂದಲೇ ಸಮಸ್ಯೆಗೆ ಪರಿಹಾರ ಎಂದು ಬೋಧಿಸುತ್ತಿದ್ದರೆ, ಕೆಲವರು ಅದಾಗಲೇ ಕೈಗೆ ಕಲ್ಲನ್ನೆತ್ತಿಕೊಂಡದ್ದಾಗಿತ್ತು. ಕೆಲವಷ್ಟು ಜನ ಗಲಿಬಿಲಿಗೊಂಡವರಂತೆ ಎಡಬಿಡಂಗಿಯಾಗಿ ಅತ್ತಿತ್ತ ಓಡಾಡಿಕೊಂಡಿದ್ದರು.

ಮಹೇಶನಿಗೆ ಇದ್ಯಾವುದೂ ಬೇಕಿರಲಿಲ್ಲ, ಅವನು ನ್ಯಾಯಕ್ಕಾಗಿ ಬಂದವನೂ ಅಲ್ಲ. ಮಹೇಶನ ಕಣ್ಣುಗಳೇನಿದ್ದರೂ ರಾಗುವಿನ ತಲಾಶಿನಲ್ಲಿತ್ತು. ಆದರೂ ತಾನು ಹೋರಾಟಕ್ಕೆ ಬಂದವನೆಂದು ತೋರಿಸಿಕೊಳ್ಳಲಿಕ್ಕಾದರೂ ಹತ್ತಾರು ಕಲ್ಲುಗಳನ್ನು

ಎಸೆಯಲೇಬೇಕಿತ್ತು, ನಾಲ್ಕಾರು ಟೈರುಗಳನ್ನು ಸುಡಲೇಬೇಕಿತ್ತು ಅವನಿಗೆ. ಅವಿಷ್ಟನ್ನು ಮಾಡುತ್ತಲೇ ರಾಗುವನ್ನು ಹುಡುಕಿ, ಪುಸಲಾಯಿಸಿ ಅವನನ್ನು ಹಳ್ಳಾರಿನ ದೊಡ್ಡಾಲದ ಮರದ ಬುಡಕ್ಕೆ ಕರೆದೊಯ್ದು ಕಡೆಗೊಂದು ಗತಿಕಾಣಿಸಬೇಕಿತ್ತು. ಚಿತ್ರಗಿಯಲ್ಲಿಳಿದು ಮೂರ್ಕಟ್ಟೆಗೆ ಹೋಗಿ ಸೇರಿದ ಪಾಚು, ಮೆಸ್ತನಿಗಾದರೂ ರಾಗು ಇಷ್ಟರಲ್ಲೇ ಕಂಡಿರಬಹುದೇ, ಕಂಡರೂ ಹೆದರಿಕೆಯಿಂದ ಕೊಟ್ಟ ಮಾತಿಗೆ ಹಿಂಜರಿದರೆ ಎಂಬ ಸಣ್ಣ ಗುಮಾನಿ. ಪುಕ್ಕಲುಗಳನ್ನು ನೆಚ್ಚಿದ್ದು ಸುಮ್ಮನೇ ಆಯಿತಾ ಎನ್ನುವ ಆತಂಕವೂ ಮಹೇಶನಿಗಿತ್ತು.

ಮಹೇಶ, ರಾಚನೊಟ್ಟಿಗೆ ಸೇರಿ ಕಲ್ಲನ್ನು ಹಿಡಿದು ಕಾಲೇಜು ರಸ್ತೆ, ಮೂರೂರು ಕ್ರಾಸು, ಹಳೇ ಬಸ್ಟ್ಯಾಂಡ್ ಅಲೆದ. ರಾಗುವಿನ ಗುಂಪು ಕಣ್ಣಿಗೆಲ್ಲೂ ಬೀಳಲಿಲ್ಲ. ಗಿಬ್ ಸರ್ಕಲ್ಲಿನ ಕೆಳಗೆ ಗುಡಿಗಾರರ ಗಲ್ಲಿಯಲ್ಲಿ ಮಾಡಿದ ಬಾಸಿಂಗ, ಹಾರಗಳೆಲ್ಲ ಬಾಗಿಲು ಮುಚ್ಚಿದ ಅಂಗಡಿಯೊಳಗೆ ಉಸಿರುಬಿಗಿದುಕೊಂಡು ಕುಳಿತಿದ್ದವು. ಯಾವ ಭೇದವೂ ಇಲ್ಲದೆ ಒಂದರ ಪಕ್ಕ ಒಂದು ನಿಂತಿದ್ದ ಕಾಮತಣ್ಣನ ಜರಲೆ ಇಲಿಗಳು ಓಡಾಡುವ ಬೇಕರಿ, ಬಿಂದಿ ಬಳೆ ಕಾಲುಂಗುರಗಳನ್ನು ಮಾರಾಟ ಮಾಡುವ ಖಾಜಿ ಅಂಗಡಿ, ಬಣ್ಣ ಬಣ್ಣದ ಬಕೀಟು ಚೊಂಬುಗಳನ್ನು ಮಾಲೆಯಾಗಿ ಇಳಿಬಿಟ್ಟ ಸೇಠುವಿನ ಅಂಗಡಿಗಳೆಲ್ಲ ಯಾರದ್ದೋ ಕಲ್ಲುಗಳಿಗೆ ಬಲಿಯಾಗಿ ವಿಕಾರಗೊಂಡು ನಲುಗುತ್ತ ಹರಕೆಯ ಕುರಿಯಂತೆ ದಯನೀಯವಾಗಿ ನಿಂತಿದ್ದವು.

ಯಾವ ತಪ್ಪೂ ಮಾಡದ ಅಂಗಡಿಗಳ ಮೇಲೆ ಕಲ್ಲೆತ್ತಲು ಮಹೇಶನಿಗೆ ಮನಸ್ಸಿಲ್ಲದಿದ್ದರೂ ತನ್ನ ಕೈಲಿದ್ದ ಚೂಪಿ ಕಲ್ಲನ್ನೆತ್ತಿ ಬೀಸಿ ಎಸೆದ ಹೊಡೆತಕ್ಕೆ ಅಶ್ವತಣ್ಣನ ಬಟ್ಟೆ ಅಂಗಡಿಯ ನಾಲ್ಕಾರು ಹೆಂಚುಗಳು ಪುಡಿಯಾದವು. ಪಾಪ ಅಶ್ವತಣ್ಣ, ಮಗಳ ಮದುವೆ ಬರುವ ತಿಂಗಳಿಟ್ಟುಕೊಂಡು ಅವರಿವರಲ್ಲಿ ಸಾಲಸೋಲ ಮಾಡಿ ದುಡ್ಡು ಸೇರಿಸುತ್ತಿದ್ದವನಿಗೆ ನಾಲ್ಕು ಹೆಂಚು ತರುವುದೂ ತುಟ್ಟಿಯೇ ಎಂದು ರಾಚನಿಗೂ ಗೊತ್ತು, ಮಹೇಶನಿಗೂ ಗೊತ್ತು. ಆದರೆ ಇವತ್ತು ಭಾವನೆಗೆ ಬೆಲೆಕೊಡುತ್ತ ಕುಳಿತರೆ ಸಲ್ಲ ಎಂದು ಇನ್ನೂ ಎರಡು ಕಲ್ಲುಗಳನ್ನು ಬೀಸಿ ಎಸೆಯುತ್ತಲೇ ಮಹೇಶನಲ್ಲಿ ಅಜ್ಞಾತವಾಗಿದ್ದ ಅಪರಾಧಿ ಭಾವವೆಲ್ಲ ಇಳಿದುಹೋಗಿ ಮೈಛಳಿ ಬಿಟ್ಟುಹೋಯಿತು. ಆವೇಶಗೊಂಡವನಂತೆ ಇನ್ನೂ ನಾಲ್ಕು ಕಲ್ಲೆಸೆದು, ಗುಂಪಿನೊಳಗೊಂದಾಗಿ ಟೈರುಗಳನ್ನೆಲ್ಲ ಸುಟ್ಟ. ಟೈರಿನಿಂದೇಳುತ್ತಿದ್ದ ಕೆನ್ನಾಲಿಗೆ, ಕರೀ ಗುಡುಗುಮ್ಮನಂತಹ ಹೊಗೆ ಕಂಡು ತಾನು ಬಂದ ಕೆಲಸ ಮರೆತು ಕೇಕೆ ಹಾಕುತ್ತ ಕುಣಿದ. ಜನರನ್ನು ಚದುರಿಸಲು ಬಂದ ಪೋಲೀಸರಿಗೂ ಕುಟಾರೆ ಕಾವಿನಲ್ಲಿ ಜಡಿದ. ಹಿಂಸಿಸುವುದೂ ಒಂದು ಉನ್ಮಾದವಿದ್ದಂತೆ, ಮಾಡಿದಂತೆ ಏರುತ್ತಲೇ ಹೋಗುತ್ತದೆ, ನಿಲ್ಲಿಸಬೇಕೆಂದೆನ್ನಿಸುವುದೇ ಇಲ್ಲ. ತನ್ನ ಯಾವ ಚಟುವಟಿಕೆಯೂ ಚೌಕಟ್ಟಿಗೊಳಪಟ್ಟಿಲ್ಲವೆಂಬುದು ಖಾತ್ರಿಯಾದರೆ ಇನ್ನೂ ಹಸಿಯಾಗಿಯೇ ಇರುವ ಯಾವಾಗಿನದೋ ಅಪಮಾನ, ಯಾವುದರದ್ದೋ ಮೇಲಿನ ದ್ವೇಷ, ಹತಾಶೆಯೆಲ್ಲ ಗರಿಗೆದರಿ ಹಿಂಸೆಯಾಗಿ ಮಾರ್ಪಟ್ಟು ಮನಸ್ಸಿನೊಳಗೇನೋ ನೆಮ್ಮದಿಯನ್ನು ನೀಡುತ್ತವೆ.

ಈ ಆರ್ಭಟದಲ್ಲಿ ಪಾಚು, ರಾಚ, ಮೆಸ್ತ ಎಲ್ಲರೂ ಜನರ ಗುಂಪಲ್ಲಿ ಕಳೆದುಹೋದರು. ಬಹುಶಃ ಅವರೂ ಈ ಗಲಾಟೆಯೊಳಗೇ ಮುಳುಗಿ ಎಲ್ಲೆಲ್ಲಿ ಬೆಂಕಿಯಿಡುತ್ತ ಅಲೆಯುತ್ತಿದ್ದಾರೋ, ಅಥವಾ ರಾಗುವನ್ನು ಪತ್ತೆ ಹಚ್ಚಿ ಹಳ್ಕಾರಿನಾಚೆ ಇರುವ ಕಾಡಿಗೆ ಉಪಾಯವಾಗಿ ಕರೆದೊಯ್ದು ನಾಲ್ಕು ಜಡಿದು ಬುದ್ಧಿ ಕಲಿಸುತ್ತಿದ್ದಾರೋ!

ದಂಗೆ ಫಸಾದಿನಲ್ಲಿ ಮುಳುಗಿದ್ದ ಮಹೇಶ ತಾನ್ಯಾಕೆ ಕುಮಟೆಗೆ ಬಂದಿದ್ದು ಎಂದು ನೆನಪಾಗಿ ವಾಸ್ತವಕ್ಕೆ ಬರಲು ಮಧ್ಯಾಹ್ನ ನಾಲ್ಕು ಗಂಟೆಯೇ ಆಗಿಹೋಗಿತ್ತು. ಜೊತೆಯಲ್ಲಿದ್ದ ರಾಚನೂ ಬೇರೆಯಾಗಿಬಿಟ್ಟಿದ್ದ. ನಿನ್ನೆ ಮಾತಾಡಿ ನಿರ್ಧರಿಸಿದಂತೆ ಅವರೆಲ್ಲರೂ ಹಳ್ಕಾರಿನ ಕಾಡಿನಲ್ಲಿರುವ ದೊಡ್ಡಾಲದ ಬಳಿ ತನಗಾಗಿ ಕಾಯುತ್ತಿರಬೇಕೆಂದು ಅರಿವಾಗಿದ್ದೇ ಎದ್ದೆನಾ ಬಿದ್ದೆನಾ ಎಂದು ದಾಪುಗಾಲು ಹಾಕುತ್ತ ಹೊರಟುಬಿಟ್ಟ ಮಹೇಶ. ಬೆಳಿಗ್ಗೆಯಿಂದಲೂ ಒಂದು ನಿಮಿಷವೂ ಕೂರದೆ ಪೇಟೆತುಂಬ ಓಡಾಡಿ ಅವನ ಕಾಲುಗಳು ಅದಾಗಲೇ ಬಾತಿದ್ದವು. ಕಲ್ಲು, ಕಾವುಗಳನ್ನು ಬೀಸಿ ಬೀಸಿ ರಟ್ಟೆಗಳೆಲ್ಲ ಬಿದ್ದುಹೋದಂತಾಗಿದ್ದವು. ಪೋಲೀಸರ ಲಾಠಿ ಏಟು ಮಹೇಶನ ಕುಂಡೆಯ ಮೇಲೆ, ತೋಳು-ಬೆನ್ನು, ಭುಜಗಳ ಮೇಲೆಲ್ಲ ಕಡುನೀಲಿ ಬಾಸುಂಡೆಗಳನ್ನು ಮೂಡಿಸಿದ್ದವು. ರಾಗು ಈಗೇನಾದರೂ ತನಗೆದುರಾಗಿ ಬಂದರೆ ತಾನು ಅವನನ್ನು ಹೊಡೆಯುವುದಲ್ಲ, ತಾನೇ ಹೊಡೆತ ತಿನ್ನುವ ಸ್ಥಿತಿಯಲ್ಲಿದ್ದ ಮಹೇಶ.

ನುಜ್ಜುಗುಜ್ಜಾಗಿ ಹಣ್ಣಾಗಿದ್ದ ಮಹೇಶ ಈಗ ಯಾರ ಮೇಲೂ ಸೇಡು ತೀರಿಸಿಕೊಳ್ಳುವ ಸ್ಥಿತಿಯಲ್ಲಿರಲಿಲ್ಲ. ಬಾಬುವಿನಂಗಡಿಯ ಸರ್ಕಾರಿ ಕೊಟ್ಟೆಯ ಅಮಲು ಪೋಲೀಸರ ಲಾಠಿಯೆದುರು ಸಪ್ಪೆಯೆನಿಸಿತ್ತು.

ಬರಬರನೆ ಹೆಜ್ಜೆ ಎತ್ತಿಡುತ್ತಿದ್ದರೂ ಹಳ್ಕಾರಿನ ದೊಡ್ಡಾಲಕ್ಕೆ ಇನ್ನೂ ಹದಿನೈದು ನಿಮಿಷದ ಹಾದಿ ಬಾಕಿಯಿತ್ತು. ಬೆಳಿಗ್ಗೆಯಿಂದ ರಾಚ, ಪಾಚು, ಮೆಸ್ತ ಯಾರೊಬ್ಬರ ಸುಳಿವಿರಲಿಲ್ಲ. ಅದಾಗಲೇ ಅವರು ದೊಡ್ಡಾಲಕ್ಕೆ ಬಂದು ಹೋದರೋ, ಬರಲೇ ಇಲ್ಲವೋ, ಹಡಬಿಟ್ಟಿಗಳು ಸಿಗಲಿ, ಸೇಡು ಗೀಡು ಏನೂ ಬೇಡ, ನಮ್ಮ ಪಾಡಿಗೆ ನಾವಿದ್ದು ಬಿಡುವಾ ಎಂದು ಹೇಳಿಬಿಡಬೇಕೆಂದು ವಿಪರೀತ ಪೆಟ್ಟು ತಿಂದು ಶೆಳೆಯುತ್ತಿರುವ ಅಂಡನ್ನು ತಿಕ್ಕಿಕೊಳ್ಳುತ್ತ ಮನಸ್ಸಲ್ಲೇ ನಿಕ್ಕಿ ಮಾಡಿಕೊಂಡ ಮಹೇಶ.

'ಅಪಮಾನವಾಗಿದ್ದು, ಸೋಲಾಗಿದ್ದು ನನಗೆ. ನನಗೇ ನನ್ನ ಕೆಲಸದ ಅರಿವಿರದಿದ್ದಾಗ ಇನ್ನು ನನ್ನ ಒತ್ತಾಯಕ್ಕೆ ಮಣಿದು ನನ್ನ ಮಂಡಳಿಯವರು ಹಗೆತನ ಸಾಧಿಸಲು ಒಪ್ಪಿದರೂ ಅರೆಬರೆ ಮನಸ್ಸಲ್ಲಿದ್ದ ಇವರೆಲ್ಲ ರಾಗುವನ್ನು ಹಣಿಯಲು ಸಾಧ್ಯವೇ ಇಲ್ಲ' ಎಂದು ತನ್ನನ್ನೇ ಸಂತೈಸಿಕೊಂಡು ನಿರುಮ್ಮಳನಾಗಲು ಯತ್ನಿಸುತ್ತಿದ್ದ.

ಕಷ್ಟ ಅಂತ ಹೋದಾಗೆಲ್ಲ ನಾಲ್ಕು ಕಾಸು ಕೈಯಲ್ಲಿ ತುರುಕುತ್ತಿದ್ದ ಅಶ್ವತಣ್ಣನ ಅಂಗಡಿಗೂ ಕಲ್ಲೆಸೆದೆನಲ್ಲ, ಬರೀ ಕಣ್ಣಲ್ಲೇ ನಗುವ ಹುಡುಗಿಯ ಮೇಲೆ ಪ್ರೀತಿಯೇ ಇದ್ದಿರಬಹುದು ಎಂಬಂತಹ ಭಾವನೆ ಚಿಗುರಿ ಏನೇನೋ ಮಾಡಿಕೊಂಡುಬಿಟ್ಟೆ! ಹಾಳು ಹುಡುಗಿ, ಮನೆ ಸೇರುವ ಮೊದಲೇ ಮಾಡಬಾರದ್ದನ್ನೆಲ್ಲ ಕೈಲಿ ಮಾಡಿಸಿಬಿಟ್ಟಳು

ಎನ್ನಿಸಿದ ಮರುಕ್ಷಣವೇ, ಪಾಪದ ಹುಡುಗಿ ಅವಳೇನು ದ್ವೇಷ ತೀರಿಸಿಕೋ ಎಂದು ಆಹ್ವಾನ ಕೊಟ್ಟಳೇ ಎಂದು ಮರುಕ್ಷಣವೇ ಮರುಕವೂ ಆಯ್ತು ಮಹೇಶನಿಗೆ.

ತರಗೆಲೆಯಂತೆ ಹೆಜ್ಜೆಹಾಕುತ್ತಿದ್ದ ಮಹೇಶನ ಎದುರಾಗಿ ದೊಡ್ಡ ದಂಡೇ ಹುಯಿಲು ಹಾಕುತ್ತ ಬರುತ್ತಿತ್ತು. ಕುಮಟೆ ಪೇಟೆಯಲ್ಲಿ ಗಲಾಟೆ ಎಂದು ಚಿತ್ರಿಗಿಯನ್ನು ಹಾದು ಬರುವವರಿಗಿಂತ ಹಳ್ಕಾರಿನ ಒಳದಾರಿಯೇ ಇವತ್ತು ಎಲ್ಲರಿಗೂ ಬಲವೆನ್ನಿಸಿರಬಹುದು.

'ನಮ್ ರಾಗು ಮೈ ಮುಟ್ಟಿದವ ಯಾರು ಹೇಳಿ ತಿಳೀಲಿ ಮೊದ್ಲು, ಇದ್ದಲ್ಲೆ ಶಿಗಿದು ಹಾಕಲಿಲ್ಲಾದ್ರೆ ಕೇಳು. ನನ್ನ ಕೇಳಿದ್ರೆ ಹೊಡೆದವರು ಕುಮ್ಟೆ ಬದಿಯವ್ರು ಅಲ್ಲಾಗಿರೂರು, ಇಲ್ಲಿಯವ್ರಿಗೆ ರಾಗು ಮುಟ್ಟು ಧೈರ್ಯ ಯಾರಿಗದೆ' ಎಂದು ಮೈಮೇಲೆ ಬಂದವರಂತೆ ಬೊಬ್ಬೆಯಿಡುತ್ತಾ ಗುಂಪು ಹೋಗುತ್ತಿರುವುದು ಕಾಣುತ್ತಲೇ ಮಹೇಶನಿಗೆ ಕಣ್ಣಿಗೆ ಕತ್ಲೆ ಬಂದಂತೆ ಎಲ್ಲವೂ ಶೂನ್ಯವಾಯಿತು.

ಅಂದ್ರೆ ರಾಗೂಗೆ ಹೊಡ್ತ ಹಾಕಿದ್ದು ಹೌದು ಹೇಳಾಯ್ತು! ರಾಗೂ ಹಿಡ್ಸಿ ಹೊಡೆಸಿದ್ದು ನಾನು ಅಂತ ಯಾರಿಗಾದ್ರೂ ಗೊತ್ತಾದ್ರೆ ನನಗೆ ಇರ್ಗತಿ ಅದ್ಯಾ! ಹಾಳುಬಿದ್ದ ಬಾಬು... ಸತ್ತು ನಾಶ್ನಾ ಆಗಿ ಹೋಗಲಿ ಅಂವ, ಅವನಂಗಡಿಯ ಕೊಟ್ಟೆಯಲ್ಲೇ ಏನೋ ಧೋಖಾ ಇದೆ. ಇಲ್ಲದಿದ್ದರೆ ನಾನೆಲ್ಲ ಹೀಗೆ ಮಾಡುವವನೇ ಅಲ್ಲ. ಅಯ್ಯೋ... ಅಲ್ಲ ಅಲ್ಲ ಮೋಸವಾಗಿದ್ದು ಪಾಚು, ರಾಚ, ಮೆಸ್ತನಿಂದ!

ನಾನು ಬಂದರೆ ಮಾತ್ರ ರಾಗುವಿನ ಮೈಮುಟ್ಟುವುದು ಎಂದು ಖಂಡತುಂಡಾಗಿ ಹೇಳಿಬಿಡಬೇಕಿತ್ತು ಅವರಿಗೆ. ನನ್ನನ್ನು ಸಿಲುಕಿಸಬೇಕೆಂದೇ ಅವರು ರಾಗುವಿಗೆ ಸಾಯುವಂತೆ ಹೊಡೆದಿರಲೂಬಹುದು. ಅಥವಾ ನನ್ನನ್ನು ಕೆಟ್ಟವನನ್ನಾಗಿಸಿ ಸುಜಾತನ ಪ್ರೀತಿ ಪಡೆಯುವ ದುರಾಸೆ ರಾಚನಿಗೆ ಬಂದಿರಲೇಬೇಕು! ಯಾರೂ ಸರಿಯಿಲ್ಲ ಎನ್ನಿಸಿ ಮಹೇಶನಿಗೆ ಎಲ್ಲರ ಮೇಲೂ ಗುಮಾನಿ ಹುಟ್ಟತೊಡಗಿತು, ರಾಗುವನ್ನು ಹಣಿಯಲೆಂದೇ ತೋಡಿದ ಗುಂಡಿಯಲ್ಲಿ ತಾನಾಗಿ ಬಂದು ಬಿದ್ದ ಅನುಭವ!

ಯಾರಿಗಾಗೋ ನೇಯ್ದ ಗಳಪಾಶ ಎಲ್ಲಾ ಹೋಗಿ ತನ್ನನ್ನೇ ಸುತ್ತಿ ಕುತ್ತಿಗೆಯಿಂದ ಹಿಡಿದು ಇಡೀ ಮೈಯನ್ನೆಲ್ಲ ಬಿಗಿದು ಆವರಿಸಿ, ತನ್ನ ಉಸಿರನ್ನೇ ನಿಲ್ಲಿಸಿಬಿಡುತ್ತದೆಯೆಂಬ ಭಯವಾಗಿ ದಾರಿ ಕಂಡಲ್ಲೆಲ್ಲ ತಲೆಕೆಟ್ಟವರಂತೆ ಓಡತೊಡಗಿದ ಮಹೇಶ.

ಹೂಸುಗಂಟು

ಬೇರೆಯದೇ ಆದ ವ್ಯಕ್ತಿತ್ವ ತನ್ನೊಳಗೆ ಪ್ರವಹಿಸುತ್ತಿರುವಾಗ ತನ್ನದೇ ನಡೆ, ನಡತೆ, ಭಾವನೆ, ವರ್ತನೆಗಳೆಲ್ಲ ಅಪರಿಚಿತರೊಂದಿಗೆ ಅಚಾನಕ್ಕಾಗಿ ಮುಖಾಮುಖಿಯಾದಂತೆ ಒಮ್ಮೆಲೇ ಕಕ್ಕಾಬಿಕ್ಕಿಗಳಾಗಿಬಿಡುತ್ತವೆ. ಈ ಅನಾಮಿಕತೆಯ ಮುಖವಾಡ ಕಳಚಿಟ್ಟ ಮೇಲೆಯೇ ಮನಸ್ಸಿಗೊಂದು ರೀತಿಯ ಸಮಾಧಾನವೆಂದುಕೊಳ್ಳುತ್ತಾ, ಪಾಯ್ಜಾಮು ಜುಬ್ಬದೊಳಗೆ ತೂರಿ ಚಡಪಡಿಸುತ್ತಿದ್ದ ದೇಹವನ್ನು ಸಂಭಾಳಿಸಲು ಹರಸಾಹಸಪಡುತ್ತಿದ್ದ ವಿಕ್ರಂ. ಅದೂ ಸಾಲದೆಂಬಂತೆ ಬೆಳಿಗ್ಗೆ ಕುಡಿದ ನೀರು ಏಸಿಯ ಛಳಿಗೆ ಹೊಟ್ಟೆಯಲ್ಲೊಂದರೆ ಘಳಿಗೆಯೂ ನಿಲ್ಲದೆ ಮೂತ್ರಕೋಶವನ್ನು ಭರ್ತಿ ಮಾಡಿ, ಮೈಕಿನಲ್ಲಿ ಚಿಮ್ಮುತ್ತಿರುವ ಜೀವನದ ವ್ಯಾಖ್ಯಾನಗಳೆಲ್ಲ ಕಿವಿಗಿಳಿದು ಮತ್ತೆಲ್ಲೋ ಒತ್ತರಿಸಿದಂತಾಗತೊಡಗಿತು.

ಒತ್ತಡವನ್ನು ತಡೆಹಿಡಿಯಲಿಕ್ಕಾಗಿ ಎಡಗಾಲಿನ ಮೇಲೆ ಬಲಗಾಲನ್ನೊಮ್ಮೆ, ಬಲಗಾಲಿನ ಮೇಲೆ ಎಡಗಾಲನ್ನೊಮ್ಮೆ ಇಟ್ಟು ಇಕ್ಕಳವಾಗಿ ಅಬಗತ್ತಿ ಕುಳಿತುಕೊಳ್ಳಲು ಪ್ರಯತ್ನಿಸಿ ನೋಡಿದ. ಊಹೂಂ... ಬಹಳವೇ ಕಷ್ಟವೆನಿಸಿತು. ತನ್ನನ್ನು ನಿಯಂತ್ರಿಸಿಕೊಳ್ಳುವ ಪ್ರಯತ್ನವೆಲ್ಲ ವ್ಯರ್ಥ ಎನ್ನಿಸತೊಡಗಿದ್ದೇ ಆಭಾಸವೆನ್ನಿಸಿದರೂ ಸರಿಯೇ ಎಂದು ವೇದಿಕೆಯಿಂದೆದ್ದು ಗುಪ್ತಾನಿಗೆ ಈಗಲೇ ಬಂದೆ ಎಂದು ಕಣ್ಸನ್ನೆ ಮಾಡಿ ರೆಸ್ಟ್ ರೂಮ್ ಎಂದು ಬರೆದು ಬಾಣ ಹೂಡಿಡುವ ಫಲಕ ಹುಡುಕುತ್ತ ಹೊರನಡೆದ ವಿಕ್ರಂ

ಅಲ್ಲಿಯೇ ಆಚೀಚೆ ಓಡಾಡಿಕೊಂಡಿದ್ದ ಕಾರ್ಯಕ್ರಮದ ಆಯೋಜಕ ಚಿದಾನಂದ, 'ಸರ್, ರಾಘವ ಸರ್ ಅವರ ಮಾತು ಮುಗಿದದ್ದೇ ನಿಮ್ಮದೇ ಮಾತು, ನಿಮಗೇ ವೇದಿಕೆ' ಎಂದು ಸಾಧ್ಯವಾದಷ್ಟು ವಿನಮ್ರವಾಗಿ ಹೊರನಡೆಯುತ್ತಿದ್ದ ವಿಕ್ರಂನನ್ನು ತಡೆಯಲು ಪ್ರಯತ್ನಿಸಿದ.

ರಾಘವನಿಗಿಂತಲೂ ನಾಲ್ಕು ವರ್ಷಕ್ಕೆ ಹಿರಿಯವನಾದ ತನಗೇ ಮೊದಲು ಮಾತನಾಡಲು ಕೊಡಬೇಕಿತ್ತೆನ್ನುವ ಅಪಸ್ವರ ಮನಸ್ಸಿನೊಳಗೆದ್ದಿದ್ದರೂ ಅದನ್ನೀಗ

ಸಾಧಿಸಲು ಒಳಗಿನ ಒತ್ತಡ ಬಿಡುತ್ತಿಲ್ಲವಾದ್ದರಿಂದ ಅನಿವಾರ್ಯವಾಗಿ ನಗುವಿನ ಪರದೆಯನ್ನು ಮುಖದ ಮೇಲೆಳೆದುಕೊಂಡು, 'ಹಾಗೇನಿಲ್ಲ ಮಿಸ್ಟರ್ ಚಿದಾನಂದ್. ಐ ಹಾವ್ ಸಮ್ ಅರ್ಜೆಂಟ್ ವರ್ಕ್. ವಿಲ್ಬೀ ಬ್ಯಾಕ್ ಇನ್ ಟೂ ಮಿನಟ್ಸ್' ಎಂದು ಬಿರಬಿರನೆ ಹೊರನಡೆದ.

ಸಮಾರಂಭ, ಸನ್ಮಾನ, ಹೊಗಳಿಕೆಗಳೆಲ್ಲ ವಿಕ್ರಂನ ದಿನನಿತ್ಯದ ಜೀವನಕ್ಕೆ ಅತ್ಯವಶ್ಯಕವಾದರೂ ಸಭೆ ಸಮಾರಂಭಗಳಿಗೆ ತೊಡುವ ಪಾಯ್ಜಾಮು ಜುಬ್ಬ ಅವನ ನೆಮ್ಮದಿಯನ್ನೆಲ್ಲಾ ಕಸಿಯುತ್ತಿತ್ತು. ಜೊತೆಗೆ ಸಕ್ಕರೆ ಖಾಯಿಲೆಯಿಂದಾಗಿ ಪದೇ ಪದೇ ಮೂತ್ರಕ್ಕೆ ಹೋಗಲು ಪಾಯ್ಜಾಮು ತೆಗೆಯುವ ಜಂಜಾಟ ಬೇರೆ.

ಈ ಪಾಯ್ಜಾಮಿನ ಲಾಡಿ ಹೇಗೇ ಬಿಗಿದುಕೊಂಡರೂ ಒಂದೋ ಸಡಿಲವಾಗುತ್ತಿತ್ತು ಇಲ್ಲಾ ಬಹಳ ಟೈಟ್ ಆಗಿ ಹೊಟ್ಟೆ ಕೊರೆದಂತಾಗಿ ಉಸಿರುಬಿಗಿಯುತ್ತಿತ್ತು. ಇದೆಲ್ಲಾ ಹಗರಣ ಬೇಡವೆಂದು ಗುಪ್ತನಿಗೆ ಹೇಳಿ ಇಲಾಸ್ಟಿಕ್ ಇರುವ ಪಾಯ್ಜಾಮದ ವ್ಯವಸ್ಥೆಯನ್ನೇ ಮಾಡಿಕೊಂಡರೂ ಒಮ್ಮೊಮ್ಮೆ ಹಣೆಬರಹ. ಹೊರಡುವಾಗ ಹುಡುಕಿದರೆ ಲಾಂಡ್ರಿಗೆ ಹೋದ ಬಟ್ಟೆಗಳಿನ್ನೂ ತವರಿಗೆ ಹೋದ ಹೆಂಡತಿಯಂತೆ ವಾಪಸ್ಸು ಮನೆಗೆ ಬರಲು ಮನಸ್ಸೇ ಮಾಡುತ್ತಿರಲಿಲ್ಲ. ಆಗ ಕೈಗೆ ಸಿಕ್ಕಿದ್ದೇ ಹಾಕಿಕೊಳ್ಳುವ ಅನಿವಾರ್ಯತೆ!

ರೆಸ್ಟ್ ರೂಮು ಸೇರಿ ಗಡಿಬಿಡಿಯಲ್ಲಿ ಶೆರಗುಣಿಕೆ ಬಿಚ್ಚಲು ತಡಕಾಡಿದ, ಬಲಬದಿಯ ದಾರ ಎಳೆಯಲು ಹೋಗಿ ಕುಣಿಕೆಯೊಳಗೊಂದು ಸುತ್ತು ಹೊಡೆದಿದ್ದ ಎಡಬದಿಯ ದಾರ ಪಸಕ್ಕನೆ ಜೋರಾಗಿ ಎಳೆದ ಹೊಡೆತಕ್ಕೆ ಶೆರಗುಣಿಕೆ ಹೂಸುಗಂಟಾಗಿ ಹೋಯ್ತು.

ತಮ್ಮನ್ನು ಜ್ಞಾನಪಿಪಾಸುಗಳೆಂದು ಗುರುತಿಸಿಕೊಂಡ ಮಹನೀಯರೆಲ್ಲ ವೇದಿಕೆಯಲ್ಲಿ ಆಸೀನರಾಗಿರುವ ಈ ವ್ಯಕ್ತಿತ್ವ ವಿಕಸನದ ಸಭೆಯಿಂದ ಹೀಗೆ ಎದ್ದು ಹೊರನಡೆದ ತನ್ನ ಬಗ್ಗೆ ಎಂತೆಂತಹ ಸೊಲ್ಲೆದ್ದಿರಬಹುದು ಎಂಬ ತಳಮಳ ಒಂದೆಡೆಯಾದರೆ ತನಗೂ ರಾಘವನಿಗೂ ಹೊಯ್ದಕ್ಕಿ ಬೇಳೆ ಬೇಯುವುದಿಲ್ಲ ಎಂದು ಸಂಶಯಪಡುವವರಿಗೆ ಸಾಕ್ಷಿ ದೊರೆತಂತಾಗುತ್ತದೆ ಎಂಬ ಹಳಹಳಿ ಬೇರೆ! ಎರಡು ತಾಸಿನಿಂದ ಮೈಕನ್ನು ಹಿಡಿದು ಜೀವನದಲ್ಲಿ ಸಮಯದ ಮಹತ್ವ ಎಷ್ಟೆಂಬುದರ ಬಗ್ಗೆ ಕೊರೆಯುತ್ತಿದ್ದ ರಾಘವ ತನ್ನನ್ನು ಇಕ್ಕಟ್ಟಿಗೆ ಸಿಲುಕಿಸಬೇಕೆಂದೇ ಹಠಾತ್ತನೆ ತನ್ನ ಭಾಷಣ ಮುಗಿಸಿದರೆ ಹೂಸುಗಂಟಿನಿಂದಾಗಿ ಜಲಬಾಧೆ ನೀಗಿಸಿಕೊಳ್ಳಲಾಗದೆ ಮಾತನಾಡಲು ಹೇಗೆ ವೇದಿಕೆ ಏರಲಿ ಎಂಬ ಗಾಭರಿ ಬೇರೆ!

ಹೂಸುಗಂಟನ್ನು ಕೆಣಕಿದಷ್ಟೂ ಅದು ನಿರ್ದಯವಾಗುತ್ತಲೇ ಹೋಯಿತು. ಜುಬ್ಬವನ್ನು ಹೇಗಾದರೂ ಸಹಿಸಿಕೊಂಡೇನು ಆದರೆ ಈ ಲಾಡಿಯಿರುವ ಪಾಯ್ಜಾಮವನ್ನಲ್ಲ ಎಂದು ಮನಸ್ಸಿನಲ್ಲಿ ಶಪಿಸಿಯೇ ಶಪಿಸಿಕೊಂಡ ವಿಕ್ರಂ. ಪ್ರತಿಸಲವೂ ವೇದಿಕೆಯ ಮೇಲೆ ಪಠಿಸುತ್ತಿದ್ದ ಸಹನೆಯ ಮಂತ್ರ ಮರೆತು ಅರಚಿಕೊಳ್ಳುವಂತಾಗತೊಡಗಿತ್ತು.

ತಡಮಾಡದೆ ಎಂಟ್ರೆನ್ಸಿನಲ್ಲಿ ಯಾವ ಚಿಂತೆಯೂ ಇಲ್ಲದೆ ಅಥವಾ ಚಿಂತೆಯನ್ನು ತೋರಿಸಿಕೊಳ್ಳದೆ ತುಟಿಗೆ ಗಾಢ ಬಣ್ಣದ ಲಿಪ್‌ಸ್ಟಿಕ್ ತೊಟ್ಟು, ಕುಚದ್ವಯಗಳು ಒತ್ತರಿಸಿ ಬರುವಂತಹ ಕೆಂಬಣ್ಣದ ಬಟ್ಟೆಯಲ್ಲಿ ಮಿಂಚುತ್ತಿದ್ದ ರಿಸೆಪ್ಷನಿಸ್ಟ್ ಬಳಿಸಾರಿ

'ಇಫ್ಯೂ ಡೊಂಟ್ ಮೈಂಡ್, ಕೇನಾಯ್ ಬಾರೊವ್ ಅ ಸೀಸರ್ ಫ್ರಾಮ್ಯೂ ಪ್ಲೀಸ್' ಎಂದು ಒಳಗಿನ ಒತ್ತಡವನ್ನು ಕೈಲಾದಷ್ಟು ನಿಯಂತ್ರಿಸುತ್ತ ಕೇಳಿದ ವಿಕ್ರಂ.

ಕಣ್ಣು, ಕತ್ತು, ಮುಖವನ್ನು ಮಾತಿಗೆ ತಕ್ಕಂತೆ ಅಭಿನಯಿಸುತ್ತಾ ವಿಧೇಯಳಾಗಿ, 'ವೈನಾಟ್ ಸರ್' ಎಂದು ಕತ್ತರಿಯನ್ನು ಕೈಗಿಡುತ್ತಲೇ, 'ಎನಿ ಇಶ್ಯೂ ಸರ್, ಕೇನಾಯ್ ಹೆಲ್ಪ್ ಯೂ ಇನ್ ಎನಿವೇ ಸರ್?' ಎಂದು ಕೇಳಿದಳು ಮಿಸ್ಸೆಸ್ ರೋಸಿ.

ಒತ್ತರಿಸಿದ ಎದೆಯ ಮೇಲಿನ ಬ್ಯಾಡ್ಜ್ ಮೇಲೆ ಬರೆದಿತ್ತು ಅವಳ ಹೆಸರು.

ಸಲಾಂ ಹೊಡೆದಿಲ್ಲ ಬಿಟ್ಟರೆ, ತುದಿಗೊಮ್ಮೆ ಬುಡಕ್ಕೊಮ್ಮೆ ಸರ್ ಎನ್ನುತ್ತಾ ಮಾತನಾಡುವ... ಸ್ವಲ್ಪವೂ ಬೇಸರಿಸದೆ ಇದೇ ನಯ ನಾಜೂಕಿನಿಂದ ದಿನವಿಡೀ ವರ್ತಿಸುವ ಇವಳು ಮನೆಯಲ್ಲಿಯೂ ಹೀಗೆಯೇ ಇರುತ್ತಾಳೆಯೇ ಎಂಬ ಸಂಶಯ ಆ ಕ್ಷಣದ ತೀವ್ರತೆಯಲ್ಲಿಯೂ ವಿಕ್ರಂನನ್ನು ಕಾಡಿತು.

ಮನೆಗೆ ಹೋಗಿ ಎದೆಗೇರಿಸಿಕೊಂಡ ಕವಚ, ಪೋಷಾಕು, ಮುಖಕ್ಕೆ ಬಳಿದುಕೊಂಡ ಬಣ್ಣವನ್ನು ತೆಗೆಯುತ್ತಲೇ ಸಾಮಾನ್ಯ ಹೆಂಗಸಿನಂತೆ ಎರಡೂ ಬದಿಗೂ ಕೈವರೆಸಿ ಚಿಟ್ಟುಬಿದ್ದು ರಟ್ಟಾದ ನೈಟಿ ತೊಟ್ಟು, ಜೋಲುವ ಎದೆ ಹೊತ್ತು ನಾಳೆಯ ಅಡುಗೆಗೇನೆಂದು ಬೀನ್ಸು ಬಟಾಟೆ ಕೊಚ್ಚುವವಳೇ ಆಗಿ ಬದಲಾಗಬಹುದು. ದಿನವಿಡೀ ನಕ್ಕು ನಾಜೂಕನ್ನು ಪ್ರದರ್ಶಿಸುತ್ತಾ ಆಫೀಸಿನಲ್ಲಿ ಸೌಮ್ಯ ವಾತಾವರಣ ಮೂಡಿಸಿಡುವ ಇವಳು ಮನೆ ಸೇರಿದ ಮೇಲೆ ಮನೆಮಂದಿಯ ಮೇಲೆಲ್ಲಾ ಹರಿಹಾಯಲೂಬಹುದು, ಥೇಟು ರುಕ್ಮಿಣಿಯಂತೆ!

ಎದೆಯುಬ್ಬಿಸುವಂತಹ ಬಟ್ಟೆ ತೊಟ್ಟರೂ ಬೆನ್ನು ತೋಳುಗಳೆಲ್ಲಾ ಮುಚ್ಚಿರುವ ಅವಳ ಉಡುಗೆ ನೋಡಿದೊಡನೆ ನೆನಪಾಗುವ ರುಕ್ಮಿಣಿಯನ್ನು ನೆನೆಯುತ್ತಾ ಅಪರಾಧಿಯಂತೆ ರೆಸ್ಟ್ ರೂಮನ್ನು ಸೇರಿದವನೇ ಪಾಯ್ಜಾಮದ ಕಾಲು ಸಂದಿಗೆ ಸಣ್ಣಗೆ ಕತ್ತರಿಯಿಟ್ಟು ಜಾಗಮಾಡಿಕೊಂಡು ಜಲಭಾದೆ ನೀಗಿಸಿಕೊಂಡು ನಿರಾಳನಾಗತೊಡಗಿದ.

ಚೂಡಿದಾರವೇ ಇರಲಿ, ಚೆಂದದ ಸೀರೆಗೆ ಹೊಲಿಸುವ ಬ್ಲೌಸ್ ಇರಲಿ ಎಲ್ಲವೂ ಕುತ್ತಿಗೆ ಮತ್ತು ತೋಳು ಮುಚ್ಚುವ ಹಾಗೆಯೇ ಹೊಲಿಸಿದ ಬಟ್ಟೆ ತೊಟ್ಟು ಅದನ್ನೇ ತನ್ನ ವ್ಯಕ್ತಿತ್ವದ ಗುರುತಾಗಿಸಿಕೊಂಡಳು ರುಕ್ಮಿಣಿ. ತನ್ನಲ್ಲಿರುವ ಊನವನ್ನು ಧನಾತ್ಮಕವಾಗಿ ರೂಪಿಸಿಕೊಳ್ಳುವುದನ್ನು ಅವಳಿಂದ ಕಲಿಯಬೇಕು ಎಂದು ಯೋಚಿಸುತ್ತ ಹಗುರಾಗುತ್ತಿದ್ದ ವಿಕ್ರಂ. ರುಕ್ಮಿಣಿಯಲ್ಲಿರುವ ಊನ ಎಂದೇಕೆ ಹೇಳಬೇಕು, ಅವಳ ನೋವಿಗೆ ತಾನೇ ಕಾರಣ ಎಂದು ಗ್ರಹಿಸಿ ಮತ್ತೆ ಕುಬ್ಜನಾದ.

ರುಕ್ಮಿಣಿಯ ಚಂದಕ್ಕೆ ಮರುಳಾಗಿಯೇ ವಿಕ್ರಂ ಅವಳನ್ನು ಮದುವೆಯಾಗಿದ್ದು, ವಿಕ್ರಂನ ಪ್ರೀತಿಗೆ ಸೋತೇ ರುಕ್ಮಿಣಿ ಮದುವೆಗೊಪ್ಪಿದ್ದು. ಮೊದಮೊದಲು ಎಲ್ಲವೂ

ಸರಿಯಾಗಿಯೇ ಇತ್ತು. ಕಾಳಜಿ, ಪ್ರೀತಿ, ಚಡಪಡಿಕೆ ವ್ಯಕ್ತಪಡಿಸುವಲ್ಲಿ ಒಬ್ಬರನ್ನೊಬ್ಬರು ಮೀರಿಸುವಂತಿದ್ದರು. ಕಷ್ಟ ಎಂದು ಶುರುವಾಗಿದ್ದೇ ಟೆಕ್ನೋಮಾರ್ಕ್ ಕಂಪನಿ ದಿವಾಳಿ ಎದ್ದು ಹೋಗುವ ಸಂದರ್ಭ ಬಂದಾಗ.

ಟೆಕ್ನೋಮಾರ್ಕ್ ಕಂಪನಿಯನ್ನು ಹುಟ್ಟು ಹಾಕಿದ್ದು ವಿಕ್ರಂನ ಗೆಳೆಯ ಅಭಿ. ಅಭಿಜಿತ್ ಪುರಾಣಿಕ್. ಆಸ್ಪತ್ರೆಗಳಿಗೆ ಬೇಕಾಗುವ ಎಂ ಆರ್ ಐ ಮಷೀನು, ಸ್ಕ್ಯಾನಿಂಗ್, ಎಕ್ಸ್ರೇ ಮಷೀನುಗಳಿಗೆ ಬೇಕಾಗುವ ಬಿಡಿ ಭಾಗಗಳನ್ನು ತಯಾರಿಸಿ ದೊಡ್ಡ ದೊಡ್ಡ ಕಂಪನಿಗಳಿಗೆ ಪುರವಟೆ ಮಾಡುವ ಕಂಪನಿ. ಅಭಿಜಿತನ ಕೈಗುಣ ಹೇಗಿತ್ತೆಂದರೆ ಟೆಕ್ನೋಮಾರ್ಕ್ ಕಂಪನಿ ಹುಟ್ಟಿದ ಎರಡು ವರ್ಷದಲ್ಲೇ ಒಳ್ಳೆಯ ಹೆಸರು ಮಾಡಿತ್ತು. ಅದರಂತೆ ಬೇಡಿಕೆ, ಆಯ-ವ್ಯಯ ಎಲ್ಲವೂ ಏರುತ್ತಲೇ ಹೋಯಿತು. ಫಂಡಿಂಗ್ ಮಾಡುವವರ, ಸಾಲ ಕೊಡುತ್ತೇನೆನ್ನುವವರ ಸಾಲೂ ಉದ್ದವಾಗುತ್ತಾ ಹೋಯಿತು. ಇನ್ನೇನು ಕಂಪನಿ ಷೇರು ಮಾರುಕಟ್ಟೆಯಲ್ಲಿ ಲಿಸ್ಟಿಂಗ್ ಆಗುತ್ತದೆ ಎನ್ನುವ ಸಮಯದಲ್ಲಿಯೇ ಅಭಿಜಿತ್ ಪುರಾಣಿಕ್ ಕಂಪನಿಯ ಹೆಸರಿನಲ್ಲಿ ಬ್ಯಾಂಕುಗಳಲ್ಲಿ ಕೋಟಿಗಟ್ಟಲೆ ಸಾಲ ಮಾಡಿ, ಫಂಡಿಂಗ್ ಮಾಡಿದವರ ದುಡ್ಡನ್ನೆಲ್ಲಾ ಲಪಟಾಯಿಸಿ, ತನ್ನ ಉದ್ಯೋಗಿಗಳಿಗೆ ಬೋನಸ್ ಸಾಯಲಿ, 4 ತಿಂಗಳಿನ ಪಗಾರನ್ನೂ ಕೊಡದೆ, ಯಾರಿಗೂ ಹೇಳದೆ ಕಾಣೆಯಾಗಿಬಿಟ್ಟ. ಅಭಿಜಿತ್ ಪುರಾಣಿಕ್ ದೇಶಬಿಟ್ಟ, ಅಭಿಜಿತನನ್ನು ಅಪಹರಿಸಲಾಗಿದೆ, ಅಭಿಜಿತ್ ಆತ್ಮಹತ್ಯೆ ಮಾಡಿಕೊಂಡ ಎಂಬೆಲ್ಲಾ ಸುದ್ದಿ ದಿನಕ್ಕೊಮ್ಮೆ ಹುಟ್ಟಿ ಸಾಯುತ್ತಲೇ ಟೆಕ್ನೋ ಕಂಪನಿ ಗತಿಗೆಟ್ಟು ಹೋಯಿತು. ಕಂಪನಿಯನ್ನು ಟೇಕೋವರ್ ಮಾಡಲಿಕ್ಕಾಗಲಿ, ಮರ್ಜ್ ಮಾಡಿಕೊಳ್ಳುವುದಕ್ಕಾಗಲಿ ಯಾರೂ ಮುಂದೆ ಬರಲಿಲ್ಲ. ಕಂಪನಿ ಅಕ್ಷರಶಃ ಮುಳುಗುವುದರಲ್ಲಿತ್ತು. ಅಭಿಜಿತ್ ಎಲ್ಲಿಹೋದ, ಅಷ್ಟೊಂದು ದೊಡ್ಡ ಮೊತ್ತದ ಹಣವನ್ನು ಏನು ಮಾಡಿದ, ಲಫಡಾ ಮಾಡಿದ್ದೆಲ್ಲಿ ಎಂದು ಇನ್ವೆಸ್ಟಿಗೇಷನ್ ಏನೋ ಶುರುವಾಯಿತು. ಆದರೆ ಕಂಪನಿ ಮುಳುಗುತ್ತಿದೆಯಲ್ಲ ಅದಕ್ಕೇನು ಪರಿಹಾರ!

ಆಗ ಟೆಕ್ನೋಮಾರ್ಕ್ ಕಂಪನಿಗೆ ಧೈರ್ಯವಾಗಿ ನಿಂತವನೇ ವಿಕ್ರಂ, ವಿಕ್ರಂ ಚಕ್ರವರ್ತಿ, ಟೆಕ್ನೋಮಾರ್ಕ್ ಕಂಪನಿಯ ಬರೀ ಹತ್ತು ಪರ್ಸೆಂಟ್ ಶೇರ್ ಹೋಲ್ಡರ್!

ಹತ್ತು ಪರ್ಸೆಂಟಿನಿಂದ ಅರವತ್ತು ಪರ್ಸೆಂಟ್ ತಲುಪುವ ದಾರಿ ಸುಲಭದ್ದಾಗಿರಲಿಲ್ಲ. ವಿಕ್ರಂನ ಬದಲು ಇನ್ಯಾರೇ ಅವನ ಜಾಗದಲ್ಲಿದ್ದರೂ ಸಾಧ್ಯವೂ ಆಗುತ್ತಿರಲಿಲ್ಲ.

ಮುಳುಗುತ್ತಿರುವ ಕಂಪನಿಗೆ ಜೀವ ತುಂಬಲು ನಾಲ್ಕೈದು ವರ್ಷಗಳೇ ಬೇಕಾದವು ಅವನಿಗೆ. ತನ್ನೆಲ್ಲಾ ಪಿತ್ರಾರ್ಜಿತ ಆಸ್ತಿಯ ಮೇಲೆ ಸಾಲ ತೆಗೆದ, ಅಣ್ಣ ವಿರಾಜನನ್ನೂ ಒಪ್ಪಿಸಿ ಅವನ ಆಸ್ತಿಯ ಮೇಲೂ ಸಾಲ ತೆಗೆದ. ವಿಕ್ರಂ ತನ್ನ ಹೆಂಡತಿಯನ್ನೊಂದು ಅಡವಿಡಲಿಲ್ಲ ಬಿಟ್ಟರೆ ಆಗ ಅವನದ್ದು ಅಂತ ಏನೇನೂ ಉಳಿದಿರಲಿಲ್ಲ. ಟೆಕ್ನೋಮಾರ್ಕ್ ಕಂಪನಿಯನ್ನು ತನ್ನ ಕೈಗೆ ತೆಗೆದುಕೊಂಡಾಗಿನಿಂದಲೂ ಒಂದು ರೀತಿಯಲ್ಲಿ ಮಾಡು ಇಲ್ಲವೇ ಮಡಿಯ ಸ್ಥಿತಿಯಲ್ಲಿದ್ದ ವಿಕ್ರಂ. ಅವನ ದುಸ್ಸಾಹಸಕ್ಕೆ, ಭಂಡ ಧೈರ್ಯಕ್ಕೆ ಅವನ ಹೆಂಡತಿ ರುಕ್ಮಿಣಿಯೂ ಬೆನ್ನೆಲುಬಾಗಿ ನಿಂತಿದ್ದಳು.

ಹಳೆಯದನ್ನೆಲ್ಲಾ ಈಗ ನೆನಪಿಸಿಕೊಂಡರೆ ಎಲ್ಲರಿಗೂ ಸಾಧನೆ ಎನ್ನಿಸುತ್ತದೆ, ಅದಕ್ಕಾಗಿಯೇ ಅಲ್ಲವೇ ಪರ್ಸನಾಲಿಟಿ ಡೆವಲಪ್ಮೆಂಟ್ ಅಂತ ಭಾಷಣ ಕೊರೆಯಲು ಎಲ್ಲೆಲ್ಲಿಂದಲೋ ವಿಕ್ರಂನಿಗೆ ಆಹ್ವಾನ ಬರುವುದು! ಆದರೆ ಆ ದಿನಗಳಲ್ಲಿ ಅದೊಂದು ಹುಚ್ಚು ಸಾಹಸವೇ ಆಗಿತ್ತು.

ಕಷ್ಟಗಳು ಬಂದರೆ ಒಂದರ ಹಿಂದೊಂದರಂತೆ ಬರುತ್ತವೆಯಂತಲ್ಲ, ವಿಕ್ರಂನಿಗೆ ಆದದ್ದೂ ಹಾಗೆಯೇ! ಬೆನ್ನು ತಟ್ಟಿ ಪ್ರೋತ್ಸಾಹ ನೀಡಿ, ಕೈಮೀರಿ ಸಹಾಯ ನೀಡುತ್ತಿದ್ದ ಅಕ್ಕರೆಯ ಅಣ್ಣ ವಿರಾಜ್ ಒಂದು ದಿನ ಬೆಳಿಗ್ಗೆ ಫ್ಯಾನಿನಲ್ಲಿ ನೇತಾಡುವ ಹೆಣವಾಗಿ ಹೋಗಿದ್ದ. ಅತ್ತಿಗೆ ಪೂರ್ಣಿಮಾಗೆ ವಿವಾಹೇತರ ಸಂಬಂಧ ಇತ್ತು, ಅದನ್ನು ಕಣ್ಣಾರೆ ಕಂಡು ಆಘಾತಕ್ಕೊಳಗಾದ ವಿರಾಜ ಈ ತರಹದ ಅತಿರೇಕದ ನಿರ್ಧಾರ ತೆಗೆದುಕೊಂಡ ಎಂದು ಎಲ್ಲರೂ ನಂಬುವಂತೆ ಆಡಿಕೊಂಡರು ಹತ್ತಿರದವರು. ಪೂರ್ಣಿಮಾ ರವದಷ್ಟೂ ಮಾತನಾಡದೆ, ಯಾರಿಗೂ ಸಮಜಾಯಿಷಿ ಕೊಡದೆ ವಿರಾಜನ ದಿನಕಾರ್ಯ ಮುಗಿಯುತ್ತಲೇ ತನ್ನ ತವರು ಸೇರಿದ್ದಳು. ಅಣ್ಣ ಅತ್ತಿಗೆಯರದ್ದು ಪ್ರೇಮ ವಿವಾಹವಾದರೂ ದುರಂತದ ಅಂತ್ಯ ಕಂಡು ವಿಕ್ರಂ ನಲುಗಿದ್ದು ಹೌದು, ಬದಲಾಗಿದ್ದೂ ಹೌದು. ಮದುವೆ, ಪ್ರೀತಿ, ನಂಬಿಕೆ ಎಲ್ಲವೂ ಸುಳ್ಳು ಎನ್ನುವಷ್ಟರಮಟ್ಟಿಗಿನ ಬದಲಾವಣೆ!

ಮುಳುಗುವೆನಾ ಅಥವಾ ಮೇಲೇಳುವೆನಾ ಎಂದು ತಿಳಿಯದೆ ಬದುಕುತ್ತಿದ್ದ ವಿಕ್ರಂನೊಳಗೆ ವಿರಾಜನ ಸಾವು ಒಂದು ರೀತಿಯ ಅಧೀರತೆ, ಅಭದ್ರತೆಯ ಭಾವನೆಯನ್ನು ಹುಟ್ಟುಹಾಕಿತ್ತು, ಸಾಲ ಸೋಲದಲ್ಲಿ ಮುಳುಗಿದ ಈ ಸ್ಥಿತಿಯಲ್ಲಿ ರುಕ್ಮಿಣಿಯೂ ತನ್ನನ್ನು ತೊರೆದಾಳು ಎಂಬ ಭಯವೂ ಜೊತೆಗಿತ್ತು ಎಂದುಕೊಳ್ಳಿ. ಅವಳು ಅಪ್ಪಿ ತಪ್ಪಿ ಯಾರೊಂದಿಗೂ ನಗುತ್ತಾ ಮಾತನಾಡುವಂತಿಲ್ಲ ವಿಕ್ರಂ ಕೆರಳುತ್ತಿದ್ದ, ಡೀಪ್ನೆಕ್ ಬ್ಲೌಸ್ ಹಾಕುವಂತಿಲ್ಲ, ಸ್ಲೀವ್ಲೆಸ್ ಬಟ್ಟೆ ತೊಟ್ಟರೂ ಕುದಿಯುತ್ತಿದ್ದ.

'ಯಾರು ನೋಡಲಿ ಅಂತ ಇಂಥಾ ಬಟ್ಟೆಯನ್ನೆಲ್ಲಾ ತೊಡಬೇಕು? ಗಂಡನಾದವನು ಮುಂದೇನು ಅಂತ ತಲೆಕೆಡಿಸಿಕೊಳ್ಳುತ್ತಿದ್ದರೆ ನಿನಗೆ ಮೋಜಿನ ಬದುಕನ್ನು ಬಿಡಲೇ ಆಗುತ್ತಿಲ್ಲ ಅಲ್ಲವಾ?' ಎಂದು ಜರೆಯುತ್ತಿದ್ದ.

'ನನ್ನಿಂದಾದ ಎಲ್ಲಾ ಸಹಕಾರವನ್ನು ಕೊಡುತ್ತಿದ್ದೇನೆ, ಆಫೀಸಿನ ಕಾಗದ ಪತ್ರದ ಕೆಲಸವನ್ನೂ ವಹಿಸಿಕೊಂಡಿದ್ದೇನೆ. ನಿಮ್ಮ ಯಾವ ಕೆಲಸಕ್ಕೂ ಬೇಡ ಎನ್ನುತ್ತಿಲ್ಲ. ಇಷ್ಟಾದ ಮೇಲೂ ಕಷ್ಟದಲ್ಲಿದ್ದೇನೆಂದು ತೋರಿಸಿಕೊಳ್ಳಲು ನಾನೇನು ಹರಿದ ಬಟ್ಟೆಯನ್ನು ಹಾಕಿಕೊಂಡು ತಿರುಗಬೇಕೆ?' ಎಂದು ರುಕ್ಮಿಣಿಯೂ ಜಬರದಸ್ತಿನಲ್ಲಿಯೇ ರೇಗುತ್ತಿದ್ದಳು.

ವಿರಾಜನ ಸಾವಿನ ನಂತರ ವಿಕ್ರಂ ರುಕ್ಮಿಣಿಯ ಮೇಲೆ ಸಂದೇಹಪಡುವುದು ಜಾಸ್ತಿಯಾಗಿದ್ದಷ್ಟೇ ಅಲ್ಲ, ಸಿಗರೇಟಿನ ದೊಂದಿ ಕತ್ತಿಸಿಕೊಂಡು ರುಕ್ಮಿಣಿಯ ಬೆನ್ನು, ಭುಜ ತೋಳುಗಳನ್ನು ಯಾರೊಂದಿಗೋ ಸಂಬಂಧ ಹೊಂದಿರುವುದನ್ನು ಕಲ್ಪಿಸಿ ಜರೆಯುತ್ತ ಸುಡುತ್ತಿದ್ದ. ಮೊದಲೆಲ್ಲಾ ಅತ್ತು ಪ್ರತಿಭಟಿಸುತ್ತಿದ್ದವಳಿಗೆ ಕ್ರಮೇಣ

ಸಿಗರೇಟಿನಿಂದ ಸುಡಿಸಿಕೊಳ್ಳುವುದು ಸಾಮಾನ್ಯವೆಂಬಂತಾಯ್ತು. ವಿಕ್ರಂ ಸಿಗರೇಟಿನಿಂದ ಸುಟ್ಟಷ್ಟೂ ಅಳದಷ್ಟು ಅಂತರ್ಮುಖಿಯಾಗತೊಡಗಿದಳು. ರುಕ್ಮಿಣಿಯ ಅಳುವಿಗಿಂತ ಅವಳ ಮೌನವೇ ವಿಕ್ರಂನನ್ನು ಇನ್ನೂ ಕೆರಳಿಸುತ್ತಿತ್ತು. ಅವನು ಮತ್ತೂ ಒರಟಾಗುತ್ತಿದ್ದ. ವಿಕ್ರಂನ ಮಾತಿಗೊಪ್ಪಿದ್ದೇನೆಂದು ಅಲ್ಲದಿದ್ದರೂ ಸಿಗರೇಟಿನ ದೊಂದಿಯಿಂದ ಮೈ ಸುಡಿಸಿಕೊಂಡಾಗ ಆದ ಕಲೆಯನ್ನು ಮುಚ್ಚಲು ರುಕ್ಮಿಣಿ ಹೈನೆಕ್ ಬ್ಲೌಸ್, ತುಂಬು ತೋಳಿರುವ ಬಟ್ಟೆ ಧರಿಸಲು ಪ್ರಾರಂಭಿಸಿದರೆ ವಿಕ್ರಂ ತನ್ನ ಪೌರುಷಕ್ಕೆ ತಾನೇ ಮಾರು ಹೋದ! ಆದರೆ ಆ ಬಟ್ಟೆಯಲ್ಲಿರುತ್ತಿದ್ದ ರುಕ್ಮಿಣಿ ಬೇರೆಯದೇ ವ್ಯಕ್ತಿತ್ವದವಳಾದಳು. ದಿನ ದಿನವೂ ರುಕ್ಮಿಣಿ ಬೇರೆಯಾಗುತ್ತಲೇ ಹೋದಳು, ವಿಕ್ರಂನಿಂದ ದೂರವಾಗುತ್ತಲೇ ಹೋದಳು.

ಗುರುತು ಪರಿಚಯವಿರದ ರಿಸೆಪ್ಷನಿಸ್ಟ್ ರೋಸಿಯನ್ನು ಕಂಡು ರುಕ್ಮಿಣಿಯನ್ನೇಕೆ ಇಂದು ಇಷ್ಟೊಂದು ನೆನೆಯುತ್ತಿದ್ದೇನೆ ಎಂದು ವಿಕ್ರಂ ತನ್ನ ಯೋಚನೆಗೆ ತಾನೇ ಅವಾಕ್ಕಾದ.

'ಉಸ್ಸಪ್ಪಾ... ಯಾವ ಒತ್ತಡವನ್ನಾದರೂ ಸಹಿಸಿಯೇನು. ಆದರೆ ಇದನ್ನೆಲ್ಲಾ ತಡೆಯಲಿಕ್ಕಾಗದು' ಎಂದು ಮೂತ್ರ ಚೀಲ ಖಾಲಿಯಾಗುತ್ತಲೇ ಕೈ ತೊಳೆದು ಕತ್ತರಿಯನ್ನು ರಿಸೆಪ್ಷನಿಸ್ಟ್ ರೋಸಿ ಕೈಯಲ್ಲಿ ಹಿಡಿಸಿ ಥ್ಯಾಂಕ್ಸ್‌ಗೈಯುತ್ತಾ ವೇದಿಕೆಯತ್ತ ಧಾವಿಸಿದ ವಿಕ್ರಂ.

ಅದಾಗಲೇ ರಾಘವ್ ತನ್ನ ಮಾತು ಮುಗಿಸಿ ಭರ್ಜರಿ ಚಪ್ಪಾಳೆ ಗಳಿಸಿಕೊಂಡು ಗತ್ತಿನಲ್ಲಿ ಕುಳಿತಿದ್ದ. ತನ್ನೊಳಗಿನ ಒತ್ತಡ ನೀಗಿಸಿಕೊಂಡು ಬಂದಿದ್ದ ವಿಕ್ರಂ ನಿನ್ನಾವ ಡೌಲು-ದೌಲತ್ತು ತನಗೆ ಸವಾಲಲ್ಲವೆಂಬಂತೆ ರಾಘವನತ್ತ ನೋಡಿ ನಕ್ಕು ಮೈಕನ್ನು ಹಿಡಿದ.

'ಬೇರೆಯವರ ಅನುಭವದ ಮೂಸೆಯಲ್ಲಿ ತನ್ನ ತಿಕವಿಟ್ಟು ಸುಂದರ ಮುಖವಾಗುತ್ತಿಲ್ಲ ಎಂದು ಕೊರಗಿದರೆ ಏನು ಬಂತು! ಬೇರೆಯವರ ಅನುಭವವನ್ನು ಕಣ್ಣುಮುಚ್ಚಿ ಅನುಸರಿಸುವುದಕ್ಕಿಂತ ನಮ್ಮ ಪರಿಸ್ಥಿತಿಗೆ ತಕ್ಕಂತೆ...' ಎಂದು ಹೇಳಬೇಕಾದುದನ್ನು ಬಿಟ್ಟು ಇನ್ನೂ ಏನೇನೋ ಹಲುಬತೊಡಗುತ್ತಲೇ ಬಾಯಲ್ಲಿ ಬುರುಗುಡುವ ನೊರೆ ಬಂದು ಎಲುಬಿಲ್ಲದ ನಾಲಿಗೆ ಸೊಟ್ಟಗಾಗಿ ಎದೆ ಹಿಡಿದು ಕುಸಿದುಬಿದ್ದ ವಿಕ್ರಂ.

~~~

ಸಭೆಯಲ್ಲಿದ್ದವರೆಲ್ಲರೂ ವಿಕ್ರಂನ ಸುತ್ತ ಗುಂಪಾಗುತ್ತಲೇ ಎಲ್ಲರನ್ನೂ ಶಾಂತವಾಗಿಸಿ, ಗಾಳಿಯಾಡಲಿ ಎಂದು ಎಲ್ಲರನ್ನೂ ದೂರ ಸರಿಸಿ, ಧೈರ್ಯ ಹೇಳಿ ತಕ್ಷಣ ವಿಕ್ರಂನನ್ನು ಆಸ್ಪತ್ರೆಗೆ ಸಾಗಿಸಿದವ ಗುಪ್ತಾ.

ಟೆಕ್ನೋಮಾರ್ಕ್ ಕಂಪನಿಯ ಎಲ್ಲಾ ವ್ಯವಹಾರವನ್ನು ವಿಕ್ರಂ ವಹಿಸಿಕೊಂಡಾಗಿನಿಂದಲೂ ಗುಪ್ತಾ ಅವನ ಪಿಎ ಮಾತ್ರವಲ್ಲ ವಿಕ್ರಂನ ಆಪ್ತನೂ
~~~

ಕೂಡ, ಸಕ್ಕರೆ ಖಾಯಿಲೆಯ ಮಾತ್ರೆಯ ಜೊತೆ ಒಂದಿಷ್ಟು ಸಾಂತ್ವನವನ್ನೂ ಕೊಡುತ್ತಿದ್ದವ. ರುಕ್ಮಿಣಿ ವಿಕ್ರಂನನ್ನು ವಸ್ತುವಿನಂತೆ ಕಾಣಲಾರಂಭಿಸಿದ ಮೇಲೆ ಇಮೋಷನಲ್ ಡಿಪೆಂಡೆನ್ಸಿಗೆ ಮತ್ಯಾರ ಮೊರೆಯನ್ನೂ ಹೋಗದೆ ಗುಪ್ತಾನನ್ನೇ ನೆಚ್ಚಿದ್ದ ವಿಕ್ರಂ.

ವಿಕ್ರಂನನ್ನು ಹಾಸ್ಪಿಟಲ್‌ಗೆ ಭರ್ತಿ ಮಾಡಿದ್ದೇ ಗುಪ್ತಾ ರುಕ್ಮಿಣಿಗೆ ವಿಷಯವನ್ನು ತಿಳಿಸಲು 94408..... ಎಂದು ಕುಟ ಕುಟನೆ ನಂಬರ್ ಒತ್ತಿದ, 'ವ್ಹಾಟ್ ಅ ಬ್ಲಡಿ ಮೈ ಮೈಂಡ್ ಈಸ್, ಐ ಕೆನಾಟ್ ಈವನ್ ಫಾರ್ಗೆಟ್ ಹರ್ ನಂಬರ್' ಎಂದು ನಾಲಿಗೆ ಕಚ್ಚಿಕೊಳ್ಳುತ್ತಲೇ ಅತ್ತಲಿನ ದನಿ ಫೋನಿನಲ್ಲಿ ಉಲಿಯಿತು,

'ಯೆಸ್ ಗುಪ್ತಾ ಟೆಲ್ಮಿ, ಎನಿಥಿಂಗ್ ಅರ್ಜೆಂಟ್?'

'ಯೆಸ್ ಮೇಡಂ, ವಿಕ್ರಂ ಸರ್‌ಗೆ ಅಟ್ಯಾಕ್ ಆಗಿದೆ. ಇಲ್ಲೇ ಜಯನಗರ್ ನರ್ಸಿಂಗ್ ಹೋಮಿನಲ್ಲಿ ವೆಂಟಿಲೇಟರ್‌ನಲ್ಲಿಟ್ಟಿದ್ದಾರೆ.'

ಧ್ವನಿಯಲ್ಲಾಗಲೀ, ಬಹುಶಃ ಭಾವನೆಯಲ್ಲಿಯೂ ಸಹ ಯಾವ ಬದಲಾವಣೆಯಿಲ್ಲದೆ, 'ವೆಲ್... ಗುಪ್ತಾ ನಾನೊಂದು ಅರ್ಜೆಂಟ್ ಮೀಟಿಂಗಿನಲ್ಲಿದ್ದೀನಿ. ಇಫ್ಯೂ ಡೋಂಟ್ಮೈಂಡ್ ಸಾಯಂಕಾಲದವರೆಗೆ ವಿಕ್ರಂ ಕೇರ್ ತಗೋತಿರಿ. ನಾನು ಬೇಗ ಬಂದುಬಿಡ್ತೀನಿ'

ಎಷ್ಟೋ ವರ್ಷಗಳಿಂದ ವಿಕ್ರಂ ಅವರ ಕೇರ್ ತೆಗೆದುಕೊಳ್ಳುತ್ತಿರುವ ತನಗೆ ಸಾಯಂಕಾಲದವರೆಗೆ ಅಂತ ಹೇಳುವುದು ನೋಡಿದರೆ ತಿಳಿಯುವುದಿಲ್ಲವೇ ದುಡ್ಡಿದ್ದವರ ಧಿಮಾಕು! ಮೇಲಿಂದ ಬೇಗ ಬಂದುಬಿಡುವೆನೆಂಬ ಕಾಳಜಿಯ ಲೇಪನ ಬೇರೆ!

ವಿಕ್ರಂ ಸರ್ ಅವರಂತಹ ವ್ಯಕ್ತಿಯೊಡನೆ ಬದುಕನ್ನು ಹಂಚಿಕೊಳ್ಳುವ ಭಾಗ್ಯ ಎಲ್ಲರಿಗಿರುವುದಿಲ್ಲ. ಆದರೆ ರುಕ್ಮಿಣಿ ಮೇಡಂ ಕಣ್ಣಿನಲ್ಲಿ ವಿಧಿಗೆ ಕೃತಜ್ಞತೆ ಸಲ್ಲಿಸುವ ಯಾವ ಎಳೆಯೂ ಇಲ್ಲಿವರೆಗೆ ಕಂಡಿದ್ದಿಲ್ಲ. ಒಬ್ಬ ಮನುಷ್ಯನನ್ನು ಇಷ್ಟರಮಟ್ಟಿಗೆ ಕಡೆಗಣಿಸಿದರೆ ಅವನ ಪರಿಸ್ಥಿತಿ ಹೇಗಿರಬಹುದು. ಯಾರಿಗೆ ಅಂತ ಸರ್ ಪ್ರತಿದಿನ ಮನೆ ಸೇರಬೇಕು... ಇದ್ದೊಬ್ಬ ಮಗಳನ್ನೂ ಚಿಕ್ಕಂದಿನಿಂದಲೆ ಬೋರ್ಡಿಂಗ್ ಸ್ಕೂಲ್‌ಗೆ ಓಡಿಸಿದ ಮೇಡಂ ದೇಹದಲ್ಲಿ ಹೃದಯವಂತೂ ಇರಲು ಸಾಧ್ಯವೇ ಇಲ್ಲ ಎಂದು ಮನಸ್ಸಿನಲ್ಲಿಯೇ ಗೊಣಗಿಕೊಂಡ ಗುಪ್ತಾ.

ಎಷ್ಟೋ ವರ್ಷಗಳ ಹಿಂದೊಂದು ರಾತ್ರಿ ರುಕ್ಮಿಣಿ ಮೇಡಂ ತನ್ನ ಕೈ ಹಿಡಿದು 'ಗುಪ್ತಾ, ಐ ಕಾಂಟ್ ಲಿವ್ ವಿತ್ ಹಿಮ್. ಹೀ ಈಸ್ ಸಿಕ್. ಹೀ ಈಸ್ ಅ ಮಾನ್ಸ್ಟರ್. ಐ ಹೇಟ್ ಹಿಮ್. ಟೇಕ್ ಮಿ ಅವೇ ಫ್ರಾಮ್ ಹಿಮ್ ಗುಪ್ತಾ' ಎಂದು ಗಳಗಳನೆ ಅತ್ತಿದ್ದು ಅದೇ ಮೊದಲು ಅದೇ ಕೊನೆ. ಅಳುತ್ತಿರುವುದಕ್ಕೆ ಕಾರಣವನ್ನು ರುಕ್ಮಿಣಿ ಮೇಡಂ ಹೇಳಲಿಲ್ಲ. 'ಟೇಕ್ಮಿ ಅವೇ ಫ್ರಾಮ್ ಹಿಮ್' ಎಂದು ತನ್ನ ಬಳಿ ಆಡಿದ ಮಾತಿಗೇನರ್ಥ ಎಂದು ಕೇಳಲಿಕ್ಕಾಗಿ ರುಕ್ಮಿಣಿಯ ನಂಬರ್ ಒತ್ತಿದರೂ ಡಯಲ್ ಆಗುವ ಮುಂಚೆಯೇ ಕಾಲ್ ಕಟ್ ಮಾಡಿಬಿಡುತ್ತಿದ್ದ ಗುಪ್ತಾ.

ಇದಾದ ಕೆಲವು ದಿನಗಳ ನಂತರ ಯಾವುದೋ ಒಂದು ಫೈಲ್ ನೆಪ ತೆಗೆದು ಗುಪ್ತಾ ವಿಕ್ರಂ ಮನೆಗೆ ಬಂದಿದ್ದ. ವಿಕ್ರಂ ಎಂದಿನಂತೆಯೇ ಗುಪ್ತಾನನ್ನು ಪಕ್ಕಕ್ಕೇ ಕುಳ್ಳಿರಿಸಿಕೊಂಡು ಮಾತಿಗಿಳಿದ. ಅಂದು ಅಡುಗೆಯವನ ಬದಲು ರುಕ್ಮಿಣಿಯೇ ಖುದ್ದು ಕಾಫಿ ಹಿಡಿದು ಬಂದಿದ್ದಳು. ಜೀವನದಲ್ಲೇನೋ ಆಗಬಾರದ್ದಾಗಿದೆ ಎಂದು ಕಲ್ಪನೆಯನ್ನೂ ಮಾಡಲು ಸಾಧ್ಯವಿಲ್ಲ ಎನ್ನುವಷ್ಟು ಸಹಜವಾಗಿದ್ದಳು.

'ಥ್ಯಾಂಕ್ಯೂ ಮೈ ಲವ್' ಎನ್ನುತ್ತಾ ವಿಕ್ರಂ ಕಾಫಿ ಕಪ್ ಎತ್ತಿದ್ದು ನೋಡಿ ಅಂದಿನ ರುಕ್ಮಿಣಿ ಮೇಡಂ ಮಾತಿಗೆ ಮತ್ತೆ ಅರ್ಥ ಹುಡುಕುವುದರಲ್ಲಿ ಅರ್ಥವಿಲ್ಲವೆಂದು ಸುಂಕವಿಲ್ಲದ ದಾರಿಯಲ್ಲಿ ವಾಪಸ್ಸಾಗಿದ್ದ ಗುಪ್ತಾ.

'ಆದರೆ ರುಕ್ಮಿಣಿ ಮೇಡಮ್ ಸರ್ ಮೇಲೆ ಯಾಕೆ ಹಗೆ ಸಾಧಿಸುತ್ತಿದ್ದಿರಬಹುದು? ಇಲ್ಲದಿದ್ದರೆ ತನ್ನ ಗಂಡ ವೆಂಟಿಲೇಟರ್‌ನಲ್ಲಿದ್ದಾನೆ ಎಂದು ತಿಳಿದೂ ಯಾವ ಹೆಂಡತಿ ಮೀಟಿಂಗ್‌ನಲ್ಲಿರಲು ಸಾಧ್ಯ!' ಎಂದು ಗುಪ್ತಾ ಶ್ರೀಮಂತರೆನ್ನಿಸಿಕೊಂಡವರ ನಡವಳಿಕೆ ಯಾವಾಗಲೂ ವಿಚಿತ್ರ, ಅಸಂಬದ್ಧ ಎಂದು ಸುಮ್ಮನಾದ.

~~~

ದಾರಿಯಲ್ಲಿ ಹೋಗುವ ಮಾರಿ ಎದುರು ಬಂದು ಕೂತಂತೆ ಪೂರ್ಣಿಮಾಳನ್ನು ಸಹಿಸುವುದು ಅಸಹ್ಯವೆನಿಸಿದರೂ ತೀರಾ ದ್ವೇಷಿಸಲು ಮುಖ ಹಿಡಿದಂತಾಗಿ ಸುಮ್ಮನೆ ಕೂತಿದ್ದಳು ರುಕ್ಮಿಣಿ. ಅಚಾನಕ್ಕಾಗಿ ಮುಖಾಮುಖಿಯಾದರೂ ಸ್ವಲ್ಪ ಹೊತ್ತು ಕುಳಿತುಕೊಳ್ಳೋಣ ಎಂದು ಆಹ್ವಾನ ಕೊಟ್ಟವಳು ಪೂರ್ಣಿಮಾಳೇ ಆಲ್ಲವೇ ಅವಳೇ ಮೊದಲು ಮಾತನಾಡಲಿ ಎಂದು ಕಾಯುತ್ತಿದ್ದಳು. ಮಾತನಾಡಲಿ ಎನ್ನುವುದೇನು, ಕ್ಷಮೆ ಕೇಳಬೇಕು. ಪ್ರೀತಿಸಿ ಮದುವೆಯಾದ ತನ್ನ ಗಂಡನನ್ನೇ ಸಾವಿನ ಕೂಪಕ್ಕೆ ತಳ್ಳಿ ಬಂದವಳು! ತನ್ನ ಸಂಸಾರವನ್ನಷ್ಟೇ ಅಲ್ಲ... ನನ್ನ ಸಂಸಾರವನ್ನೂ ಬಲಿ ತೆಗೆದುಕೊಂಡಳು. ಅತಿಯಾಗಿ ಪ್ರೀತಿಸುತ್ತಿದ್ದ ವಿಕ್ರಂ, ವಿರಾಜಭಾವನ ಸಾವಿನ ಕಾರಣ ತಿಳಿದು ನನ್ನನ್ನೂ ಸಂಶಯಿಸಿ ಸಿಗರೇಟಿನ ದೊಂದಿಯಲ್ಲಿ ಚುಚ್ಚಿ ದೇಹದ ಮೇಲಷ್ಟೇ ಅಲ್ಲ, ಮನಸ್ಸಿನ ಮೇಲೂ ಗಾಯ ಮಾಡಿದ್ದ. ಇಂತಹ ವಾತಾವರಣದಲ್ಲಿ ಬೆಳೆಯುವುದು ಬೇಡವೆಂದೇ ಇದ್ದೊಬ್ಬ ಮಗಳನ್ನೂ ರೆಸಿಡೆನ್ಷಿಯಲ್ ಸ್ಕೂಲಿಗೆ ಹಾಕಬೇಕಾಯ್ತು. ನಮ್ಮ ಕುಟುಂಬಕ್ಕೇ ಮುಳುವಾದಳು... ಎಂದು ಬಂಡಿಯಲ್ಲಿದ್ದ ಭತ್ತ ಪುಟಿದು ಹೊದ್ದಲಾಗುವ ಮೊದಲೇ ಕತ್ತುಹೋದಂತೆ ಸಂಸಾರದ ಗೋಳಿಗೆ ಈಗಾಗಲೇ ಸಾಕಷ್ಟು ಬೆಂದು ಕುಳಿತಲ್ಲೇ ಚಡಪಡಿಸುತ್ತಿದ್ದಳು ರುಕ್ಮಿಣಿ.

'ರುಕ್ಕು, ಹೇಗೆ ಕೇಳಬೇಕು ಗೊತ್ತಾಗ್ತಾ ಇಲ್ಲಾ... ಅರ್ಜೆಂಟ್ ಆಗಿ ಒಂದಿಷ್ಟು ಹಣದ ಅವಶ್ಯಕತೆಯಿದೆ ನನಗೆ. ಇಲ್ಲೇ ಒಂದಿಬ್ಬರು ಫೈನಾನ್ಶಿಯರ್ ಬಳಿ ಈಗ ತಾನೆ ಮಾತನಾಡಿದೆ. ಕುದುರಲಿಲ್ಲ. ನೀನು ಕಂಡಿದ್ದು ಒಳ್ಳೆಯದಾಯ್ತು.' ಎಂದು ಮಾತಿಗಿಳಿದಳು ಪೂರ್ಣಿಮಾ.
~~~

ಹೇಗಿದ್ದೀಯಾ ಎನ್ನುವ ಒಂದು ಸೌಜನ್ಯದ ಮಾತೂ ಇಲ್ಲದೆ, ಹೀಗೆ ಕಂಡಕೂಡಲೇ ದುಡ್ಡು ಕೇಳುವುದಾ? ವಿಕ್ರಂ ವೆಂಟಿಲೇಟರ್‌ನಲ್ಲಿ ಇದ್ದಾನೆ ಎಂದು ಫೋನ್ ಬಂದಿದ್ದನ್ನೂ ಕಡೆಗಣಿಸಿ ನಾನಿಲ್ಲಿ ಕುಳಿತಿದ್ದು ಇದನ್ನು ಕೇಳಲಿಕ್ಕಾಗಿಯಾ ಎಂದುಕೊಂಡು ಅಷ್ಟೇ ಬಿಗಿಯಾಗಿ ರುಕ್ಮಿಣಿ ಚೆಕ್ಬುಕ್ ಕೈಗೆತ್ತಿಕೊಂಡಳು.

'ರುಕ್ಕು, ಹಣ ಯಾಕೆ ಬೇಕೆಂದು ಕಾರಣ ಕೇಳಲಿಲ್ಲ ನೀನು! ಇಷ್ಟು ವರ್ಷ ಕಳೆದರೂ ನನ್ನ ಮೇಲಿನ ಕೋಪವಿನ್ನೂ ತಗ್ಗಿಲ್ಲವೇ? ಮಾತನಾಡಲೇಬಾರದು ಎಂದು ನಿರ್ಧರಿಸಿದಂತಿದೆ ನೀನು! ಸ್ವಾಭಿಮಾನ ಅಂತ ಕೈಕಟ್ಟಿ ಕೂರುವ ಸಮಯವಿದಲ್ಲ ಅಂತ ನೀನು ಕಂಡೊಡನೆಯೇ ಹಣ ಕೇಳಿಬಿಟ್ಟೆ, ಕ್ಷಮಿಸು' ಎಂದಳು ಪೂರ್ಣಿಮಾ.

ಮಾಡಲು ಕೆಲಸವಿಲ್ಲದೆ ಸತ್ಯಾಗ್ರಹ, ಕಾನೂನು, ಸಮಾಜ ಅಂತ ಓಡಾಡುವ ಕಾರ್ತಿಕನೆಂಬ ಕಮಂಗಿಯೊಂದಿಗೆ ಅಕ್ರಮಸಂಬಂಧ ಬೆಳೆಸಿದ ಮೇಲೆ ಕಂಡವರೆದುರು ಕೈ ಚೆಲ್ಲದೆ ಇನ್ನೇನು ಮಾಡಿಯಾಳು ಎಂದು ಮೌನವಾಗಿಯೇ ಅವಳನ್ನು ಹಳಿಯುತ್ತಾ ಮಾತಿಗೆ ಶಬ್ದ ಹುಡುಕುತ್ತಿದ್ದಳು ರುಕ್ಮಿಣಿ. ಮತ್ತೊಂದೆರಡು ನಿಮಿಷ ಅವರ ಮಧ್ಯೆ ಮೌನ ಕವಿಯಿತು, ಇಬ್ಬರಿಗೂ ಭೇದಿಸುವ ಮನಸ್ಸಿಲ್ಲ, ಎದ್ದು ಹೊರ ನಡೆಯುವ ದಾರಿ ಮರೆತವರಂತೆ ಮುಖಾಮುಖಿಯಾಗಿಯೇ ಕುಳಿತರು.

'ವಿರಾಜ್ ಮತ್ತೆ ನಾನು ಪ್ರೀತಿಸಿ ಮದುವೆ ಆದವರು. ನಾವೆಷ್ಟು ಅನ್ಯೋನ್ಯವಾಗಿದ್ದೆವೆಂದು ಮೂರನೆಯವರಿಗೆ ಬಿಡಿಸಿ ಹೇಳಿದರೆ ಅರ್ಥವಾಗುವಂಥದ್ದಲ್ಲ. ನಾವಿಬ್ಬರೂ ಬೇರೆ ಬೇರೆ ಎಂದು ನನಗೆ ಯಾವತ್ತೂ ಎನ್ನಿಸಿದ್ದೇ ಇಲ್ಲ, ಹೊರ ಪ್ರಪಂಚದ ಅಗತ್ಯ ನಮ್ಮಿಬ್ಬರನ್ನು ಬಾಧಿಸಿದ್ದಿಲ್ಲ... ಪ್ರತಿಯೊಬ್ಬರ ಜೀವನದಲ್ಲಿ ಅಗತ್ಯವಾದದ್ದೆಲ್ಲಾ ಸಿಕ್ಕಿಬಿಟ್ಟರೆ ನಮ್ಮ ಅಹವಾಲಿಗೆ ಬೆಲೆ ಬರುವುದು ಯಾವಾಗ! ವಿರಾಜ್ ಎಷ್ಟೇ ಪ್ರಯತ್ನಿಸಿದರೂ ನಮ್ಮ ನಡುವೆ ಗಂಡ ಹೆಂಡತಿಯ ಸಂಬಂಧ ಬೆಳೆಸಲು ಅವನಿಂದ ಸಾಧ್ಯವಾಗಲೇ ಇಲ್ಲ. ನಾಟಿ, ಆಯುರ್ವೇದ, ಅಲೋಪತಿ ನಮಗೆ ತಿಳಿದ ಮದ್ದನ್ನೆಲ್ಲಾ ಪ್ರಯತ್ನಿಸಿಯಾಗಿತ್ತು. ಫಲಿತಾಂಶ ಮಾತ್ರ ಸೊನ್ನೆ. ಅವನ ನೋವು ನನಗರ್ಥವಾಗುತ್ತಿತ್ತು. ಆದರೆ ಅವನಿಗೆ ನಾನು ಅರ್ಥವಾಗಲೇ ಇಲ್ಲ. ಅವನಿಂದ ನಾನು ದೈಹಿಕ ಪ್ರೀತಿ ಸಿಕ್ಕರೆ ಬೇಡವೆನ್ನುತ್ತಿರಲಿಲ್ಲ. ಆದರದು ಸಿಗದು ಎಂದಾಗ ನನಗದು ಬೇಕಿರಲೇ ಇಲ್ಲ. ನನ್ನಿಂದ ನಿನಗೆ ಮಕ್ಕಳಾಗದು ಎಂದು ಕೊರಗಿದ, ದತ್ತು ತೆಗೆದುಕೊಳ್ಳುವಾ ಎಂದೆ. ಮಿಲನ ಸುಖ ನಿನಗಿಲ್ಲ ಎಂದ, ಎಂದೋ ಮನಸ್ಸುಗಳ ಮಿಲನವಾಗಿ ಹೋಗಿದೆ ಎಂದೆ. ಬಿಟ್ಟುಬಿಡು ತನ್ನನ್ನು ಎಂದ, ಉಸಿರಿರುವವರೆಗೂ ನಾನು ನಿನ್ನವಳೇ ಎಂದೆ. ಅವನು ನಕ್ಕಿದ್ದ... ಮದುವೆಯ ವಾರ್ಷಿಕೋತ್ಸವಕ್ಕೊಂದು ಸರ್ಪ್ರೈಸ್ ಕೊಡುತ್ತೇನೆಂದು ಹೇಳಿ ನನ್ನನ್ನು ಕೆಣಕಿದ, ಕೆರಳಿಸಿದ. 'ನನ್ನುಸಿರು ಇರುವವರೆಗೂ ನಾನು ನಿನ್ನವಳೇ' ಎಂದು ನಾನು ಹೇಳಿದ್ದನ್ನು, ತನ್ನುಸಿರಿರುವವರೆಗೆ ಎಂದು ಅರ್ಥೈಸಿಕೊಂಡವರಂತೆ ಒಳ್ಳೆಯ ಸಂಗಾತಿ ಸಿಗಲಿ ಎಂದು ಹಾರೈಸಿದ ಪತ್ರದೊಂದಿಗೆ

ಬದುಕಿಗೇ ವಿದಾಯ ಹೇಳಿದ್ದ...' ಮುಚ್ಚಟೆಯಿಂದ ಕಾಯ್ದಿರಿಸಿಕೊಂಡ ಗುಟ್ಟನ್ನು ಪೂರ್ಣಿಮಾ ಹೀಗೆ ಇಷ್ಟು ವರ್ಷಗಳ ನಂತರ ಬಿಡಿಸಿಡಬಹುದೆಂದು ರುಕ್ಮಿಣಿ ಯೋಚಿಸಿಯೇ ಇರಲಿಲ್ಲ!

ಯಾರ್ಯಾರೋ ಆದರೆ ಹೋಗಲಿ ಎನ್ನೋಣ, ಮನೆ ಮಂದಿಯಾಗಿ ನಾವೇ ಪೂರ್ಣಿಮಕ್ಕನನ್ನು ಅರ್ಥ ಮಾಡಿಕೊಳ್ಳುವಲ್ಲಿ ಎಡವಿದೆವಲ್ಲ, ಅವಳ ಕಷ್ಟಕ್ಕೂ ಆಗಿ ಬರಲಿಲ್ಲವೆಂದು ನೊಂದುಕೊಳ್ಳುತ್ತ ರುಕ್ಮಿಣಿ, 'ಅಯ್ಯೋ! ನಾವೆಲ್ಲಾ ಬೇರೇನೋ ತಿಳಿದಿದ್ದೆವು. ನಿನಗೂ ಮತ್ತು ಕಾರ್ತಿಕನಿಗೂ ಸಂಬಂಧವಿದ್ದಿದ್ದು ತಿಳಿದು ವಿರಾಜಭಾವ... ಇದನ್ನೆಲ್ಲಾ ಯಾಕೆ ಮೊದಲೇ ಹೇಳಲಿಲ್ಲಾ? ಯಾಕೆ ಮೌನವಾಗಿದ್ದೆ? ವಿರಾಜಭಾವನ ದಿನಕಾರ್ಯ ಮುಗಿಯುತ್ತಲೇ ನೀನೂ ಮನೆಬಿಟ್ಟೆ. ಕಾರ್ತಿಕನೂ ಇರದಿದ್ದುದನ್ನು ನೋಡಿ ನಾವು ನಂಬಿದ್ದನ್ನೇ ಸತ್ಯ ಅಂತ ತಿಳಿಯುವ ಹಾಗಾಯಿತು. ಸತ್ಯವನ್ನು ಮೊದಲೇ ಹೇಳಿ ನಿನ್ನ ಪರಿಶುದ್ಧತೆಯನ್ನು ಸಾಬೀತುಪಡಿಸಿ ಆಡಿಕೊಳ್ಳುವವರ ಬಾಯಿ ಮುಚ್ಚಿಸಬಹುದಿತ್ತಲ್ಲ ಅಕ್ಕಾ!'

'ನಾನು ಪರಿಶುದ್ಧಳೇ ಇದ್ದೆ, ಆಗಲೂ... ಈಗಲೂ! ಅಷ್ಟಕ್ಕೂ ಎಲ್ಲರ ಕಣ್ಣಲ್ಲಿ ಪರಿಶುದ್ಧಳಾಗಿ ಪ್ರಯೋಜನವೇನಿತ್ತು, ಈಗ ಛೀ...ಥೂ ಎನ್ನುತ್ತಿದ್ದವರು ಅಯ್ಯೋ ಪಾಪ ಎನ್ನುತ್ತಿದ್ದರು ಅಷ್ಟೇ! ಆಡಿಕೊಳ್ಳುವ ಜನರನ್ನು ನಂಬಿಸುವ ಗೊಡವೆಗೆ ಹೋಗಿ ನನ್ನ ವಿರಾಜನನ್ನು, ನಮ್ಮ ಸಂಸಾರದ ಗುಟ್ಟನ್ನು ನಾನೇಕೆ ಬಿಟ್ಟುಕೊಡಬೇಕು ಎನ್ನಿಸಿ ಸುಮ್ಮನುಳಿದುಬಿಟ್ಟೆ. ವಿರಾಜನೆಂದುಕೊಂಡ ತನ್ನಿಂದ ದಾಂಪತ್ಯ ಸುಖ ಕೊಡಲು ಸಾಧ್ಯವಿಲ್ಲವೆಂದು. ಆದರೆ ಅವನು ಕೊಟ್ಟ ಸುಖ, ಕನಸು, ನೆನಪುಗಳು ಜನ್ಮಪೂರ್ತಿಗಾಗುವಷ್ಟಾಗಿತ್ತು.' ಆರ್ದ್ರವಾದಳು ಪೂರ್ಣಿಮಾ.

ಸಾಂತ್ವನ ಹೇಳುವ ನೈತಿಕ ಹಕ್ಕೂ ತನಗಿಲ್ಲವಲ್ಲ ಎಂದು ಪರಿತಪಿಸಿದಳು ರುಕ್ಮಿಣಿ. ಪೂರ್ಣಿಮಕ್ಕನ ಪ್ರೀತಿ ವಿರಾಜಭಾವ ಸತ್ತ ಮೇಲೂ ಮೊದಲಿನಂತೆಯೇ ಅಚಲವಾಗಿದೆ. ಆದರೆ ಭಾವ ಸತ್ತ ಮೇಲೆ ಕೆಟ್ಟಿದ್ದು ನಮ್ಮ ಸಂಸಾರ ಮಾತ್ರ, ಪ್ರೀತಿಯನ್ನು ನಿಭಾಯಿಸುವುದು ಪ್ರೀತಿಸಿದಷ್ಟು ಸುಲಭವಲ್ಲ ಎಂದು ನೊಂದ ರುಕ್ಮಿಣಿಯ ಮುಖದ ಮೇಲೆ ಪಶ್ಚಾತ್ತಾಪದ ಅಲೆಗಳು, ಇನ್ನೂ ಹಲವು ಭಾವನೆಗಳು ಮೆರವಣಿಗೆ ಹೊರಟಿದ್ದವು!

'ಹಣದ ಅವಶ್ಯಕತೆ ಏಕೆಂದು ಕೇಳಲೇ ಇಲ್ಲವಲ್ಲ ರುಕ್ಕು...' ಮಾತು ಬದಲಿಸಿದಳು ಪೂರ್ಣಿಮಾ.

ರುಕ್ಮಿಣಿಗೆ ಇನ್ಯಾವ ಕಾರಣದ ಅವಶ್ಯಕತೆಯಿದೆ ಎನ್ನಿಸಲಿಲ್ಲ...

'ಪೂವಿ ಅನಾಥಾಶ್ರಮ ನಿನಗೆ ಗೊತ್ತಿದೆಯೋ ಇಲ್ಲವೋ, ತುಮಕೂರಿನ ಗುಬ್ಬಿಯ ಬಳಿಯಿದೆ. ಒಂದು ಬಾಡಿಗೆ ಬಿಲ್ಡಿಂಗ್‌ನಲ್ಲಿ ಅನಾಥಾಶ್ರಮ ನಡೆಸುತ್ತಿದ್ದೆವು. ಕಟ್ಟಡದ ಓನರ್ ಈಗ ಆ ಕಟ್ಟಡವನ್ನು ಲೀಸ್ಗೆ ಹಾಕಿಕೊಳ್ಳಿ ಅಥವಾ ಜಾಗ ಖಾಲಿ ಮಾಡಿ ಅನ್ನುತ್ತಿದ್ದಾನೆ. ಆದರೆ ಲೀಸಿಗೆ ಹಾಕಿಕೊಳ್ಳುವಷ್ಟು ಹಣ ನನ್ನ ಬಳಿಯಿಲ್ಲ. ಸ್ವಲ್ಪ ದುಡ್ಡಿನ ಸಹಾಯ ಅಂತ ಮಾಡಿದರೆ ಏನೋ ಅನಾಥ ಮಕ್ಕಳು ನಿನ್ನನ್ನು ನೆನಪಿಸಿಕೊಳ್ತಾವೆ.

ಈ ಸಮಯದಲ್ಲಿ ಇಲ್ಲಾ ಎನ್ನಬೇಡ ರುಕ್ಕು. ನನ್ನನ್ನು ಸ್ವಾಭಿಮಾನವಿಲ್ಲದ ಹೆಂಗಸೆಂದುಕೊಂಡರೂ ಸರಿಯೇ, ಕೈಲಾದಷ್ಟು ಹಣ ಕೊಡು ಸಾಕು.' ಎಂದು ಬೇಡಿಕೊಂಡಳು ಪೂರ್ಣಿಮಾ. ಅಕ್ಷರಶಃ ಗೋಗರೆಯುತ್ತಿದ್ದಳು.

ಕೈಗೆ ಕಟ್ಟಿದ ಗಡಿಯಾರದ ಮುಳ್ಳುಗಳು ತನ್ನ ಪಾಡಿಗೆ ತಾನು ನಡೆಯುತ್ತಿದ್ದರೂ ಸಮಯ ಮಾತ್ರ ಓಡಿದಂತೆ ಭಾಸವಾಯಿತು ರುಕ್ಮಿಣಿಗೆ 'ಇವೆಲ್ಲ ದೊಡ್ಡ ಮಾತು ಪೂರ್ಣಿಮಕ್ಕ. ಅರ್ಜೆಂಟ್ ಆಗಿ ವಿಕ್ರಂನನ್ನು ನೋಡಲು ಹೋಗಬೇಕಿದೆ. ಪೂವಿ ಅನಾಥಾಶ್ರಮಕ್ಕೆ ನಾನೇ ಬರುತ್ತೇನೆ. ಸ್ವಲ್ಪ ಕಾಲಾವಕಾಶ ಬೇಕು. ಇಫ್ಯೂ ಡೊಂಟ್ಮೈಂಡ್ ಕೇನಾಯ್ ಟೇಕ್ಯುವರ್ ಪರ್ಮಿಷನ್ ಟು ಲೀವ್ ನೌ' ಎಂದು ಎದ್ದಳು.

'ಹಮ್ಮ್, ಹೋಪ್ ಯು ಡಿಡ್ ನಾಟ್ ಮೈಂಡ್ ಫಾರ್ ಮೈ ಆಸ್ಕ್' ಎಂದು ಪೇಲವ ನಗೆ ನಕ್ಕಳು ಪೂರ್ಣಿಮಾ.

~~~

ಪೂರ್ಣಿಮಕ್ಕ ಕಾರ್ತಿಕನ ಜೊತೆ ಸಂಬಂಧ ಬೆಳೆಸಿದ್ದರಿಂದಲೇ ವಿರಾಜಭಾವನವರು ನೇಣುಬಿಗಿದುಕೊಂಡು ಸತ್ತಿದ್ದು ಎಂದು ನಾನೂ ಸುಲಭವಾಗಿ ನಂಬಿ ಬಿಟ್ಟಿದ್ದೆನಲ್ಲ, ಹೀಗಿರುವಾಗ ಅದಾಗಲೇ ಕಂಪನಿಯ ತಾಪತ್ರಯವನ್ನೆಲ್ಲಾ ತನ್ನ ಮೇಲೆಳೆದುಕೊಂಡು ಕಂಗಾಲಾಗಿದ್ದ ವಿಕ್ರಂ ಹಿಂದೆ ಮುಂದೆ ಯೋಚಿಸದೆ ಪೂರ್ಣಿಮಕ್ಕನ ಮೇಲಿದ್ದ ತನ್ನ ಸಂಶಯವನ್ನು ನನ್ನ ಮೇಲೆ ಆಪಾದಿಸಿ ನನ್ನನ್ನೂ ಸಂಶಯಿಸಿದ್ದು ತಪ್ಪು ಎಂದು ಹೇಗೆ ಹೇಳಲಿ! ನನ್ನ ಹಣೆಬರಹಕ್ಕೆ ಬೇರೊಬ್ಬರತ್ತ ಬೆಟ್ಟು ತೋರಿಸಿ ನಾನು ನುಣುಚಿಕೊಂಡು ಕಡಿದು ಗುಡ್ಡೆ ಹಾಕುವ ಬೆಟ್ಟವಾದರೂ ಯಾವುದಿದೆ ಎಂದೆಣಿಸುತ್ತ ತೆವಳಿಕೊಂಡು ಜಯನಗರ ನರ್ಸಿಂಗ್ ಹೋಮಿಗೆ ಚಲಿಸುತ್ತಿದ್ದ ಕಾರಿನ ಏಸಿ ಹೆಚ್ಚಿಸಲು ಡ್ರೈವರನಿಗೆ ಹೇಳಿ ರುಕ್ಮಿಣಿ ಕಣ್ಣುಮುಚ್ಚಿ ಕುಳಿತಳು.

ಹಾಸ್ಪಿಟಲ್ ಎಂಟ್ರೆನ್ಸಿನಲ್ಲಿ ರುಕ್ಮಿಣಿಯನ್ನಿಳಿಸಿ ಕಾರು ವಾಲೆಟ್ ಪಾರ್ಕಿಂಗ್‌ನ ದಾರಿಯನ್ನರಸಿ ಹೊರಟಿತು. ರುಕ್ಮಿಣಿ ಏದುಸಿರು ಬಿಡುತ್ತಾ ಐಸಿಯೂ ಬಳಿಬಂದರೆ ಗುಪ್ತಾ ಗೋಡೆಗೊರಗಿ ಮಂಪರು ಹಿಡಿದವರಂತೆ ಕೂರುತ್ತಾ ಕುಳಿತಿದ್ದ.

ವಿಕ್ರಂನನ್ನು ನಿಕೃಷ್ಟವಾಗಿ ನೋಡಿದರೂ, ನಿರ್ಲಕ್ಷಿಸಿದರೂ ಮಾನಸಿಕವಾಗಿ ಚದುರದೆ ಸಮಾಜದಲ್ಲಿ ತನ್ನದೇ ಛಾಪು ಮೂಡಿಸಲು ಗುಪ್ತಾ ಬಹಳಷ್ಟು ಸಹಕಾರ ನೀಡಿದ್ದ. ಈಗಲೂ ಅವನು ಅಷ್ಟೇ ಸಹನೆಯಿಂದ ಇರುವುದು ಎಷ್ಟೋ ಬಾರಿ ಕೌತುಕವನ್ನು ಮೂಡಿಸುತ್ತಿತ್ತು. ಬಹುಶಃ ರುಕ್ಮಿಣಿ ಅಂದು ಗುಪ್ತಾನ ಕೈ ಹಿಡಿದು ಅಳುವಾಗ ಒಂದುವೇಳೆ ಅವನೂ ಅವಳ ಕೈಹಿಡಿದು ಧೈರ್ಯ ತುಂಬಿ ಸಾಂತ್ವನ ಹೇಳಿದ್ದಿದ್ದರೆ ಏನಾಗುತ್ತಿತ್ತು ಎಂಬುದು ಸ್ವತಃ ರುಕ್ಮಿಣಿಗೇ ಗೊತ್ತಿರಲಿಲ್ಲ. ಅದೆಂತಹ ದುರ್ಬಲ ಕ್ಷಣವಾಗಿತ್ತು! ಬೇರೆ ಯಾರನ್ನೋ ಪ್ರೀತಿಸಬೇಕು ಎನ್ನುವುದಕ್ಕಿಂತ ವಿಕ್ರಂನಿಂದ ದೂರವಾಗಬೇಕು ಎಂಬ ಬಲವಾದ ತುಡಿತವದು ಬೇರೇನಲ್ಲ ಎಂದು
~~~

ತಿಳಿದಿದ್ದೇ ರುಕ್ಮಿಣಿ ಮತ್ತದೇ ಜೀವನಕ್ಕೆ, ಸಿಗರೇಟಿನ ದೊಂದಿಗಳು ಮನಸ್ಸನ್ನು ಸುಡುವ ರಾತ್ರಿಗಳಿಗೆ ಒಗ್ಗಿಕೊಂಡುಬಿಟ್ಟಿದ್ದಳು. ಗುಪ್ತಾ ಬರೀ ಕೆಲವು ಕ್ಷಣಕ್ಕೆ ಬಂದು ಹೋದ ಸಂಚಾರಿ ಭಾವ! ಸ್ಥಾಯಿಯಾಗುಳಿದವನು ವಿಕ್ರಂ ಮಾತ್ರ... ಈಗ ಆಕ್ಸಿಜನ್ ಮಾಸ್ಕಿನ ಮೂಲಕ ಉಸಿರು ಹಿಡಿದುಕೊಂಡಿರುವ ವಿಕ್ರಂ.

ವಿಕ್ರಂನ ಪಾಯ್ಜಾಮು ಜುಬ್ಬವನ್ನು ರುಕ್ಮಿಣಿಯ ಕೈಲಿಡುತ್ತ, 'ಮೈಲ್ಡ್ ಅಟ್ಯಾಕ್‌ನಿಂದಾಗಿ ಎಡಬದಿಯ ದೇಹ ಸ್ವಾಧೀನ ಕಳೆದುಕೊಂಡಿದೆಯಂತೆ, ಜೀವಕ್ಕೇನು ಅಪಾಯವಿಲ್ಲವಂತೆ. ಹಾಸ್ಪಿಟಲ್ ತಲುಪುತ್ತಲೇ ನಿಮ್ಮನ್ನು ಡಾ. ಕೋಮಲ್ ಬರಹೇಳಿದ್ದಾರೆ.' ಎಂದ ಗುಪ್ತಾ.

ಎಂತೆಂತಹ ಕಷ್ಟಗಳನ್ನೆದುರಿಸಿ, ಕಾಲೆಳೆಯುವವ ಶತ್ರುಗಳನ್ನು ಸಾಧನೆಯಿಂದಲೇ ಸದೆಬಡಿದ ಮನುಷ್ಯ ಈಗ ಸ್ವಾಧೀನ ಕಳೆದುಕೊಂಡು ಹಾಸಿಗೆಗೆ ಒರಗಿದ್ದು ನೋಡಿ ಸಂಕಟವಾಗದೇ ಇರಲಿಲ್ಲ ರುಕ್ಮಿಣಿಗೆ. ಜಗತ್ತನ್ನೇ ಗೆದ್ದವನು ಸಂಶಯ ಗೆಲ್ಲಲಾಗದೆ ಸೋತ, ನಾನು ನನ್ನ ಅಹಂ ಬಿಡಲಾಗದೆ ಸೋತೆ! ಎಂದು ವಿಕ್ರಂನನ್ನು ನೋಡುತ್ತಾ ಎರಡು ಹನಿ ಕಣ್ಣೀರಾದಳು.

'ಗುಪ್ತಾ, ವಿರಾಜ್ ಹೆಸರಿನಲ್ಲಿ ಇದ್ದ ಆಸ್ತಿಯ ಕಾಗದ ಪತ್ರಗಳನ್ನೆಲ್ಲಾ ಆದಷ್ಟು ಬೇಗ ನನಗೆ ತಲುಪಿಸಬೇಕು. ಹಳೆಯ ಫೈಲ್ಸ್ ಓಪನ್ ಮಾಡಿ ವಿರಾಜ್ ಹೆಸರಿನಲ್ಲಿದ್ದ ಬ್ಯಾಂಕ್ ಬ್ಯಾಲೆನ್ಸ್ ಡಿಟೇಲ್ಸ್ ಕೂಡ ಅರ್ಜೆಂಟ್ ಆಗಿ ಬೇಕು ನನಗೆ' ಎಂದು ಹೇಳಿದ ರುಕ್ಮಿಣಿಯ ಮಾತಿಗೆ ತಲೆ ಅಲ್ಲಾಡಿಸುವುದು ಬಿಟ್ಟರೆ ಬೇರೇನೂ ಹೊಳೆಯಲಿಲ್ಲ ಗುಪ್ತನಿಗೆ. ವೆಂಟಿಲೇಟರ್‌ನಲ್ಲಿರುವ ಗಂಡನನ್ನು ನೋಡಿ ಹೆಂಡತಿ ಆಡುವ ಮಾತು ಇದಾ, ಆಸ್ತಿ ವ್ಯವಹಾರ ಈಗಲೇ ಆಗಬೇಕಾ ಎಂದು ಅಸಡ್ಡೆ ತೋರಿಸುವವನಂತೆ ಗುಪ್ತಾ ಹೂಂಗುಟ್ಟಿ ಹೊರಟ.

ತನ್ನ ಕೈಸೇರಿದ್ದ ವಿಕ್ರಂನ ಜುಬ್ಬಾ ಪಾಯ್ಜಾಮವನ್ನು ತಡವುತ್ತ ಪೂವಿ ಅನಾಥಾಶ್ರಮ ಎಂದರೆ ಪೂರ್ಣಿಮಾ-ವಿರಾಜ್ ಅಂತಲೇ ಇರಬೇಕು ಎಂದು ಯೋಚಿಸುತ್ತಿರುವಾಗಲೇ ಪಾಯ್ಜಾಮದ ಕಾಲು ಸಂದಿಯಲ್ಲಿ ಸಣ್ಣಗೆ ಕತ್ತರಿಸಿದ್ದನ್ನು ಕಂಡು ಎಷ್ಟೋ ವರ್ಷಗಳಿಂದ ಅದುಮಿಟ್ಟ ವಿಕ್ರಂನ ಮೇಲಿನ ಪ್ರೀತಿ ಉಕ್ಕುಕ್ಕಿ ಬಂತು. ಪಾಯ್ಜಾಮದ ಲಾಡಿಯ ಹೂಸುಗಂಟನ್ನು ಬಿಡಿಸಲೆತ್ನಿಸುತ್ತಾ ಗುಪ್ತನಿಗೆ ಫೋನಾಯಿಸಿದ ರುಕ್ಮಿಣಿ, 'ಬರುವಾಗ ಬಿಳಿ ನೂಲುಂಡೆ ಸೂಜಿಯನ್ನು ಮರೆಯದೆ ತನ್ನಿ ಪ್ಲೀಸ್...' ಎಂದಳು.

ಶುಭ್ರಜ್ಯೋತ್ಸ್ನ

ಬೆಳಗಾಗಿ ಅದಾಗಲೇ ಸಾಕಷ್ಟು ಹೊತ್ತು ಕಳೆದಿದ್ದರೂ ರಸ್ತೆ ಬದಿಯ ಒಂದೆರಡು ಕುರುಡು ದೀಪಗಳು ಅರೆತೆರೆದ ಕಣ್ಣುಗಳಿಂದ ಜಗವನ್ನಿನ್ನೂ ತಾವೇ ಬೆಳಗುತ್ತಿದ್ದೇವೆ ಎಂಬ ಹುಂಬು ನಂಬಿಕೆಯನ್ನು ಹರಡಲು ಪ್ರಯತ್ನಿಸುತ್ತಿದ್ದಂತಿತ್ತು. ರಸ್ತೆ ಬದಿಯ ಮನೆಗಳೆಲ್ಲ ಕುಕ್ಕರಿನ ಸಿಳ್ಳೆಗಳನ್ನು ಲೆಕ್ಕ ಹಾಕುತ್ತ, ಪಾತ್ರೆ ಪಡಿಗೆಗಳ ಸದ್ದು ಮಾಡುತ್ತ ಚಾಯ್ ನಾಷ್ಟಾ ತಯಾರಿಸಲು ಅನುವಾಗಿದ್ದವು. ನಾಲ್ಕು ವರ್ಷದ ಹಿಂದಿನ ಕಡುಗತ್ತಲೆಯಲ್ಲಿ ಕೇಶವ ಆ ಹೆಣ್ಣುಮಗಳನ್ನು ಇಲ್ಲೇ ಯಾವುದೋ ರಸ್ತೆಯ ಬದಿಯವರೆಗೆ ಜೊತೆಯಾಗಿ ಕರೆತಂದು ಬಿಟ್ಟು ಹೋಗಿದ್ದು ಹೌದಾದರೂ ಮನಃಪಟಲಕ್ಕೆ ಬಾರದೆ ತಡವರಿಸುತ್ತಿದ್ದ ಆ ರಸ್ತೆಯ ಗುರುತನ್ನು ಕೆದಕುತ್ತ ಅವೇ ನಾಲ್ಕಾರು ಗಲ್ಲಿಗಳಲ್ಲಿ ಬೈಕನ್ನು ಮತ್ತೆ ಮತ್ತೆ ಓಡಿಸಿ ಅಲೆಯುತ್ತಿದ್ದ.

ನಾಲ್ಕು ವರ್ಷಗಳ ಹಿಂದೆ ಬಿಡಿಸಿದ ಅವಳ ಚಿತ್ರ ಇಂದು ಒಂದಾದ ಮೇಲೊಂದರಂತೆ ಪ್ರಶಸ್ತಿಗಳನ್ನು ಬಾಚಿಕೊಂಡು ಲಕ್ಷಗಟ್ಟಲೆ ಕಿಮ್ಮತ್ತಿಗೆ ಮಾರಾಟವಾಗಬಹುದೆಂದು ಆಗ ಯಾರಿಗೆ ತಾನೆ ತಿಳಿದಿತ್ತು! ಅವಳ ಬತ್ತುತ್ತಿದ್ದ ಎದೆ, ಆಧಾರ ಕಳೆದುಕೊಂಡು ಮಾಂಸದ ಮುದ್ದೆಯಂತೆ ಜೋತುಬಿದ್ದಿದ್ದ ಅವಳ ಹೊಟ್ಟೆಯ ರಾಶಿ, ಮೀನು-ಮಾಂಸಖಂಡಗಳಲ್ಲಿ ನೇತಾಡುತ್ತಿದ್ದ ಚರ್ಮ... ಆದರೂ ಕುಂಚದ ಭಾಷೆಗಷ್ಟೇ ಎಟಕುವಂತಿದ್ದ ಅಜ್ಞಾತ ಛಾಯೆ ಮುಖದಲ್ಲಿ ಮಿನುಗುತ್ತಿದ್ದುದರಿಂದಲೇ ಇರಬೇಕು ಅವಳ ಚಿತ್ರ ಅದೆಷ್ಟು ನಯವಾಗಿ ಮೂಡಿಬಂದಿತ್ತು. ಮುಗಿಯಿತು ಎಂದು ಮೂಲೆಗೊತ್ತಿ ಬದಿಗಿಟ್ಟ ಚಿತ್ರ 'ಶುಭ್ರಜ್ಯೋತ್ಸ್ನ' ಎಂಬ ಹೆಸರು ಹೊತ್ತು ಹರಾಜಿನಲ್ಲಿ ಮಾರಾಟವಾಗಿದ್ದರ ಸ್ವಲ್ಪವಾದರೂ ಹಣ ಅವಳಿಗೆ ಸಂದರೆ ತನಗೂ ನೆಮ್ಮದಿ, ತಾನಾಡಿದ ಮಾತಿಗೂ ಪ್ರಾಯಶ್ಚಿತ್ತ ಎಂಬಂತೆ ಭೂತಕಾಲಕ್ಕೂ ವರ್ತಮಾನಕ್ಕೂ ಬೆಸುಗೆ ಹಾಕುವುದರಲ್ಲಿ ತಲೆ ಸಿಕ್ಕಿಸಿಕೊಂಡು ಬೈಕನ್ನು ಓಡಿಸುತ್ತಿರುವಾಗಲೇ ಪುಟ್ಟ ಮಗುವೊಂದು ಕೇಶವನ ಗಾಡಿಗೆ ಅಡ್ಡಬಂದುಬಿಟ್ಟಿತ್ತು! ಹಠಾತ್ತನೆ ಒತ್ತಿದ ಬ್ರೇಕಿನ ರಭಸಕ್ಕೆ ಚಕ್ರಗಳೆರಡೂ ಚರ್ರನೆ ಚೀರಿ ತಮ್ಮ ಓಟವನ್ನು ನಿಲ್ಲಿಸಿಬಿಟ್ಟವು.

ಅಡ್ಡಬಂದ ಮಗುವಿಗೇನಾದರೂ ಪೆಟ್ಟಾಯಿತೇ ಎಂದು ಗಾಭರಿಗೊಂಡು ಕೇಶವ ಮಗುವಿನತ್ತ ಧಾವಿಸಿದರೆ ಇದನ್ನೆಲ್ಲಾ ಕಂಡರೂ ಏನೂ ಆಗದವರಂತೆ ಅಲ್ಲಿಯೇ ಸ್ವಲ್ಪ ದೂರದಲ್ಲಿ ಇನ್ನೂ ಮೂಡದ ಬಿಸಿಲ ಕೋಲಿಗೆ ಬೆನ್ನೊಡ್ಡಿ ಆರಾಮಾಗಿ ಕುಳಿತ ಅಜ್ಜಿಯಂಥವಳೊಬ್ಬಳು, 'ಅಯ್ಯೋ ಬಿಡಪ್ಪಾ, ಯಾಕೆ ತಲೆ ಕೆಡಸ್ಕೋತಿ, ಆ ಹುಡ್ಗೀಗೆ ಏನೂ ಆಗೋದಿಲ್ಲ. ಗಟ್ಟಿ ಜೀವ ಅದ್ರದ್ದು. ಅವಳ ತಾಯಿಯದ್ದು ಇದೇ ದಂಧೆ. ಹೋಗಿ ಬರೋರ ಗಾಡಿ ಅಡಿಗೆ ಇವ್ಳನ್ನ ಬಿಡೋದು. ಆಮೇಲೆ ತನ್ನ ಮಗಳಿಗೆ ಪೆಟ್ಟಾಯ್ತು ಅಂತ ಅವರಿಂದ ದುಡ್ಡು ಎಬ್ಬೋದು. ದಿನಬೆಳಗಾದ್ರೆ ಇದೆಲ್ಲ ಇದ್ದಿದ್ದೇ! ನೀನು ನಿನ್ನ ದಾರಿ ನೋಡ್ಕೊಳ್ಳಪ್ಪಾ... ಮತ್ತೆ ಆ ಹೆಮ್ಮಾರಿ ಕಣ್ಗಿಣ್ಣಿಗೆ ಬಿದ್ರೆ ಕಷ್ಟ...' ಎಂದು ಬಾಯೆಳೆದಳು.

ಹೀಗೂ ಒಂದು ಹೊಟ್ಟೆಪಾಡಿನ ದಾರಿ ಇರಬಹುದೇ, ಮಗುವಿನ ಜೀವವನ್ನೇ ಪಣಕ್ಕಿಟ್ಟು ಬದುಕುವ ಹುಕಿ! ಜೀವ ಅಂತಿರಲಿ, ಅಪಘಾತದಲ್ಲಿ ಅಕಸ್ಮಾತ್ತಾಗಿ ಮಗುವಿನ ಯಾವುದಾದರೊಂದು ಅಂಗ ಊನವಾದರೂ ತನ್ನನ್ನು ತಾನು ಕ್ಷಮಿಸಿಕೊಂಡು ಮತ್ತೆ ನಾಳೆಯ ಬರುವು ಹಾಯುವ ತಾಯಿಯ ಕಠೋರತೆಯಾದರೂ ಅದೆಷ್ಟಿರಬಹುದು ಎಂದು ಅಳೆದು ಸುರಿಯುತ್ತಲೇ ಮಗುವಿನತ್ತ ಧಾವಿಸಿದ.

ಮೊಣಕಾಲು, ಕೈಗಳಿಗೆ ತರಚಿದಂತೆ ಗಾಯವಾಗಿ ಮಗು ಜೋರಾಗಿ ಅಳತೊಡಗಿತ್ತು. ಸುಮ್ಮನಿರಿಸುವ ಪರಿ ತಿಳಿಯದೆ ಬೈಕಿನ ಹ್ಯಾಂಡಲ್ಲಿಗೆ ಜೋತುಬಿಟ್ಟಿದ್ದ ಚೀಲದಲ್ಲಿ ತುಂಬಿಕೊಂಡು ಬಂದಿದ್ದ ಹಣ್ಣುಗಳನ್ನು ಮಗುವಿನ ಕೈಗೆ ಕೊಡಲೆತ್ನಿಸುತ್ತಲೇ ಪುಟ್ಟ ಹುಡುಗಿ 'ಅಮ್ಮ ಬೇಕು' ಎಂದು ಅಳುತ್ತ ಅವಳೇ ತೋರಿದ ದಾರಿಯಲ್ಲಿ ಕೇಶವ ನಡೆಯತೊಡಗಿದ. ಆ ಅಜ್ಜಮ್ಮ ಹೇಳಿದಂತೆ ಇವಳ ತಾಯಿ ಅದಿನ್ನೆಷ್ಟು ಕಿರಿಕಿರಿಯೋ, ಹೆತ್ತ ಮಕ್ಕಳನ್ನ ರಸ್ತೆಗೆ ಬಿಟ್ಟು ಸಂಪಾದನೆ ಮಾಡುವ ಅವಳನ್ನು ಹೇಗೆ ಎದುರಿಸುವುದೋ ಏನೋ ಒಟ್ಟಿನಲ್ಲಿ ಹೇಗಾದರೂ ಮಾಡಿ ರಾಡಿ ರಂಪಾಟವಿಲ್ಲದೆ ವ್ಯವಹಾರ ಮುಗಿಸಿಕೊಳ್ಳಬೇಕು ಎಂದು ಅಂದಾಜಿಸುತ್ತಲೇ ಕೇಶವ ಮಗುವನ್ನೆತ್ತಿಕೊಂಡು ನಡೆಯುತ್ತಿದ್ದ.

ವಠಾರದಂತಹ ಸಣ್ಣ ಗಲ್ಲಿ, ಗಲ್ಲಿ ಪ್ರಾರಂಭವಾಗುವುದೇ ಪಾಯಿಖಾನೆಯಿಂದ. ಜಂಗು ಹಿಡಿದ ತಗಡು ಎಲ್ಲರ ಮಾನ ಕಾಪಾಡುವ ಭರದಲ್ಲಿ ಸೆಟೆದು ನಿಂತಿದ್ದರೂ ಮುಟ್ಟಿದರೆ ಥಟ್ಟೆಂದು ಉದುರಿಬೀಳುವ ಹಂತ ತಲುಪಿತ್ತು. ತಗಡಿನ ಕೆಳಭಾಗ ಅದಾಗಲೇ ಪುಡಿಯಾಗಿ ಉದುರಿ ಗುಹೆಯ ತೆರೆದ ದ್ವಾರದಂತಿತ್ತು. ಪಾಯಿಖಾನೆಯಿದ್ದೂ ಮನೆ ಬಾಗಿಲಲ್ಲೇ ಹಿಳ್ಳೆಗಳನ್ನು ಹೇಲಿಸುತ್ತಿದ್ದ ತಾಯಂದಿರು, ನೀರಿಲ್ಲದೆ ನಲ್ಲಿಯ ಮುಂದೆ ಉರುಳುಸೇವೆ ಹಾಕುತ್ತಿದ್ದ ಬಿಂದಿಗೆಗಳ ಸಾಲನ್ನೂ ದಾಟಿ ನಡೆದರೆ ವಠಾರದ ಕೊನೆಯಲ್ಲಿರುವುದೇ ತನ್ನ ಮನೆ ಎಂದಿತು ಕೇಶವನ ಕಂಕುಳಲ್ಲಿದ್ದ ಪುಟ್ಟ ಹುಡುಗಿ.

ಗರ್ಭಗುಡಿಯಲ್ಲಿರುವಷ್ಟೇ ಗಾಢ ಮೌನ, ಮೌನಕ್ಕೆ ಒಪ್ಪುವಂತಹ ಕತ್ತಲು ಮನೆಯ ಬಾಗಿಲಿನಿಂದಲೇ ಇಣುಕುತ್ತಿತ್ತು. ಮನೆಮುಂದೆ ಬಟ್ಟೆ ಒಣಗಿಸುವ ಹಗ್ಗದಲ್ಲಿ

ಇಳಿಬಿಟ್ಟಿದ್ದ ತೊಟ್ಟಿಕ್ಕುತ್ತಿರುವ ಬ್ರ್ಯಾಂಡೆಡ್ ಬಟ್ಟೆಗಳು ಮಾತ್ರ ಆ ಮನೆಗೂ, ಈ ಗಲ್ಲಿಯಂತಹ ವಠಾರಕ್ಕೂ ಹೊಂದಿಕೊಳ್ಳಲಾರದೆ ಕಕ್ಕಾಬಿಕ್ಕಿಯಾಗಿ ನೇತುಬಿದ್ದಿದ್ದವು.

ಮನೆ ಕಾಣುತ್ತಲೇ ಮತ್ತೂ ದುಃಖ ಉಮ್ಮಳಿಸಿದವರಂತೆ ಹಿಗ್ಗಿ ಹಿಗ್ಗಿ ಅಳುತ್ತ ಕೊಸರಿಕೊಂಡು ಕೇಶವನ ತೆಕ್ಕೆಯಿಂದಿಳಿದ ಹುಡುಗಿ ಮನೆಯೊಳಗೆ ಓಡಿದಳು. ದಾರದಲ್ಲಿ ಒಣಗುತ್ತಿದ್ದ ಬಟ್ಟೆಗಳ ಆತಂಕವನ್ನು ಪರಾಂಬರಿಸುತ್ತ ಕೇಶವ ಬಾಗಿಲಿನಿಂದಾಚೆಯೇ ನಿಂತ.

ಅಳುವಿನ ಗದ್ದಲಕ್ಕೆ ಅದಾಗಲೇ ಹಿತ್ತಲುಕಡೆಯಿಂದ ಓಡಿಬರುತ್ತಲೇ ಮಗಳನ್ನು ಎತ್ತಿ ಸೊಂಟಕ್ಕೆ ಚಚ್ಚಿಕೊಂಡು, 'ಬಿದ್ಯಾ, ಯಾರಾದರೂ ತಳ್ಳಿದರಾ... ಮೈತುಂಬಾ ತರಚಿಸಿಕೊಂಡು ಬಂದಿದ್ದೀಯಲ್ಲೇ ಅಮ್ಮು' ಎಂದೆಲ್ಲಾ ಕೇಳಿ ಮಗಳನ್ನು ಸಂತೈಸಲು ನೋಡುತ್ತಾ ಮನೆಯಿಂದ ಹೊರಬಂದವಳಿಗೆ ಮುಕ್ತಿ ಸಿಗದ ಆತ್ಮಗಳಂತೆ ದಾರದಲ್ಲಿ ನೇತುಬಿಡಿದ ಬಟ್ಟೆಗಳ ನಡುವೆ ಕೇಶವ ಕಂಡ.

ಮೇಲೆತ್ತಿ ಸೊಂಟಕ್ಕೆ ಸಿಕ್ಕಿಸಿದ್ದ ಸೀರೆಯ ನೆರಿಗೆಯನ್ನು ಗಡಿಬಿಡಿಯಿಂದ ಕೆಳಗಿಳಿಸಿ, ಸೆರಗು ಸರಿ ಇದೆಯೋ ಎಂದು ಒಂದೆರಡು ಬಾರಿ ಎದೆಯನ್ನು, ಹೊಟ್ಟೆಯನ್ನೂ ಮುಟ್ಟಿಕೊಂಡು ಖಾತ್ರಿ ಮಾಡಿಕೊಂಡ ಪ್ರಮೀಳೆ, 'ನೀವೇನಾ ಮಗುವನ್ನು ಕರೆದುಕೊಂಡು ಬಂದವರು... ಮಗು ನಿಮ್ಮ ಗಾಡಿ ಎದುರು ಬಂತೋ, ಅಥವಾ ನೀವೇ ಗುದ್ದಿಬಿಟ್ರೋ' ಎಂದು ಖಾರವಾಗಿಯೇ ಕೇಳಿದಳು.

ಅವಳ ಒರಟು ಪ್ರಶ್ನೆಗಳಿಗಿಂತಲೂ ಕಠಿಣವೆನಿಸಿದ್ದು ಊರೆಲ್ಲಾ ಹುಡುಕಿ ಅಲೆದರೂ ಕಾಣಿಸದಿದ್ದ ಅಮ್ಮು, ಅಪ್ಪಿ ತಪ್ಪಿಯೂ ಯೋಚಿಸದಷ್ಟು ಒಗಟಾಗಿ ಹೀಗೆ ಒಮ್ಮೆಲೇ ಎದುರಾಗಿದ್ದು!

ಮಗುವನ್ನು ಮುಂದಿಟ್ಟುಕೊಂಡು ಬದುಕುತ್ತಿರುವ ಅಮ್ಮನನ್ನು ನೋಡಿ ತಲೆಗೇರಿಸಿಕೊಂಡಿದ್ದ ಅಮ್ಮನ ಮೇಲಿದ್ದ ಗೌರವವೆಲ್ಲ ಜರ್ರನೆ ಇಳಿದು ತಾನಿಲ್ಲಿ ಬರಲೇಬಾರದಿತ್ತು ಎಂಬ ಯೋಚನೆ ಬಲವಾಗುತ್ತಿದ್ದಷ್ಟೂ ಕೇಶವನ ಕೈಯಲ್ಲರಳಿದ ಶುಭ್ರಜ್ಯೋತ್ಸ್ನೆ ಮಂಕಾಗತೊಡಗಿದ್ದಳು. ಶುಭ್ರಜ್ಯೋತ್ಸ್ನೆಯಿಂದಾಗಿ ಗಳಿಸಿದ ಹೆಸರು ಹಣವೆಲ್ಲ ಋಣಭಾರವೆನಿಸತೊಡಗಿತು. ಸಾವರಿಸಿಕೊಳ್ಳುತ್ತಲೇ ಕೇಶವ ಮುಂದಿನ ಮಾತು ಕತೆಗೆ ಸಜ್ಜಾಗತೊಡಗಿದ್ದನಷ್ಟೇ,

'ನಾಲ್ಕು ವರ್ಷಗಳ ಕೆಳಗೆ ಕಲಾಕುಟೀರದಲ್ಲಿ ಕೆಲಸ ಮಾಡಿದ್ದು ನೀವೇನಾ?' ಎಂಬ ಪ್ರಶ್ನೆ ಕೇಶವನ ಒಪ್ಪಿಗೆಯಿಲ್ಲದೆಯೂ ಮಾತಿನ ರೂಪ ಪಡೆದು ಹೊರಬಂತು.

ನಾಲ್ಕು ವರ್ಷದ ಹಿಂದಿನ ಮಾತು. ಕಲಾಕುಟೀರದ ಮುರುಟು ಕುರ್ಚಿಯ ಮೇಲೆ ಕುಳಿತ ಅವಳ ಗುಂಗುರು ಕೂದಲು ಹೆಗಲ ಮೇಲೆಲ್ಲಾ ಚೆಲ್ಲಾಡಿ, ಕೂದಲ ತುದಿ ಎದೆ ತಲುಪುವವರೆಗೆ ಚೊಳಕಾಗಿ ಉರುಟುರುಟಾಗಿ ಹರಡಿ ಬಿದ್ದಿದ್ದವು. ವಿದ್ಯಾರ್ಥಿಗಳೆನಿಸಿಕೊಂಡವರೆಲ್ಲ ಧ್ಯಾನಾಸಕ್ತಳಂತೆ ಕುಳಿತ ಅವಳ ದೇಹದ ಒಂದೊಂದೂ ಭಾಗದ ಪ್ರತೀ ಮಡಿಕೆಯನ್ನು, ಓರೆಕೋರೆಗಳನ್ನು ಅಳೆದು ಕುಂಚದಿಂದ ಕ್ಯಾನ್ವಾಸುಗಳಲ್ಲಿ ಅವಳನ್ನಿಳಿಸುತ್ತಿದ್ದರು. ಎದುರಿಗಿದ್ದವರ ದೃಷ್ಟಿಯೆಲ್ಲ

ತನ್ನೊಬ್ಬಳ ಮೇಲೆಯೇ ಇದೆ ಎಂದೆನ್ನಿಸಿ ಕುಗ್ಗಿದರೆ ಅವಳ ಮುಖದ ಭಾವನೆಯೇ ಬದಲಾಗಿಬಿಡುತ್ತದೆಯೆಂಬ ಆತಂಕ ಎಲ್ಲರಲ್ಲಿಯೂ ಇದ್ದೇ ಇರುತ್ತಿತ್ತು. ಆ ರೂಮಿನಲ್ಲಿರುತ್ತಿದ್ದ ಪ್ರತಿಯೊಬ್ಬರೂ ತಾವು ಮಾಮೂಲಿಯಾಗಿಯೇ ಇದ್ದೇವೆ ಎಂಬಂತೆ ಸೂಪರ್ ನಾರ್ಮಾಲಿಟಿಯ ಪರದೆಯನ್ನು ಒತ್ತಾಯಪೂರ್ವಕವಾಗಿಯೇ ಮುಖದ ಮೇಲೆಳೆದುಕೊಂಡಿರುತ್ತಿದ್ದರು.

ನಮ್ಮೆಲ್ಲರ ನಡುವೆ ಬೆತ್ತಲೆಯನ್ನು ಹೊದ್ದು ಕುಳಿತಿರುತ್ತಿದ್ದ ಅವಳನ್ನು ಅವಳ ಹೆಸರಿನಿಂದಾಗಲಿ, ನ್ಯೂಡ್ ಮಾಡೆಲ್ ಎಂದಾಗಲಿ ಯಾರೊಬ್ಬರೂ ಕಲಾಕುಟೀರದಲ್ಲಿ ಕರೆಯುವಂತಿರಲಿಲ್ಲ. ನಿಜ ಹೇಳಬೇಕೆಂದರೆ ಕಲಾಕುಟೀರದಲ್ಲಿ ನ್ಯೂಡ್ ಮಾಡೆಲ್ಲಿನ ಹೆಸರು, ವಿಳಾಸ, ಪರಿಚಯವನ್ನಂತೂ ವಿದ್ಯಾರ್ಥಿಗಳಿಗೆ ಬಹಿರಂಗ ಪಡಿಸುತ್ತಲೇ ಇರಲಿಲ್ಲ. ಅವರಾಗಿಯೇ ಏನಾದರೂ ತಮ್ಮ ಬಗ್ಗೆ ಹೇಳಿಕೊಂಡರುಂಟು ಬಿಟ್ಟರೆ ಯಾರೂ ಮುಂದಾಗಿ ಅವರ ಖಾಸಗಿ ಜೀವನವನ್ನು ಅನಾಮತ್ತಾಗಿ ಪ್ರವೇಶಿಸುವಂತಿರಲಿಲ್ಲ. ವಿದ್ಯಾರ್ಥಿಗಳಿಂದ ಹಿಡಿದು ಕುಟೀರಕ್ಕೆ ಸಂಬಂಧಿಸಿದ ಪ್ರತಿಯೊಬ್ಬರೂ ಅವಳನ್ನು 'ಅಮ್ಮ' ಎಂದೇ ಸಂಬೋಧಿಸಬೇಕಿತ್ತು. ಆಗ ಅವಳ ಬೆತ್ತಲು ಯಾವ ವಿಕಾರ ಭಾವನೆಯನ್ನಾಗಲಿ, ಅವಳ ವ್ಯಕ್ತಿತ್ವವನ್ನು ತೂಗಿ-ಅಳೆಯುವ ಬುದ್ಧಿಯನ್ನಾಗಲಿ ಪ್ರಚೋದಿಸುವ ದೇಹವಾಗಿರದೆ ದೇಗುಲದಲ್ಲಿರುವ ಅಪ್ಪಟ ಶಿಲ್ಪದಂತೆ ಭಾಸವಾಗುತ್ತದೆ ಎಂದು ಕುಟೀರದವರೆಲ್ಲ ಬಲವಾಗಿ ನಂಬಿದ್ದರು.

ಅಮ್ಮ ಎಂದು ಇವತ್ತಿನಮಟ್ಟಿಗೆ ಅವಳನ್ನು ಕರೆಯುವುದು ಕೇಶವನ ಮನಸ್ಸಿಗೆ ಒಗ್ಗದಿದ್ದರೂ ಕುಟೀರದ ಸಂಪ್ರದಾಯವನ್ನು ಮುರಿಯಲಿಕ್ಕೂ ಆಗದೆ ತಡವರಿಸುತ್ತಲೇ ಕೇಳಿದ,

'ನೀವು ಕಲಾಕುಟೀರಕ್ಕೆ ಬರುತ್ತಿದ್ದ ಅಮ್ಮ ಅಲ್ಲವೇ? ನಾನು ಕೇಶವ. ಕ್ಷಮಿಸಿ, ಅಷ್ಟೊಂದು ವಿದ್ಯಾರ್ಥಿಗಳಲ್ಲಿ ನನ್ನ ಪರಿಚಯ ನಿಮಗೆ ಮರೆತಿರಲಿಕ್ಕೂ ಸಾಕು.' ಎಂದು ಕೇಶವ ಕಲಾಕುಟೀರದ ಹೆಸರು ಹೇಳುತ್ತಲೂ ಬಣ್ಣ ಕಳೆದು ಮತ್ತೆ ಬೆತ್ತಲಾದಂತೆ ಪ್ರಮೀಳೆ ತೊದಲುತ್ತ, 'ಅಯ್ಯೋ ಯಾರ ಬಗ್ಗೆ ಹೇಳುತ್ತಿದ್ದೀರಿ! ನಾನು ಯಾವ ಕಲಾಕುಟೀರದ ಅಮ್ಮನೂ ಅಲ್ಲ, ಜಗತ್ತಿನಲ್ಲಿ ಒಬ್ಬರಂತೆಯೇ ಏಳು ಮಂದಿ ಇರುತ್ತಾರಂತೆ. ಇನ್ನಾರು ಮಂದಿಯನ್ನು ಹುಡುಕಿ ನೋಡಿ, ನೀವು ಹುಡುಕುತ್ತಿರುವವರು ಅವರಲ್ಯಾರಾದರೂ ಒಬ್ಬರಾಗಿರಬಹುದು.' ಎಂದು ಲಗುಬಗನೆ ಮನೆ ಒಳಗೆ ಸೇರಿ ಬಾಗಿಲು ಹಾಕಿಕೊಳ್ಳಲು ಪ್ರಮೀಳೆ ಒಂದಿಷ್ಟು ತವಕ ತೋರಿದಳು.

'ಅಮ್ಮಾ, ನಿಮಗೆ ನೆನಪಿದೆಯೇ ಆವತ್ತು ರಾತ್ರಿ ನಿಮ್ಮನ್ನು ಇಲ್ಯಾವುದೋ ಗಲ್ಲಿಯವರೆಗೆ ಬಂದು ತಲುಪಿಸಿದವನು ನಾನೇ. ಅಂದು ನೀವು ಹಾಸಿಗೆ ಹಿಡಿದ ನಿಮ್ಮ ಗಂಡನ ಬಗ್ಗೆಯೂ ಹೇಳಿಕೊಂಡಿದ್ದಿರಿ, ಮಗಳ ಬಗ್ಗೆಯೂ...' ಎಂದು ಖಾತ್ರಿಯಿದ್ದವರಂತೆ ನುಡಿದ ಕೇಶವ.

'ಗಂಡ – ಮಗಳ ವಿಷಯ ಹೇಳಿಕೊಂಡಿದ್ದೆನೇ ನಾನು? ಎಲ್ಲಿಯವರೆಗೆ ಹೇಳಿದ್ದೆ, ಏನೇನು ಹೇಳಿದ್ದೆ? ಹೇಳದೇ ಉಳಿದಿದ್ದನ್ನು ನೀನು ಗ್ರಹಿಸಿದ್ದೆಯಾ? ಯಾವುದೋ

ಕಾಲದ ಪರಿಚಯ ತೆಗೆದು ರಸ್ತೆ ಬದಿಯಲ್ಲಿ ಕುಳಿತ ಮುದುಕಮ್ಮನ ಪರವಾಗಿ ನನಗೆ ಬುದ್ಧಿ ಹೇಳಿ ದೊಡ್ಡವನಾಗಬೇಕೆಂದುಕೊಂಡಿರುವೆಯಾ?' ಎನ್ನುವ ಏಕವಚನಕ್ಕಿಳಿದ ಅವಳ ಮಾತಿನಿಂದ ಯಾರಿಗೋ ಜರಿದು ಸಲ್ಲಬೇಕಾದವರಿಗೆ ತಲುಪಿಸಲಾರದ ಕೋಪವನ್ನು ತನ್ನತ್ತ ಎಸೆದು ಪ್ರಮೀಳೆ ಹಗುರಾಗುತ್ತಿರುವಂತೆನ್ನಿಸಿತು ಕೇಶವನಿಗೆ.

ಉಸಿರು ಅಂತ ದೇಹದಲ್ಲಿ ಉರಿಯುತ್ತಿರುವವರೆಗೂ ಒಂದಲ್ಲಾ ಒಂದು ದಾರಿ ಹುಡುಕಿಕೊಂಡು ಬದುಕುತ್ತೇನೆ ಅಂತ ತನಗೆ ತಾನೇ ಸಾಂತ್ವನ ಹೇಳಿಕೊಳ್ಳುವಂತೆ ಅಂದೊಂದು ದಿನ ಮಾತನಾಡಿದ್ದವಳು ಇಂದು ಇಷ್ಟೊಂದು ಕಠೋರವಾಗಿಯೂ ವರ್ತಿಸಬಹುದೆಂಬ ಕಲ್ಪನೆ ಕೇಶವನಿಗಿರಲಿಲ್ಲ...

ಈಗಷ್ಟೇ ಹೇಳಿದಂತೆ ಇವಳಂತೆಯೇ ಇರುವ ಇನ್ನಾರು ಮಂದಿಯನ್ನು ಹೇಗಾದರೂ ಮಾಡಿ ಹುಡುಕಿಬಿಡಬಹುದು ಆದರೆ ಅವರ್ಯಾರೂ ಇಲ್ಲೇ ಯಾವುದೋ ರಸ್ತೆಯ ಬದಿಗೆಲ್ಲಾದರೂ ಬದುಕು ಕಟ್ಟಿಕೊಂಡ ಕುಟೀರದ ಅಮ್ಮನಾಗಲು ಸಾಧ್ಯವಿಲ್ಲ ಎಂಬುದು ಕೇಶವನಿಗೆ ಖಾತ್ರಿಯಿತ್ತು. ಇಲ್ಲಿಯೇ ನಿಲ್ಲುವುದೋ ಅಥವಾ ಇವಳ ಸಹವಾಸ ಸಾಕು ಎಂದು ಹೊರಡುವುದೋ ತಿಳಿಯದೆ ನಿಂತವನಿಗೆ ಕಲಾಕುಟೀರದಲ್ಲಿ ಅಮ್ಮ ಕಳೆದ ಕೊನೆಯ ದಿನ ಮೆಲುಕಾಗಿ ಬಂತು.

ಆವತ್ತಿನ ದಿನ ಕಲಾಕುಟೀರದ ವಾರ್ಷಿಕೋತ್ಸವದಲ್ಲಿ ಅಮ್ಮನನ್ನು ಗೌರವಿಸಲು ಅವಳನ್ನು ಸರಿ ರಾತ್ರಿಯವರೆಗೂ ಒತ್ತಾಯದಿಂದ ಕುಟೀರದಲ್ಲಿಯೇ ಉಳಿಸಿಕೊಳ್ಳಲಾಗಿತ್ತು. ಕಾರ್ಯಕ್ರಮ ಮುಗಿದ ಮೇಲೆ ಅವಳನ್ನು ಮನೆವರೆಗೆ ಕಳಿಸಲು ಯಾವ ಗಾಡಿಯ ವ್ಯವಸ್ಥೆಯೂ ಆಗದಿದ್ದಾಗ ಕೇಶವನಿಗೆ ಅಮ್ಮನನ್ನು ಅವಳ ಮನೆವರೆಗೂ ಬಿಟ್ಟುಬರುವ ಜವಾಬ್ದಾರಿಯನ್ನು ವಹಿಸಿಕೊಡಲಾಗಿತ್ತು.

ಅಮ್ಮನಿಗೆ ಗೌರವಿಸಿ ಕೊಟ್ಟ ಮಾಲೆ, ಹಣ್ಣುಗಳನ್ನು ಹಿಡಿದ ಕೇಶವ ಮಾತನಾಡುವುದೇನೆಂದು ತಿಳಿಯದೆ ಅಮ್ಮನ ಜೊತೆ ಮೌನವಾಗಿ ಹೆಜ್ಜೆ ಹಾಕುತ್ತಿದ್ದ. ಮಾತನಾಡುವ ಆಸಕ್ತಿ, ಕುತೂಹಲವಿದ್ದರೂ ಖಾಸಗಿ ಬದುಕಲ್ಲಿ ಮೂಗು ತೂರಿಸುವುದು ಕುಟೀರದ ವಿದ್ಯಾರ್ಥಿಗಳಿಗೆ ಆಸ್ಪದವಿರಲಿಲ್ಲ. ಹೆಚ್ಚಿನ ಮಾತು ಕತೆಯಿಲ್ಲದೆ ಅವರಿಬ್ಬರೂ ಅದೆಷ್ಟು ದೂರ ಸಾಗಿದ್ದರೋ, ಇದ್ದಕ್ಕಿದ್ದಂತೆ ಏನೋ ನೆನಪಾಗಿ ದುಃಖ ಉಮ್ಮಳಿಸಿದವರಂತೆ ಸೆರಗನ್ನು ಬಾಯಿಗೆ ಒತ್ತಿ ಹಿಡಿದು ಅಮ್ಮ ನಿಶ್ಯಬ್ದವಾಗಿ ನೋವುಗಳನ್ನು ನುಂಗಲೆತ್ನಿಸುತ್ತಿರುವಂತೆನಿಸಿತು. ಬಹುಶಃ ಅಮ್ಮ ಎಂದು ಕರೆಸಿಕೊಂಡ ಮಾತ್ರಕ್ಕೆ ಮನುಷ್ಯನ ಸಹಜ ಗುಣಗಳನ್ನು ಬಿಡಲು ಅವಳಿಗೂ ಕಷ್ಟವೆನಿಸಿದ್ದಿರಬೇಕು. ಅಷ್ಟಕ್ಕೂ ತನ್ನದೇ ವಯಸ್ಸಿನ ಅಥವಾ ತನ್ನ ಆಸುಪಾಸಿನ ವಯಸ್ಸಿನವರಿಗೆ ಅಮ್ಮನಾಗುವುದು ಸುಲಭವೇನಾಗಿರಲಿಲ್ಲ...

'ಅಮ್ಮಾ, ಅಳಬೇಡಿ...' ಎಂದು ಗೋಗರೆಯುತ್ತಿದ್ದ ಕೇಶವನಿಗೆ 'ಯಾಕೆ ಅಳುತ್ತಿದ್ದೀರಿ' ಎಂದು ಕಾರಣ ಕೇಳುವ ಧೈರ್ಯವೇನೂ ಮೂಡಲಿಲ್ಲ.

ಕತೆಯ ಕೊಂಬು, ಬಾಲವನ್ನು ಕುಟೀರದಿಂದ ಹೊರಡುವಾಗ ಅಲ್ಲಿಯೇ

ಮರೆತು ಬಂದವಳಂತೆ ತನ್ನ ಕತೆಯನ್ನು ಅಮ್ಮ ಹೇಗೇಗೋ ಎಲ್ಲೆಲ್ಲಿಂದಲೋ ಅವಳಾಗಿಯೇ ಶುರು ಮಾಡಿದ್ದಳು.

'ಮದುವೆಯಾದ ಮರುವಾರಕ್ಕೆ ದೇಹದ ಎಡಭಾಗದ ಸಂಪೂರ್ಣ ಸ್ವಾಧೀನ ಕಳೆದುಕೊಂಡು ಮಲಗಿದ ಗಂಡ, ಅವನ ಮೇಲಿನ್ನೂ ಹುಟ್ಟಬೇಕಾಗಿದ್ದ ಪ್ರೀತಿ ಒಂದು ವಿಧದಲ್ಲಿ ಜವಾಬ್ದಾರಿಯ ಹೊರೆಯಾಗಿ ನನ್ನ ಹೆಗಲೇರಿತ್ತು. ಹೊತ್ತಲ್ಲದ ಹೊತ್ತಿನಲ್ಲಿ ಮೂಡುವ ಜವಾಬ್ದಾರಿ ಎಂದರೆ ಸೊಂಟಕ್ಕೆ ಕಲ್ಲು ಕಟ್ಟಿಕೊಂಡು ನೀರಿಗಿಳಿದಂತೆ, ಈಸಿ ಗೆದ್ದವರೆಷ್ಟು ಜನ ಹೇಳು! ಎಷ್ಟೇ ಈಸಿದರೂ ಮುಳುಗುವುದು ತಪ್ಪಿದ್ದಲ್ಲ ಎಂದು ತಿಳಿದಿದ್ದರೂ ಕೈಕಾಲು ಬಡಿಯುವುದನ್ನು, ಹಿಡಿ ಉಸಿರಿಗೆ ಹಾತೊರೆಯುವುದನ್ನು ನಿಲ್ಲಿಸಲಾದೀತೆ! ನಾನು ಈ ಸಂಸಾರದಲ್ಲಿ ಈಜಲು ಪ್ರಯತ್ನಿಸುತ್ತಿದ್ದೇನಲ್ಲ, ಇದೇ ನೋಡು ನಾನು ಬದುಕುತ್ತಿದ್ದೇನೆಂಬುದಕ್ಕೆ ಖಾತ್ರಿ!

ತಿಳಿವಿಗೆ ಬಂದ ತೈಲವನ್ನೆಲ್ಲಾ ರಘುವಿನ ಮೈಕೈಗೆ ತಿಕ್ಕಿದೆ, ಎದೆಯ ಬಳಿ ಒತ್ತಿ ಹಿಡಿದುಕೊಂಡಿದ್ದ ಅವನ ಕೊರಟು ಕೈಯನ್ನು ಬಿಡಿಸಿ ಜೀವ ತುಂಬಲು, ಅವನ ಕೈಯೊಳಗೆ ನನ್ನ ಕೈ ಹೊಸೆಯಲು ನೋಡಿದೆ. ಎಲ್ಲಾ ಥರದ ಔಷಧವನ್ನೂ ಪ್ರಯೋಗಿಸಿಯಾಯಿತು. ಠಾಕುಠೀಕ್ ಓಡಾಡುವ ಹಾಗೆ ಮಾಡಿಕೊಡುತ್ತಾರೆ ಎಂದು ನಂಬಿಗಸ್ತರೇ ಯಾರೋ ಹೇಳಿದರೆಂದು ರಸ್ತೆ ಬದಿಗೆ ಬಿಡಾರ ಹೂಡಿ ಕೀರಲು ದನಿಯಲ್ಲಿ ಬೆಳಿಗ್ಗೆಯಿಂದ ಸಂಜೆಯವರೆಗೂ ಒಂದೇ ಸಮನೆ 'ವಿಶೇಷ ಜಡೀಬೂಟಿಯೋಸೆ ಬನಿ ಸಂಜೀವಿನಿ ಶಫಾಖಾನೆ ಕಿ ದವಾಈ' ಎಂದು ಗೋಗರೆಯುವವರ ಔಷಧವೂ ಆಯಿತು. ಜಡ ಅಂಟಿದ್ದು ಮೈಗೋ ಮನಸ್ಸಿಗೋ ಎಂದು ಅಂತರ ತಿಳಿಯಲಾರದಷ್ಟು ರಘು ಮಲಗಿದಲ್ಲಿಯೇ ಆರಾಮಾಗಿದ್ದಂತೆನಿಸಿಬಿಟ್ಟಿತು ನನಗೆ.

ಮರದ ಕೊರಡಿನಂತೆ ಬಿದ್ದಲ್ಲೇ ಇದ್ದರೂ ತೊಂದರೆ ಇರ್ತಿರ್ಲಿಲ್ಲವೇನೋ, ಆದರೆ ನನ್ನನ್ನು ಕಂಗಾಲು ಮಾಡುತ್ತಿದ್ದುದು ಮಾತ್ರ ಅವನು ಆಗಾಗ ಮೃಗತ್ವ ಮೈಮೇಲೆ ಬಂದವರಂತೆ ಹೆಂಡತಿ ಕಂಡೊಡನೆ ಕೈಲಾಗದಿದ್ದರೂ ಮೈಮೇಲೆಳೆದುಕೊಳ್ಳುತ್ತಿದ್ದ ಅವನ ಚಪಲ... ಮೈಮೇಲೆ ರಘು ಎನ್ನುವ ಹುಳು ಹರಿದಾಡಿದಂತಾಗುತ್ತಿತ್ತು... ಅಶಕ್ತ ಹುಳು!

ಅದನ್ನು ಸಹಜವಾಗಿ ಪರಿಗಣಿಸಲಾಗದೆ ನಾನು ಸೋತೆನೋ ಗೆದ್ದೆನೋ ಎನ್ನುವುದಕ್ಕಿಂತ ನೆಮ್ಮದಿಯಿಂದಿರಲು ತಿಂಗಳಿಗೆ ಎರಡು ಬಾರಿ ಮುಟ್ಟಾಗುವುದರಿಂದ ಹಿಡಿದು ಸಿಕ್ಕ ಎಲ್ಲಾ ಅವಕಾಶಗಳನ್ನೂ ನಾನು ಪ್ರಯತ್ನಿಸಿದ್ದೆ.' ಎಂದು ಹೇಳಿಕೊಳ್ಳುವಷ್ಟರಲ್ಲಿ ತನ್ನ ಹಣೆಬರಹ ಕಣ್ಣೀರಾಗಿ ಉಮ್ಮಳಿಸಿ ಬಂತೆಂಬಂತೆ ರಸ್ತೆಯ ಬದಿಯಲ್ಲಿ ಮುಖ ಹುದುಗಿಸಿ ಅಳುತ್ತಿದ್ದವಳು ಹಾಗೆಯೇ ದನಿ ತೆಗೆದು ಅಳತೊಡಗಿದಳು.

'ಧೈರ್ಯ ತಗೊಳ್ಳಿ ಅಮ್ಮ' ಎಂದು ಕೇಶವ ಬಾಯ್ತುದಿಗಿನ ಮಾತನಾಡಿದರೂ ಕೂಡ ರಸ್ತೆ ಮೇಲೆ ನಡೆಯುತ್ತಿರುವ ಈ ವಿಚಿತ್ರ ಸನ್ನಿವೇಶದಿಂದಾಗಿ ಒಳಗೊಳಗೇ ಮೂಡುತ್ತಿರುವ ಇರುಸುಮುರುಸನ್ನು ಹೇಳಿಕೊಳ್ಳಲಾಗದೆ ಇಕ್ಕಟ್ಟಿಗೆ ಬಿದ್ದಿದ್ದ.

ಸಾವರಿಸಿಕೊಂಡ ಅಮ್ಮ, 'ಕೇಶವಾ, ಬಾಡಿಗೆ ತಾಯಿಯಾಗುವ ಯೋಚನೆ ನನ್ನಲ್ಲಿ ಮೊಳೆತಿದ್ದೇ ಆ ದಿನಗಳಲ್ಲಿ. ದುಡಿತವೂ ಆಯ್ತು, ಪರೋಪಕಾರವೂ ಆಯ್ತು, ಬಂದ ದುಡ್ಡಿನಿಂದ ಒಳ್ಳೆಯ ಚಿಕಿತ್ಸೆಯ ಭರವಸೆಯನ್ನೂ ಕೊಟ್ಟು, ಪುಸಲಾಯಿಸಿ ರಘುವನ್ನು ಒಪ್ಪಿಸಿದ್ದು ಈಗ ಹೇಳಿಕೊಂಡಷ್ಟು ಸುಲಭಕ್ಕಿರಲಿಲ್ಲ... ಇದೊಂದು ನೆಪದಲ್ಲಿ ರಘುವಿನೊಂದಿಗೆ ಸ್ವಲ್ಪ ಅಂತರ ಕಾಯ್ದುಕೊಳ್ಳುವ ಹಂಬಲ ಮಾತ್ರ ನನಗಿದ್ದಿದ್ದು ಬಿಟ್ಟರೆ ಇನ್ಯಾವ ಲೋಕ ಕಲ್ಯಾಣದ ಯೋಚನೆಯೂ ನನಗಿರಲಿಲ್ಲ.

ಯಾರದೋ ಪಿಂಡವನ್ನು ಹೊಟ್ಟೆಯೊಳಗೆ ಇಳಿಸಿಕೊಳ್ಳುವ ಮುನ್ನ ಸರಿಯಾದ ಕರಾರು ಮಾಡಿಸಿಕೋ, ನಿನ್ನ ಆರೋಗ್ಯದ ಖರ್ಚೆಲ್ಲಾ ಅವರೇ ನೋಡಿಕೊಳ್ಳಬೇಕು ಹಾಗೆ... ಯಾವುದೇ ಕರಾರಿರಲಿ, ಕಾಗದ-ಪತ್ರವಾಗಲಿ ಕಡೆಗೆ ಕುತ್ತಿಗೆಗೆ ಬರುವುದು ನಮ್ಮಂಥವರಿಗೆ ಮಾತ್ರ, ಎಂಬೆಲ್ಲಾ ಸಲಹೆಗಳು ಎಂದಿಗೂ ಕಾಳಜಿ ತೋರಿಸದ ಮಂದಿಗಳಿಂದಲೂ ಹರಿದು ಬಂದಿತ್ತು. ಬಾಡಿಗೆ ತಾಯಂದಿರ ದೇಖರಿಕೆ ಏನಿದ್ದರೂ ಮಗು ಕೈಗೆ ಬರುವವರೆಗೆ ಮಾತ್ರ, ಮಗು ಅವರ ಕೈಗೆ ಸಿಕ್ಕ ಮೇಲೆ ಹಸಿ ಬಾಳಂತಿಯನ್ನು ಕೇಳುವವರೂ ಇರೋದಿಲ್ಲ! ಸರಿಯಾದ ಆರೈಕೆಯಿಲ್ಲದೆ ಕಡೆಗೆ ಜೀವನ ಪರ್ಯಂತ ಬೆನ್ನು ನೋವು, ಸೊಂಟ ನೋವೆಂದು ಹಿಡಿದುಕೊಂಡಿರಬೇಕು ಎನ್ನುವ ಒಂದಿಷ್ಟು ಎಚ್ಚರಿಕೆಯೂ ಬಂತು! ನನಗೆ ನನ್ನ ನೆಪವೇ ಇವೆಲ್ಲವುಗಳಿಗಿಂತ ದೊಡ್ಡದೆನಿಸಿದ್ದರಿಂದ ಅವರ್ಯಾರ ಮಾತಿಗೂ ತೀರಾ ತಲೆಕೆಡಿಸಿಕೊಳ್ಳುವ ಗೌಜಿಗೆ ಹೋಗಲಿಲ್ಲ ನಾನು.

ಕೇಶವಾ, ಹಣಕ್ಕೆ ಪ್ರತಿಯಾಗಿ ಈ ಬಾಡಿಗೆ ತಾಯ್ತನವನ್ನು ನಾನು ಒಪ್ಪಿದ್ದು ಹೌದಾದರೂ ಆ ಒಂಭತ್ತು ತಿಂಗಳಲ್ಲಿ ಹೊಟ್ಟೆಯಲ್ಲಿದ್ದ ಮಗುವಿನ ಮೇಲೆ ಅಕ್ಕರೆ, ಆಸ್ಥೆ, ಪ್ರೀತಿ ಹುಟ್ಟಬಾರದು ಎನ್ನುವ ನಿಯಮ ಮಾತ್ರ ಆ ಕರಾರು ಪತ್ರದಲ್ಲಿರಲಿಲ್ಲ. ನನ್ನ ಹೊಟ್ಟೆಯಲ್ಲಿರುವುದು ಅನ್ಯರ ಆಸ್ತಿ ಎಂದುಕೊಂಡಷ್ಟು ಮತ್ತೂ ಮತ್ತೂ ತಾಯ್ತನವೆನ್ನುವುದು ನನ್ನಲ್ಲಿ ಆಳವಾಗಿ ಬೇರೂರುತ್ತಿತ್ತು. ಒಂಭತ್ತು ತಿಂಗಳು ಹೊಟ್ಟೆಯಲ್ಲಿಟ್ಟು ಜೋಪಾನವಾಗಿ ಹಡೆದು ಮಗುವನ್ನು ಬೇರೆಯವರ ಕೈಲಿಡುವಾಗಿನ ನೋವು ಅವರು ಎಷ್ಟೇ ದುಡ್ಡು ಕೊಟ್ಟರೂ ಸರಿಗಟ್ಟಲು ಸಾಧ್ಯವಿಲ್ಲವೆನಿಸುತ್ತದೆ. ಒಂದೊಂದು ದಿನ ಕಳೆಯುತ್ತಲೂ, ಹಡೆಯುವ ದಿನ ಹತ್ತಿರ ಬಂದಂತಲೂ ನಾನು ಖಿನ್ನಳಾಗುತ್ತಿದ್ದೆ. ಎಷ್ಟೋ ಹೆಂಗಸರು ಬಸುರಿಯಾಗಿದ್ದನ್ನು, ಖುಷಿಯಿಂದ ಇರುವುದನ್ನು ನಾನು ನೋಡಿದ್ದೇನೆ. ಆದರೆ ನನ್ನ ಖುಷಿಯೆಲ್ಲ ನನ್ನಿಂದ ದೂರಾಗುವ ಆ ಹಸುಕಂದನ ನೆನೆದು ಮಂಕಾಗುತ್ತಿತ್ತು. ಕೇಶವಾ, ಬಹುಶಃ ಕಳೆದುಕೊಳ್ಳುವ ಭಯದಿಂದಲೇ ಇರಬೇಕು, ಯಾರದೋ ಪಿಂಡ ಹೊತ್ತವರಿಗೆ ಖಿನ್ನತೆ ಜಾಸ್ತಿ ಎಂದೆನಿಸುತ್ತದೆ!

ಬಸಿರು ನಿಂತ ಮೇಲಿಂದ ಬಾಯ್ಮಾತಿನಿಂದ ಕಾಳಜಿ ತೋರಿಸಿ ಎಚ್ಚರಿಸಿದವರ್ಯಾರೂ ನನ್ನ ಬಸಿರನ್ನು ಪರಿಗಣಿಸಲಿಲ್ಲ, ಹಡೆದಾಗಲೂ ಬರಲಿಲ್ಲ.

ಒಬ್ಬಂಟಿ ಎನ್ನಿಸಿದರೂ ರಘುವಿನಿಂದ ಅಷ್ಟು ದಿನಗಳ ಮಟ್ಟಿಗೆ ದೂರವಿರಬಹುದು ಎಂಬುದೊಂದೇ ಬಸಿರಿನಿಂದ ಸಿಕ್ಕ ಸಾಂತ್ವನ!

ನನ್ನ ಪುಣ್ಯವೆಂದುಕೋ ಹೆಣ್ಣು ಹಡೆದೆ ಅಂತಲೇ ಇರಬೇಕು ಬಸಿರನ್ನು ಬಾಡಿಗೆಗೆ ಕೊಟ್ಟವರ ಪತ್ತೆಯೇ ಇಲ್ಲ. ಆಸ್ಪತ್ರೆಯವರು ಅವರನ್ನು ಹುಡುಕಲು ಪ್ರಯತ್ನಿಸಿದರಂತೆ, ಸಾಧ್ಯವಾಗದೇ ಇದ್ದಾಗ ಮಾಡಿಕೊಂಡ ಕರಾರನ್ನೆದುರಿಗಿಟ್ಟುಕೊಂಡು ಪೋಲೀಸು ಕಾನೂನು ಅಂತ ಶುರು ಮಾಡಿದ್ದರು. ಆದರೆ ನನಗೆ ಕಾನೂನು ಕೊಡಿಸುವ ನ್ಯಾಯಕ್ಕಿಂತಲೂ ನನ್ನ ಮಗು ನನ್ನ ಬಳಿ ಇರುವುದೇ ನ್ಯಾಯವೆನ್ನಿಸಿತ್ತು.

ರಘುವಿಗೆ ನನ್ನ ಮಗುವಿನ ಮೇಲೆ ಪ್ರೀತಿ ಹುಟ್ಟುತ್ತದೆಯೆನ್ನುವ ಯಾವ ಖಾತ್ರಿಯಿರದಿದ್ದರೂ ನನ್ನೆದುರು ದೂಸರಾ ಮಾತನಾಡುವ ಧೈರ್ಯವನ್ನೂ ಅವನು ಮಾಡಲಾರ ಎನ್ನುವ ನಂಬಿಕೆಯಂತೂ ನನಗಿತ್ತು.

ತಾಯ್ತನ, ಮಗು ಎಂಬುದೆಲ್ಲ ಕೇವಲ ಭಾವನೆ... ಹಸಿವು ಎನ್ನುವುದೊಂದೇ ವಾಸ್ತವ! ಹೊಟ್ಟೆ ಹೊರೆಯುವುದೆಂದರೇನು ಸುಲಭವೇ, ಅದೂ ಮೂರು ಮೂರು! ಬಾಳಂತನ ಮುಗಿದರೂ ಮೈ ಬಗ್ಗುತ್ತಿರಲಿಲ್ಲ, ಕುಳಿತು ದುಡಿಯುವ ದಾರಿ ಅಂತ ಕಲಾಕುಟೀರದ ದಾರಿಯೊಂದೇ ನನಗೆ ಕಂಡಿದ್ದು!'

ಅದೆಷ್ಟೋ ದಿನದಿಂದ ಅದುಮಿಟ್ಟ ಅಮ್ಮನ ನೋವೆಲ್ಲಾ ಒಮ್ಮೆಲೇ ಬಂಧಮುಕ್ತಗೊಂಡಂತೆ ಯಾವ ಸಾಂತ್ವನ, ಕರುಣೆಯನ್ನು ನಿರೀಕ್ಷಿಸದೆ ಕೇಶವನೆದುರು ನಿಂತಿದ್ದರೆ,

'ಅಮ್ಮ, ಹೀಗೆಲ್ಲ ರಸ್ತೆಯಲ್ಲಿ ನಾಲ್ಕು ಜನ ನೋಡುವಂತೆ ಅತ್ತುಕರೆಯುವುದೆಲ್ಲ ನಿಮ್ಮಂಥವರಿಗೆ ಮಾಮೂಲಿ ಎನ್ನಿಸಬಹುದು, ಆದರೆ ನನಗಂತೂ ಜೀವ ಹೋಗುವಷ್ಟು ನಾಚಿಕೆ ಎನ್ನಿಸುತ್ತಿದೆ... ಏನೇ ಇದ್ದರೂ ನಾಳೆ ಕಲಾಕುಟೀರದಲ್ಲಿ ಮಾತನಾಡೋಣ. ನಮ್ಮ ಕೈಲಾದ ಸಹಾಯ ಖಂಡಿತಾ ಮಾಡುತ್ತೇವೆ' ಎಂದು ಅಮ್ಮನನ್ನು ಎಬ್ಬಿಸಿಕೊಂಡು ಮನೆ ತಲುಪಿಸಿದ್ದೇ ಕೊನೆ, ಮರುದಿನದಿಂದ ಅಮ್ಮ ಕಲಾಕುಟೀರಕ್ಕೆ ಬಂದಿದ್ದೇ ಇಲ್ಲ. ಅಮ್ಮನನ್ನು ತಲುಪುವ ಪ್ರಯತ್ನವನ್ನೂ ಮಾಡಲಾಗಿತ್ತಾದರೂ ಅದು ಬರಿಯ ಪ್ರಯತ್ನವಾಗಿಯೇ ಉಳಿದಿತ್ತು.

ಕೇಶವ ಈಗಲೂ ಒಮ್ಮೊಮ್ಮೆ ಯೋಚಿಸುತ್ತಾನೆ, ತನ್ನಿಂದಲೇ ಅಮ್ಮ ಕುಟೀರ ಬಿಡುವಂತಾಯಿತೇ, ಇನ್ನೂ ಮೃದುವಾಗಿ ಅಮ್ಮನೊಂದಿಗೆ ವ್ಯವಹಾರ ಮಾಡಬೇಕಿತ್ತೇ ಎಂದು... ಅಮ್ಮನನ್ನೇ ನಾವೆಲ್ಲ ಚಿತ್ರಿಸಿದ್ದಾದರೂ ಎಲ್ಲರ ಚಿತ್ರವೂ ಭಿನ್ನವಾಗಿತ್ತು. ಅಮ್ಮನನ್ನು ನಾವೆಲ್ಲರೂ ನಮಗೆ ಬೇಕಾದಂತೆ ನೋಡಿದ್ದೆವು, ಕ್ಯಾನ್ವಾಸುಗಳಲ್ಲಿ ಮೂಡಿದ ಅಮ್ಮನ ಬದುಕೇನಿದ್ದರೂ ಕ್ಯಾನ್ವಾಸಿನಾಚೆಯೇ!

ಸೊಂಟಕ್ಕೆ ಮಗುವನ್ನು ಚಚ್ಚಿಕೊಂಡು ಬೇಕಂತಲೇ ಅಪರಿಚಿತಳಂತೆ ನಿಂತಿದ್ದ ಅಮ್ಮನನ್ನು ಅಳುಕುತ್ತಲೇ, 'ಅಮ್ಮಾ, ನಿಮ್ಮೊಂದಿಗೆ ಹತ್ತು ನಿಮಿಷ ಮಾತನಾಡಬೇಕಿತ್ತು ಎಂದು ನಿಮ್ಮನ್ನೇ ಹುಡುಕಿಕೊಂಡು ಬಂದಿದ್ದೆನಾದರೂ, ಹೆಸರಿಲ್ಲದವರನ್ನು ಹುಡುಕುವುದು ಸಾಧ್ಯವಿಲ್ಲ ಅಂತ ವಾಪಸ್ಸಾಗುವವನೇ ಇದ್ದೆ. ನನ್ನ ನಸೀಬು

ನೋಡಿ, ನಿಮ್ಮ ಹುಡುಗಿ ಗಾಡಿಗೆ ಅಡ್ಡಬಂದು ನಿಮ್ಮನ್ನ ಭೇಟಿ ಆಗುವ ಹಾಗಾಯ್ತು' ಎಂದು ಕೇಶವ ಸಮಜಾಯಿಷಿ ಕೊಡುತ್ತಲೇ ಒಳಬರಲು ಸಮ್ಮತಿ ಸೂಚಿಸುವ ಮುಖಭಾವದಲ್ಲಿ ಮನೆ ಹೊಕ್ಕಳು ಪ್ರಮೀಳೆ.

ಗವ್ವೆನ್ನುತ್ತಿದ್ದ ಮನೆಯೊಳಗಿನ ಕತ್ತಲೆ ಗುಮ್ಮನನ್ನು ಓಡಿಸಲು ಜ಼ೀರೋ ವೋಲ್ಟಿನ ಬಲ್ಬು ತನ್ನ ಜೀವನಪೂರ್ತಿ ಹೆಣಗಿದಂತಿದ್ದುದರಿಂದ ಅದರ ಆಯಾಸ ಕೋಣೆಯ ತುಂಬ ಮಬ್ಬಾಗಿ ಪಸರಿಸಿತ್ತು... ಹಾಸಿಗೆ ವಸ್ತ್ರಗಳೆಲ್ಲವೂ ಪಿಂಡಿ ಕಟ್ಟಿಕೊಂಡು ಬಿದ್ದಿದ್ದವು. ಕೇಶವನ ಕಣ್ಣು ಅವೆಲ್ಲವುಗಳ ನಡುವೆ ಹಾಸಿಗೆ ಹಿಡಿದ ಅವಳ ಗಂಡನನ್ನು ಹುಡುಕಿದವು.

ಅಮ್ಮನನ್ನು ಬಿಗಿಯಾಗಿ ಹಿಡಿದುಕೊಂಡಿದ್ದ ಮಗುವಿನ ಕೈಗೆ ಹಣ್ಣಿನ ಚೀಲವನ್ನು ಹಿಡಿಸುತ್ತ, 'ಮಗುವಿನ ಗಲ್ಲ, ಕಣ್ಣು-ಮೂಗು ಎಲ್ಲವೂ ನಿಮ್ಮದೇ ಪಡಿಯಚ್ಚು' ಎಂದ ಕೇಶವ.

ಕೇಶವ ಹಂಗಿಸಲು ಹೇಳಿದನೋ, ತನ್ನನ್ನು ಖುಷಿಪಡಿಸಲಿಕ್ಕೋ ಎಂಬುದನ್ನರಿಯಲು ಝೀರೋ ವೋಲ್ಟಿನ ಬೆಳಕಲ್ಲಿ ಪ್ರಮೀಳೆಯೂ ಹೆಣಗಿದಳು.

ಮಗಳ ತರಚಿದ ಗಾಯಕ್ಕೆ ಸ್ವಲ್ಪ ತೆಂಗಿನೆಣ್ಣೆಯನ್ನು ಸವರಿ, ಮುರಿದ ಆಟಿಕೆಗಳ ರಾಶಿಯನ್ನು ಮಗಳೆದುರು ಸುರುವಿ ಬಂದ ಕೇಶವನೆದುರಿಗೆ ಮತ್ತೆ ಬಂದು ಕುಳಿತಳು...

ಮಾತುಕತೆಯಿಲ್ಲದೆ ಹತ್ತು ನಿಮಿಷ ಕಳೆದ ಕೇಶವನಿಗೆ ಇರುಸು ಮುರುಸೆನಿಸಿತು. ಅವಳಿಗೇನು ಕಲ್ಲಿನಂತೆಯೇ ಅಲ್ಲಾಡದೆ ಕುಳಿತು ಅಭ್ಯಾಸವಿದೆ! ಒಂದಿಷ್ಟು ದಿನ ಮಂದಹಾಸ ಮತ್ತೆ ಕೆಲವಷ್ಟು ದಿನ ಮ್ಲಾನಗೊಂಡ ಮುಖದಲ್ಲಿ ತಾಸುಗಟ್ಟಲೆ ನಮ್ಮೆದುರು ಕುಳಿತಿರಬೇಕಿತ್ತು. ನಾವು ಆಜ್ಞಾಪಿಸಿದ ಭಾವ ಅವಳ ಮುಖದಲ್ಲಿರುತ್ತಿತ್ತೋ ಇಲ್ಲವೋ ನೆನಪಿಲ್ಲ, ಆದರೆ ನಮಗೆ ಬೇಕಾದ ಭಾವನೆಗಳನ್ನು ಅವಳಿಗೆ ಆರೋಪಿಸಿ ಚಿತ್ರಿಸಿದ್ದೇವೆಯೇ ಹೊರತು ಅವಳಿಗೇನೆನ್ನಿಸಿತು ಎಂದು ನಾವ್ಯಾರೂ ತಲೆಕೆಡಿಸೊಕೊಳ್ಳಲಿಲ್ಲ. ತನ್ನ ಬೆತ್ತಲೆ ದೇಹವನ್ನು ಮರೆತು ಕುಳಿತವಳು ಧ್ಯಾನಿಸಿದ್ದೇನೆಂದು ನಾವ್ಯಾಕೆ ಅರಿಯುವ ಪ್ರಯತ್ನವನ್ನೂ ಮಾಡಲಿಲ್ಲ ಎಂದು ಎಣಿಸಿದಷ್ಟೂ ಕೇಶವನಿಗೆ ಕೆಡುಕೆನಿಸುತ್ತಿತ್ತು.

'ಅಮ್ಮಾ, ನಿಮ್ಮಿಂದ ನಾವು ಬಹಳಷ್ಟು ಕಲಿತಿದ್ದೇವೆ. ನಿಮ್ಮ ಮೌನ ನಮಗೆ ಸಾಕಷ್ಟು ಪಾಠವನ್ನು ಕಲಿಸಿದೆ. ನಮ್ಮ ನಡುವೆ ಎಂದಿಗೂ ಹುಟ್ಟದ ಮುಜುಗರ ಇಂದೂ ನಮ್ಮ ನಡುವೆ ಹುಟ್ಟಲಾರದು ಎನ್ನುವ ಧೈರ್ಯದ ಮೇಲೆ ನಿಮ್ಮನ್ನು ಹುಡುಕಿಕೊಂಡು ಬಂದೆ.' ಎಂದು ಅದಾಗಲೇ ಗಾಢವಾಗಿದ್ದ ಮೌನದ ಚಿಪ್ಪೊಡೆಯಲು ಮುಂದಾದ ಕೇಶವ.

ಅಮ್ಮನೆನಿಸಿಕೊಂಡರೂ ಪ್ರಾಯದ ಮಕ್ಕಳೆದುರು ವಿವಸ್ತ್ರಳಾಗುವುದು, ಕಡೆದಿಟ್ಟ ಮೂರ್ತಿಯಂತೆ ಇನಿತೂ ಅಲ್ಲಾಡದಂತೆ ಕುಳಿತುಕೊಳ್ಳುವುದು ಸುಲಭವಲ್ಲ, ಅಂಥದ್ದರಲ್ಲಿ ತನ್ನದೇ ವಾರ್ಗಿಯವರೆದುರಿಗೆ ತಾನಾಗ ಹೇಗೆಲ್ಲಾ ಕುಳಿತಿದ್ದೆ!

ಕಲಾಕುಟೀರದ ದಾರಿ ಹಿಡಿದರೆ ಸಾಕು ಸಳ್ಳನೆ ಮುಖಮಾಡಿ ನಕ್ಕ ಬಹಳಷ್ಟು ಮುಖಗಳೆಲ್ಲವೂ ನನ್ನ ನಿರ್ಧಾರವನ್ನು ಬದಲಾಯಿಸಲಿಕ್ಕಾಗಲಿ, ನನ್ನಲ್ಲಿ ಎಳ್ಳಷ್ಟೂ ಅಪರಾಧಿ ಭಾವವನ್ನು ಮೂಡಿಸಲಾಗಲಿ ಶಕ್ತವಾಗಿರಲಿಲ್ಲ. ಬಹುಶಃ ಅವರಲ್ಲಿ ಕೆಲವರ ಮನೆಯ ಗೋಡೆಯ ಮೇಲೆ ನಿಟ್ಟುಸಿರು ಬಿಡುತ್ತ ಕುಳಿತ ನನ್ನಂತಹ ಯಾವುದೋ ಹೆಂಗಸಿನ ಚಿತ್ರ 'ನಾನಿನ್ನೂ ಇವರಿಗೆ ಅರ್ಥವಾಗಲೇ ಇಲ್ಲವಲ್ಲ' ಎಂದು ನಕ್ಕಿರಬೇಕು ಎಂದು ಸುಮ್ಮನಾಗಿಬಿಡುತ್ತಿದ್ದೆ ಎಂದು ಮೆಲುಕು ಹಾಕುತ್ತಿದ್ದ ಪ್ರಮೀಳೆ, 'ಕಾಮಕ್ಕೂ ಹೊರತಾಗಿ 'ನಮ್ಮಂಥವರ' ದೇಹ ಕಿಂಚಿತ್ ಗೌರವಕ್ಕೂ ಯೋಗ್ಯವೆಂದು ತೋರಿಸಿಕೊಟ್ಟಿದ್ದೇ ಕಲಾಕುಟೀರ! ಆ ಭಾವನೆಗಳನ್ನ ಹೇಳಿಕೊಂಡರೆ ಎಲ್ಲರಿಗೂ ಅರ್ಥವಾಗುವಂಥದ್ದಲ್ಲ. ಅರ್ಥವಾಗಿದ್ದರೆ ನಿನಗೂ ಅಪರಾಧಿ ಭಾವ ಬರುತ್ತಿದ್ದಿಲ್ಲ ಬಿಡು.' ಎಂದು ಹೇಳಿ ಕೇಶವನಿಗೆ ಅವನೇ ಬಿಡಿಸಿದ ಚಿತ್ರದ ಒಳಮಜಲಿನ್ನೂ ತೆರೆದುಕೊಂಡಿಲ್ಲ ಎಂಬಂತೆ ಸ್ವಲ್ಪ ಬಿರುಸಾಗಿಯೇ ಕುಟುಕಿ ನುಡಿದಳು.

ಪ್ರಮೀಳೆಯ ಕುಹಕದ ಆಳವನ್ನು ಡಿಮ್ಮು ಬೆಳಕಿನಲ್ಲಿ ಅಳೆಯುವ ಪಾಳಿ ಕೇಶವನದ್ದಾಯ್ತು.

'ರಘು ಹೇಗಿದ್ದಾರೆ? ಆರೋಗ್ಯ ಸುಧಾರಿಸಿದೆಯೇ?' ಎಂಬ ಔಪಚಾರಿಕತೆಗಿಳಿದು ಸನ್ನಿವೇಶವನ್ನು ತಿಳಿಗೊಳಿಸಲು ನೋಡಿದ ಕೇಶವ.

ರಘು... ರಘುವಿನ ಇರುವಿಕೆಗಾಗಲಿ ಅವನ ಇಲ್ಲದಿರುವಿಕೆಗಾಗಲಿ ಬಹಳ ವ್ಯತ್ಯಾಸವೇನಿಲ್ಲ...ಅಷ್ಟಕ್ಕೂ ರಘು ಸತ್ತ ಎಂಬ ಸುದ್ದಿ ವಠಾರದ ತುಂಬ ಹಬ್ಬಿದಾಗ ಮನೆಬಿರಿಯುವಷ್ಟು ಜನ ಸೇರಿ ತಮ್ಮತಮ್ಮ ದುಃಖ ತೋಡಿಕೊಳ್ಳುವ ಭರದಲ್ಲಿ, 'ಸಂಸಾರ ರಸ್ತೆ ಮೇಲೆ ಹಾಕಿ ಹೋದ್ನಲ್ಲೇ ನಿನ್ನ ಗಂಡ, ಪಮ್ಮಿ ಇನ್ಮೇಲೆ ನಿನಗಿನ್ಯಾರು ಗತಿಯೇ ತಾಯಿ' ಎಂದು ಲಬಲಬ ಬಡಿದುಕೊಂಡಾಗ ಅಲ್ಲಿಯವರೆಗೂ ನಿರ್ಲಿಪ್ತವಾಗಿದ್ದ ತಾನು ಜೋರಾಗಿ ನಕ್ಕುಬಿಟ್ಟಿದ್ದರ ಘನಘೋರ ತಪ್ಪಿಗೆ ತಾನು ಮತ್ತು ತನ್ನ ಮಗಳು ನಿಷಿದ್ಧ ಜೀವಿಗಳಂತೆ ವಠಾರದ ಮೂಲೆಯಲ್ಲಿ ಬದುಕುತ್ತಿರುವುದನ್ನು ಹೇಳಿಕೊಳ್ಳುವ ಆಪ್ತತೆ ಪ್ರಮೀಳೆಗೆ ಇಂದು ಕೇಶವನ ಮೇಲೆ ಮೂಡಲಿಲ್ಲ.

ಮಾತಿಲ್ಲದೆ ಕುಳಿತ ಪ್ರಮೀಳೆಯ ಮೌನ ಅಂದು ರಾತ್ರಿ ತಾನಾಡಿದ 'ನಿಮ್ಮಂಥವರ' ಎಂಬ ಪದದ ಅರ್ಥ ಹುಡುಕುತ್ತಿರಬಹುದೇ, ಅದೇ ಪದ ಇಂದು ಮುಂದುವರೆದು ಅವಳ ಬಾಯಲ್ಲಿ 'ನಮ್ಮಂಥವರ' ಎಂದು ಆಗಿದ್ದಿರಬಹುದೇ ಎಂದು ಕೇಶವನಿಗೆ ಬಹಳವಾಗಿ ಅನ್ನಿಸತೊಡಗಿತು. ಆವತ್ತು ಅವನಾಡಿದ ಮಾತು ಕುಳಿತಲ್ಲಿಯೇ ಕೇಶವನನ್ನು ಕೊರೆಯತೊಡಗಿತು. ಅಮ್ಮ ಕಲಾಕುಟೀರ ತೊರೆಯಲು ತಾನೇ ಕಾರಣನಾಗಿಬಿಟ್ಟೆನೇ ಎಂಬ ಹಳಹಳಿ, ಇವತ್ತು ಯಾರದೋ ಮಾತನ್ನು ನಂಬಿ ಅಮ್ಮನನ್ನು ಅನುಮಾನಿಸಿದ ಅಪರಾಧಿ ಭಾವ... ಬಹಳ ಹೊತ್ತು ಅಮ್ಮನೆದುರು ಕುಳಿತುಕೊಳ್ಳುವುದು ಕಷ್ಟವೆನಿಸಿ ಹಣದ ವಿಷಯ ಹೇಗಾದರೂ ಎತ್ತುಗಡಿ ಮಾಡಬೇಕೆಂದುಕೊಂಡ ಕೇಶವ, 'ನಿಮ್ಮ ಪೇಂಟಿಂಗಿಗಾಗಿ ನಿಮಗೆ ಸಂದಬೇಕಿದ್ದ ಗೌರವ ಧನ ತಲುಪಿಸಬೇಕಿತ್ತು' ಎಂದ.

ಗೌರವ ಮತ್ತು ಧನ ಎರಡೂ ಸಮಯಕ್ಕೆ ಸರಿಯಾಗಿಯೇ ನನಗೆ ಸಂದಿದೆ. ಬಹುಶಃ ಬಾಕಿಯಿರುವುದು ಸ್ವಲ್ಪ ಆಪ್ತತೆ ಎನ್ನಿಸುವುದಿಲ್ಲವೇ ನಿನಗೆ ಎಂದು ಬಾಯ್ತುದಿಗೆ ಬಂದು ನಿಂತ ಮಾತನ್ನು ನುಂಗಿಕೊಂಡ ಪ್ರಮೀಳೆ, 'ಹೀಗಾದರೂ ನನ್ನ ಋಣ ನಿನ್ನ ಮೇಲಿರಲಿ ಬಿಡು' ಎಂದು ಬಕೇಟಿನಲ್ಲಿ ತುಂಬಿಕೊಂಡಿದ್ದ ಯಾರಯಾರದೋ ಮನೆಯವರ ಬಟ್ಟೆಗಳನ್ನು ಒಣಗಿಸಲು ಎದ್ದಳು. ಮೈ ಕೈ ತರಚಿಸಿಕೊಂಡ ಮಗು ಅಮ್ಮನ ಸೆರಗು ಹಿಡಿದು ಕಾಲು ಸುತ್ತತೊಡಗಿತು.

ಏನು ಮಾಡಬೇಕು, ಏನು ಹೇಳಬೇಕೆಂದು ತೋಚದೆ ಸುಮ್ಮನೆ ಕುಳಿತಿದ್ದವ, ಒಮ್ಮೆ ಗಕ್ಕನೆ ನಿಂತು ಅಮ್ಮನ ಹೆಸರನ್ನು ಕೇಳಬೇಕೆಂದುಕೊಂಡ... ತಕ್ಷಣವೇ ಹೆಸರಿನಲ್ಲೇನಿದೆ, ಕಲಾಕುಟೀರದ ಅಮ್ಮ ಅವಳು ಎಂದಿಗೂ ಅಮ್ಮನೇ! ಶುಭ್ರಜ್ಯೋತ್ಸ್ನೆಯೇ... ಎಂದು ಸುಮ್ಮನಾದ.

ಹುಲ್ಲಾಗು ಬೆಟ್ಟದಡಿ

ಯಾವುದೋ ಗುಂಗಿನಲ್ಲಿ ಕಳೆದು ಹೋಗಿದ್ದ ಶಾರಿಯ ಬಲಗೈ ತುಂಬಾ ಫಾತಿಮಾ ನವಿಲುಗರಿಯ ಮದರಂಗಿಯಿಟ್ಟು ಎಡಗೈಗೆ ಪಲ್ಲಕ್ಕಿಯಲ್ಲಿ ಕುಳಿತ ಮದುವಣಗಿತ್ತಿ ದಿಬ್ಬಣ ಹೊರಟಂತೆ ಕಾಣುವ ಚಿತ್ರ ಬಿಡಿಸುತ್ತಿದ್ದಳು.

ಬಾಳೆಕುಳಿಯಲ್ಲಿ ಯಾರದ್ದೇ ಮದುವೆಯಿರಲಿ ಫಾತಿಮಾಳಿಗೆ ಕರೆ ಬರುವುದು ನಿಕ್ಕಿಯೇ. ಫಾತಿಮಾ ಹಚ್ಚಿದ ಮದರಂಗಿ ಅಷ್ಟು ರಂಗೇರುತ್ತಿತ್ತು! ಮದುವೆಯಲ್ಲಿ ಹಚ್ಚಿದ ಮದರಂಗಿ ಒಳ್ಳೆ ರಂಗೇರಿದರೆ ಗಂಡ ಹೆಂಡತಿಯನ್ನು ಬಹಳ ಪ್ರೀತಿಸುತ್ತಾನಂತೆ ಅಂತ ನಂಬಿದ ಹೆಣ್ಣು ಮಕ್ಕಳಿಗೆ ಬರಗಾಲ ಬರುವವರೆಗೂ ಫಾತಿಮಾಳಿಗೆ ಗಿರಾಕಿಗಳ ಕೊರತೆಯಾಗುವುದಿಲ್ಲ ಎಂಬುದು ಖಾತ್ರಿ. ಮದರಂಗಿಯ ರಂಗಿನಲ್ಲಿ ಗಂಡನಾಗುವವನ ಪ್ರೀತಿಯನ್ನು ಒರೆಗೆ ಹಚ್ಚುವ ಕಾತರದಲ್ಲಿರುತ್ತಿದ್ದರು ಬಾಳೆಕುಳಿಯ ಮದುವಣಗಿತ್ತಿಯರು. ಇಷ್ಟೇ ಅಲ್ಲ, ಫಾತಿಮಾ ಬಿಡಿಸಿದ ಮದರಂಗಿಯಲ್ಲಿ ಎಲ್ಲೋ ಅಡಗಿ ಕುಳಿತ ತಮ್ಮ ಹೆಸರನ್ನು ಹುಡುಕುವ ಮದುಮಗ, ಅವನ ಹುಡುಕಾಟದಲ್ಲಿ ಮೈಮರೆವ ನವ ವಧು... ಬದುಕಿನುದ್ದಕ್ಕೂ ನೆನೆದರೆ ನವಿರಾಗುವ ಆ ರಾತ್ರಿಗೆ ಫಾತಿಮಾಳ ಮದರಂಗಿ ಮತ್ತಷ್ಟು ಪುಳಕದ ರಂಗೇರಿಸುತ್ತಿತ್ತು.

'ಶಾರಕ್ಕಾ, ಗಂಡನಾಗುವವನ ಹೆಸರೇನೆ, ಮದರಂಗಿಯಲ್ಲಿ ಅವನ ಹೆಸರು ಬರೆಯುವುದುಂಟು' ಎಂದು ಫಾತಿಮಾ ಕೇಳಿದೊಡನೆಯೇ ಯಾವುದೋ ಗುಂಗಿನಿಂದ ಥಟ್ಟನೆ ಎಚ್ಚರಗೊಂಡವಳಂತೆ, 'ಪುರುಷೋತ್ತಮ...' ಎಂದು ಹೇಳಿ ಮುಗಿಸಿದ್ದಳೋ ಇಲ್ಲವೋ ಅಷ್ಟರಲ್ಲಾಗಲೇ 'ಇವನ ಹೆಸರೂ ಪುರುಷೋತ್ತಮನೇಯಾ?' ಎಂದು ಫಾತಿಮಾ ಬಾಯೊಡೆದು ಕೇಳಿಯಾಗಿತ್ತು.

'ಅಲ್ವೇ, ಸುಧಾಕರ ಹೇಳಿ ಬರ್ಯೇರ್ ಫಾತಿ. ನಿಂಗೆ ಮಂಗಲ ಪತ್ರ ಕೊಟ್ಟು ಕರೆದದ್ದೇ ಅಲ್ವೇನೇ, ಹೆಸ್ರು ಸರಿ ನೋಡಿ ಬರುವುದಲ್ಲವಾ?' ಇರುಸುಮುರುಸುಗೊಂಡ ಮಹೇಶ್ವರಿ ಅಲ್ಲೇ ನಲ್ಲಿಯ ಕೆಳಗಿದ್ದ ಹಾಲ್ಬೋಗಣಿಯನ್ನು ತಿಕ್ಕುತ್ತಾ ಮಗಳ ತಪ್ಪನ್ನು ತಿದ್ದಿದರು.

'ಇವಳಿಗೆ ಇನ್ನೆಷ್ಟು ತಿದ್ದಿ ಬುದ್ಧಿ ಹೇಳುವುದೋ, ಎಲ್ಲಾ ಮುಳುಗಿ ಹೋಯ್ತು ಅಂತ ಎಷ್ಟು ದಿನ ಆಕಾಶವನ್ನು ತಲೆಮೇಲೆ ಹೊತ್ತು ಓಡಾಡಲು ಸಾಧ್ಯ. ಇಂದಲ್ಲ ನಾಳೆ ತಲೆಯ ಮೇಲಣ ಹೊರೆಯನ್ನು ಕೆಳಗಿಳಿಸಲೇ ಬೇಕು.' ಶಾರಿಗೆ ಕೇಳಿಸಲಿಕ್ಕಾಗೇ ಕಟಗುಡತೊಡಗಿದ್ದಳು ಮಹೇಶ್ವರಿ.

ಇಂತಹ ಎಲ್ಲಾ ಸುತ್ತು ಬಳಸಿ ಆಡುವ ಮಾತುಗಳು ಶಾರಿಯ ಮುಖದಲ್ಲಿನ ಭಾವನೆಗಳನ್ನು ಮಾತ್ರ ಬದಲಾಯಿಸಲು ಸೋತಿದ್ದವು.

ಖಾಲಿ ಜಾಗವನ್ನು ಹದ ಮಾಡಿ ಹೊಸ ಮನೆಯನ್ನು ನಿರ್ಮಿಸುವುದು ಕಷ್ಟವೇನಲ್ಲ. ಆದರೆ ಹಳೆಯ ಮನೆಯನ್ನುರುಳಿಸಿ ಅಲ್ಲಿ ಬಂಗಲೆಯನ್ನೇ ಕಟ್ಟಿದರೂ ಮನೆಯೊಳಗಿದ್ದ ನಗು, ಕಾಲಿಗೆ ತಡಸಣೆಯಂತೆ ಹರಡಿಬಿದ್ದ ಆಟಿಕೆ, ಹೊಗೆಯ ಕಮಟಿಗೆ ಬಚ್ಚಲು ಮನೆಯಲ್ಲಿ ಒಣಗುತ್ತಿದ್ದ ಲಂಗ ಪಲಕಗಳ ನೆನಪುಗಳನ್ನೆಲ್ಲ ಮರೆಯಲು ಸಾಧ್ಯವೇ? ಪುರುಷೋತ್ತಮನಿದ್ದ ಮನದಲ್ಲಿ ಸುಧಾಕರ ನೆಲೆ ನಿಲ್ಲಲು ಬರುತ್ತಿದ್ದಾನೆ ಎಂದು ಕಲ್ಪಿಸಿಕೊಳ್ಳುವುದು ಸುಲಭವೆನಿಸಲಿಲ್ಲ ಶಾರಿಗೆ.

ಪುರುಷೋತ್ತಮನೊಂದಿಗಿನ ಬದುಕನ್ನು ನೆನಪಿಸುವ ಶಾರಿಯ ಎಲ್ಲಾ ವಸ್ತುಗಳನ್ನು ಮರೆ ಮಾಡಲಾಗಿತ್ತು. ಕೆಂಪು ಸೀರೆಯ ಮೇಲೆ ಎಳೆಬಾಳೆಯ ಬಣ್ಣದ ಉತ್ತರೀಯ ತೊಟ್ಟ ಶಾರಿ ಎಂಬ ಮದುವಣಗಿತ್ತಿಯನ್ನು ಎಂಟು ವರ್ಷಗಳ ಹಿಂದೆ ಖುದ್ದು ರಾಜು ಮಾವನೇ ಎತ್ತಿಕೊಂಡು ಹಸೆಮಣೆವರೆಗೆ ಕರೆ ತಂದದ್ದು, ಅದರ ಫೋಟೊದಿಂದ ಹಿಡಿದು, ಪುರುಷೋತ್ತಮ ಸಾಯುವ ಹಿಂದಿನ ದಿನ ತೆಗೆಸಿಕೊಂಡ ಫೋಟೊವನ್ನು ಕೂಡ ಇಲ್ಲವಾಗಿಸಿದ್ದರು. ಶಾರಿಯ ಬಾಳಂತನದಲ್ಲಿ ಅವ ಬರೆದ ಕಾಗೆಕಾಲು ಗುಬ್ಬಿಕಾಲಿನ ಅಕ್ಷರದ ಚುಟಕು ಪತ್ರ, ಅವ ಕೊಡಿಸಿದ ಸೀರೆ... ಬಹುಶಃ ಮದುವೆಯ ಮರುದಿನ ಮನೆಯ ತೊಲೆಗೆ ಕಟ್ಟಿದ್ದ ಶಾರಿ–ಪುರುಷೋತ್ತಮರ ಮದುವೆಯ ಬಾಸಿಂಗವನ್ನೂ ತೆಗೆದಿರಬಹುದು ಮೂರ್ಕೋಡ್ಲಿನಲ್ಲಿ. ಇವರೆಲ್ಲರ ಲೆಕ್ಕದಲ್ಲಿ ನೆನಪನ್ನು ಮರೆಯಲು ಇರುವ ಸುಲಭ ಔಷಧಿ ಅವನಿಗೆ ಸಂಬಂಧಪಟ್ಟಿದ್ದನ್ನೆಲ್ಲ ತೆಗೆದು ಒಗೆದುಬಿಡುವುದು, ಇಲ್ಲಾ ಸುಟ್ಟುಬಿಡುವುದು... ತನ್ನ ಮಕ್ಕಳ ನೆನಪಾಗಿ ಮತ್ತೆ ನೀರಾದಳು ಶಾರಿ.

ಶಾರಿ... ವಿಚಿತ್ರ ಶಾರಿಯ ಬಗ್ಗೆ ಹೇಳಿದರೂ ಏನಂತ ಹೇಳುವುದು!

ಕಾಲೇಜು ಮುಗಿಯುತ್ತಿದ್ದಂತೆಯೇ ಅಪ್ಪ ಜಾತಕ ಹೊರಹಾಕಿದ, ಶಾರಿಗೆ ಮುಂದೆ ಓದಬೇಕೆಂಬ ಮನಸ್ಸು ಸ್ವಲ್ಪ ಇದ್ದಂತಿದ್ದರೂ ಮದುವೆಯೇನು ಬೇಡ ಅಂತಿರಲಿಲ್ಲವಾದ್ದರಿಂದ ಮದುವೆಗೆ ಖುಷಿಯಾಗಿಯೇ ಒಪ್ಪಿದ್ದಳು. ಅಪ್ಪ ಮಗಳು ಒಪ್ಪಿದರೆ ಸಾಕೇ, ಶಾರಿಯ ಅಪ್ಪ ಶಂಬಣ್ಣನ ಶರತ್ತುಗಳಿಗೆ ತಕ್ಕಂತಹ ಗಂಡು ಸಿಗಬೇಡವೇ!

ಒಬ್ಬನೇ ಇರುವ ಮಗನಾಗಿರಬಾರದು, ಯಾಕೆಂದರೆ ತಂದೆ–ತಾಯಿಯ ಜವಾಬ್ದಾರಿಯನ್ನು ತನ್ನ ಅಳಿಯನೊಬ್ಬನೇ ಹೊರುವುದಕ್ಕೂ ನಾಲ್ಕು ಮಕ್ಕಳು ಸೇರಿ ಹೊರುವುದಕ್ಕೂ ವ್ಯತ್ಯಾಸವಿರುತ್ತದೆ ಅಲ್ಲವೇ! ಶಂಬಣ್ಣನಿಗಿನ್ನೂ ಸಿಗದ ಅಳಿಯನ

ಮೇಲೆ ಪ್ರೀತಿ ಅಂತಲ್ಲ, ಮಗಳ ಮೇಲೆ ಅತ್ತೆ ಮಾವನ ಭಾರ ಅತಿಯಾಗಿ ಬಿದ್ದರೆ ಎಂಬ ಸಣ್ಣ ದೂರಾಲೋಚನೆ. ಅದಷ್ಟೇ ಅಲ್ಲ, ಅತ್ತೆ ಮಾವನ ಕೈಕೆಳಗಿರುವ ಸಂಸಾರಕ್ಕಿಂತ ಪೇಟೆ ಮೇಲಿನ ಬದುಕು ಬಹಳ ಒಳ್ಳೆಯದಲ್ಲವೇ? ಯಾರದ್ದೂ ಹಂಗಿರದ ಬದುಕು ಎಂಬ ಊಹೆ ಶಂಬಣ್ಣನದ್ದಾಗಿತ್ತು...

ಮದರಂಗಿ ಬಳಿಸಿಕೊಳ್ಳುತ್ತ ಶಾರಿ ಕುಳಿತಿದ್ದರೆ, ಬಾಗಿಲ ಹಿಂಬದಿಯಲ್ಲೆಲ್ಲೋ ಅಡಗಿ ನಿಂತಿದ್ದೇನೆ ಎಂಬ ಭ್ರಮೆಯಲ್ಲಿ ತಾರತ್ತೆ ಪಿಸುಗುಡುತ್ತಿದ್ದ ದನಿ.

ಒಳ್ಳೆಯವರು ಅಂತ ತೋರಿಸಿಕೊಳ್ಳುವವರ ಕತೆಯೇ ಇಷ್ಟು. ಪರರ ನೋವಿಗೆ ನೊಂದವರಂತೆ ಕಣ್ಣೀರುಗರೆದು ಹಿಂದುಗಡೆಯಿಂದ ನಕ್ಕು ಹಗುರಾಗುತ್ತಾರೆ. ಮನುಷ್ಯರು ಎಂದ ಮೇಲೆ ಕೋಪ-ತಾಪದ ಜೊತೆ ಮಾತ್ಸರ್ಯ-ದ್ವೇಷವೂ ಇರುತ್ತದೆಯಲ್ಲ. ಅದು ಒಂದಿಲ್ಲೊಂದು ರೂಪದಲ್ಲಿ ಯಾವತ್ತಾದರೊಂದು ದಿನ ಹೊರಬರಲೇಬೇಕು. ಎದುರಿಗಿನ ವ್ಯಕ್ತಿ ಮತ್ತು ವಿಷಯ ಬದಲಾಗಬಹುದು ಆದರೆ ನಮ್ಮೊಳಗಿನ ಭಾವನೆ ಅದೇ ಆಗಿರುತ್ತದೆ, ಒಮ್ಮೆ ದ್ವೇಷ, ಒಮ್ಮೆ ಅಸೂಯೆ, ಒಮ್ಮೆ ಮಾತ್ಸರ್ಯ; ಅಷ್ಟೇ!

'ನೋಡಿದ್ಯಾ ಏನಾಯ್ತು ಅಂತ. ಸೋದರದಲ್ಲೇ ಮಾಡಿಸಿಕೊಳ್ಳಿ ಶಾರಿಗೆ, ಕಣ್ಣೆದುರಿಗೇ ಇರ್ತಾಳೆ ಎಂದು ಸಾರಿಸಾರಿ ಎಷ್ಟು ಅಲವತ್ತುಕೊಂಡಿರಲಿಲ್ಲ ನಾನು. ನನ್ನ ಚಿನ್ನದಂತಹ ಮಗ ಮನೇಲಿದ್ದರೇನಾಯ್ತು, ಜಮೀನು, ಕೈಕಾಲಿಗೆ ಆಳು-ಕಾಳುಗಳಿರಲಿಲ್ಲವೇ? ಗುಟಕಾ ಹಾಕಿ ಅಂಗಳದ ತುದಿಗೆ ಪಿಚಕಿ ಹಾಕುತ್ತ, ಊರ ಮೇಲಿನ ಸಮಾರಾಧನೆಗೆ ಬಡಿಸಲು ತಿರುಗುವ ಗಂಡು ನಮ್ಮ ಶಾರಿಗಲ್ಲ ಅಂತ ಕಡ್ಡಿ ಮುರಿದಂತಾಡಿದ್ದ ಶಂಬಣ್ಣ. ಶಾರಿಯ ಎರಡನೇಯ ಮದುವೆ ನೋಡು ಹೇಗೆ ಮನೆಯಲ್ಲಿದ್ದವನಿಗೇ ಆಯ್ತು ಅಂತ. ನಮ್ಮನೆಯ ಸಮಾರಾಧನೆಗೆ ಸುಧಾಕರನೂ ಬಡಿಸಲು ಬರುತ್ತಾನೆ ಗೊತ್ತುಂಟೊ' ಎಂದು ತಾರತ್ತೆ ಕಿವಿಯಿರದ ಗೋಡೆಗಾತು ತನಗೆ ಮಾಡಿದ ಅಪಮಾನಕ್ಕೆ ಶಾರಿಯ ಬದುಕು ಹೀಗಾಯಿತೆಂಬಂತೆ ಹಲಬುತ್ತಿದ್ದಳು. ಬಹುಶಃ ನೆಂಟರು ಅಂತ ಬಂದವರ ಬಳಿಯೆಲ್ಲ ಹಪಹಪಿಸಿಕೊಂಡು ಹೇಳುತ್ತಿದ್ದ ತಾರತ್ತೆಗೆಯದು ಶಂಬಣ್ಣ-ಶಾರಿಯ ಎದುರು ತನ್ನ ಅಪಮಾನವನ್ನು ಜರೆಯಲಾಗದಿದ್ದರ ಸಂಕಟವೋ ಅಥವಾ ಅವರು ಪಡುತ್ತಿದ್ದ ಸಂಕಟಕ್ಕೆ ಸಂಭ್ರಮವೋ! ಹಿಂದೆ ಆಡಿಕೊಂಬುವವರ ಮುಖಭಾವ ಯಾರಿಗೆ ಗೊತ್ತು.

'ಈಗಿನ ಕಾಲದ ಹೆಣ್ಮಕ್ಕಳ ಮುಖಕ್ಕೆ ಕರಡ ಕಟ್ಟ, ಮನೆಯಲ್ಲಿರುವ ಗಂಡುಗಳೇನು ಗಂಡಸರಂತೆ ಕಾಣೊಲ್ಲವೆ ಬೆಳೆದ ಈ ಹೆಣ್ಣುಮಕ್ಕಳಿಗೆ' ಎಂದು ಕಂಡವರ ಮನೆಯ ಹೆಣ್ಣುಮಕ್ಕಳನ್ನೆಲ್ಲಾ ದೂರಿ ಮನೆಯಲ್ಲಿರುವ ಗಂಡಿಗೆ ಹೆಣ್ಣೇ ಸಿಗದು ಎಂದು ಅರಚಾಡುವ ತಾರತ್ತೆಗೆ ಮಾತ್ರ ತನ್ನ ಮಗಳನ್ನು ಸೋಮನಮನೆಯ ಮೂಲದ ಅಮೇರಿಕದ ಯಾವುದೋ ಜಾಗದಲ್ಲಿ ಮನೆ ಮಾಡಿ ನೆಲೆನಿಂತಿರುವ ಗಂಡಿಗೆ ಕೊಟ್ಟು ಮದುವೆ ಮಾಡಿದ್ದಳು. ತಾರತ್ತೆಗೆಯಂಥವರ ಆದರ್ಶದ ಪಾಠ ಬೇರೆಯವರಿಗೆ ಮಾತ್ರ

ಎಂಬುದೂ ಗೊತ್ತು... ಶಾರಿಗೆ ಇಂತಹ ಮಾತುಗಳಿಂದ ತಾನು ದೂರವಿದ್ದಷ್ಟೂ ಒಳ್ಳೆಯದು ಎನ್ನಿಸಿದರೂ ತಾನಾಗಿಯೇ ತೊಡರಿಕೊಳ್ಳುವವರಿಗೇನು ಹೇಳುವುದು ಎಂದು ಮತ್ತೂ ಮಗುಮ್ಮಾಗಿಬಿಟ್ಟಳು.

ಆಗಿನ್ನೂ ಕಾರ್ತೀಕ ಹುಟ್ಟಿ ಎರಡು ತಿಂಗಳಾಗಿರಬೇಕು, ಬಾಳಂತನದ ನೋವು ಸ್ವಲ್ಪವೇ ಮರೆಯಾಗುತ್ತ ಹಾಕಿದ ಹೊಲಿಗೆಯ ನೋವನ್ನೂ ಹೊರತುಪಡಿಸಿ ಶಾರಿಯ ತಲೆಯಲ್ಲಿ ಬೇರೆಯ ವಿಚಾರವೂ ಹಾದುಹೋಗತೊಡಗಿದ ಕಾಲವೆನ್ನಿ. ಸೀರೆಯನ್ನು ಪಟ್ಟಿಮಾಡಿ ಸೊಂಟಕ್ಕೆ ಸುತ್ತಿ, ಅಮ್ಮನ ಮದ್ದು ಮೆಣಸು, ಜೀರಿಗೆ ಕುಡಿದು ದಿನಕ್ಕೆ ನಾಲ್ಕು ಬಾರಿ ಹೊಟ್ಟೆ ಕರಗಿತಾ, ನೆರಿಗೆ ಹೋಯಿತಾ ಎಂದು ಪದೇ ಪದೇ ನೋಡತೊಡಗಿದ್ದಳು ಶಾರಿ.

ನಾಲ್ಕೂವರೆ ಕೇಜಿ ತೂಗುವ ಕಾರ್ತೀಕನಿದ್ದ ಹೊಟ್ಟೆ ಅದೆಷ್ಟು ದೊಡ್ಡದಾಗಿರಬಹುದು! ಅಷ್ಟು ದೊಡ್ಡ ಹೊಟ್ಟೆ ಒಂದೆರಡು ತಿಂಗಳು ಕಳೆಯುವುದರೊಳಗೆ ಕರಗಿ ಸಪಾಟಾಗಲು ಸಾಧ್ಯವೇ? ಬಾಳಂತನ ಮುಗಿಯುವುದರೊಳಗೆ ಹೊಟ್ಟೆ ಕರಗಿಸಿಬಿಡಬೇಕೆಂದು ಒಂದು ಸೀರೆಯ ಜೊತೆ ಇನ್ನೊಂದು ಸೀರೆಯನ್ನು ಸೇರಿಸಿ ಪಟ್ಟಿ ಮಾಡಿ ಹೊಟ್ಟೆಗೆ ಬಿಗಿಯಾಗಿ ಸುತ್ತಿಕೊಳ್ಳಲು ಶುರು ಮಾಡಿದಳು. ತನ್ನ ಚಂದಕ್ಕಿಂತಲೂ ಹೆಚ್ಚಾಗಿ ಪುರುಷೋತ್ತಮ ತನ್ನನ್ನು ಹೀಗೆಲ್ಲ ನೋಡಿದರೆ ಎಷ್ಟು ಅಸಹ್ಯಪಟ್ಟುಕೊಂಡಾನು ಎಂಬ ಆತಂಕವೇ ಜಾಸ್ತಿಯಾಗಿತ್ತು ಶಾರಿಗೆ.

ಮದುವೆ ಆಗುತ್ತಲೇ ಅಂದ ಚೆಂದದ ವ್ಯಾಖಾನವೆಲ್ಲ ಗಂಡನ ಕಣ್ಣಿಗೆ ತಕ್ಕಂತೆ ಬದಲಾಗತೊಡಗುತ್ತದೆ. ಅಪೇಕ್ಷೆ, ನಿರೀಕ್ಷೆಗಳೂ ಹಾಗೆಯೇ, ಅವನಿಗೆ ಚೆಂದವೆನಿಸಿದ್ದೇ ತಮಗೂ ಸರಿ ಎನ್ನಿಸುತ್ತದೆ. ಪುರುಷೋತ್ತಮನ ಕಣ್ಣುಗಳ ಮೂಲಕವೇ ಜಗತ್ತು ಕಾಣಿಸುತ್ತಿತ್ತು ಶಾರಿಗೆ. ಅಂಥದ್ದರಲ್ಲಿ ಬಾಳಂತನ ಸರಿಯಾಗದೇ ಕಾಯಿ ಹೊಟ್ಟೆಬಿದ್ದು ಐದಾರು ತಿಂಗಳ ಬಸುರಿಯಂತೆ ಕಂಡರೆ ಅವನಿಗೆಲ್ಲಿ ತನ್ನ ಮೇಲೆ ತಾತ್ಸಾರ ಬರುವುದೋ ಎಂಬ ಭಯ.

ಪುರುಷೋತ್ತಮ– 'ಸ್ವಲ್ಪ ವ್ಯಾಯಾಮ ಮಾಡು, ಬಗ್ಗಿ ನಿಗುರಿ ಮಾಡು ಹೊಟ್ಟೆ ಇಳಿದು, ಆ ಕಜ್ಜಿಯಂತಹ ಕಲೆಯೂ ಹೋಗಬಹುದು' ಎಂಬ ಸಲಹೆಯೊಂದಿಗೆ ಒಂದಿಷ್ಟು ವಾರಪತ್ರಿಕೆಯಲ್ಲಿ ಬರುವ ಚೆಂದದ ಸಪಾಟು ಹೊಟ್ಟೆಯ ಸುಂದರಿಯರು ಹೊಟ್ಟೆಯ ಮೇಲಾದ ಕಲೆಯನ್ನು ತೆಗೆಯಲು ಹೇಳಿದ ಮುಲಾಮುಗಳನ್ನೆಲ್ಲ ತಂದುಕೊಟ್ಟಿದ್ದ.

ಬಾಳಂತನ ಮುಗಿದು ಎರಡು ವರ್ಷ ಕಳೆದರೂ ಕಾಯಿಹೊಟ್ಟೆ ಹಾಗೆಯೇ ಇತ್ತು, ಜೊತೆಗೆ ಬರೆಯಂತಹ ಕಪ್ಪು–ಬಿಳಿ ಗೆರೆಗಳೂ, ಕಾಗದವನ್ನು ಮುದ್ದೆ ಕಟ್ಟಿದರೆ ಉಂಟಾಗುವಂತಹ ನೆರಿಗೆಗಳೂ ಕೂಡ...

'ಎರಡನೇಯದನ್ನು ಹಡೆದಾಗ ಮೊದಲ ದಿನದಿಂದಲೇ ಅರಿವೆಯನ್ನು ಸೊಂಟಕ್ಕೆ ಬಿಗಿಯಾಗಿ ಸುತ್ತು, ಕಾಯಿ ಹೊಟ್ಟೆ ಆಗಲಾದರೂ ಹೋಗಬಹುದು, ಈ ಸಲ ಯಾವ ಮುಲಾಮೂ ಹಚ್ಚುವುದು ಬೇಡ, ಬಾದಾಮೆಣ್ಣೆ, ಎಳ್ಳೆಣ್ಣೆ ಹಚ್ಚು

ಹೊಟ್ಟೆಗೆ. ಕಲೆ ಹೋಗದಿದ್ದರೆ ಕೇಳು' ಎಂದು ಹೊಟ್ಟೆ ಬಗ್ಗೆ ಹಳಹಳಿಸಿದಾಗ ಹಲವರು ಸಲಹೆ ನೀಡಿದ್ದರು. ಹೊಟ್ಟೆಯನ್ನು ಕರಗಿಸಲಾದರೂ ಎರಡನೆಯದನ್ನು ಹಡೆಯುವ ಅನಿವಾರ್ಯತೆ ಶಾರಿಗೆ.

ಶಾರಿಗೆ ಏಳು ತಿಂಗಳು ತುಂಬಿದರೂ ಅಕ್ಕಪಕ್ಕದ ಮನೆಯವರಿಗೂ ಶಾರಿಯ ಬಸಿರೇ ತಿಳಿದಿರಲಿಲ್ಲ. ಹೊಟ್ಟೆಯೇ ಹಾಗಿತ್ತಲ್ಲವೇ, ಶಾರಿ ಯಾವಾಗಲೂ ಏಳು ತಿಂಗಳ ಬಸುರಿಯಂತೆಯೇ ಕಾಣಿಸುತ್ತಿದ್ದಳು!

ಎರಡನೇಯದನ್ನು ಹಡೆದು, ಎಷ್ಟೇ ತಿಪ್ಪರಲಾಗ ಹಾಕಿದರೂ ಹೊಟ್ಟೆಯ ಮೇಲಿನ ಬರೆ ಹಾಗೂ ಬಸುರಿಯಂತಹ ಹೊಟ್ಟೆ ಹೋಗಲೇ ಇಲ್ಲ.

ಇತ್ತ ಪುರುಷೋತ್ತಮನೂ ಪ್ರೀತಿಯಿಂದ ಹಂಗಿಸುತ್ತಿದ್ದನೋ ಇಲ್ಲಾ ಮನಸ್ಸಿನಲ್ಲಿದ್ದಿದನ್ನೇ ಹೊರಹಾಕುತ್ತಿದ್ದನೋ ಯಾರಿಗೆ ಗೊತ್ತು, 'ನಿನ್ನ ಡೊಳ್ಳಿನಂತಹ ಹೊಟ್ಟೆ ಕಂಡರೆ ಭಯಂಕರ ಹೆದರಿಕೆ ನನಗೆ, ಚರ್ಮ ರೋಗ ಬಂದವರಂತೆ ಕಾಣಿಸುತ್ತದೆ.' ಎನ್ನುತ್ತಿದ್ದ. ಹಬ್ಬ ಹರಿದಿನ ಎಂದು ದೇವರ ಮುಂದೆ ಕೂರಲು ಸೀರೆ ಉಡಲು ಶಾರಿ ಕೈ ಹಚ್ಚಿದರೆ ಸಾಕು, 'ಮಾರಾಯ್ತಿ ಚೂಡಿದಾರ ಹಾಕ್ಕೊಳ್ಳೆ. ನಿನ್ನ ಹೊಟ್ಟೆ ಕಂಡರೆ ನನಗೆ ಕಲಿತ ಮಂತ್ರವೂ ಬಾಯಿಗೆ ಬರದು.' ಎಂದು ತನ್ನದೇ ದೊಡ್ಡ ಕಷ್ಟವೆಂಬಂತೆ ಬಿಂಬಿಸುತ್ತಿದ್ದ.

ಇಂಥದ್ದೆಲ್ಲ ಕೇಳಿ ಕಿವಿ ಹಿತ್ತಾಳೆಯಾದರೂ ಶಾರಿಗೆ ಮನಸ್ಸಿನ ಮೂಲೆಯಲ್ಲಿ ಒಂದಿಷ್ಟು ಆತಂಕ. ಗಂಡನ ಬಳಿ ಸುಳಿಯಲಿಕ್ಕೂ ಅವಳಿಗೆ ಒಂದು ನಮೂನೆಯಾದರೂ ಗಂಡ ತನ್ನಿಂದ ದೂರವಾದರೆ ಎನ್ನುವ ಸಂಶಯ. ಶಾರಿಯ ಸಂಕಟ ಅತ್ತಲಾಗೆ ಯಾರ ಬಳಿಯೂ ಹೇಳುವಂತೆಯೂ ಇಲ್ಲ, ಮನಸ್ಸಲ್ಲೇ ಇಟ್ಟುಕೊಂಡು ನೆಮ್ಮದಿಯ ಬದುಕು ಬದುಕುವಂತೆಯೂ ಇಲ್ಲ.

ಒಂದು ದಿನ ಹಾಗೆಯೇ ಪುರುಷೋತ್ತಮನ ತಾಯಿ ಯಾವತ್ತೂ ಬರದವಳು ಮಗನ ಮನೆಯ ಅನ್ನದ ಬಣ್ಣ ಕಾಣಲು ಬಂದಿದ್ದಳು. ಇಲ್ಲದಿದ್ದರೆ ಹಬ್ಬ ಹರಿದಿನ ಅಂತ ಊರ ಮೇಲೆ ಅಲೆಯುವವರಿಗೆ ಮಗ-ಮೊಮ್ಮಕ್ಕಳೆಲ್ಲ ಬೇಕಂತಲೇ ಇಲ್ಲ.

ಶಾರಿಗೆ ಅತ್ತೆಯ ಮೇಲೆ ಹೇಳಿಕೊಳ್ಳುವಂತಹ ದ್ವೇಷವಾಗಲಿ, ಪ್ರೀತಿಯಾಗಲಿ ಇಲ್ಲದ್ದರಿಂದ ಅತ್ತೆಯ ಆಗಮನಕ್ಕೆ ಖುಷಿಯನ್ನೇ ಪಟ್ಟರಾಯ್ತು ಎಂದು ಅಂದುಕೊಂಡಳು. ಅಲ್ಲದೆ ಕೆಲವು ವರ್ಷಗಳಿಂದೀಚೆ ಪುರುಷೋತ್ತಮನೂ ಕೆಲಸ-ಬೊಗಸೆ ಅಂತ ಆಫೀಸಿನಲ್ಲಿ ಕಾಲಕಳೆಯುವುದೇ ಆಗಿಹೋಗಿತ್ತು. ಗಂಡನ ಮೇಲೆ ಸಂಶಯಪಡುವುದು ತರವಲ್ಲ ಎಂದುಕೊಂಡರೂ ತನ್ನ ಬಳಿ ಬಾರದ ಗಂಡ ತನ್ನ ಹೊಟ್ಟೆಯ ಮೇಲೆ ಮೂಡಿದ ಬಾಸುಂಡೆಯಂತಹ ಗೆರೆಗಳಿಂದಾಗಿಯೇ ದೂರವಾಗಿದ್ದಾನೆ ಎಂಬ ನೋವು ಒಬ್ಬಂಟಿ ಶಾರಿಯನ್ನು ಯಾವತ್ತೂ ಚುಚ್ಚುತ್ತಿತ್ತು.

ಅಂದು ಬೆಳಿಗ್ಗೆ ಬಿಂಜಲು ತೆಗೆಯುತ್ತಿದ್ದ ಶಾರಿ ತನ್ನ ಪೊತ್ತೆ ಕೂದಲನ್ನು ಮೀಯಲು ಹೊರಟವರಂತೆ ಮೇಲಕ್ಕೆತ್ತಿ ಬಿಗಿದಿದ್ದು ಆ ಗಂಟನ್ನೂ ದಾಟಿ ಕೆಳಗಿಳಿಯುತ್ತಿದ್ದ ಬೆವರ ಹನಿ ಕುತ್ತಿಗೆಯ ಮೇಲ್ಹಾದಿ ಬೆನ್ನ ಹುರಿಯ ನೇರ್ತ ಕೆಳಗೆ

ದಳಗುಡುತ್ತ ಇಳಿಯುತ್ತಲಿತ್ತು. ತೊಡೆಸಂದಿಯಲ್ಲಷ್ಟೇ ಅಲ್ಲ, ಪಲಕದ ಕಂಕುಳು ಒದ್ದೆ ಮುದ್ದೆಯಾಗಿ ಕೈಯಾಡಿಸಿದರೆ ನೋಯುವಷ್ಟು ಕಂಕುಳಲ್ಲೂ ಕೊರೆತ ಕಾಣಿಸುತ್ತಿತ್ತು ಶಾರಿಗೆ. ಶಾರಿಯ ಪಲಕ ಪಿಸಿಯುವುದೂ ಕಂಕುಳಲ್ಲೇ. ಬೆವರಿನ ಹೊಡೆತಕ್ಕೆ ಬಟ್ಟೆಯೆಲ್ಲ ಲಡ್ಡುಬಡಕುಗಳಾಗಿ ತಿಂಗಳೊಪ್ಪತ್ತಲ್ಲಿ ಅಡುಗೆ ಮನೆಯ ಕೈವರೆಸಿಗಳಾಗಿಬಿಡುತ್ತಿದ್ದವು. ಅಲವರಿಕೆ, ಎಂತಹದ್ದೋ ಆತಂಕದಲ್ಲಿದ್ದ ಶಾರಿಗೆ, 'ನೀನೋ, ನಿನ್ನ ಅವತಾರವೋ. ನಿನ್ನ ಹೊಟ್ಟೆಯನ್ನಂತೂ ನೋಡುವಂತಿಲ್ಲ, ನಿನ್ನ ಮುಖವನ್ನಾದರೂ ಸರಿಯಾಗಿಟ್ಟುಕೋ ಮಾರಾಯ್ತಿ. ಒಳ್ಳೆ ಗದ್ದೆ ಹೂಡಲು ಹೊರಟವಳಂತೆ ಕಾಣಿಸುತ್ತಿದ್ದೀಯಾ. ಅವರಾದರೂ ಬೇಕು, ಕೆಲಸಕ್ಕೆ ಹೋಗುವಾಗ ಮಾತ್ರ ಇಂತಹ ಅವಸ್ಥೆಯಲ್ಲಿರುತ್ತಾರೆ. ಅದು ಹೇಗೆ ದಿನವಿಡೀ ಇದೇ ರೂಪದಲ್ಲಿ ಇರುತ್ತೀಯೋ ಏನೋ!' ಎಂದು ತನ್ನ ತಾಯಿಯ ಎದುರೇ ಅಪಹಾಸ್ಯ ಮಾಡಿದ್ದೇ ನೆಪ. ಎಷ್ಟೋ ವರ್ಷಗಳಿಂದ ಹೇಳಿದ್ದನ್ನೆಲ್ಲಾ ಕೇಳಿಸಿಕೊಂಡು ಬಂದ ಶಾರಿ, ಮೈಮೇಲೆ ಖಬರ್‍ರೇ ಇಲ್ಲದವರಂತೆ ಕಿರುಚಿದಳು, ಕೈಗೆ ಸಿಕ್ಕ ಪಾತ್ರೆ ಪಡಗಗಳನ್ನು ಕುಕ್ಕಿ, 'ಹೆಂಡತಿ ಕಂಡರೆ ಹೇವರಿಕೆ ನಿಮಗೆ. ಅದಕ್ಕೇ ಅಲ್ಲವೇ ನನ್ನನ್ನು ದೂರ ಇಡುತ್ತಿರುವುದು. ನನ್ನನ್ನು ಮುಟ್ಟಲೂ ಅಸಹ್ಯ ನಿಮಗೆ' ಎಂದು ಮನಸೋ ಇಚ್ಛೆ ಕೂಗಿ ಅತ್ತಳು. ತಪ್ಪಲೆ, ಬೊಡ್ಡೆ, ಬೋಗುಣಿಗಳನ್ನು ಜರೆದು ಅರಚಿದಳು. ಅನ್ನದ ಬಣ್ಣ ಕಾಣಲು ಬಂದ ಅತ್ತೆಗೆ ಇವೆಲ್ಲಾ ಕಾಣದಿದ್ದೀತೆ...

ಚಂಡಿಯ ಅಪರಾವತಾರದ ಸೊಸೆಯ ಕೈಯಲ್ಲಿ ಮಗ ಏಗುತ್ತಿದ್ದುದು ಹೇಗೋ ಅಂತ ಅವಳಿಗೆ ಮಗನ ಮೇಲೆ ಪ್ರೀತಿ-ಕರುಣೆ ಉಕ್ಕಿ ಹರಿದು ಬಂದಿತ್ತು.

ಹೆಂಡತಿಯ ಈ ಅವತಾರವನ್ನೇ ಕಂಡಿರದ ಪುರುಷೋತ್ತಮ ಒಂದು ಮಾತನ್ನೂ ಆಡದೆ, ಆಸರಿಯನ್ನೂ ಕುಡಿಯದೆ ಆಫೀಸಿಗೆ ಹೊರಟುಬಿಟ್ಟ. ಆದರೆ ಅಂದು ಆಫೀಸಿಗೆ ಹೊರಟವನು ಮತ್ತೆ ಬರಲಾರ ಎಂದು ಶಾರಿಗೆಲ್ಲಿ ತಿಳಿದಿತ್ತು. ಕೆಮ್ಮುತ್ತ ನೆಲಕ್ಕೆ ಬಿದ್ದವನು ಮತ್ತೆ ಮೇಲೇಳಲಿಲ್ಲ ಅಂತ ತಿಳಿದಿದ್ದೇ ಶಾರಿ, 'ಯಾವುದಕ್ಕೆ ಅಳಲಿ, ಪುರುಷೋತ್ತಮನನ್ನು ಎಂದೂ ನೋಯಿಸದವಳು ಅಂದು ನೋಯಿಸಿದ್ದಕ್ಕಾಗೋ, ಎರಡು ಮಕ್ಕಳ ತಾಯಿಯ ಬದುಕು ಇನ್ನು ಹೇಗೆ ಅಂತಲೋ ಪುರುಷೋತ್ತಮ ಮತ್ತೆ ಬರಲಾರ ಅಂತಲೋ... ಪುರುಷೋತ್ತಮನ ಸಾವು ಕಾಡುತ್ತಿತ್ತಾದರೂ ಅಂದು ಜಗಳವಾಗದೇ ಇದ್ದಿದ್ದರೆ ಇಷ್ಟೊಂದು ಕಾಡುತ್ತಿರಲಿಲ್ಲ. ಎಂದೂ ಮಾಡದವಳು ಅಂದೇ ಏಕೆ ಜಗಳ ಮಾಡಿದೆ' ಎಂದು ತನ್ನನ್ನೇ ತಾನು ಸಾರಿಸಾರಿ ಕೇಳಿಕೊಂಡಿದ್ದಳು.

ಅತ್ತೆ ಮಾವನ ಕಣ್ಣಲ್ಲೂ, ಸ್ವತಃ ತನ್ನ ಕಣ್ಣಲ್ಲೂ ಆ ಜಗಳ ಶಾರಿಯನ್ನು ಕುಗ್ಗಿಸಿಬಿಟ್ಟಿತ್ತು. ಗಂಡ ಎಂದು ಅವನನ್ನು ಎಷ್ಟು ಪ್ರೀತಿಸಿದ್ದಳೆಂಬುದು ಅವಳಿಗೆ ತಿಳಿದಿಲ್ಲವಾದರೂ ಅವನಿಲ್ಲದೆ ಮನಸ್ಸೆಲ್ಲ ಬಿನ್ನಗಾಗಿತ್ತು. ಮಕ್ಕಳೂ ಅಪ್ಪನನ್ನು ಬಹಳ ನೆನೆಯುತ್ತಿದ್ದರು.

ಶಾರಿಯ ವಯಸ್ಸಿನ್ನು ಚಿಕ್ಕದು, ಅಲ್ಲದೆ ಈಗಂತೂ ಹೆಣ್ಣು ಮಕ್ಕಳಿಗೇ ಬರಗಾಲ, ಗಂಡು ಸಿಗುವುದು ತೀರಾ ಕಷ್ಟವೇನಲ್ಲ ಎಂದು ಅವಳಿಗೆ ಎರಡನೆಯ ಮದುವೆ

ಮಾಡಲೇಬೇಕೆಂದು ಮನೆಯವರೆಲ್ಲ ಸೇರಿ ಗಂಡು ಹುಡುಕಿದ್ದೇ ಹುಡುಕಿದ್ದು. ಕಡೆಯಲ್ಲಿ ಸಿಕ್ಕವನೇ ಸುಧಾಕರ, ಮನೆಗೊಬ್ಬನೇ ಮಗ. ಊರಿನಲ್ಲೇ ಇದ್ದು ತೋಟ ಮನೆ ಸಂಭಾಳಿಸಿಕೊಂಡು ಹೋಗುತ್ತಿದ್ದವ. ಮದುವೆಯನ್ನೇ ಕಾಣದೆ ಮೂವತ್ತೆಂಟು ದಾಟುತ್ತಿದ್ದವ. ಎರಡು ಮಕ್ಕಳ ಜೋಜಾರ ತನಗಿರಲಿ ಎಂದು ಶಾರಿಯ ಜೊತೆ ಪುರುಷೋತ್ತಮನ ಎರಡು ಮಕ್ಕಳನ್ನೂ ಒಪ್ಪಿಕೊಂಡು ಸುಧಾಕರ ಶಾರಿಯ ಅಪ್ಪ ಅಮ್ಮನ ಕಣ್ಣಲ್ಲಿ ದೇವರಂತೆನಿಸಿಕೊಂಡ ಎಂದರೆ ಬಹಳ ಉತ್ಪ್ರೇಕ್ಷೆಯೇನಾಗಿರಲಿಕ್ಕಿಲ್ಲ.

ತನ್ನವೇ ಎರಡು ಮಕ್ಕಳನ್ನು ಹೆತ್ತವಳ ಹೊಟ್ಟೆ ಕಂಡರೆ ಅಸಹ್ಯ ಎನ್ನುವುದೋ, ಭಯ ಎನ್ನುವುದೋ, ಒಟ್ಟಿನಲ್ಲಿ ಯಾವುದೋ ಕಾರಣಕ್ಕಾಗಿ ದೂರ ಸರಿಯುತ್ತಿದ್ದ ಪುರುಷೋತ್ತಮ, ಇನ್ನು ಸುಧಾಕರನಿಗೆ ಎಂತಹ ಭಾವನೆ ಬಂದೀತು! ಬಸಿರು-ಬಾಳಂತನ, ಮಕ್ಕಳು-ಮರಿ ಕಾಣದವನಿಗೆ ದೇಹದ ಬದಲಾವಣೆ ಸಹಜ ಎಂದು ಎನ್ನಿಸುವುದಾದರೂ ಹೇಗೆ? ಹೆತ್ತವರಿಗೇ ತನ್ನ ಹಿಂಜರಿಕೆಯನ್ನು ಹೇಳಿಕೊಳ್ಳಲಾಗದಿದ್ದವಳು ಮದುವೆಗೂ ಮುನ್ನ ಸುಧಾಕರನಿಗೆ ಏನಂತ ವಿವರಣೆ ಕೊಟ್ಟು ಉತ್ತರ ಪಡೆದಾಳು!

ಕಾಲೇಜಿನ ಹರೆಯದ ಒಂದು ದಿನ ಮೂರುಸಂಜೆಯ ಬೆಳಕಲ್ಲಿ ಶಾರಿಯ ಎಡಗೈ ಹಿಡಿದು ಗೆಳತಿ ಪೂರ್ಣಿ 'ಅಯ್ಯೋ ರಾಮಾ, ನಿಂಗೆ ಎರಡು ಮದುವೆಯ ಭಾಗ್ಯ ಉಂಟು, ಇಲ್ಲಿ ನೋಡು ಎರಡೆರಡು ಕಂಕಣದ ಗೆರೆ' ಅಂತ ಕಣ್ಣು ಮಿಟುಕಿಸಿದಾಗ

'ಮಕ್ಕಳೂ ನಾಲ್ಕಾಗಿರಬೇಕು ಸರಿಯಾಗಿ ನೋಡು, ಅವನವೆರಡು, ಇವನವೆರಡು' ಎಂದಿದ್ದಳು ಶಾರಿ. ಹುಡುಗಾಟಿಕೆಯಲ್ಲಿಯೇ ಆದರೂ ಮದುವೆ ಎಂದೊಡನೆ ಮೈ ಝುಮ್ಮೆನ್ನುವ ದಿನಗಳವು, ಒಂದೋ ಎರಡೋ ಎಂಬುದೆಲ್ಲ ಸಂಬಂಧಪಡದವಾಗಿದ್ದವು ಅಷ್ಟೇ.

ಮದುವೆಯ ಹೊಸತರಲ್ಲಿ ದೈಹಿಕ ಆಕರ್ಷಣೆಯಿದ್ದರೂ ಸಂಬಂಧ ಬಲಿಯುತ್ತ ಅದು ದೇಹವನ್ನು ಮೀರಿ ಬೆಳೆದುಬಿಡುತ್ತದೆ ಎಂದು ಗೋಟಡಿಕೆ ಆರಿಸುತ್ತ ಆಡಿದ ಬೋಳು ಹಣೆಯ ಅಜ್ಜಿಗೆ ಅಜ್ಜನ ಪ್ರೀತಿ ನೆನಪಾಗಿದ್ದಿತ್ತೆ? ಪುರುಷೋತ್ತಮನೊಂದಿಗಿನ ಸಂಬಂಧ ದೇಹವನ್ನು ಬಿಟ್ಟು ಬೆಳೆಯಲಾಗದೆ ಮುರುಟಿದ್ದು ನೆನಪಾಗಿ ತನ್ನ ನಾಳೆಗಳಲ್ಲಿಯೂ ಅಭದ್ರತೆ ಕಾಣತೊಡಗಿದ್ದಳು ಶಾರಿ.

ಬೆಸೆದುಕೊಳ್ಳುವ ಈ ಹೊಸ ಸಂಬಂಧದ ಬಗ್ಗೆ ತನಗೇ ನಂಬಿಕೆಯಿಲ್ಲ, ಇನ್ನು ಒಮ್ಮೆಲೇ ಅಪ್ಪನ ಸ್ಥಾನಕ್ಕೇರಲಣಿಯಾದ ಸುಧಾಕರನೆನ್ನುವ ಅಪ್ಪನ ಬಗ್ಗೆ ಮಕ್ಕಳಿಗೆ ಹೇಗನ್ನಿಸುತ್ತದೋ ಎನ್ನುವ ಸಣ್ಣ ಆತಂಕ ಬೇರೆ.

ಇವೆಲ್ಲದರ ನಡುವೆ ಮದುವೆ ಮನೆಯೆಂಬುದನ್ನೂ ಮರೆತು ಬಾಯಿ ಸೋಲುವಷ್ಟು ಹುಗುಸಿ ಹಲುಬಿ ಬಂದ ತಾರತ್ತೆ, 'ಶಾರೀ, ನಿನ್ನ ಹಳೆ ಮಾವನ ಫೋನು ಬಂದಿತ್ತಂತೆ. ಮದುವೆಗೆ ಬರಲಾಗದು ಅಲ್ಲಿಂದಲೇ ಆಶೀರ್ವಾದ ಮಾಡುತ್ತೇವೆ ಎಂದರಂತೆ. ಗಂಡನನ್ನೇನೋ ಬದಲಿ ಮಾಡಬಹುದು, ಮಕ್ಕಳನ್ನ

ಬದಲಿ ಮಾಡ್ಕೋಬಹುದಾ! ಪಾಪ ಬಡೀ ಜನ.' ಎಂದು ಬಾಯೆಳೆಯುವಾಗ, ನಾಲ್ಕು ಜನರ ಕಿವಿ ತನ್ನತ್ತಲೇ ಇದೆಯೆಂದು ಮಾತನ್ನು ಮುಂದುವರೆಸಿದಳು,

'ಕತೆ ಗೊತ್ತಾ, ಒಮ್ಮೆ ದೇವರು ತಾಯಿ ಮತ್ತು ಹೆಂಡತಿಯ ಹೊಟ್ಟೆಯಲ್ಲಿ ಅಕ್ಕಿ ಇಟ್ಟು, ಆ ಮನುಷ್ಯನಿಗೆ ಕಷ್ಟ ಕೊಟ್ಟನಂತೆ. ಮಗನ ಕಷ್ಟಕ್ಕೆ ನೊಂದ ತಾಯಿಯ ತಾಪಕ್ಕೆ ಹೊಟ್ಟೆಯಲ್ಲಿದ್ದ ಅಕ್ಕಿ ಬೆಂದು ಅನ್ನವಾಗಿತ್ತಂತೆ, ಹೆಂಡತಿಯ ಹೊಟ್ಟೆಯಲ್ಲಿದ್ದ ಅಕ್ಕಿ ಹಾಗೆಯೇ ಇತ್ತಂತೆ ನೋಡಿ!' ಎಂದ ತಾರತ್ತೆಗೆ ಮಾತೆಸೆಯಲು ಸಂದರ್ಭ ಬೇಕಿತ್ತಷ್ಟೇ.

ಅತ್ತಲಾಗೇ ಗೆರಶಿ ಹಿಡಿದು ಬಂದ ಮಹೇಶ್ವರಿ 'ಎಂತಾ ಮಾತು ಅಂತ ಆಡುತ್ತೀರಿ ತಾರತ್ತೆಗೆ, ತಾವು ಮದುವೆಗೆ ಬಂದರೆ ಮತ್ತೆ ಹಳೆಯದನ್ನೆಲ್ಲ ನೆನೆದು ನೊಂದಾಳು ಹುಡುಗಿ ಅಂತ ಅವರಾಡಿದ ಮಾತನ್ನೇಕೆ ನುಂಗಿದಿರಿ' ಎಂದು ತಾರತ್ತೆಗೆಯ ಮಾತನ್ನು ಕತ್ತರಿಸಿದರು.

'ಫಾತಿಮಾ, ಕಾರ್ತೀಕ, ಕೀರ್ತಿಯ ಕೈಗೂ ಮದರಂಗಿ ಹಚ್ಚಿಬಿಡು. ಇಲ್ಲದಿದ್ದರೆ ಮಂಕುಬಡಿದ ಈ ಅಮ್ಮನನ್ನ ಗೋಳು ಹೊಯ್ದುಕೊಳ್ಳುತ್ತಾವೆ' ಎಂದು ಬೇಕಂತಲೇ ಫಾತಿಮಾಳನ್ನು ಅತ್ತ ಕಳಿಸಿ ಸುಧಾಕರ ಕೊಟ್ಟ ಸಣ್ಣ ಚೀಟಿಯನ್ನು ತಾರತ್ತೆಯ ಕಣ್ಣುಗಳನ್ನೂ ತಪ್ಪಿಸಿ ಶಾರಿಯ ಕೈಲಿಟ್ಟಳು ಮಹೇಶ್ವರಿ.

ಸುಧಾಕರನಿಗೆ ಮದುವೆ, ಮಂಟಪ, ಬಾಸಿಂಗ ಎಲ್ಲವೂ ಹೊಸದು ಎಂದು ಒತ್ತಿ ಹೇಳುತ್ತ ಮದುವೆಯನ್ನು ಜೋರಾಗಿಯೇ ಮಾಡಬೇಕು ಎಂದು ಒತ್ತಾಯಿಸಿದವಳು ಅಮ್ಮನೇ, 'ಅವನಿಗೆಲ್ಲ ಹೊಸದು' ಎಂಬ ಮಾತು ಮಗಳನ್ನು ಚುಚ್ಚೀತು ಎನ್ನುವ ಕಲ್ಪನೆ ಬೇಡವೇ ಅವಳಿಗೆ ಎಂದುಕೊಳ್ಳುತ್ತ, ಅಸಮಾಧಾನದಿಂದಲೇ ಸುಧಾಕರನ ಪತ್ರ ತೆಗೆದುಕೊಂಡವಳಿಗೆ ಮತ್ತೊಮ್ಮೆ ಪುರುಷೋತ್ತಮನ ಕಾಗೆ ಕಾಲಿನ 'ಕುಂಟು ಲಿಪಿ' ನೆನಪಿಗೆ ಬಂತು ಶಾರಿಗೆ.

'~~ಪ್ರೀತಿಯ~~ ನಲ್ಮೆಯ ಶಾರಿಗೆ,

ನಾವಿಬ್ಬರೂ ನಮ್ಮ ನಮ್ಮ ಜಾಗದಲ್ಲಿನ ಅನಿವಾರ್ಯತೆಯಿಂದ ಹತ್ತಿರವಾಗುತ್ತಿರುವವರು. ನಿನ್ನ ಬದುಕಿನಲ್ಲಿ ಕಳೆದುಕೊಂಡ ಪ್ರೀತಿಯನ್ನು ಕೊಡುತ್ತೇನೆಂದು ಹೇಳುವ ಧೈರ್ಯ ನನಗಿಲ್ಲ. ನಿನಗೆ ಬಾಳು ಕೊಡುತ್ತೇನೆ ಎಂದು ಹೇಳುವಷ್ಟು ದೊಡ್ಡವನೂ ನಾನಲ್ಲ... ನಿನ್ನನ್ನು ಮತ್ತು ನಮ್ಮ ಮಕ್ಕಳಾದ ಕಾರ್ತೀಕ, ಕೀರ್ತಿಯರನ್ನು ಎಣೆ ಮೀರಿ ಪ್ರೀತಿಸಲು ನನಗೆ ಸ್ವಲ್ಪ ಸಮಯ ಹಿಡಿಸಬಹುದು ಆದರೆ ನಿಮ್ಮ ಮೇಲಿನ ಗೌರವ ಆದರಗಳಿಗೆ ಯಾವತ್ತೂ ಕೊರತೆಯಾಗದು. ಅದೇ ಮುಂದೆ ನಮ್ಮ ನಡುವೆ ಬಿಡಿಸಲಾಗದ ಅನುಬಂಧವನ್ನು ಹೆಣೆಯುವುದು ಎನ್ನುವ ನಂಬಿಕೆಯಿದೆ. ನನ್ನ ಈ ಭಾವನೆಗಳನ್ನು ನಿಮ್ಮ ಮೇಲಿನ ಕರುಣೆ ಎಂದಾಗಲೀ ನನ್ನ ದೊಡ್ಡತನ ಎಂದಾಗಲೀ ಅರ್ಥೈಸುವುದು ಬೇಡ.

ಇಂತಿ ~~ನಿನ್ನವ~~

ಸುಧಾಕರ'

ಹೌದು ಸುಧಾಕರನೇ... ಊರ ಮೇಲಿನ ಸಮಾರಾಧನೆಗೆ ಬಡಿಸಲು ಹೋಗುವವನೇ...

ಮನದ ತುಂಬಾ ಭಯವೆಂಬ ಭೂತ ಕುಣಿಯುತ್ತಿದ್ದಾಗ ಸುಧಾಕರನ ಪತ್ರ ನೀಡಿದ ಸಾಂತ್ವನ ಮತ್ತು ಧೈರ್ಯ ಅವನನ್ನು ಅದೆಷ್ಟು ಹತ್ತಿರ ಕರೆ ತಂದಿತ್ತು, ಢೋಂಗಿಯೆನ್ನಿಸದ ಅವನ ನುಡಿ ಎಷ್ಟೊಂದು ಆಪ್ತತೆ ಮೂಡಿಸಿತ್ತು ಶಾರಿಯಲ್ಲಿ. ಕಾಟು ಹೊಡೆದ ಪದಗಳೆರಡೂ ತನಗಾಗಿಯೇ ಎನ್ನಿಸಿ ಕೈಗೆ ಹಚ್ಚಿದ ಮದರಂಗಿಯಲ್ಲಿ ಸುಧಾಕರನ ಹೆಸರನ್ನು ಹುಡುಕತೊಡಗಿದಳು ಶಾರಿ...

ಮಾಕಬ್ಬೆ...

ಎಂದೂ ಮುಸುಕಲು ಹಾಕಿ ಮಲಗದ ಪರಮು ಕಂಬಳಿಯ ಜೊತೆಗೆ ಎರಡು ಚಾದರವನ್ನೂ ಸೇರಿಸಿದ ಹೊದಕಲೊಳಗೆ ಸಣಕಲು ಶರೀರವನ್ನು ಬಿಲ್ಲಿನಂತೆ ಕುಗ್ಗಿಸಿ ನಿಗಟಿಕೊಂಡು ನಿದ್ದೆ ಬಂದಿದೆ ಎಂದು ತನ್ನನ್ನೇ ತಾನು ನಂಬಿಸಲು ಪ್ರಯತ್ನಿಸುತ್ತಿದ್ದ. ಮನಸ್ಸು ಈಗಲೂ ತಹಬದಿಗೆ ಬಂದಿರಲಿಲ್ಲ... ಮಾಕಬ್ಬೆಯ ಜಮಟೆಯಂತಹ ಬಾಯಿಯಿಂದ ಬೈಗುಳದ ಹೊರತಾಗಿ ಬೇರೇನೂ ಬಂದಿದ್ದು ಇಲ್ಲಿಯವರೆಗೆ ಯಾರೂ ಕೇಳಿರಲಿಕ್ಕಿಲ್ಲ... ನಮ್ಮ ಭಾಷೆ ಅವಳೊಟ್ಟಿಗೆ ಸೇರಿ ಇಷ್ಟೊಂದು ಕೆಳಮಟ್ಟಕ್ಕೂ ಇಳಿಯಬಹುದೇ ಅಂತ ಸಂದೇಹ ಮೂಡಿಸುವಂತಿರುತ್ತಿತ್ತು. ಸೊಂಟದ ಕೆಳಗಿನ ಭಾಷೆಯ ಹೊರತಾಗಿ ಅವಳ ಮುಖದಲ್ಲಿರುವ ಬಾಯಿ ಬೇರೆ ಆಡಿದ್ದೇ ಇಲ್ಲ. ಒಂದು ಮಾತೂ ಕೆಳಗೆ ಬೀಳಲು ಕೊಡದಷ್ಟು ಕಾಲು ಕೆರೆದು ಜಗಳಕ್ಕಿಳಿಯುತ್ತಿದ್ದವಳು ಈಗ ಯಾರ ಮಾತಿಗೂ ಸಿಗದಷ್ಟು ದೂರ ಹೋಗುತ್ತಿದ್ದಾಳೆ ಎಂದು ಯೋಚಿಸಿದಷ್ಟೂ ಬೆಚ್ಚಗಿನ ಚಾದರದೊಳಗೆ ಇದ್ದಷ್ಟೂ ಹೊತ್ತು ಹೊರಗಿನ ಹಂಗಿಲ್ಲವೆಂಬಂತೆ ಮಲಗಿದ ಪರಮುವಿಗೆ ಮಾಕಬ್ಬೆಯ ಗುಂಗು ಬೇಡವೆಂದು ತಳ್ಳಿದರೂ ತಾನಾಗಿ ಮತ್ತೆ ತನ್ನತ್ತ ಸೆಳೆದುಕೊಳ್ಳುತ್ತಿತ್ತು... ಅಬ್ಬರದ ಸಮುದ್ರದ ಸುಳಿ ಎಳೆದೆಳೆದು ಪಾತಾಳಕ್ಕಿಳಿಸಿಬಿಟ್ಟಂತೆ...

ಮಾಕಬ್ಬೆಯ ಕ್ಷೀಣಗೊಳ್ಳುತ್ತಿರುವ ಉಸಿರು ಅವಳೊಂದಿಗೆ ಹಂಚಿಕೊಂಡ ದಿನಗಳನ್ನು, ಕೆಲೆತ–ಹೊಡೆತಗಳನ್ನು, ಕಾಗೆ ಎಂಜಲು ಮಾಡಿ ಹಂಚಿ ತಿಂದ ಕದ್ದು ತಂದಿದ್ದ ನೆಲ್ಲಿ– ಪೇರಲೆಗಳನ್ನು... ಹೀಗೆ ಏನೇನೋ ಬಹಳಷ್ಟನ್ನು... ಒಟ್ಟಿನಲ್ಲಿ ಇಂದಿನವರೆಗಿನ ಬದುಕಿನ ದೊಡ್ಡ ತುಕಡಿಯನ್ನೇ ಬರಿದುಮಾಡುವ ಹುನ್ನಾರದಲ್ಲಿತ್ತು. ಮಾಕಬ್ಬೆಯ ಮುಸುಡು ನೋಡುವುದೂ ಅಸಹ್ಯವಾಗಿದ್ದು ಸುಳ್ಳೆನಿಸುವಷ್ಟು ಅವಳು ತನ್ನೊಳಗೆ ಇಳಿದಾಳು ಎಂಬ ಕಲ್ಪನೆ ಇಲ್ಲಿವರೆಗೂ ಬಂದಿದ್ದೇ ಇಲ್ಲ. ಕಂಗಾಲಾದ ಪರಮು... ಬೆಚ್ಚಗಿನ ಚಾದರದೊಳಗೂ ದವಡೆ ನೋವು ಬರುವಷ್ಟು ನಡುಗುತ್ತಿದ್ದ... ಎಲ್ಲೇ ಅಡಗಿ ಮುದುಗಿದರೂ ಕಳೆಯದ ನಿನ್ನೆಯ ನೆರಳು ಚಾದರದ ಕತ್ತಲೆಯೊಳಗೆ ಇನ್ನೂ ಢಾಳವಾಗಿತ್ತು.

ಪರಮುವಿಗೆ ವರ್ಷ ಹತ್ತಾಗುವವರೆಗೂ 'ಮಹಾಲಕ್ಷ್ಮಿ' ಮಾಕು ಚಿಕ್ಕಿಯೇ ಆಗಿದ್ದಳು. ಅವರಿಬ್ಬರೂ ಏರದ ಮರಗಳಿಲ್ಲ, ಆಡದ ಆಟಗಳಿಲ್ಲ, ಮಾಡದ ಕೆಲಸಗಳೇ ಇಲ್ಲ. ತಾಯಿಯ ಸಣ್ಣ ತಂಗಿ ಮಾಕು ಚಿಕ್ಕಿಗಿಂತ ಗೆಳತಿಯಾಗಿ ಪರಮುವಿಗೆ ಹತ್ತಿರವಾದವಳು, ಬರೀ 4 ವರ್ಷಕ್ಕೆ ದೊಡ್ಡವಳು. ಹಿತ್ತಲಿನ ತೆಂಗು, ಗೇರು, ಹೊನ್ನೆಗಳಿಗೂ ಇವರ ಸ್ನೇಹ ಖುಷಿಯನ್ನೇ ಕೊಟ್ಟಿತ್ತು. ಪರಮುವಿನ ಮೂಗಲ್ಲಿ ಸೊರಬರ ಸಪ್ಪಳ ಮಾಡುತ್ತ ಕೆಳಗಿಳಿವ ಹಳದಿ ಬಣ್ಣದ ಗೊಣ್ಣೆಯಾಗಲೀ ಮಾಕುವಿನ ತಲೆ ತುಂಬ ಬಳಬಳ ಹರಿದಾಡುವ ಹೇನು, ರೆಪ್ಪೆಯಾಗಿ ಕೂದಲಿನ ಎಳೆಎಳೆಗೂ ಅಂಟಿದ ಸೀರಾಗಲೀ ಇವ್ಯಾವುವೂ ಅಸಹ್ಯ ಹುಟ್ಟಿಸುವುದು ಅಂತಿರಲಿ, ಅವುಗಳೆಲ್ಲ ಲೆಕ್ಕಕ್ಕೂ ಬರುತ್ತಿರಲಿಲ್ಲ. ಇವರ ಸ್ನೇಹಕ್ಕೂ, ಬಾಂಧವ್ಯಕ್ಕೂ, ಪ್ರೀತಿಗೂ ಕಣ್ಣಿರಲಿಲ್ಲ...

ಎಲ್ಲವೂ ಇಷ್ಟು ಸುರಳೀತ ನಡೆಯುತ್ತಿರುವಾಗ ಅದೆಂಥದ್ದೋ ವಿಷ ಘಳಿಗೆ, ಪರಮುವನ್ನು ಒಂಭತ್ತು ತಿಂಗಳು ಹೊತ್ತು, ಹೆತ್ತ ಅಬ್ಬೆ ಮತ್ತೊಂದು ಗಂಡು ಶಿಶುವನ್ನು ಹಡೆಯುವಾಗ ನಂಜೇರಿ ತೀರಿಕೊಂಡುಬಿಟ್ಟಳು. ಹೊಟ್ಟೆಯಲ್ಲಿದ್ದ ಶಿಶು ಕಬ್ಬಿ ಮಾಡಿಯೇ ಹಸಿ ಬಾಳಂತಿಗೆ ನಂಜೇರಿದ್ದು ಅಂತ ಊರಿನ ಹೆಂಗಸರಿಗೆ ಹೆರಿಗೆ ಮಾಡಿಸುವ ಕೊಂಕಣಿ ಅಜ್ಜಿ ಕಾರಣ ಕೊಟ್ಟಾಗ ಪರಮುವಿನ ಅಪ್ಪ ಹುಟ್ಟುತ್ತಲೇ ಅಬ್ಬೆ ಕೊಂದು, ತಾನೂ ಉಸಿರು ನಿಲ್ಲಿಸಿದ ಶಿಶುವಿಗೆ ಮುಷ್ಟಿಯಲ್ಲಿನ ಹಿಡಿ ಮಣ್ಣನ್ನು ಗಾಳಿಯಲ್ಲಿ ತೋಕುತ್ತ ಹಿಡಿಶಾಪ ಹಾಕಿ ಬೊಬ್ಬೆ ಹೊಡೆದು ಕೂಗುತ್ತಿದ್ದ. ಆದರೆ ಆ ದುಃಖ ಮರುದಿನದವರೆಗೇನೂ ಮುಂದುವರಿಯಲಿಲ್ಲ. ಎಂದಿನಂತೆ ದೋಸೆ ಬಂಡಿಯ ಮೇಲೆ ಹಸಿ ಹಿಟ್ಟು ಚಾಟಿ ದೋಸೆಯಾಗಿ ಬೇಯುತ್ತಿತ್ತು... ದೋಸೆ ಹೊಯ್ಯುತ್ತಿದ್ದದ್ದು ಮಾತ್ರ ಪಕ್ಕದ ಮನೆಯ ಗೌರಕ್ಕ. ಪರಮುವಿನ ಅಪ್ಪ ಸೂತಕ ಅಂತ ದೋಸೆ ದಿನಕ್ಕಿಂತ ಕಮ್ಮೀನೂ ತಿನ್ನಲಿಲ್ಲ!

ಇಷ್ಟಾಗಿ ವಾರ ಕಳೆದಿತ್ತೋ ಇಲ್ಲವೋ, ಮಾಕುಚಿಕ್ಕಿ ಮರ ಹತ್ತುವುದಿರಲಿ ಮನೆಯಿಂದ ಹೊರಬರುವುದನ್ನೂ ನಿಲ್ಲಿಸಿದಳು. ಅಜ್ಜಿಮನೆ ಪರಮುವಿಗೆ ದೂರವೇನಲ್ಲ ಮಾಕುಚಿಕ್ಕಿ ಬರದ ಕಾರಣ ತಿಳಿದು ಬರಲು. ಅಮ್ಮನಿಲ್ಲದ ಮನೆ, ಕಾಯಲು ಒಬ್ಬರು ಬೇಕಲ್ಲ! ಮನೆ ಬಿಟ್ಟು ಹಿತ್ತಲ ದಣಪೆ ದಾಟುವಂತಿಲ್ಲ ಅಂತ ಅಪ್ಪ ಮೊದಲೇ ಪರಮುವಿಗೆ ಹೇಳಿರಿಸಿದ್ದ.

ಅಷ್ಟರಲ್ಲಾಗಲೇ ಮಗನಿಗೆ ಪ್ರೀತಿ ಬೇಕು ಅಂತ ಪರಮುವಿನ ಮನೆ ತುಂಬಾ ಹುಯಿಲೋ ಹುಯಿಲು, ಬೊಜ್ಜದ ಮನೆಯಲ್ಲಿ ಜಾತಕ ನೋಡುವ ಕೆಲಸ. ಪತಂಗದ ಮರುದಿನವೇ ಮನೆ ಕಾಯಲಿಕ್ಕಾಗೋ, ಮಗನಿಗೆ ಪ್ರೀತಿ ಕೊಡುವುದಕ್ಕಾಗೋ ಮಾಕುಚಿಕ್ಕಿಯೇ ಅಬ್ಬೆಯ ಜಾಗಕ್ಕೆ ಬರುವಳು ಎಂದು ಯಾರಿಗೆ ಗೊತ್ತಿದ್ದಿತ್ತು! ಪರಮುವಿಗೆ ಮೊದ ಮೊದಲು ಆಟಕ್ಕೆ ಮಾಕುಚಿಕ್ಕಿ ಮನೆಯಲ್ಲೇ ಇರುತ್ತಾಳಲ್ಲ ಅಂತ ಖುಷಿ ಆಗಿದ್ದು ಹೌದು. ಆದರೆ ಅಬ್ಬೆಯ ಪಾತ್ರದಲ್ಲಿ ಮಾಕುವಿಗೆ ಬೇರೆಯದೇ ಜವಾಬ್ದಾರಿಗಳಿದ್ದವಲ್ಲ!

ಕಾವೇರಿ, ಪರಮುವಿನ ಹೆಂಡತಿ; ಹಿಸೆಯಲ್ಲಿ ಬಂದ, ಒಂದು ಕಾಲದಲ್ಲಿ ಅಬ್ಬೆ ಚಾಟಿ ಎರೆಯುತ್ತಿದ್ದ ಅದೇ ಬಂಡಿಯ ಮೇಲೆ ದೋಸೆಯನ್ನು ಚೊಯ್ಯೆನಿಸುತ್ತ 'ಹೋಯ್, ಕೇಳಿಸ್ತಾ. ಆಚೆ ಮನೆ ಗಿರಿಜತ್ತಿಗೆಗೆ ಹುಳಿಗೆ ಬೀಸಾತು. ಕುಕ್ಕರ್ರು ಕೂ ಹೊಡೆದದ್ದು ಆಗಲೇ ಕೇಳಿಸಿತ್ತು... ಆಸ್ರಿಗೆ ಬರಲೇ ಇಷ್ಟು ಹೊತ್ತು ಮಾಡಿದ್ರೆ ನಾನು ಅಡಿಗೆ ಕಾಣಿಸುವುದು ಯಾವಾಗ?" ಜಗುಲಿಗೆ ಮಲಗಿದ ಪರಮುವಿಗೆ ಕೇಳಲೆಂದು ಒದರಿದಳು.

ದೋಸೆಬಂಡಿ ಗಾರು ಬಡಿದು, ಗುಮ್ಮನಂಥ ಕರಿ ಹೊಗೆ ಮೇಲೇರಿ ದಬ್ಬೆಗೆ ಕಟ್ಟಿದ್ದ ಈರುಳ್ಳಿ ತೊಪ್ಪೆಗೆ ಮತ್ತಷ್ಟು ಮಶಿ ಹಿಡಿಸುತ್ತಿತ್ತು. ಗಾರೆದ್ದ ಬಂಡಿಯ ಮೇಲೆ ಎರೆದ ದೋಸೆ ಮೇಲೇಳಲು ಹಠ ಹೂಡುತ್ತದೆ ಎಂದು ನೆನಪಿಸಿಕೊಂಡಷ್ಟೂ ಕಾವೇರಿಗೆ ಎದುರಿಗೆ ಬಂದವರನ್ನೆಲ್ಲ ಇರಿಯುವ ಕೆಂಪು ಹೋರಿಯಂತೆ ಕಂಡದ್ದರ ಮೇಲೆಲ್ಲ ಸಿಟ್ಟೇರತೊಡಗಿತ್ತು.

'ಮಾಕಬ್ಬೆ ಸಾಯಲು ಬಿದ್ದು ತಿಂಗಳಾಗ್ತಾ ಬಂತು... ಇದೇನು ತೀರಾ ಸಾಯಬಾರದ ವಯಸ್ಸೇನಲ್ಲ. ಇದ್ದು ಹರಿಯುವುದಾದರೂ ಎಂತನ್ನ. ಕೂಳಿಗೆ ದಂಡ, ಭೂಮಿಗೆ ಭಾರ. ಈಗ ಆಗಬಾರದ್ದು ಎಂತೋ ಆದವರಂತೆ ಹಿಂಗೆಲ್ಲ ವಿಶ್ರೂಪ ಮಾಡುತ್ತಾ ಕುಂತರೆ ಊರವರು ಸುಮ್ಮನೆ ಉಳೀತ್ವಾ? ಇದ್ದಾಗ ಕರೆಯದವರು ಸತ್ತಾಗ ಅಳ್ತಿದ್ದ ಅಂತ ಆಡಿಕೊಂಡು ನಗ್ತ.' ಕಾವೇರಿಯ ದನಿ ಕೇರಿಯನ್ನೂ ದಾಟಿ ಹೋಗುತ್ತಿದ್ದರೂ ಪರಮುವಿನ ತಮಟೆಯತ್ತ ಹಾಯಲಿಲ್ಲ.

ಕಾವೇರಿಯ ದನಿಯ ಜೊತೆಯಾಗಿ ಜಗುಲಿಯ ಗೋಡೆಗೆ ನೇತು ಹಾಕಿದ್ದ ಗಡಿಯಾರದ ಲೋಲಾಕು ಹತ್ತು ಬಾರಿ ಢಣಗುಡುತ್ತಿತ್ತು. ಲೋಲಾಕಿರುವ ಪೆಂಡ್ಯುಲಮ್ ಗಡಿಯಾರ ಕಾವೇರಿಯ ದೌಲತ್ತು, ಅಪ್ಪನ ಮನೆಯಿಂದ ಮದುವೆಯ ಉಡುಗೊರೆಯಾಗಿ ಬಂದಿದ್ದು. ರಾತ್ರಿ, ಹಗಲೆನ್ನದೆ ಹನ್ನೆರಡು ಗಂಟೆಯಾದಾಗ ಹನ್ನೆರಡು ಬಾರಿ ಢಣಗುಟ್ಟುತ್ತದೆ ಎಂದೇ ಪರಮುವಿಗೆ ಗಡಿಯಾರ ಕಂಡರೆ ಆಗದು. ಗಡಿಯಾರದ ಮೇಲಿನ ಸಿಟ್ಟನ್ನು ಕಾವೇರಿಯೆದುರು ಎಲ್ಲಾದರೂ ತೋರಿಸುವುದುಂಟೇ, ಚಪ್ಪಡಿ ಕಲ್ಲಿನಡಿಗೆ ಬೇಕಂತಲೇ ಕಾಲಿಟ್ಟಷ್ಟೇ ಕಷ್ಟ ಅಂತ ಗೊತ್ತು ಅವನಿಗೆ.

ಕಡೆಗೂ ನಿದ್ದೆಯಿಂದ ಎದ್ದು ಬಂದವರಂತೆ ಉದ್ದುದ್ದ ಆಕಳಿಕೆ ಹೊಡೆಯುತ್ತ ಗತಿಯಿಲ್ಲದೆ ಪರಮು ಪಡಿಮಾಡಿಗೆ ಬಂದ. ಪರಮುವಿನ ಬೆಳಗ್ಗಿನ ದಿನಚರಿಯಾದ ಕೊಟ್ಟಿಗೆ ಚಾಕರಿಗೆ ಮಗ ಆಗಲೇ ಹೋಗಿಯಾಗಿತ್ತು, ಸೋಮಾರಿಯಲ್ಲದಿದ್ದರೂ ಪರಮುವಿಗೇರಿದ ಆ ಕ್ಷಣದ ಆಲಸ್ಯಕ್ಕೆ ಎದ್ದು ಭಕಾಭಕ್ ಯಾವ ಕೆಲಸವನ್ನೂ ಮಾಡುವ ಮನಸ್ಸಿರಲಿಲ್ಲ.

ಅಡುಗೆ ಓರಿಯಲ್ಲಿ ಬಂಡಿಯ ಜೊತೆ ತಾನೂ ಗಾರೆದ್ದು ಕುಳಿತ ಕಾವೇರಿ ಎರಡು ಪರಕು ದೋಸೆಯನ್ನು ಎರೆದು ಪರಮುವಿನ ಬಾಳೆ ಕೀಳೆಯ ಮೇಲೆ ಕುಕ್ಕಿದಳು. ದಣಿ ಹಲ್ಲುಜ್ಜಿ ಬಂದದ್ದಕ್ಕೋ, ದೋಸೆ ಹೊತ್ತಿದ್ದಕ್ಕೋ ಏನೋ ದೋಸೆಯ ಕಹಿ ಗಂಟಲಲ್ಲಿ ಇಳಿಯುತ್ತಲೇ ಇರಲಿಲ್ಲ ಪರಮುವಿಗೆ.

'ಬಡ ಬಡನೆ ಪೂಜೆ, ನೈವೇದ್ಯ ಮಾಡಿ ಮುಗಿಸಿ. ಮಾಕಬ್ಬೆಯ ಸುದ್ದಿ ಬಂದರೆ ಪೂಜೆಯೂ ಇರ್ತಿಲ್ಲೆ. ಸಂಬಂಧ ಇಟ್ಟುಕೊಳ್ಳದವರ ಸೂತಕವನ್ನೂ ಮಾಡವು... ಕರ್ಮ ಖರ್ಮ...' ಎಂದು ವರಾತ ಮಾಡಿದಳು ಕಾವೇರಿ.

'ಈ ಸಲ ಭಟ್ಟರ ಕರೆಸಿ ಮೂರೇ ದಿನದ ದಾಯಾದಿ ಆಗುವುದಿದ್ದರೆ ಏನೇನು ಮಾಡವೋ ಎಲ್ಲಾ ಕೇಳಿ ಮಾಡಬೇಕಾದ ಕೆಲಸಗಳನ್ನು ಮಾಡಿಸಿ ಮುಗಿಸಿಬಿಡುವಾ. ನನಗೂ ಯಾವತ್ತಿಗೋ ಸಾಕೆನಿಸಿದ್ದು ಹಾರುಬಿದ್ದ ಈ ಹಳಸಲು ಸಂಬಂಧಗಳ ಕಡಿವಾಣ.' ಪರಮುವೂ ಸೂಗುಟ್ಟ.

ಕುಳಿತಲ್ಲಿ ನಿಂತಲ್ಲಿ ಎಲ್ಲಾ ಕಡೆಯೂ ಪರಮುವಿಗೆ ಮಾಕಬ್ಬೆಯದೇ ಯೋಚನೆ, ಸಾಕೆನಿಸಿದ್ದು ಅವನಿಗೆ ಅವರ ಸಂಬಂಧವೂ ಇರಬಹುದು ಅಥವಾ ತಲೆಯಲ್ಲಿ ಹುಳ ಬಿಟ್ಟುಕೊಂಡಂತೆ ಚಿಂತಿಸಿ ಸುಣ್ಣವಾಗಿದ್ದು ಆಗಿರಲೂಬಹುದು. ಪರಮುವಿಗೆ ಮಾಕಬ್ಬೆಯ ಸಾವಿನೊಂದಿಗೆ ಹಳೆಯ ನೆನಪುಗಳಿಗೆ, ಹಳೆಯದನ್ನು ನೆನಪಿಸುವ ಸಂಬಂಧಗಳಿಗೂ ಮುಕ್ತಿ ಕೊಡಬೇಕಾಗಿತ್ತು ಅಷ್ಟೇ!

ಪೂಜೆಗೆ ಹೂ ಕೀಳಲು ಹರಿವಾಣ ತಂದ ಪರಮು. ಗಂಟೆ ಹತ್ತರ ನಂತರವೂ ದೇವರಿಗೆ ಗಿಡದಲ್ಲಿ ಹೂವಿರಬೇಕೆಂದರೆ ಆಚೀಚೆ ಮನೆಯ ಭಕ್ತರು ಇಡುವರೇ? ಗಿಡದ ಹೂವುಗಳನ್ನು ಹತ್ತ ಬೋಳಿಸಲು ಗಿರಿಜತ್ತಿಗೆಯ ಗಂಡ ನಾಣಣ್ಣನೇ ಸಾಕು. ಕಾವೇರಿಯ ಬಾಯಿಗೆ ಸಿಕ್ಕು ತಾನು ಬಳಲಿ ಬೆಂಡಾಗಲು ಪೂಜೆಗೆ ಹೂವೂ ಇಲ್ಲ ಎಂಬ ಕಾರಣವೂ ಸೇರಿಕೊಳ್ಳುತ್ತದೆ ಈಗ ಎಂದು ಅಂಗಳ ದಾಟಿದ ಪರಮು. ಹರಿವಾಣದ ತುಂಬ ಹೂವು ತುಂಬಿಸುವುದಷ್ಟೇ ಈಗ ಪರಮುವಿನ ಉದ್ದೇಶ, ಬಾಡಿ ಬಕ್ಕಾಣೆಯಾದ ವಾರದ ಹಿಂದೇ ಬಿಟ್ಟ ಕಾಶೀ ಗೊಂಡೆಯ ಚಂಡಿಗೆಯನ್ನೆಲ್ಲ ಹರಿವಾಣ ತುಂಬುವಷ್ಟು ಕೀಳತೊಡಗಿದ. ಕಾಶೀಗೊಂಡೆಯನ್ನು ದೇವರಿಗೇರಿಸುತ್ತಾರೋ ಇಲ್ಲವೋ ಆದರೆ ಇವತ್ತಿನ ಮಟ್ಟಿಗೆ ತನ್ನ ಪಾಲಿನ ಕೆಲಸ ಮುಗಿದರೆ ಸಾಕಿತ್ತು. ಭಕ್ತಿಗಿಂತಲೂ ಭಕ್ತನ ಕೆಲಸವೇ ಮೇಲು ಎಂದು ತಿಳಿದು, ಅದಕ್ಕೆ ತಕ್ಕನಾಗಿ ನಡೆದುಕೊಂಡು ಬಂದವನಿವನು.

ಅಂಗಳದಾಚೆಯ ದೂರ್ವೆ ಜಡ್ಡಿಯ ರಾಶಿಯ ಮೇಲೆ ಕಾಲಿಟ್ಟೇ ಕಾಶಿ ಗೊಂಡೆ ಹೂವು ಕೊಯ್ಯಲು ಹೋಗಬೇಕು. ಬೆಳಿಗ್ಗೆ ಕಾಲಡಿಗೆ ಸಿಕ್ಕಿ ಗೂನುಬೆನ್ನಿನವರಂತೆ ಬಾಗಿ ನಿಲ್ಲುವ ದೂರ್ವೆ ಕಾವೇರಿ ಕೊಯ್ದು ತೊಳೆದರೆ ಸಾಕು ಗಣೇಶನ ಮುಡಿಗೇರುವಷ್ಟು ಮತ್ತೆ ಪವಿತ್ರವಾಗಿಬಿಡುತ್ತಿತ್ತು! ಕಾಲಡಿಗೆ ಸಿಕ್ಕ ನೋವು, ಮಲಿನಗೊಂಡ ಭಾವನೆ ಯಾವುದೂ ದೇವರಿಗೇರುವ ದೂರ್ವೆಗಿಲ್ಲ. ಯಾರದ್ದೇ ಕಾಲಡಿಗೆ ಆದರೂ ತನ್ನತನ ಕಳೆದುಕೊಳ್ಳದಿದ್ದರೆ ತುಳಿತಕ್ಕೊಳಗಾದ ನೋವು ಬಹಳ ಹೊತ್ತಿರದಲ್ಲವೇ, ಹಾಗೆ!

ತನ್ನತನವನ್ನು, ತನ್ನ ಅಸ್ತಿತ್ವವನ್ನು ಕಂಡುಕೊಳ್ಳಲು ಒಂದಾನೊಂದು ಕಾಲದಲ್ಲಿ ಮನೆ ಬಿಟ್ಟು ಓಡಿ ಹೋಗುವ ಯೋಜನೆಯಿತ್ತು ಪರಮುವಿಗೆ... ದೂರ್ವೆಯನ್ನು ಮೆಟ್ಟಿ ನಿಂತಿದ್ದ ಕಾಲುಗಳ ಬುಡದಿಂದ ಮತ್ತದೇ ಹಳೆಯ ನೆನಪು ಪರಮುವನ್ನು ಆವರಿಸಿತು...

ಮದುವೆಯಾಗಿ ಬಂದಮೇಲೆ ಮಾಕುಚಿಕ್ಕಿಯ ಮಾತು ಸೊಟ್ಟಗಾಗಲು ಬಹಳ ದಿನ ಹಿಡಿಸಲಿಲ್ಲ, ಕರಿಮಣಿ ಕಟ್ಟಿಕೊಂಡವರೆಲ್ಲ ಉರಿದು ಬೀಳುವುದು ಸಂಪ್ರದಾಯವಿರಬೇಕು ಅಂತ ಆಶ್ಚರ್ಯ ಪರಮುಗೆ. ತನ್ನ ಹಡೆದಬ್ಬೆಯ ಪ್ರೀತಿಯಲ್ಲಿಯೂ ಹೆಚ್ಚೇನೂ ಓಲಾಡಿದವನಲ್ಲ ಪರಮು, ಅಬ್ಬೆ ವರ್ಷಕ್ಕೊಮ್ಮೆ ಹೊಟ್ಟೆ ಡುಬ್ಬ ಮಾಡಿಕೊಂಡು ಹೆರಿಗೆ ನೋವು ಬಂದೊಡನೆ ಕೊಂಕಣಿ ಅಜ್ಜಿಗೆ ಬರ ಹೇಳುವುದು, ಒಂದಲ್ಲ ಒಂದು ಕಾರಣಕ್ಕೆ ಮಗು ಹುಟ್ಟುತ್ತಲೇ ಕೈಲಾಸ ವಾಸಿಯಾಗುವುದು ಇದ್ದಿದ್ದೇ. ಮಗುವಿಲ್ಲದ ಬಾಳಂತನದಲ್ಲಿ ಅಳುವ ಅಬ್ಬೆ, ಕಂಡವರ ಶಿಶುಗಳಿಗೆಲ್ಲ ಹಾಲೂಡಿಸಿ ಎದೆ ಭಾರ ಕಳೆದ ಮೇಲೆ ಮತ್ತೆ ಮೊದಲಿನಂತೆ ಗೇರು ಹಿತ್ತಲಿನ ಜಿಗ್ಗು ತರುವಷ್ಟು ಗಟ್ಟಿಯಾಗುತ್ತಿದ್ದಳು. ಅಬ್ಬೆಗೆ ಮತ್ತು ಅವಳ ಹಾಲು ಕುಡಿದ ಶಿಶುಗಳಿಗೆ ಅವಳೇ ಹಡೆದ ಮಕ್ಕಳಿಗೂ ಇರದ ಅದೆಂತಹದ್ದೋ ಋಣವಿತ್ತು ಕಾಣಿಸುತ್ತದೆ. ಒಟ್ಟಿನಲ್ಲಿ ಮಾಕುಚಿಕ್ಕಿ ಮಾಕಬ್ಬೆಯಾಗುವುದು ಪರಮುವಿನ ಹಣೆಯಲ್ಲಿತ್ತು.

ಮದುವೆಯಾಗಿ ಬಂದ ಸ್ವಲ್ಪೇ ದಿನದಲ್ಲಿ ಅಪ್ಪನ ರಾತ್ರಿಯ ಕಿರಿಕಿರಿಗಳಿಗೆಲ್ಲ ಏರಿದ ಸಿಟ್ಟನ್ನು ಬೆಳಿಗ್ಗೆ ಎದ್ದು ಪರಮುವಿನ ಮೇಲೆ ತೆಗೆಯಲು ಶುರುವಿಟ್ಟುಕೊಂಡಳು ಮಾಕುಚಿಕ್ಕಿ. ಮಾಕುಚಿಕ್ಕಿಯನ್ನು ಮಾಕಬ್ಬೆ ಅಂತ ಪರಮು ಕರೆಯಲೇ ಬೇಕು ಅಂತಲೂ ಸಣ್ಣ ಹೊಡಪಡೆಯಾಯ್ತು. ಅಬ್ಬೆ ಅಂತ ತನ್ನ ಬಾಯಲ್ಲಿ ಕರೆಯಿಸಿಕೊಳ್ಳಬೇಕೆಂಬ ಹಠ ಅವಳಿಗೆ ಬಂದಿದ್ದು ಏಕೆ ಅಂತ ಈಗಲೂ ಪರಮುವಿಗೆ ಗೊತ್ತಿಲ್ಲ. ಅವಳ ದರ್ಪ ತನ್ನ ಮೇಲೆ ಹೇರಲು ಶುರುವಾಗಿದ್ದೇ ಇಲ್ಲಿಂದ ಅಂತ ಪರಮುವೂ ಎಣಿಸಿಬಿಟ್ಟ. ಅಂದಿನಿಂದ ಮಾಕು ಚಿಕ್ಕಿಯನ್ನು ಮಾಕಬ್ಬೆ ಅಂತಲೇ ಕರೆಯುತ್ತ ಬಂದ ಪರಮು.

ಮಾಕಬ್ಬೆ ಇನ್ನೂ ಚಿಕ್ಕಿಯಾಗಿದ್ದಾಗ ಕದ್ದು ತಂದಿದ್ದ ತಿಂಡಿಯನ್ನಾಗಲಿ ಅಥವಾ ಯಾರೇ ಕರೆದು ಕೊಟ್ಟಿದ್ದನ್ನೇ ಆಗಲಿ ಪರಮುವಿನೊಂದಿಗೆ ಹಂಚಿಕೊಳ್ಳದೆ ಅವಳೊಬ್ಬಳೇ ಎಂದೂ ತಿಂದಿದ್ದೇ ಇಲ್ಲ. ಸಣ್ಣ ಕೊಬ್ರಿ ಚೂರನ್ನೇ ಆದರೂ ಅವಳ ಹಳೆಯ ಲಂಗದ ಮಡಿಕೆಯಲ್ಲಿಟ್ಟು ಕಚ್ಚಿ ಭಾಗ ಮಾಡಿ ದೊಡ್ಡ ಪಾಲನ್ನೇ ಪರಮುವಿಗೆ ಕೊಡುತ್ತಿದ್ದಳು. ತಿಂಗಳೊಪ್ಪತ್ತಿನಲ್ಲಿ ಇದ್ದೊಬ್ಬ ಪ್ರೀತಿಯ ಗೆಳತಿಯೂ ಅಬ್ಬೆಯ ಜಾಗಕ್ಕೆ ಬಂದು ಬದಲಾಗುವಳು ಎಂದು ಎಣಿಕೆಯೂ ಇರಲಿಲ್ಲ ಪರಮುವಿಗೆ.

ಪರಮು ಕುಂತರೂ–ನಿಂತರೂ ಜಗಳ, ಉಂಡರೂ–ಉಗುಳಿದರೂ ಮಾಕಬ್ಬೆಯ ಜಗಳ ಇದ್ದಿದ್ದೇ... ಮುಚ್ಚಿದ ಬಾಗಿಲ ಕೋಣೆಯೊಳಗೆ ಎಂತೆಂಥಾ ಮಾತಾಗುತ್ತಿತ್ತೋ, ತಪ್ಪು ಅಪ್ಪನದೋ ಮಾಕಬ್ಬೆಯದೋ, ಆದರೆ ಮಾಕಬ್ಬೆಗೆ ಸೌದೆ ಚೂರಿನಲ್ಲಿ ಬೀಳುವ ಕಡುಬು ಮಾತ್ರ ಎಲ್ಲರೆದುರು ಚೌಕಿಯಲ್ಲೇ ಬೀಳುತ್ತಿತ್ತು. ಆಗ ಮಾತ್ರ ತಪ್ಪು ಅಪ್ಪನದ್ದು ಎಂದೇ ಎನ್ನಿಸುತ್ತಿತ್ತು...

'...ನಿನ್ನಬ್ಬೆ ಅಂದ್ರೇ ಪ್ರೀತಿ ನಿನ್ನಪ್ಪಂಗೆ, ನಿನ್ನ ಹೊಟ್ಟೆ ತುಂಬಿಸವು ಹೇಳೇ ನನ್ನ ಕಟ್ಟಿಕೊಂಡದ್ದು. ನಿನ್ನಬ್ಬೆ ಮಾಡಿದ ಮೇಲಾರ ಮೈಗೆ ಹಿಡೀತಿತ್ತಡ, ನಾನು ಬೇಯಿಸಿದ್ದು ತಿಂದರೆ ಹೊಟ್ಟೆ ಉರೀತಡ' ಎನ್ನುವಲ್ಲಿಂದ ಅಪ್ಪ ಮನೆ ಬಾಗಿಲು ದಾಟುತ್ತಿದ್ದಂತೆಯೇ ಗಲಾಟೆ ಶುರುವಾಗುತ್ತಿತ್ತು.

ಎಂದಿಗೂ ಗುಟ್ಟು ಮಾಡದ ಮಾಕುಚಿಕ್ಕಿ, ಅಬ್ಬೆ ಅಂತ ಕರೆಸಿಕೊಂಡಾಗಿನಿಂದ ಎಲ್ಲವನ್ನೂ ಮುಚ್ಚಟೆ ಮಾಡುತ್ತಿದ್ದಳು. ಮಾಕಬ್ಬೆಯ ಕಣ್ಣೀರು ಪರಮುವನ್ನು ಹಿಂಡಿದರೂ ಹೇಳಿ-ಕೇಳಿ ಮಾಡುವಂತಿಲ್ಲ, ಕೇಳಿದರೆ ಮತ್ತೆ ಮೈ ಮೇಲೆ ಏರಿ ಬಂದರೆ ಎಂದು! ತನ್ನಿಂದ ಮಾಕಬ್ಬೆ ಇನ್ನೂ ದೂರಾದಳು ಎಂದು ಪರಮುವಿಗೆ ಎನ್ನಿಸಿದ್ದು ಅವಳು ಬೆಕ್ಕಿನ ಮರಿಯಂಥ ಸಣ್ಣ ಮಗನನ್ನು ಹಡೆದಾಗ. ಮಗುವಿನ ಸ್ನಾನಕ್ಕೆ ನೀರು ಹನಿಸಲು ಪರಮುವೇ ಬೇಕು, ಆದರೆ ತೂರ್ಗಾಲಲ್ಲಿ ಕುಳಿತು ನೀರು ಹನಿಸುವಾಗ ಮಂಡಿ ನೋವು ಅಂತ ಮಾತ್ರ ಹೇಳುವಂತಿರಲಿಲ್ಲ. ಹಾಗೇನಾದರೂ ಹೇಳಿದರೆ ಮಗುವಿಗೆ ಇನ್ನೂ ನಾಲ್ಕು ಚೊಂಬು ಹೆಚ್ಚು ನೀರೆರೆಸುತ್ತಿದ್ದಳು. ಮಗ ಬೆಳೆದಂತೆ ಮಾಕಬ್ಬೆಯ ಸ್ವಾರ್ಥ, ಅಸೂಯೆಗಳೂ ಬೆಳೆದವು. ಹಂಚಿ ತಿನ್ನುತ್ತಿದ್ದವಳು ಈಗ ಹುಗುಸಿಕೊಂಡು ಮಗನಿಗೆ ಮಾತ್ರ ಕೊಡುತ್ತಿದ್ದಳು.

ಅಬ್ಬೆ ದೂರಾದ ಮೇಲೆ ಇದ್ದೊಬ್ಬ ಗೆಳತಿಯಂತಹ ಚಿಕ್ಕಿಯನ್ನೂ ಕಿತ್ತುಕೊಂಡ ಅಪ್ಪನೇ ಸ್ವಾರ್ಥಿ ಎಂದು ಮಾಕಬ್ಬೆಯ ಪರವಹಿಸಿಕೊಂಡು ಯೋಚಿಸಿದಷ್ಟೂ ಮಾಕಬ್ಬೆಯ ಕುಟಿಲತೆಯೂ ಕೂಡ ಪರಮುವಿನ ಕಣ್ಣಿಗೆ ಕಟ್ಟುತ್ತಿತ್ತು. ಊಟ ತಿಂಡಿಯ ವಿಷಯ ಅಂತಿರಲಿ, ಬಟ್ಟೆ ಬರೆ, ಮಲಗುವ ಹಾಸಿಗೆ ಎಲ್ಲದಕ್ಕೂ ಸಿಕ್ಕಾಪಟ್ಟೆ ಗಲಾಟೆ. ಪರಮುವಿನ ಪಾಲಿಗೆ ಗನಾದೇನೂ ಸಿಗುವಂತಿಲ್ಲ, ಗಲಾಟೆ ಶುರು. ಅಪ್ಪ ಪರಮುವಿನ ಪರ ಮಾತಾಡಿದರೆ ಸಾಕು, ಮಾಕಬ್ಬೆ ಸಾಯುತ್ತೇನೆಂದು ಸಮುದ್ರಕ್ಕೆ ಓಡುತ್ತಿದ್ದಳು. ಎದೆ, ತಲೆ ಬಡಿದುಕೊಂಡು ಒಕ್ಕಲಕೇರಿಗೆಲ್ಲ ಕೇಳುವಂತೆ ಅಳುತ್ತಿದ್ದಳು... ಗಲೀಜು ಶಬ್ದಗಳಲ್ಲಿ ಕೆಲೆತವೂ ಶುರುವಾಗುತ್ತಿತ್ತು. ಕಣ್ಣು ಗುಡ್ಡೆ ಮೇಲೇರಿ ಸಿಕ್ಕಿ ಹಾಕಿಕೊಂಡಂತೆ, ಏದುಸಿರು ಬಂದು ಉಸಿರೇ ನಿಂತಂತೆಲ್ಲ ನಾಟಕ ಮಾಡಿ ಇದ್ದಬದ್ದವರ ಕೈಕಾಲು ಬಿಡಿಸುತ್ತಿದ್ದಳು. ಅಪ್ಪನೇ ಸೋತು ಸಮಾಧಾನ ಮಾಡಿದ ಮೇಲೆಯೇ ಪರಿಸ್ಥಿತಿ ಹಿಡಿತಕ್ಕೆ ಬರುತ್ತಿತ್ತು.

ಮಾಕಬ್ಬೆಗೆ ಹುಟ್ಟಿನಿಂದಲೂ ಇಷ್ಟೊಂದು ಹಠಮಾರಿತನ ಇತ್ತೇ! ಸಾಯುವ ಬಯಕೆ ನಿಜವಾಗಿಯೂ ಇದ್ದಿದ್ದರೆ ಮಾವಿನ ಕಾಯನ್ನು ಹಣ್ಣಿಗೆ ಹಾಕುವ ಕತ್ತಲೆ ಕೋಣೆಯಲ್ಲಿ ಯಾರೂ ಇಲ್ಲದ ಸಮಯ ನೋಡಿ ನೇಣು ಬಿಗಿದುಕೊಳ್ಳಬಹುದಲ್ಲವೇ ಅಂತ ಅವಳ ಸಾಯುವ ತವಕಕ್ಕೆ ಪರಿಹಾರ ಮನಸ್ಸಲ್ಲೇ ಕಂಡುಕೊಳ್ಳುತ್ತಿದ್ದ ಪರಮು.

ಮಾಕಬ್ಬೆಯ ಕ್ರೂರತನ ಅತಿಯಾಯಿತು ಎನ್ನಿಸಿದ್ದು ಅವಳು ಪರಮುವಿನ ಭವಿಷ್ಯಕ್ಕೇ ಮುಳ್ಳಾದಾಗ. ಮೆಟ್ರಿಕ್ ಪರೀಕ್ಷೆಯ ದಿನ ಬೆಳಿಗ್ಗೆ ಪರಮುವಿನ ಕಣ್ಣೆದುರೇ ಹಾಲ್ ಟಿಕೆಟ್ ಹರಿದೆಸೆದಿದ್ದಳು... ಮಾಕಬ್ಬೆಯ ಮಗ ಶ್ರೀಧರನ ಅಂಗಿಯ ಗುಂಡಿಯನ್ನು ಪರಮು ಹಾಕಿದ್ದು ಸಮ ಆಗಲಿಲ್ಲ ಎಂದು ಅವ ಬೊಬ್ಬೆ ಹೊಡೆದ ಅಂತ ಪರಮುವಿನ ಹಾಲ್ ಟಿಕೆಟ್ ಹರಿದೆಸೆದು ಪರೀಕ್ಷೆಗೆ ಹೋಗದಂತೆ ಮಾಡಿಬಿಟ್ಟಿದ್ದಳು. ಇಷ್ಟೂ ದಿನ ಅಪ್ಪ ಕೆಟ್ಟವನಾಗಿದ್ದಕ್ಕೆ ಮಾಕಬ್ಬೆಯೂ ಹೀಗಾಡುತ್ತಿದ್ದಾಳೆ ಅಂತ ಸಮಾಧಾನ ಮಾಡಿಕೊಳ್ಳುತ್ತಿದ್ದ ಪರಮುಗೆ ಈಗ ತನ್ನ ಅಭಿಪ್ರಾಯವೇ ತಪ್ಪು ಅಂತ ಅನ್ನಿಸಿಬಿಟ್ಟಿತ್ತು...

ಜೀವನವೇ ರೋಸಿ ಬಂದಂತಾಗಿ ಇದಾದ ನಾಲ್ಕೇ ದಿನಕ್ಕೆ ಪರಮು ಓಡಿ ಹೋಗಲು ತಯಾರಾಗಿ, ಸಿಕ್ಕಿಬಿದ್ದ. ಯಥಾಪ್ರಕಾರ ಮಾಕಬ್ಬೆ ಎದೆ ಬಡಿದುಕೊಂಡು ಬಾಯಿಗೆ ಬಂದ ಕೆಟ್ಟ ಶಬ್ದಗಳಲ್ಲೆಲ್ಲ ಕೆಲೆಯುತ್ತ 'ಮಲತಾಯಿ ಮನೆಬಿಟ್ಟು ಓಡಿಸಿ ಹಾಕ್ತು ಅಂತ ಊರವರು ನನ್ನ ಉಗಿಯಲಿ ಅಂತ ಓಡಿಹೋಗುತ್ತಿದ್ದ ಇವಾ' ಎಂದು ಎದೆ ಬಡಿದುಕೊಂಡು ಅತ್ತು ತನ್ನ ಖಾಯಮ್ ಚಾಳಿಯಂತೆ ಸಾಯಲು ಸಮುದ್ರಕ್ಕೆ ಓಡಿದ್ದಳು, ಅಪ್ಪನೂ ಅವಳ ಹಿಂದೆ ಓಡಿದ್ದ... ಅವಳನ್ನು ಸಾಯದಂತೆ ಹಿಡಿಯಲು...

ಪ್ರತಿದಿನದ ಇಂತಹ ನಾಟಕಕ್ಕೆ ತೆರೆ ಬೀಳಲು ರಾತ್ರಿ ಒಂದು ಗಂಟೆ ಹೊಡೆಯಬೇಕು. ಅಲ್ಲಿಯವರೆಗೂ ಕಣ್ಣೆವೆ ಮುಚ್ಚುವ ಹಾಗಿಲ್ಲ. ಹೀಗೆಯೇ ಒಂದಲ್ಲದಿದ್ದರೊಂದು ಗಲಾಟೆ ನಡೆಯುತ್ತಲೇ ದಿನಗಳುರುಳಿದವು.

ಒಂದು ಶುಭ ದಿನದಲ್ಲಿ ಮಾಕಬ್ಬೆಯೊಬ್ಬಳನ್ನು ಹೊರತುಪಡಿಸಿ ಮಿಕ್ಕ ಗುರು ಹಿರಿಯರೆಲ್ಲ ನಿಶ್ಚಯಿಸಿದ ಹೆಣ್ಣಿನೊಂದಿಗೆ ಪರಮು ಮದುವೆಯಾಗಿ ಬರುವುದರೊಳಗೇ ಹಿಸೆ ಆಗುವ ಬಗ್ಗೆ ಅದಾಗಲೇ ಚರ್ಚೆ ಜೋರಾಗಿ ನಡೆದಿತ್ತು. ಮದುವೆಯಾದ ಹದಿನೈದು ದಿನಕ್ಕೇ ಹಿಸೆಯೂ ಆಗಿಹೋಯ್ತು. ಇಷ್ಟಾದರೂ ಬಂದ ಸೊಸೆ ಮನೆಮುರಿದಳು ಎಂಬ ಪಟ್ಟ ಮಾತ್ರ ಆಗಲೇ ಕಾವೇರಿಯ ಮುಡಿಗೇರಿತ್ತು...

'ಕೋಟಿ ಬಂದಾನ್ರೋ ವಡಿದೀರು, ಕಾಯ್ ಕೊಯ್ಯೋಕೆ ನಾಳೀಕೆ ಸುರು ಮಾಡ್ವ ಕೇಳ್ತೆ ಇದ್ದಾ ಆಗುದಾ ಅಂತ ಒನ್ಮಾತು ಕೇಳ್ಕ ಹೋಗೂಕೆ ಬಂದಾ ಕಾಣ್ತದೆ...' ಎಂದು ಹೇಳುತ್ತ ಮನೆಕೆಲಸದ ರಾಮ ಅಂಗಳದ ಅಂಚಿಗೆ ಬೆಳೆದ ದೂರ್ವೆ ಜಡ್ಡಿ ದಾಟಿ ಹೂವು ಕೊಯ್ಯುತ್ತಿದ್ದ ಪರಮುವಿನ ಹತ್ತಿರವೇ ಬಂದ. ರಾತ್ರಿ ಟೈಟ್ ಆಗಿದ್ದು ಇನ್ನೂ ಇಳಿದಿರಲಿಲ್ಲ, ಜಗಿಯುತ್ತಿದ್ದ ಪಾನಿನ ವಾಸನೆಯನ್ನೂ ಮೀರಿಸಿ ಸರ್ಕಾರಿ ಕೊಟ್ಟೆಯ ಘಾಟು ಪರಮುವನ್ನು ವಾಸ್ತವಕ್ಕೆಳೆಯಿತು.

'ಇಕಳಪ್ಪ! ಹಾರ್ಬಿದ್ದ ಅವ, ಒಂದ್ವಾರದಿಂದ ಹಿಂಗೆ ನಾಳಿಕೆ ಬತ್ತೆ ಹೇಳಿ ದುಡ್ಡ್ ಇಸ್ಕ ಹೋತಾ... ಯಾರಾರು ಅವ್ನ ಮಾತು ನಂಬೂರಾ?' ಎನ್ನುತ್ತಾ ಬಂದ ಪರಮು ಮನೆಯೆದುರು ಹಾಕಿದ ಗೋಣಿ ಪಾಟಿಗೆ ಕಾಲುಜ್ಜುತ್ತ ಕೋಟಿಗೆ ಹೇಳಿದ 'ನಾಳೀಕಾದ್ರೆ ನಾಳೀಕೆ ಬಾ. ಕಾಯ್ ಕೊಯ್ದು ಮುಗ್ಸದ್ ವಿನಾ ದುಡ್ಡು ಕೊಡುಕಾಗುಕಿಲ್ಲ. ಇಲ್ದಿಗಿದ್ರೆ ಮೊನ್ನೀಕೆ ತಗಂಡ್ ಹೋದ್ ದುಡ್ಡು ವಾಪಸ್ ತಂದ್ ಕೊಟ್ಟುಬುಡು, ನಾ ಬರಸ್ಗುಣಿ ಗಣಪಯ್ಯಗೆ ಬಗೀಲಿ ಬಂದು ಕಾಯ್ ಕೊಯ್ದ್ ಕೊಟ್ಟಾಕ್ ಹೋಗು ಅಂತೆ'.

'ಹಾಂಗಲ್ರಾ ವಡಿದೀರು, ನಿಮ್ ತಮ್ನೋರು ಇಂದು ಬೆಳಿಗ್ಗಿನ್ ಜಾಮಕ್ಕೇ ಹೇಳಿ ಕಳ್ಸೀರು, ಸೌದೆ ಬಂದೋಬಸ್ತು ಮಾಡೂದು ಮತ್ತೆ ಚಟ್ಟಿ ಕಟ್ಟೂ ಕೆಲ್ಸ ನಿಂದೇಯಾ ಅಂದ್ಕಂಡಿ. ಇಲ್ದಿಗಿರೆ ನಾ ಇವತ್ತೇ ಬರ್ತಿವ ಕಾಯ್ ಕೊಯ್ಯುಕೆ. ಭಾಗ್ವತರ ಕಟ್ಟೆಗೆ ಹೋಗಿ ಸಾಬನ ಹತ್ರೆ ಒಂದ್ ಹೊರಿ ಕಟ್ಗಿ ಹೇಳಿ ಬರ್ತಿದ್ದವ, ಮತ್ ಇಲ್ಲಿ ಹೊಕ್ಕಿ ಹೇಳ್ ಹೋಗ್ವಾ ಮಾಡ್ದೆ. ನಾ ಕೆಲ್ಸಕ್ ಬತ್ತೆ ಮಾಡ್ಕಂಡಿ ಕಾವೇರ್ ವಡ್ತೀರು ಆಸ್ರಿಗೆ ತಯಾರ್ಮಾಡ್ಕ ಕುಂತ್ಬುಟ್ರೆ ಕಷ್ಟ ಹೇಳಿ.'

ಪರಮುವಿಗೆ ಇಲ್ಲಿಯೂ ಸುಖವಿಲ್ಲ. ಬೇಡಾ ಎಂದರೂ ಒಬ್ಬರಲ್ಲಾ ಒಬ್ಬರ ಬಾಯಿಂದ ಮಾಕಬ್ಬೆಯ ಸುದ್ದಿ! ಕೇಳಬಾರದು ಅಂತ ಮನಸ್ಸು ತಡೆದರೂ ನಾಲಿಗೆ ತಡೆಯಲಿಲ್ಲ 'ಉಸ್ರು ನಿಂತೋಯ್ತಾ?' ಪಟಕ್ ಅಂತ ಪ್ರಶ್ನೆ ಉದುರಿ ಹೊಯ್ತು.

'ಉಸ್ರು ಎಳ್ದು ಎಳ್ದು ತಕತ್ರು, ಮದ್ಯಾನ್ನ ಹಾಯು ನಮ್ನಿ ಇಲ್ಲಾ. ಉಸ್ರು ನಿಂತ್ ಮೇನೆ ಹೆಣ ಕಾಯ್ಸುದು ಬ್ಯಾಡಾ ಅಂದ್ಕಂಡಿ ಬಾಕಿ ತಯಾರಿ ಮಾಡ್ಕಂಬುದು ಗನಾವಾ ಅಂದಾರೆ ಸ್ರೀದರ್ ವಡಿದೀರು' ಎಂದ ಕೋಟಿ.

ಉರ್ಕಂತ್ನ ಸತ್ತವ ಅಂತ ಮಾಕಬ್ಬೆ ಬರೀ ಪರಮುವನ್ನೇ ಜರಿದಿದ್ದಾದರೂ ಹೊಟ್ಟೆ ಉರಿಸಿದವ ಮಾತ್ರ ಅವಳ ಮಗ ಶ್ರೀಧರನೇ. ಮಾಡದ ಉದ್ಯೋಗ ಇಲ್ಲ. ಟೀವಿ ರಿಪೇರಿ, ಜಮೀನ್ ಮಾಮ್ಲುದಲ್ಲಿ ಮಧ್ಯಸ್ಥಿಕೆ ಮಾಡುವುದು, ಸಾಣಿಕಟ್ಟದಲ್ಲಿ ಗದ್ದೆ ಕೊಂಡು ಉಪ್ಪು ಮಾಡ್ತೇನೆ ಅಂತ ಕುಣಿದಿದ್ದು... ಒಂದಲ್ಲಾ, ಎರಡಲ್ಲಾ... ಕಡೆಗೆ ಸರೀ ಬೋಳು ಹೆರೆಸಿಕೊಂಡು ಮನೆಗೆ ಬಂದು ಕುಂತವ ಶ್ರೀಧರ. ಅಬ್ಬೆಯ ಮೇಲೆ ಮೊದಲಿಂದಾನೂ ಇವತ್ತು ತೋರಿಸುವಷ್ಟು ಕಾಳಜಿ ಇದ್ದಿದ್ದರೆ ಅಪ್ಪ ಸತ್ತಾಗಲೇ ಅಬ್ಬೆ ಕಾಲ್ಬುಡಕ್ಕೆ ಬಂದು ತಾನಾಯ್ತು ತನ್ನ ಕೆಲಸಾಯ್ತು ಅಂತ ಮುಕಳಿ ಮುಚ್ಕಂಡು ಬಿದ್ದಿರ್ತಿದ್ದ. ಹೀಗೆ ಕೈ ಮೈ ಸುಟ್ಟುಕೊಳ್ಳುವ ವ್ಯಾಪಾರಕ್ಕೆ ಹೋಗಿ ಸಾಲ ಮಾಡಿ ಮಾಕಬ್ಬೆ ತಲೆಗೆ ಕಟ್ಟುತ್ತಿರಲಿಲ್ಲ. ಗಟ್ಟಿಯಿದ್ದಷ್ಟೂ ದಿನ ಮಾಕಬ್ಬೆ ಸಾಲ ತೀರಿಸುತ್ತಲೇ ಬದುಕಿದ್ದಳು ಎಂಬುದು ಪರಮುವಿಗೇನು ಗೊತ್ತಿರದ ವಿಷಯವಲ್ಲ.

'ನೀವೂ ಒಂದ್ಸಲ ಕಂಡ್ಕ ಬರುದು ಬಲ ಆಗಿತ್ತಮಾಂಗೆ ಕಾಣ್ತದೆ' ಅಂತ ಸಣ್ಣಕ್ಕೆ ಉಸುರಿದ, ಈ ಸಲಹೆಗೆ ಬೈದೇ ಬಿಟ್ಟಾರು ಎಂಬ ಡುಕಡುಕಿಯೂ ಇತ್ತು ಕೋಟಿಯ ದನಿಯಲ್ಲಿ.

ಬಹುಶಃ ಪರಮು ಬೆಳಿಗ್ಗೆಯಿಂದ ಯಾರಾದರೂ ಈ ಮಾತನ್ನು ಹೇಳಲಿ ಎಂದೇ ಕಾದು ತಲ್ಲಣಿಸುತ್ತಿದ್ದನೇನೋ! ಒಮ್ಮೆಗೇ ತನ್ನ ಮನಸ್ಸಿನ ಮಾತು ಕೋಟಿಯ ಬಾಯಲ್ಲಿ ಕೇಳಿ ನಿರಾಳನಾದ.

ಹೋಗಲೇ ಬೇಕಾದ ಜಾಗವದು. ತಾನು ಮತ್ತು ಅವಳು ಹೋಳಿ ಮಾಡಿ ಆಡುತ್ತಿದ್ದ ತೋಟ, ತಾನು ಹುಟ್ಟಿ ಬೆಳೆದ ಮನೆ... ಅಲ್ಲಿ ಸಾಯುತ್ತಿರುವ ಮಾಕಬ್ಬೆ...

ಮತ್ತೆ ದೂಸ್ರಾ ಯೋಚಿಸದೆ ಪರಮು ಗಳಕ್ಕೆ ನೇತು ಹಾಕಿದ್ದ ಅಂಗವಸ್ತ್ರ ಎಳೆದು ಹೆಗಲಿಗಿಡುತ್ತ 'ಕಾವೇರಿ, ನಾನು ಕೆಳಗಿನ ಕೇರಿಗೆ ಹೋಗಿ ಬತ್ತೆ. ಏನಾದ್ರೂ ಆಗ್ಲಿ, ಒಂದ್ಸಲ ಹೊಗ್ಬರುದು ಗನಾದು ಅನ್ನಿಸ್ತು. ಮಾಣಿ ಹತ್ರ ಇವತ್ತಿನ ಪೂಜೆ ಮಾಡು ಹೇಳ್ಬುಡು.' ಅಂದ.

ಗಂಡನ ಮಾತನ್ನು ಕದ್ದಾಲಿಸುವ ಗುಣ ಕಾವೇರಿಗೆ ಮದುವೆಯಾದಾಗಿನಿಂದಲೂ ಇದ್ದೇ ಇತ್ತು. ಇದು ಪರಮುವಿಗೂ ಗೊತ್ತು. ಹೆಂಡತಿಯ ಬಳಿ ಏನು ಕದ್ದು ಮುಚ್ಚಿ, ಅವಳ ಈ ಗುಣದಿಂದ ಪರಮುವಿಗೇನು ಫಾಯ್ದೆಯೂ ಇಲ್ಲ, ಲುಕ್ಸಾನೂ ಇಲ್ಲ, ಹಾಗಾಗಿ ತನ್ನ ಮಾತನ್ನು ಕದ್ದು ಕೇಳುವ ಕಾವೇರಿಯ ಮೇಲೆ ಪರಮುವಿಗೆ ಯಾವ ತಕರಾರೂ ಇಲ್ಲ... ಇವತ್ತಿನದೂ ಹೊರತಾಗೇನಿರಲಿಲ್ಲ...

ಬಾಗಿಲ ಹಿಂದಿದ್ದ ಕಾವೇರಿಗೆ ಕೂಡ ಮನಸ್ಸಿನಲ್ಲಿತ್ತು, ತುತ್ತು ಅನ್ನ ಬೇಯಿಸಿಟ್ಟವಳ ಕೊನೆಗಾಲಕ್ಕೆ ವಿಷ ಕಾರುವುದು ಒಳ್ಳೇದಲ್ಲವೆಂದು. ಆದರೂ ಕಾವೇರಿಗೂ ಏನೋ ದಿಗಿಲು, 'ಹೋದವ್ರು ಹೋದಂಗೇ ಬನ್ನಿ. ಹಂಡ್ಯದಲ್ಲಿ ಬಿಶ್ನೀರು ಇದ್ದು' ಅಂತ ಸ್ವಲ್ಪ ಒತ್ತಿ ಹೇಳಿದಳು.

ಕಾವೇರಿಗೂ, ಮಾಕಬ್ಬೆಗೂ ಹೊಯ್ದಕ್ಕಿ ಬೇಳೆ ಬೇಯುತ್ತಿರಲಿಲ್ಲ ಅಂತ ಹೇಳಲು ಅವರಿಬ್ಬರೂ ಒಂದೇ ಸೂರಿನಡಿ ಜಾಸ್ತಿ ದಿನ ಇದ್ದಿದ್ದೇ ಇಲ್ಲ. ಅದಕ್ಕಾಗಿ ಒಬ್ಬರ ಮೇಲೊಬ್ಬರಿಗೆ ಭಾವನೆಯೂ ಕಮ್ಮಿಯೇ. ಆದರೆ ಸಾವು ಅಂದಾಕ್ಷಣ ಅದು ನಮ್ಮವರದ್ದೋ ಊರ ಮೇಲಿನವರದ್ದೋ ಮನಸ್ಸು ಒಮ್ಮೆ ನಮ್ ಆಗಿಬಿಡುತ್ತದೆ. ನಮ್ಮವರದ್ದೇ ಆದರಂತೂ ಇಂಥ ಘಳಿಗೆಯಲ್ಲಿ ತಪ್ಪೆಲ್ಲ ನಮ್ಮದೇ ಎನ್ನಿಸುತ್ತದೆ. ಅವರೊಟ್ಟಿಗೆ ಮಾತನಾಡಬೇಕಾದ ವಿಷಯವಿನ್ನೂ ಇತ್ತು, ಕೂತು ಕಳೆಯಲು ಇನ್ನೊಂದು ಸ್ವಲ್ಪ ಸಮಯ ಇರಬಹುದಿತ್ತು, ಎದುರು ಬದುರು ನಿಂತು ಮಾಡಿಕೊಳ್ಳಬಹುದಾದ ಆರೋಪ ಪ್ರತ್ಯಾರೋಪಗಳೂ ಬಹಳವಿದ್ದವು ಎಂದೆಲ್ಲ ಎನ್ನಿಸಿಯೇ ಎನ್ನಿಸುತ್ತದೆ.

'ರಾಮ, ಬಾರಾ ಇಲ್ಲೇ ಕೆಳಗಿನ ಕೇರಿವರಿಗೆ ಹೋಗ್ಬರ್ವಾ. ಮನ್ಯಲ್ಲೇ ಇದ್ರೂ ಮನ್ಸು ಇಲ್ಲಿ ನಿಲ್ಲೂದಿಲ್ಲ ಇಂದು' ಒಬ್ಬನೇ ಇವತ್ತು ಒಂದು ಕ್ಷಣವನ್ನೂ ಕಳೆಯಲಾರೆ ಅಂತ ಅನ್ನಿಸಿ ರಾಮುವನ್ನೂ ತನ್ನೊಟ್ಟಿಗೆ ಬರಲು ಕರೆದ ಪರಮು... ರಾಮನೂ ಜೊತೆಯಾದ.

ಇಬ್ಬರೂ ಗೇರು ಹಿತ್ತಲು ದಾರಿಯಲ್ಲಿ ಒಣಗಿ ಮುರುಟಿ ಬಿದ್ದ ಎಲೆಗಳ ಮೇಲೆ ಚರಕ್ ಪರಕ್ ಸಪ್ಪಳ ಮಾಡುತ್ತ ಸುಮ್ಮನೆ ಹೆಜ್ಜೆ ಹಾಕುತ್ತಿದ್ದರು. ಮರದ ಹಸಿರೆಲೆ ಚೂರು ಹಳದಿ ಬಣ್ಣಕ್ಕೆ ತಿರುಗಿ ಉದುರಿ ಬಿದ್ದಾಗಲೂ ಸಪ್ಪಳ ಮಾಡದು, ಸದ್ದು ಮಾಡುವುದೇನಿದ್ದರೂ ಒಣಗಿದ ಎಲೆಯೇ. ಬಚ್ಚಿಟ್ಟ ಭಾವನೆಗಳು ನೋವಿನ ತಾಪಕ್ಕೆ ಮನಸ್ಸಲ್ಲೇ ಒಣಗಿ, ಒಂಟಿಯಾಗಿ ಕುಳಿತಾಗೆಲ್ಲ ಗದ್ದಲವೆಬ್ಬಿಸುತ್ತವೆಯಲ್ಲ ಹಾಗೆ.

'ಆಗ್ಲಿ ವಡಿದೀರೆ, ನನ್ ಮನ್ಸಾಗೂ ಒಂದ್ಸಲ ನೀವು ಮಾಕ್ ವಡ್ತೀರ್ ನೋಡ್ಕ ಬರುದು ಗನಾ ಅಂತಿತ್ತು. ಊರವ್ರ ಬಾಯ್ ಮುಚ್ಸೂಕೂ ಲಾಯ್ಕ್ ಆಯ್ತು ಕಾಣಿ! ಸಾಕದ್ ಪ್ರಾಣಿಗಿಂತ ಬಲ ಆಯ್ತು, ಶಿಟ್ಟು ಸಾಧಿಸೂಕೂ ಒಂದು ಎಣಿ ಅದೆ ಅಂತೆ ಈಗ್ಲೆ ಶುರು ಹಚ್ಕಂಡಿದ್ರು ಬೆನ್ನ ಹಿಂದೆ ಹೇಳೂಕೆ. ಧರ್ಮಕಾಷ್ಟ ಹಾಕುವರಿಗಾದ್ರೂ ಇದ್ದು ಬನ್ನಿ, ಆಗಾ?' ಅಂತ ರಾಮನೇ ಬಾಯೊಡೆದ.

ಪರಮುವಿಗೆ ಊರವರ ಧಾಟಿಗೆ ದನಿ ಸೇರಿಸುವುದಾಗಲಿ, ಕುಣಿಯುವುದಾಗಲಿ ಮೊದಲಿಂದಲೂ ಖುಷಿಯೇನಲ್ಲ. ಹಾಗಂತ ಯಾರ ವಿರೋಧ ಕಟ್ಟಿಕೊಂಡೂ ಅವನು ಬದುಕು ಕಟ್ಟಿಕೊಂಡವನಲ್ಲ. ಇವತ್ತೂ ಪರಮು ಊರವರ ಮೆಚ್ಚಿಸಲಿಕ್ಕಾಗಿ ಕೆಳಗಿನ ಕೇರಿಗೆ ಹೊರಟವನಲ್ಲ.

'ನಾವು ಹೇಂಗೇ ಇದ್ರೂ ಊರವ್ರ ಬಾಯಿ ಮುಚ್ಸೂಕೆ ಆಗುದಿಲ್ಲ ರಾಮ. ಆಡ್ಕಂಬವ್ರ್ ಬಾಯಿ, ಹೇಲವ್ರ ಕುಂಡಿ ಮುಚ್ಸುಕೆ ಆಗುದಿಲ್ಲ ಅಂತ ಮಾಕಬ್ಬಿ ಖಾಯಮ್

ಹೇಳ್ತಿರ್ತಿತ್ತು' ಅರಿವಿಲ್ಲದೆಯೇ ಮಾಕಬ್ಬೆಯಾಡುತ್ತಿದ್ದ ಮಾತು ಪರಮುವಿನ ಬಾಯಲ್ಲಿ ಬಂದು ಕಸಿವಿಸಿಯಾದ ಪರಮು.

ಕೆಳಗಿನ ಕೇರಿ ಹಿತ್ತಲ ದಣಪೆಯ ಸರಗೋಲು ಸರಿಸುತ್ತಲೇ ಅಪ್ಪ, ಅಬ್ಬೆ, ಮಾಕಬ್ಬೆ, ನೆಲ್ಲಿ–ಪೇರಲ, ಬಿಂಬಲು ಗಿಡದ ಬರಲು ಎಲ್ಲವೂ ಒಮ್ಮೆಗೇ ಪರಮುವಿನ ಕಣ್ಣೆದುರು ಬಂದವು. ಜೊತೆಗೆ ತನ್ನ ಹರಿದ ಚಡ್ಡಿಗೆ ಹಾಕುತ್ತಿದ್ದ ಮಾಕಬ್ಬೆಯ ಹಳೇ ಲಂಗದ ತೇಪೆ ಕೂಡ...

ಅಪ್ಪ ಸಾಯುವ ಮೊದಲೇ, ಕಾವೇರಿ ಸೊಸೆಯಾಗಿ ಬಂದ ವಾರೊಪ್ಪತ್ತಿನಲ್ಲಿ ನಡೆದ ಹಿಸೆ ಪಂಚಾಯತ್ಗೆಯಲ್ಲಿ ಮಾಕಬ್ಬೆ ಶ್ರೀಧರನಿಂದ ಪರಮುವಿಗೆ ಎರಡು ಹೊಡೆಸಿದ್ದು, ಅಪ್ಪ ಮಂಕಾಗಿ ಎಲ್ಲವನ್ನೂ ನೋಡುತ್ತಿದ್ದಿದ್ದು... ಕಾವೇರಿ ಗಂಡನ ಅಸಹಾಯಕತೆಗೆ ಕಣ್ಣೀರಾಗಿದ್ದು ಯಾವುದೂ ಮರೆತಿಲ್ಲ ಪರಮುಗೆ.

'ಸತ್ತರೂ ನಿನ್ನ ಮುಖ ನೋಡತ್ನಿಲ್ಲೆ, ಇಲ್ಲಿಗೆ ಮುಗೀತು. ಸಾಕು ನಿಂಗ್ಳ ಸಹವಾಸ' ಅಂತ ಬಾಯಂಚಿನಲ್ಲಿ ಹರಿವ ರಕ್ತ ವರೆಸುತ್ತ ಹಿಸೆಯಲ್ಲಿ ಬಂದಿದ್ದನ್ನೆಲ್ಲ ರಾಮನಿಗೆ ತರಲು ಹೇಳಿ ಕಾವೇರಿಯೊಂದಿಗೆ ಹಾಗೆಯೇ ಮನೆಯಿಂದ ಹೊರಬಿದ್ದಿದ್ದ ಪರಮು. ರಾಮನೊಟ್ಟಿಗೆ ಬಂದ ಅಪ್ಪನನ್ನೂ ತನ್ನ ಪುಟ್ಟ ಸಂಸಾರದಲ್ಲಿ ಸೇರಿಸಿಕೊಂಡು ಪರಮು ಮೇಲಿನ ಕೇರಿಯ ತೋಟದ ಮನೆಯಲ್ಲೇ ಉಳಿದ. ಪರಮುವಿನ ಅಪ್ಪ ಇಷ್ಟಾದ ಎರಡು ತಿಂಗಳಿಗೆ ರಾತ್ರಿ ಮಲಗಿದಲ್ಲೇ ಉಸಿರು ನಿಲ್ಲಿಸಿದ್ದ... ಇವೆಲ್ಲ ಆಗಿ ಸುಮಾರು ಹತ್ತೊಂಭತ್ತು ವರ್ಷದ ಮೇಲೆ ಕಳೆಯಿತಿರಬೇಕು...

ದಣಪೆ ದಾಟುತ್ತಲೇ ಊದಿನಕಡ್ಡಿ ವಾಸನೆ ಮೂಗಿಗೆ ಬಡಿದು, ಪರಮುವಿಗೆ ಸೂಟು ಸಿಕ್ಕಿ ಹೋಯಿತು. ಹೇಳಿದ್ದನ್ನೇ ಸಾಧಿಸಿದ್ದಳು ಮಾಕಬ್ಬೆ. ಹಿಸೆ ಪಂಚಾಯತ್ಗೆ ಗಲಾಟೆಯಲ್ಲಿ, ಸಾಯುವಾಗ ತನ್ನ ಬಾಯಿಗೆ ನೀರು ಬಿಡುವುದೂ ಬೇಡ ನೀನು ಅಂತ ಲಟ್ಟಿಗೆ ಮುರಿದಿದ್ದಳು.

ಚಪ್ಪಲ್ಲು ಬಿಡುವಾಗಲೇ ಕಡಕಟ್ಟಿನಾಚೆಗೆ ಮಾಕಬ್ಬೆಯ ದೇಹ ತಣ್ಣಗೆ ಕೊರಟಿನಂತೆ ಮಲಗಿದ್ದು ಕಾಣಿಸಿತು ಪರಮುವಿಗೆ. ಶ್ರೀಧರನಿಗೂ ಈ ಹತ್ತೊಂಭತ್ತು ವರ್ಷದಲ್ಲಿ ಸಣ್ಣ ಬೊಜ್ಜು ಬಂದು ಮುದುಕರ ಲಕ್ಷಣ ಮುಖದಲ್ಲಿ ಸ್ವಲ್ಪ ಕಾಣಿಸುತ್ತಿತ್ತು. ಅತ್ತು ಊದಿಸಿಕೊಂಡ ಕಣ್ಣಿನಿಂದ ಅಣ್ಣನನ್ನು ನೋಡಿ ಮತ್ತೊಮ್ಮೆ ಗಳಗುಡುತ್ತ ಕಣ್ಣೀರಾದ ಶ್ರೀಧರ, 'ನಾಲ್ಕು ದಿನದಿಂದ ಮಾತು ಮುಟ್ಟಿ ಹೋಗಿತ್ತು... ಆದರೂ ಅಬ್ಬೆಯ ಮನಸ್ಸಲ್ಲೇನಿತ್ತೋ ಕಾಣೆ, ಪರಮು ಪರಮು ಅಂತ ಹೇಳುತ್ತಲೇ ಪ್ರಾಣ ಬಿಟ್ಟಳು.'

ಇದನ್ನು ಕೇಳಿ ಮತ್ತೂ ಅಪರಾಧಿಯಾದೆನೆಂಬ ಭಾವದಲ್ಲಿ ಮುಳುಗಿ ಹೋದ ಪರಮು, ಮಾಕಬ್ಬೆ ತನ್ನ ಹಠ ಸಾಧಿಸಿದಳೋ ಅಥವಾ ತಾನೇ ಕೆಳಗಿನ ಕೇರಿಗೆ ಬರುವುದು ತಡ ಮಾಡಿದೆನೋ ಅಂತ ಅರಿಯದಾದ.

ಸಾಯುತ್ತೇನೆಂದು ಸಮುದ್ರಕ್ಕೆ ಓಡಿ ಹೋಗುತ್ತಿದ್ದ ಕಾಲುಗಳ ಹೆಬ್ಬೆರಳುಗಳನ್ನು ಕೂಡಿಸಿ ಕಟ್ಟಿಡಲಾಗಿತ್ತು... ಆದರೆ ಇಂದು ಮಾಕಬ್ಬೆಯನ್ನು ಸಮುದ್ರದಂಚಿನ ಸೊಡ್ಲೆಚಿಟ್ಟೆಗೇ ಹೆಗಲು ಕೊಟ್ಟು ಕರೆದೊಯ್ಯುವವರಿದ್ದರು.

ಪರಮು ಮಾಕಬ್ಬೆಯ ಕಾಲು ಹಿಡಿದು– 'ಮಾಕಬ್ಬೆ...' ಅಂತ ಏದುಸಿರು ಬಂದಂತೆ ಅಳತೊಡಗಿದ. ಮೈಯಲ್ಲಿದ್ದ ಶಕ್ತಿಯನ್ನೆಲ್ಲ ಚಟ್ಟದ ಮೇಲೆ ಮಲಗಿದ್ದ ಮಾಕಬ್ಬೆಯೇ ಕಸಿದುಕೊಂಡಳೋ ಎಂಬಂತೆ ಕಣ್ಣು ಕಸ್ಲೆ ಬಂದು ಕಡಕಟ್ಟೆಗೆ ಸಾಚಿದ...

'ನಮ್ಮಿಬ್ಬರ ನಡುವಿನ ತಾಯಿ–ಮಗನೆಂಬ ಹೊಸ ಸಂಬಂಧ ನಮಗಿಬ್ಬರಿಗೂ ಕಡೆಯವರೆಗೆ ಹೊಂದಿಕೆಯಾಚೇ ಇಲ್ಲೆ... ಸತ್ತ ಮೇಲೂ ನನ್ನ ಕಾಡವು ಹೇಳಿಯೇ ಸಾಯುವಾಗ ನನ್ನ ಹೆಸರು ಹೇಳಿ ಸತ್ತಿದ್ದು...' ಅಂತ ಗೋಳಾಡಿದ.

'ಮಾಕಬ್ಬೆ, ತಪ್ಪು ನಿಂದಲ್ಲ... ಮಲತಾಯಿ–ಮಗನ ಸಂಬಂಧವೇ ಅಷ್ಟು ಕ್ರೂರ. ನೀನಾದರೂ ಏನು ಮಾಡ್ತಿದ್ದೆ, ಆಡುವ ವಯಸ್ಸಲ್ಲಿ ಹಡೆವಾಂಗೆ ಮಾಡಿದ ನನ್ನಪ್ಪ. ನಿನ್ನ ನೋವು ನನ್ಗೆ ಅರ್ಥವಾಗ್ದೆ ಹೋತು...' ಎಂದು ಗೋಳಾಡುತ್ತಿದ್ದ ಪರಮುವಿನ ನೋವು ಯಾರ ಸಮಾಧಾನಕ್ಕೂ ಬಗ್ಗಲಿಲ್ಲ.

ಅದಾಗಲೇ ಒಂದು ಬಾರಿ ಅತ್ತು ಮುಗಿದ ಸಾವಿನ ಮನೆಯಲ್ಲಿ ಮತ್ತೊಮ್ಮೆ ಗೌಜಿ ಎದ್ದಿತು. ಪರಮುವನ್ನು ಹಿಡಿತಕ್ಕೆ ತರುವುದೇ ಸಾಹಸವಾಯಿತು.

ಮುಂದಿನ ಕಾರ್ಯಕ್ಕೆ ಕಾದು ಕುಳಿತ ಭಟ್ಟರು ಹತ್ತಿರದವರಿಗೆಲ್ಲ ಹೆಣದ ಕಾಲಿನಿಂದ ತಲೆವರೆಗೂ ನೀರು ಹನಿಸಿ, ಅಪ್ರದಕ್ಷಿಣೆಯಾಗಿ ಸುತ್ತು ಹಾಕಿಸಿದರು.

'ಹಾಂಗೇ ಕ್ರಿಯೆ ಹಿಡಿಯವ್ವು ಮುಂದೆ ಬನ್ನಿ' ಎಂದು ಭಟ್ಟರು ಕರೆದರು.

ಹಡೆದ ಲೆಕ್ಕದಲ್ಲಿ ಹೋದರೆ ಶ್ರೀಧರನೇ ಸರಿ ಕ್ರಿಯೆ ಹಿಡಿದು, ಬೊಜ್ಜ ಮಾಡಿ ಪಿಂಡ ಇಡಲು. ಆದರೆ ಸಂಬಂಧದ ಲೆಕ್ಕದಲ್ಲಿ ಪರಮುವೇ ಹಿರೀ ಮಗ.

ಪರಮುವಿಗೆ ಈಗ ಹೊಳೆಯಿತು ಕಾವೇರಿ 'ಹೋದ ಹಾಗೆಯೇ ವಾಪಸ್ಸು ಬನ್ನಿ' ಅಂದಿದ್ದು ಯಾಕೆ ಅಂತ.

ಧರ್ಮ ಕಾಷ್ಟ ಹಾಕಿದರೂ ಮಾಕುಚಿಕ್ಕಿಯ ಋಣ ತೀರದು ಎಂದು ಪರಮುವಿಗೆ ಖಾತ್ರಿಯಿತ್ತು... ಅಬ್ಬೆ ಎಂದು ಹಠ ತೊಟ್ಟು ಕರೆಯಿಸಿಕೊಂಡವಳ ಆತ್ಮಕ್ಕೆ ಶಾಂತಿ, ಪರಮುವಿಗೂ ನೆಮ್ಮದಿ ಬೇಕಿತ್ತು...

ಕುಳಿತಲ್ಲಿಂದ ಶ್ರೀಧರ ಏಳುವ ಮೊದಲೇ ಪರಮು ಧಡಕ್ಕನೆ ಎದ್ದು ನಿಂತ...

ಓದಿ ಓದಿ ಮರುಳಾಗಿ!

ಛಂದ ಪುಸ್ತಕ ಬಹುಮಾನ

ಹೊಸ ಕತೆಗಾರರನ್ನು ಗುರುತಿಸುವ ಸಲುವಾಗಿ ನಮ್ಮ ಪ್ರಕಾಶನ ಸಂಸ್ಥೆಯು ಕಳೆದ ಹದಿಮೂರು ವರ್ಷಗಳಿಂದ ಕತೆಗಳ ಹಸ್ತಪ್ರತಿ ಸ್ಪರ್ಧೆಯನ್ನು ನಡೆಸುತ್ತಾ ಬಂದಿದೆ. ಈವರೆಗೆ ಒಂದೂ ಕಥಾಸಂಕಲನವನ್ನು ಪ್ರಕಟಿಸದವರು ಈ ಸ್ಪರ್ಧೆಯಲ್ಲಿ ಭಾಗವಹಿಸಬಹುದು. ಇತರ ಪ್ರಕಾರಗಳಲ್ಲಿ ಒಂದೆರಡು ಪುಸ್ತಕಗಳನ್ನು ಪ್ರಕಟ ಮಾಡಿದವರೂ ಇದರಲ್ಲಿ ಭಾಗವಹಿಸುವ ಅವಕಾಶವಿರುತ್ತದೆ. ಮೊದಲ ಸುತ್ತಿನ ಆಯ್ಕೆಯನ್ನು ಪ್ರಕಾಶನದ ಸದಸ್ಯರು ಮಾಡಿ, ಕೊನೆಯ ಆಯ್ಕೆಗಾಗಿ ಸುಮಾರು ಹತ್ತು ಹಸ್ತಪ್ರತಿಗಳನ್ನು ನಾಡಿನ ಹಿರಿಯ ಸಾಹಿತಿಗಳಿಗೆ ಒಪ್ಪಿಸುತ್ತಾರೆ. ಆಯ್ಕೆಯಾದ ಹಸ್ತಪ್ರತಿಯನ್ನು ಪುಸ್ತಕ ರೂಪದಲ್ಲಿ ಪ್ರಕಟಿಸಿ, ಪ್ರಶಸ್ತಿ ಪತ್ರ, ಫಲಕ ಹಾಗೂ ಮೂವತ್ತು ಸಾವಿರ ರೂಪಾಯಿ ಬಹುಮಾನವನ್ನು ನೀಡಲಾಗುತ್ತದೆ. ಈವರೆಗೂ ಈ ಪ್ರಶಸ್ತಿಯಲ್ಲಿ ಬಹುಮಾನ ಪಡೆದವರ ವಿವರಗಳ ಪಟ್ಟಿಯನ್ನು ಮುಂದಿನ ಪುಟದಲ್ಲಿ ನೀಡಿದ್ದೇವೆ.

ಇವರಲ್ಲಿ ಮೌನೇಶ ಬಡಿಗೇರ, ಶಾಂತಿ ಕೆ ಅಪ್ಪಣ್ಣ, ಪದ್ಮನಾಭ ಭಟ್ ಶೇವ್ಕಾರ ಮತ್ತು ಸ್ವಾಮಿ ಪೊನ್ನಾಚಿ ಅವರಿಗೆ ಕೇಂದ್ರ ಸಾಹಿತ್ಯ ಅಕಾಡೆಮಿಯ ಯುವ ಪುರಸ್ಕಾರ ದೊರೆತಿದೆ. ವಿನಯಾ, ಶಾಂತಿ ಕೆ ಅಪ್ಪಣ್ಣ ಮತ್ತು ಪದ್ಮನಾಭ ಭಟ್ ಶೇವ್ಕಾರರ ಪುಸ್ತಕಗಳಿಗೆ ಕರ್ನಾಟಕ ಸಾಹಿತ್ಯ ಅಕಾಡೆಮಿಯ ಪುಸ್ತಕ ಬಹುಮಾನ ಅಥವಾ ದತ್ತಿ ಬಹುಮಾನಗಳು ಸಂದಿವೆ. ಇನ್ನೂ ಹಲವಾರು ನಾಡಿನ ಪ್ರಮುಖ ಪ್ರಶಸ್ತಿ ಮತ್ತು ಬಹುಮಾನಗಳೂ ಈ ಕೃತಿಗಳಿಗೆ ಲಭ್ಯವಾಗಿವೆ.

ನೀವು ಈ ಸ್ಪರ್ಧೆಯಲ್ಲಿ ಭಾಗವಹಿಸಬೇಕೆ? ಹಾಗಿದ್ದರೆ ನಮ್ಮ ಮುಂದಿನ ವರ್ಷದ ಸ್ಪರ್ಧೆಯ ಆಹ್ವಾನವನ್ನು ಖ್ಯಾತ ಕನ್ನಡ ನಿಯತಕಾಲಿಕಗಳಲ್ಲಿ ಅಥವಾ ಸಾಮಾಜಿಕ ಜಾಲತಾಣಗಳಲ್ಲಿ ನಿರೀಕ್ಷಿಸಿರಿ. ಹೆಚ್ಚಿನ ವಿವರಗಳಿಗೆ 98444 22782 ಗೆ ಸಂದೇಶ ಕಳುಹಿಸಿರಿ.

ಓದಿ ಓದಿ ಮರುಳಾಗಿ!

ಛಂದ ಪುಸ್ತಕ ಬಹುಮಾನ ಪಡೆದ ಕೃತಿಗಳು

ಕತೆಗಾರರು	ಕಥಾಸಂಕಲನ	ತೀರ್ಪುಗಾರರು
ಸುನಂದಾ ಪ್ರಕಾಶ ಕಡಮೆ	ಪುಟ್ಟ ಪಾದದ ಗುರುತು	ಅಶೋಕ ಹೆಗಡೆ/ ಸುಮಂಗಲಾ
ಅಲಕ ತೀರ್ಥಹಳ್ಳಿ	ಈ ಕತೆಗಳ ಸಹವಾಸವೇ ಸಾಕು	ಕೇಶವ ಮಳಗಿ/ ಸುಮಂಗಲಾ
ಲೋಕೇಶ ಅಗಸನಕಟ್ಟೆ	ಹಟ್ಟಿಯೆಂಬ ಭೂಮಿಯ ತುಣುಕು	ಬೊಳುವಾರು ಮಹಮದ್ ಕುಂಞಿ
ವಿನಯಾ	ಊರ ಒಳಗಣ ಬಯಲು	ನೇಮಿಚಂದ್ರ
ಸಂದೀಪ ನಾಯಕ	ಗೋಡೆಗೆ ಬರೆದ ನವಿಲು	ಅಮರೇಶ ನುಗಡೋಣಿ
ಕಣಾದ ರಾಘವ	ಮೊದಲ ಮಳೆಯ ಮಣ್ಣು	ಕೆ. ಸತ್ಯನಾರಾಯಣ
ಬಸವಣ್ಣೆಪ್ಪಾ ಕಂಬಾರ	ಆಟಿಕೆ	ಕುಂ. ವೀರಭದ್ರಪ್ಪ
ಮೌನೇಶ ಬಡಿಗೇರ	ಮಾಯಾಕೋಲಾಹಲ	ಓ.ಎಲ್. ನಾಗಭೂಷಣಸ್ವಾಮಿ
ಪದ್ಮನಾಭ ಭಟ್ ಶೇವ್ಕಾರ	ಕೇಪಿನ ಡಬ್ಬಿ	ಎಂ. ಎಸ್. ಆಶಾದೇವಿ
ಶಾಂತಿ ಕೆ ಅಪ್ಪಣ್ಣ	ಮನಸು ಅಭಿಸಾರಿಕೆ	ಎಚ್.ಎಸ್. ರಾಘವೇಂದ್ರ ರಾವ್
ದಯಾನಂದ	ದೇವರು ಕಚ್ಚಿದ ಸೇಬು	ನಾ. ಡಿಸೋಜಾ
ಸ್ವಾಮಿ ಪೊನ್ನಾಚಿ	ಧೂಪದ ಮಕ್ಕಳು	ಎಂ. ಎಸ್. ಶ್ರೀರಾಮ್
ಶಶಿ ತರೀಕೆರೆ	ಡುಮಿಂಗ	ಲಲಿತಾ ಸಿದ್ಧಬಸವಯ್ಯ
ಛಾಯಾ ಭಟ್	ಬಯಲರಸಿ ಹೊರಟವಳು	ತಾರಿಣಿ ಶುಭದಾಯಿನಿ
ಕಾವ್ಯಾ ಕಡಮೆ	ಮಾಕೋನ ಏಕಾಂತ	ಟಿ.ಪಿ. ಅಶೋಕ

ಛಂದ ಪುಸ್ತಕ ಬಹುಮಾನ

ಪುಟ್ಟ ಪಾದದ ಗುರುತು - ಸುನಂದಾ ಪ್ರಕಾಶ ಕಡಮೆ - ₹ 120
ಈ ಕತೆಗಳ ಸಹವಾಸವೇ ಸಾಕು - ಅಲಕ ತೀರ್ಥಹಳ್ಳಿ - ₹ 60
ಹಟ್ಟಿಯೆಂಬ ಭೂಮಿಯ ತುಣುಕು - ಲೋಕೇಶ ಅಗಸನಕಟ್ಟೆ - ₹ 180
ಗೋಡೆಗೆ ಬರೆದ ನವಿಲು - ಸಂದೀಪ ನಾಯಕ - ₹ 60
ಮೊದಲ ಮಳೆಯ ಮಣ್ಣು - ಕಣಾದ ರಾಘವ - ₹ 140
ಆಟಿಕೆ - ಬಸವಣ್ಣೆಪ್ಪಾ ಕಂಬಾರ - ₹ 100
ಮಾಯಾಕೋಲಾಹಲ - ಮೌನೇಶ ಬಡಿಗೇರ - ₹ 165
ಕೇಪಿನ ಡಬ್ಬಿ - ಪದ್ಮನಾಭ ಭಟ್, ಶೇವ್ಕಾರ - ₹ 150
ಮನಸು ಅಭಿಸಾರಿಕೆ - ಶಾಂತಿ ಕೆ ಅಪ್ಪಣ್ಣ - ₹ 230
ದೇವರು ಕಚ್ಚಿದ ಸೇಬು - ದಯಾನಂದ - ₹ 140
ಧೂಪದ ಮಕ್ಕಳು - ಸ್ವಾಮಿ ಪೊನ್ನಾಚಿ - ₹ 130
ಡುಮಿಂಗ - ಶಶಿ ತರೀಕೆರೆ - ₹ 130
ಬಯಲರಸಿ ಹೊರಟವಳು - ಛಾಯಾ ಭಟ್ - ₹ 150
ಮಾಕೋನ ಏಕಾಂತ - ಕಾವ್ಯಾ ಕಡಮೆ - ₹ 130

ಕಥಾಸಂಕಲನ

ಶಕುಂತಲಾ - ಗುರುಪ್ರಸಾದ್ ಕಾಗಿನೆಲೆ - ₹ 80
ಜುಮುರು ಮಳೆ - ಸುಮಂಗಲಾ - ₹ 220
ಶಾಲಭಂಜಿಕೆ - ಡಾ. ಕೆ. ಎನ್. ಗಣೇಶಯ್ಯ - ₹ 180 (7ನೇ ಮುದ್ರಣ)
ಕಾರಂತಜ್ಜನಿಗೊಂದು ಪತ್ರ - ಸಚ್ಚಿದಾನಂದ ಹೆಗಡೆ - ₹ 150
ಹಕೂನ ಮಟಾಟ - ನಾಗರಾಜ ವಸ್ತಾರೆ - ₹ 80
ಕಾಲಿಟ್ಟಲ್ಲಿ ಕಾಲುದಾರಿ - ಸುಮಂಗಲಾ - ₹ 80
ಹುಲಿರಾಯ - ಕೀರ್ತಿರಾಜ್ - ₹ 80
ನಿರವಯವ - ನಾಗರಾಜ ವಸ್ತಾರೆ - ₹ 125
ಹನ್ನೊಂದನೇ ಅಡ್ಡರಸ್ತೆ - ಸುಮಂಗಲಾ - ₹ 170
ಗಾಳಿಗೆ ಮೆತ್ತಿದ ಬಣ್ಣ - ಕರ್ಕಿ ಕೃಷ್ಣಮೂರ್ತಿ - ₹ 180
ಕನ್ನಡಿ ಹರಳು - ಪದ್ಮನಾಭ ಭಟ್, ಶೇವ್ಕಾರ - ₹ 130
ಒಂದು ಚಿಟಿಕೆ ಮಣ್ಣು - ಲಕ್ಷ್ಮಣ ಬಾದಾಮಿ - ₹ 130
ಬಂಡಲ್ ಕತೆಗಳು - ಎಸ್ ಸುರೇಂದ್ರನಾಥ್ - ₹ 160
ದೇವರ ರಜಾ - ಗುರುಪ್ರಸಾದ್ ಕಾಗಿನೆಲೆ - ₹ 225 (2ನೇ ಮುದ್ರಣ)
ಕಟ್ಟು ಕತೆಗಳು - ಎಸ್ ಸುರೇಂದ್ರನಾಥ್ - ₹ 210
ಮಡಿಲು (ನೀಳ್ಗತೆ) - ನಾಗರಾಜ ವಸ್ತಾರೆ - ₹ 15
ತಿರಾಮಿಸು - ಶಶಿ ತರೀಕೆರೆ - ₹ 210
ತೊಟ್ಟು ಕ್ರಾಂತಿ - ಕಾವ್ಯಾ ಕಡಮೆ - ₹ 180
ಒಂದು ಬಾಗಿಲು ಮತ್ತು ಮೂರೂ ಚಿಲ್ಲರೆ ವರ್ಷಗಳು - ಶಾಂತಿ ಕೆ ಅಪ್ಪಣ್ಣ - ₹ 190

ಪ್ರಬಂಧ

ಪೂರ್ವ ಪಶ್ಚಿಮ - ಎಂ. ಆರ್. ದತ್ತಾತ್ರಿ - ₹ 80
ರಾಗಿಮುದ್ದೆ - ರಘುನಾಥ ಚ. ಹ. - ₹ 120
ಕುಟ್ಟವಲಕ್ಕಿ / ಗೊಜ್ಜವಲಕ್ಕಿ - ಪ್ರಶಾಂತ ಆಡೂರ - ₹ 170 / ₹ 170
ಕಿಲಿಮಂಜಾರೋ - ಪ್ರಶಾಂತ್ ಬೀಚಿ - ₹ 80
ಮಿಸಳ್ ಭಾಜಿ - ಭಾರತಿ ಬಿ ವಿ - ₹ 190
ನೀ ಮಾಯೆಯೊಳಗೋ... - ವಿಕ್ರಮ ಹತ್ವಾರ - ₹ 150
ಸಾವೆಂಬ ಲಹರಿ - ಗುರುಪ್ರಸಾದ ಕಾಗಿನೆಲೆ - ₹ 140
ವೈದ್ಯ, ಮತ್ತೊಬ್ಬ - ಗುರುಪ್ರಸಾದ ಕಾಗಿನೆಲೆ - ₹ 120
ಅಪ್ಪನ ರ್‍ಯಾಲೀಸ್ ಸೈಕಲ್ - ದರ್ಶನ್ ಜಯಣ್ಣ - ₹ 110
ಇಮೋಜಿ ಭಾಷೆ - ಕರ್ಕಿ ಕೃಷ್ಣಮೂರ್ತಿ - ₹ 150

ಅನುವಾದ

ದಿ ಚಾಯ್ಸ್ - ಈಡಿತ್ ಎವಾ ಎಗರ್ (ಜಯಶ್ರೀ ಭಟ್) - ₹ 280
ದೇಹವೇ ದೇಶ - ಗರಿಮಾ ಶ್ರೀವಾಸ್ತವ (ವಿಕ್ರಮ ವಿಸಾಜಿ) - ₹ 250
ಪರ್ಸೆಪೊಲಿಸ್- ಮಾರ್ಜಾನ್ ಸತ್ರಪಿ (ಪ್ರೀತಿ ನಾಗರಾಜ) - ₹ 395
ಗಾಳಿ ಪಳಗಿಸಿದ ಬಾಲಕ - ವಿಲಿಯಂ ಕಾಂಕ್ವಾಂಬಾ (ಕರುಣಾ ಬಿ ಎಸ್) - ₹ 320
ಅಮೋಸ್ ಫಾರ್ಚೂನ್ - ಎಲಿಝಬೆತ್ ಯೇಟ್ಸ್ (ಜಯಶ್ರೀ ಭಟ್) - ₹ 110
ನವ ಜೀವಗಳು - ವಿಲಿಯಂ ಡಾಲ್ರಿಂಪಲ್ (ನವೀನ ಗಂಗೋತ್ರಿ) - ₹ 250
ಮೈಕೆಲ್ ಕೆ - ಜೆ.ಎಂ. ಕುಟ್‌ಸೀ (ಸುನಿಲ್ ರಾವ್) - ₹ 170
ಲೇರಿಯೊಂಕ - ಹೆನ್ರಿ ಆರ್. ಓಲೆ ಕುಲೆಟ್ (ಪ್ರಶಾಂತ ಬೀಚಿ) - ₹ 140
ಅರೆಶತಮಾನದ ಮೌನ - ಯಾನ್ ರಫ್-ಓ'ಹರ್ನ್ (ಅರುಣ್) - ₹ 310
ಪರ್ವತದಲ್ಲಿ ಪವಾಡ - ನ್ಯಾಂಡೊ ಪರಾಡೊ (ಸಂಯುಕ್ತಾ ಪುಲಿಗಲ್) - ₹ 340
ಚಂದಿರ ಬೇಕೆಂದವನು - ಮಿಮಿ ಬೇರ್ಡ್ (ಪ್ರಜ್ಞಾ ಶಾಸ್ತ್ರಿ) - ₹ 180
ಬಂಡೂಲ - ವಿಕಿ ಕಾನ್‌ಸ್ಟಂಟೇನ್ ಕ್ರುಕ್ (ರಾಜ್ಯಶ್ರೀ ಕುಳಮರ್ವ) - ₹ 425
ರೆಬೆಲ್ ಸುಲ್ತಾನರು - ಮನು ಎಸ್ ಪಿಳ್ಳೈ (ಸಂಯುಕ್ತಾ ಪುಲಿಗಲ್) - ₹ 420
ಫಾಲೋಯಿಂಗ್ ಫಿಶ್ - ಸಮಂತ್ ಸುಬ್ರಮಣಿಯನ್ (ಸಹನಾ ಹೆಗಡೆ) - ₹ 280
ಜಗವ ಚುಂಬಿಸು - ಸುಬ್ರೊತೋ ಬಾಗ್ಚಿ (ವಂದನಾ ಪಿ ಸಿ) - ₹ 240
ಪರ್ದಾ ಅಂಡ್ ಪಾಲಿಗಮಿ - ಇಕ್ಬಾಲುನ್ನೀಸಾ ಹುಸೇನ್ (ದಾದಾಪೀರ್) - ₹ 380
ವಾಡಿವಾಸಲ್ - ಚಿ. ಸು. ಚೆಲ್ಲಪ್ಪ (ಸತ್ಯಕಿ) - ₹ 100
ನಾಲ್ಕನೇ ಎಕರೆ - ಶ್ರೀರಮಣ (ಅಜಯ್ ವರ್ಮಾ ಅಲ್ಲೂರಿ) - ₹ 100
ಮಾವೋನ ಕೊನೆಯ ನರ್ತಕ - ಲೀ ಶ್ವಿನ್‌ಶಿಂಗ್ (ಜಯಶ್ರೀ ಭಟ್) - ₹ 340
ಕೋಬಾಲ್ಟ್ ಬ್ಲೂ - ಸಚಿನ್ ಕುಂಡಲ್‌ಕರ್ (ಸಪ್ನಾ ಕಟ್ಟಿ) - ₹ 150
ವಿದ್ಯಾವಂತ ವೇಶ್ಯೆಯ ಆತ್ಮಕಥೆ - ಮಾನದಾ ದೇವಿ (ನಾಗ ಹುಬ್ಳಿ) - ₹ 240
ದಿ ಲೈಟ್‌ಹೌಸ್ ಫ್ಯಾಮಿಲಿ - ಫಿರಾತ್ ಸುನೇಲ್ (ಮಾಧುರಿ ಕುಲಕರ್ಣಿ) - ₹ 230
ನನ್ನ ತಂಗಿ ಈಡಾ - ಕಾರೊಲೀನ ವಾಲ್ (ಹರ್ಷ ರಘುರಾಮ್) - ₹ 260
ಸತ್ತವರ ಸೊಲ್ಲು - ಆಶುತೋಷ್ ಭಾರದ್ವಾಜ್ (ಕಾರ್ತಿಕ್ ಆರ್.) - ₹ 380

ವಸುಧೇಂದ್ರ

ಮನೀಷೆ - ಕತೆಗಳು - ₹ 120 (8ನೇ ಮುದ್ರಣ)
ಯುಗಾದಿ - ಕತೆಗಳು - ₹ 190 (9ನೇ ಮುದ್ರಣ)
ಚೇಳು - ಕತೆಗಳು - ₹ 120 (8ನೇ ಮುದ್ರಣ)
ಹಂಪಿ ಎಕ್ಸ್‌ಪ್ರೆಸ್ - ಕತೆಗಳು - ₹ 195 (9ನೇ ಮುದ್ರಣ)
ಮೋಹನಸ್ವಾಮಿ - ಕತೆಗಳು - ₹ 270 (8ನೇ ಮುದ್ರಣ)
ವಿಷಮ ಭಿನ್ನರಾಶಿ - ಕತೆಗಳು - ₹ 280 (4ನೇ ಮುದ್ರಣ)
ಕೋತಿಗಳು - ಪ್ರಬಂಧ - ₹ 120 (8ನೇ ಮುದ್ರಣ)
ನಮ್ಮಮ್ಮ ಅಂದ್ರೆ ನಂಗಿಷ್ಟ - ಪ್ರಬಂಧ - ₹ 100 (28ನೇ ಮುದ್ರಣ)
ರಕ್ಷಕ ಅನಾಥ - ಪ್ರಬಂಧ - ₹ 110 (5ನೇ ಮುದ್ರಣ)
ವರ್ಣಮಯ - ಪ್ರಬಂಧ - ₹ 225 (7ನೇ ಮುದ್ರಣ)
ಐದು ಪೈಸೆ ವರದಕ್ಷಿಣೆ - ಪ್ರಬಂಧ - ₹ 280 (5ನೇ ಮುದ್ರಣ)
ಹರಿಚಿತ್ತ ಸತ್ಯ - ಕಾದಂಬರಿ - ₹ 200 (6ನೇ ಮುದ್ರಣ)
ತೇಜೋ-ತುಂಗಭದ್ರಾ - ಕಾದಂಬರಿ - ಉತ್ತಮ/ಸಾದಾ (₹ 500/₹ 450) (17ನೇ ಮುದ್ರಣ)
ಮಿಥುನ - ಶ್ರೀರಮಣರ ಕತೆಗಳು - ₹ 135 (8ನೇ ಮುದ್ರಣ)
ಎವರೆಸ್ಟ್ - ಜಾನ್ ಕ್ರಾಕೌರ್ - ₹ 420 (4ನೇ ಮುದ್ರಣ)
ರೇಷ್ಮೆ ಬಟ್ಟೆ - ಕಾದಂಬರಿ - ₹ 450

ಕಾದಂಬರಿ

ಎನ್ನ ಭವದ ಕೇಡು - ಎಸ್ ಸುರೇಂದ್ರನಾಥ್ - ₹ 75
ನ್ಯಾಸ - ಹರೀಶ ಹಾಗಲವಾಡಿ - ₹ 250
ಗುಣ - ಗುರುಪ್ರಸಾದ್ ಕಾಗಿನೆಲೆ - ₹ 150
ದ್ವೀಪವ ಬಯಸಿ - ಎಂ. ಆರ್. ದತ್ತಾತ್ರಿ - ₹ 320
ತಾರಾಬಾಯಿಯ ಪತ್ರ - ದತ್ತಾತ್ರಿ ಎಂ ಆರ್ - ₹ 160
ಅಗೆದಷ್ಟೂ ನಕ್ಷತ್ರ - ಸುಮಂಗಲಾ - ₹ 230
ಪ್ರಿಯೇ ಚಾರುಶೀಲೆ - ನಾಗರಾಜ ವಸ್ತಾರೆ - ₹ 380
ಋಷ್ಯಶೃಂಗ - ಹರೀಶ ಹಾಗಲವಾಡಿ - ₹ 160
ಅಂತು - ಪ್ರಕಾಶ ನಾಯಕ್ - ₹ 200
ಚುಕ್ಕಿ ಬೆಳಕಿನ ಜಾಡು - ಕರ್ಕಿ ಕೃಷ್ಣಮೂರ್ತಿ - ₹ 200
ದೀಪವಿರದ ದಾರಿಯಲ್ಲಿ - ಸುಶಾಂತ್ ಕೋಟ್ಯಾನ್ - ₹ 160
ದಾರಿ - ಕುಸುಮಾ ಆಯರಹಳ್ಳಿ - ₹ 395
ಬರೀ ಎರಡು ರೆಕ್ಕೆ - ಸುನಂದಾ ಪ್ರಕಾಶ ಕಡಮೆ - ₹ 260

ಕವಿತೆ

ಮದ್ಯಸಾರ - ಅಪಾರ - ₹ 90
ಪೂರ್ಣನ ಗರಿಗಳು - ಪೂರ್ಣಪ್ರಜ್ಞ - ₹ 70
ಹಲೋ ಹಲೋ ಚಂದಮಾಮ - ರಾಧೇಶ ತೋಳ್ಪಾಡಿ - ₹ 50

ಪದಚರಿತೆ

ಸರಿಗನ್ನಡಂ ಗೆಲ್ಗೆ - ಅಪಾರ - ₹ 390

www.ingramcontent.com/pod-product-compliance
Lightning Source LLC
LaVergne TN
LVHW040755051026
849519LV00007BA/2555
* 9 7 8 9 3 8 4 9 0 8 6 4 5 *